ഗ്രീൻ ബുക്സ്

കാടേ കഥ പറയൂ

ബിഭൂതിഭൂഷൺ ബന്ദ്യോപാദ്ധ്യായ

1894 സെപ്റ്റംബർ 12ന് ബംഗാളിലെ
ഗോഷ്പദാ-മുരാരിപൂർ ഗ്രാമത്തിൽ ജനനം.
1914-ൽ വനഗ്രാം ഹൈസ്ക്കൂളിൽനിന്നു ഒന്നാം ക്ലാസ്സോടെ
മെട്രിക്കുലേഷൻ പാസ്സായി. കൽക്കത്തയിലെ റിപ്പൺ
കോളേജിൽനിന്ന് 1918-ൽ ഡിസ്റ്റിങ്ഷ്നോടെ ബിരുദമെടുത്തു.
ഇക്കാലത്തു വിവാഹിതനായി. ഏറെക്കഴിയും മുമ്പ് ഭാര്യ മരിച്ചു.
23 കൊല്ലത്തിനുശേഷം വീണ്ടും വിവാഹിതനായി.
സാഹിത്യത്തിന്റെ നാനാശാഖകളിലായി എഴുപതോളം
കൃതികൾ രചിച്ചു. 1950 നവംബർ 1-ന് ബാരക്ക്പൂരിലെ
ഘാട്ട്സിലയിൽ അന്തരിച്ചു. 1951-ൽ മരണാനന്തര ബഹുമതിയായി
രബീന്ദ്ര പ്രൈസ് ഇച്ഛാമതി എന്ന കൃതിക്ക് നൽകപ്പെട്ടു.
ബിഭൂതിഭൂഷണിന്റെ കൃതികൾ വിവിധഭാഷകളിൽ
വിവർത്തനം ചെയ്യപ്പെട്ടിട്ടുണ്ട്.

ഗ്രീൻ ബുക്സ് പ്രസിദ്ധീകരിച്ച ബിഭൂതിഭൂഷൺ
ബന്ദ്യോപാദ്ധ്യായയുടെ കൃതികൾ:
പാഥേർപാഞ്ചാലി, അപരാജിതൻ, അപുവിന്റെ ലോകം,
ആരണ്യക്, ഇച്ഛാമതി, കാട്ടിലും മേട്ടിലും, രണ്ടു വീട്
ഭാരതീയ സുവർണ്ണകഥകൾ - ബിഭൂതിഭൂഷൺ ബന്ദ്യോപാദ്ധ്യായ.

ലീലാ സർക്കാർ: 1934ൽ ജനനം. ബംഗാളിയായ ദീപേഷ്
സർക്കാരുമായുള്ള വിവാഹം വിവർത്തന സാഹിത്യത്തിലേക്കുള്ള
ചവിട്ടുപടിയായി. ബംഗാളിയിൽനിന്ന് അസംഖ്യം കൃതികൾ
മലയാളത്തിലേക്കു വിവർത്തനം ചെയ്തു.
1993ലെ കേന്ദ്രസാഹിത്യ അക്കാദമി അവാർഡ്, 2000-ലെ
കേരള സാഹിത്യ അക്കാദമി അവാർഡ്, ബംഗാളിയിൽ നിന്ന്
മലയാളത്തിലേക്കു വിവർത്തനം ചെയ്ത നിഘണ്ടുവിന്
2011ലെ സി.പി. മേനോൻ മെമ്മോറിയൽ അവാർഡ് എന്നിവ ലഭിച്ചു.
ഇപ്പോൾ മുംബൈയിൽ താമസം.

യാത്ര

കാടേ കഥ പറയൂ

ബിഭൂതിഭൂഷൺ ബന്ദ്യോപാദ്ധ്യായ

വിവർത്തനം:

ലീലാ സർക്കാർ

ഗ്രീൻ ബുക്സ്

green books private limited
little road, ayyanthole, thrissur- 680 003
ph: 0487-2361038
website: www.greenbooksindia.com
e-mail: info@greenbooksindia.com

(original bengali title)
dui bari

(malayalam)
kate katha parayu
(travelogue)
by
bibhoothibhooshan bandyopadhyaya

translated by
leela sarkar

first published june 2016

cover design : rajesh chalode
cover image : ellerslie/shutterstock

branches:
thrissur 0487-2422515
palakkad 0491-2546162
kannur 0497-2763038
Thiruvananthapuram 9846670899

isbn : 978-93-86120-04-5

GBPL/766/2016

മുഖക്കുറി

‘കാടേ കഥ പറയൂ’ ബിഭൂതിഭൂഷന്റെ അവസാനത്തെ
കൃതിയായി പൊതുവെ കരുതപ്പെടുന്നു.
എത്ര പറഞ്ഞാലും തൃപ്തിയാകാത്തവിധം
ഭക്തിയും ഉപാസനയുംകൊണ്ട്
പ്രകൃതിവർണ്ണനകൾ നിറഞ്ഞ ഡയറിക്കുറിപ്പുകൾ.
ആയിരമായിരം വർഷങ്ങളായി വനനിബിഡതയിൽ
ഒളിഞ്ഞുകിടക്കുന്ന അസംഖ്യം വിസ്മയങ്ങളുടെ
സൗന്ദര്യഭൂമി! നദികൾ, വെള്ളച്ചാട്ടങ്ങൾ, വനപുഷ്പങ്ങൾ,
സുഗന്ധമാരുതൻ, വനവിഹംഗങ്ങളുടെ കളകൂജനം,
വേഴാമ്പലുകൾ, ബാർക്കിങ് ഡിയർ, കാട്ടാനകളുടെ
ചിന്നംവിളി, വനലതകളുടെ ആശ്ചര്യകരമായ മനോഹാരിത,
ശൈലമലകൾ, ലോഹപ്രസരങ്ങൾ നിറഞ്ഞ വിശാലമായ
ഖനികൾ എന്നിവയ്ക്കെല്ലാം പ്രണാമങ്ങൾ
അർപ്പിച്ചുകൊണ്ട് ബിഭൂതിഭൂഷൺ ബന്ദ്യോപാധ്യായ
പ്രകൃതി എന്ന ഉജ്ജ്വലാനുഭവത്തെ പകർത്തുന്നു.

കൃഷ്ണദാസ്
മാനേജിങ് എഡിറ്റർ

കാടേ കഥ പറയൂ

ഇന്നലെ ബാരക്പൂരിൽ തിരിച്ചെത്തി, നീണ്ട ഒമ്പതു മാസങ്ങൾക്കു ശേഷം.

കഴിഞ്ഞ ആഷാഢമാസത്തിൽ കല്യാണിക്ക് സുഖമില്ലാതായി. ഭാദ്ര മാസത്തിൽ ഒരു പെൺകുഞ്ഞിനെ പ്രസവിച്ചു. ആ കുട്ടി മരിച്ചുപോയി. കല്യാണിക്ക് കുറേശ്ശെയായി ദേഹസുഖം വീണ്ടുകിട്ടിയപ്പോൾ ഭാദ്രമാസത്തിൽ തന്നെ 15-ാം തിയതി കല്യാണിയേയുംകൊണ്ട് കോലാഘാട്ടിലെ അവളുടെ അച്ഛന്റെ വീട്ടിലേക്ക് പോയി. കല്യാണിയുടെ അച്ഛൻ കോലാഘാട്ടിലുണ്ടായിരുന്നു. കഴിഞ്ഞ കൊല്ലം ദുർഗാപൂജാ സമയത്ത് ഭയങ്കര കാറ്റും മഴനും ഉണ്ടായി. അപ്പോൾ ഞാനും അവിടെ ഉണ്ടായിരുന്നു. അതിനുശേഷം അവരെല്ലാം ഝാഡ് ഗ്രാമത്തിലേക്കു പോയി. കല്യാണിയും അവരോടൊപ്പം പോയി. പിന്നെ ഞങ്ങൾ കാർത്തികമാസത്തിൽ ഘാട്ടശിലയിലേക്കു പോയി. ഇതുവരേയും അവിടെത്തന്നെയായിരുന്നു.

ഇന്നലെയാണ് ഇവിടേക്ക് ബാരക്പൂരിലേക്ക് എത്തിയത്.

ചൊവ്വാഴ്ച തീവണ്ടി ഖഡക്പൂരിലെത്തി. വംഗദേശത്തെ പുല്ലു നിറഞ്ഞ തുറന്ന സ്ഥലം, വയലുകൾ, മൈതാനങ്ങൾ, വെള്ളം നിറഞ്ഞു കിടക്കുന്ന കുളം, തടാകം, തോടുകൾ എന്നിവയെല്ലാം കൺമുന്നിൽ. മേദിനിപൂരിലെ ഈ ദൃശ്യം ഇച്ഛാമതിയുടെ നീല ജലാശയങ്ങളെ ഓർമ്മിപ്പിച്ചു.

ഖഡക്പൂരിൽനിന്ന് നാഗപ്പൂർ പാസഞ്ചർ സ്റ്റേഷൻ വിട്ടു. അപ്പോൾ കല്യാണി പറയുന്നു,

-പോകാം. ഇന്നുതന്നെ ബാരക്പൂരിലേക്ക് പോകാം. ഇച്ഛാമതി നമ്മളെ വിളിക്കുന്നു!

എന്റെ മനസ്സും ചഞ്ചലമായി. ഇപ്പോൾ ജില്ലയിലെ ആ കുഗ്രാമം വീണ്ടും സന്ദർശിക്കാൻ മനസ്സ് വെമ്പുന്നു. എത്രയെല്ലാം രാജ്യങ്ങളിൽ അലഞ്ഞുതിരിഞ്ഞാലും നാട്ടിലും പുറത്തുമായി എത്രയെത്ര സ്ഥലങ്ങൾ സന്ദർശിച്ചാലും വനങ്ങളുടേയും പർവ്വതങ്ങളുടേയും എത്രയെത്ര അപൂർവ്വദൃശ്യങ്ങൾ കാണാനും ആസ്വദിക്കാനും സാധിച്ചാലും ചെറുപ്പ കാലത്തെ ലീലാഭൂമിയായ ആ ഇച്ഛാമതിയുടെ തീരം മനസ്സിനെ എപ്പോഴും ഉലയ്ക്കുന്നു. എങ്കിലും വിചാരിച്ചതുപോലെ ഓടി എത്താൻ കഴിയാറില്ല. കഴിഞ്ഞ ഏതാനും ദിവസങ്ങൾ കൊൽക്കത്തയിലും ഭാട്ട്

പാഡയിലുമായിരുന്നു. അങ്ങനെ വളരെ നാളുകൾക്കുശേഷം ഇന്നലെ ഈ വന്യഗ്രാമത്തിലെത്തി ചേർന്നു.

വംഗദേശത്തെ ഈ കോമളശ്യാമളത. തൃണഭൂമിയുടെ ഹരിതാഭ, അസംഖ്യം പക്ഷികളുടെ കളകൂജനം എന്നിവയുടെ നടുവിൽ ഹൃദയം നിറഞ്ഞു തുടിക്കുന്നു. ഇത്രയുംകാലം സിംഹഭൂമിയുടെ രൂക്ഷതയിൽ, വൃക്ഷവിരളമായ മരുപ്രദേശത്തിൽ കഴിഞ്ഞശേഷമാണ് ഇവിടെ എത്തുന്നത്.

ഒരു പച്ചനിറഞ്ഞ വൃക്ഷം കാണാൻ എത്ര കൊതിച്ചു. ഇപ്പോഴും ഓർമ്മയുണ്ട്, കാശിദയിലെ ഒരു ചെറിയ പാലത്തിനരികിൽ കുറച്ച് പുല്ലു നിറഞ്ഞ സ്ഥലം കണ്ടു. രാജബാഡിയിലേക്ക് പോകുന്ന വഴിയിൽ ഒരാളുടെ വീടിനരികിൽ ഇടതൂർന്ന ഇലകളുമായി പന്തലിച്ചുനില്ക്കുന്ന ഒരു വൃക്ഷം കണ്ടപ്പോൾ ആശ്ചര്യഭരിതനായി ഏറെനേരം നോക്കി നിന്നു. കല്ലും പൊടിയും നിറഞ്ഞ ആ ഭൂപ്രദേശങ്ങൾ പിന്നിട്ടതിനുശേഷം കാഴ്ചകൾ എത്ര സുന്ദരമാണ്, എവിടേയും പക്ഷികളുടെ പലതരം കൂജനങ്ങൾ. വൃക്ഷലതാദികളുടെ പ്രാചുര്യം എല്ലാംചേർന്ന് അതീവമനോഹരമായി തോന്നി. ഏതോ ഒരു പുതിയ രാജ്യത്ത് വന്നെത്തിയപോലെ. ബാല്യകാലത്തെ ആ മായാമയിയായ വനഭൂമി എന്റെ കൺമുന്നിൽ എല്ലാ പുതുമയോടുംകൂടി പ്രത്യക്ഷപ്പെട്ടപോലെ, എത്ര ആനന്ദമയമായി അനുഭവപ്പെടുന്നു. പുതിയ കണ്ണുകൾകൊണ്ട് എല്ലാം കൂടുതൽ പുതുമയുള്ളതായി കാണുന്നപോലെ തോന്നി.

ഇന്നു രാവിലെ ഇച്ഛാമതിയിൽ കുളിക്കാൻ ഇറങ്ങിയപ്പോൾ ഹാ! എന്തൊരാനന്ദം! അക്കരെ അതേ മുൾമരം! ഒരിക്കൽ ഞാനും കല്യാണിയും നീന്താനിറങ്ങി ആ മരത്തിന്റെ ചാഞ്ഞുകിടക്കുന്ന കൊമ്പുകൾക്കിടയിൽപെട്ടുപോയത്, അസ്തമയസൂര്യന്റെ ചുവപ്പുകലർന്ന വെയിലിന്റെ അപൂർവ്വശ്രീ നോക്കിനില്ക്കാറുള്ളത് എല്ലാം അതേപോലെ കൺമുന്നിൽ കണ്ട് മുഗ്ദ്ധനായി. ആ മുൾമരം ഇന്നും അതേപോലെ നില്ക്കുന്നു.

വൈകുന്നേരം നഗേൻ ചെറിയച്ഛന്റെ മകൻ ഫുച്ചുവിന്റെ കൂടെ നടക്കാനിറങ്ങി. തുറന്ന മൈതാനത്തിലേക്ക് പോയി. ഒരുവശത്ത് ധാരാളം പുല്ലുള്ള സ്ഥലത്ത് ഇരുന്ന് പലതും ഓർത്തു.

കഴിഞ്ഞ മാർച്ചുമാസത്തിൽ സന്ദർശിച്ച മാൻ ഭൂമിയിലെ നാക്ടിടാണ്ഡ് വനം. മാൻഭൂമിയിലെ വൃക്ഷലതാരഹിതമായ വഴികളിലെ കല്ലും ചരലും നിറഞ്ഞ കുന്നും വനങ്ങളുടേയും ഓർമ്മ മനസ്സിൽ വന്നു. ബാമിയാ ബുരു അരണ്യത്തിലെ ആയിരത്തിത്തൊള്ളായിരം അടി ഉയരമുള്ള മലയിൽ രാത്രി കഴിച്ചുകൂട്ടിയ കഥ, ചായിബാസയിൽ ഭവാനിസിങ്ങ് ഫോറസ്റ്റ് ആപ്പീസറുടെ വീട്ടിലെ വിശാലമായ മുറ്റത്തിരുന്ന് ചൈത്രസംക്രാന്തിയുടെ അപരാഹ്നത്തിൽ ചായ കുടിച്ചുകൊണ്ടിരിക്കെ വളരെ അകലെയുള്ള

ബാർകേലശൈലമാലകൾക്കുപിറകിൽ സൂര്യനസ്തമിക്കുന്ന മനോഹര ദൃശ്യം, മാറാബുരു പർവ്വതത്തിലെ സാലവൃക്ഷ വനമധ്യത്തിൽ കൂടിയുള്ള ഉയർന്ന വഴിയിൽകൂടി വിറകും കൽക്കരിയും തലയിലേറ്റി ഇറങ്ങിപ്പോകുന്ന 'ഹോ' സ്ത്രീകൾ - അവർക്ക് നാലു പ്രാവശ്യം ഈ ദുർഗമമായ വഴിയിൽകൂടി യാത്രചെയ്താൽ കിട്ടുന്നത് വെറും പതിനേഴു പൈസ - എല്ലാം ഓർമ്മ വരുന്നു.

കഴിഞ്ഞ പൗർണമിക്കു മുമ്പത്തെ പൗർണമിനാൾ ബഹരാഗഡയിൽനിന്ന് കേശുർദാ റിസർവ് ഫോറസ്റ്റ് കാണാൻ പോയതും ഓർത്തു. അത് മുളങ്കാടാണ്. ബഗരാചോഡ ഗ്രാമത്തിലെ പൂജാരി ബ്രാഹ്മണൻ, പിന്നെ ഗ്രാമത്തിലെ ഒരു ദേവീമന്ദിരം, മന്ദിരത്തിനുചുറ്റും പ്രാചീന ദേവീദേവന്മാരുടെ കല്പ്രതിമകളുടെ കൈകാലുകൾ, അങ്ങനെ എന്തൊക്കെയോ കണ്ടിരുന്നു.

വാഘ്മുണ്ഡി മലമുകളിൽ അന്ന് ഉച്ചയ്ക്ക് ഞാനും സുബോധും സിഹനയും ഇരിക്കുകയായിരുന്നു. ശൈലസാനുവിൽ വസന്തത്തിലെ പൂക്കൾ നിറഞ്ഞ ലതകൾ, പ്ലാന്റ്, ഗ്രേറ്റർഗ്രോബി. താഴെ ധാരാളം ചെണ്ടുമല്ലിപ്പൂക്കൾ. സുബോധ് 'ആരണ്യക്' വായിച്ച് സിഹനയെ കേൾപ്പിക്കുകയാണ്. ഞാൻ കണ്ണെടുക്കാതെ ശൈലാരണ്യത്തിന്റെ സുന്ദരദൃശ്യം നോക്കിയിരുന്നു.

ശംഖ്നദി, ശോഭാനദി, ഹോ! എത്ര അദ്ഭുതകരമായ പേരുകൾ! ദൃഷ്ടികളിൽ തറച്ചുനില്ക്കുന്ന വംഗദേശത്തിലെ ജസ്സോർ ജില്ലയിലെ ഒരു കുഗ്രാമം. അതിനുനേരെ വിപരീതമായ മറ്റൊരു ദൃശ്യത്തിനു മുന്നിലിപ്പോൾ ശൈലമാലയുടെ ആംഫിതിയറ്ററാണ്. അതിനുചുറ്റും ഇടതൂർന്ന ദാൽകി അരണ്യമല. കൺമുന്നിൽ ആ അപൂർവ്വ സരോവരം 'ലിപുദാര'യും ഉയർന്ന ചുണ്ണാമ്പുമലകളും നടരാജരൂപത്തിലുള്ള ഒരു വെളുത്തവൃക്ഷവും - അതിന് ഞാൻ 'ശിവവൃക്ഷ'മെന്ന് പേരിട്ടിരുന്നു.

ലിപുകോയ ഗ്രാമത്തിലെ ജനങ്ങൾ സന്ധ്യയുടെ അന്ധകാരത്തിൽ കാട്ടാനഭയം കാരണം വലിയ വലിയ പന്തങ്ങൾ കത്തിച്ച് എന്നേയും ഫോറസ്റ്റ് ആപ്പീസർ മിസ്റ്റർ സിഹനയേയും വനമധ്യത്തിലുള്ള ഞങ്ങളുടെ തമ്പുകളിൽ എത്തിച്ചുതന്നത് എല്ലാം എല്ലാം ഓർത്തുപോയി. ഈ വനം മറ്റു നിരവധി വൃക്ഷങ്ങൾ നിറഞ്ഞതാണ്. പഞ്ഞിമരം തുടങ്ങി വിവിധ വൃക്ഷങ്ങൾ. ഇടതൂർന്നുനില്ക്കുന്നതിനാൽ എങ്ങും നിഴൽ നിറഞ്ഞു നില്ക്കുന്നു. നിശ്ശബ്ദതയെ ഭേദിച്ചുകൊണ്ട് വാനമ്പാടികളുടെ കൂജനം കേട്ടപ്പോൾ പെട്ടെന്ന് ഒരു ബോധോദയം വന്നപോലെ. ഞാൻ ചിന്തിച്ചു, ഇതുതന്നെ വംഗദേശം, ഇതുതന്നെ എന്നത്തേയും വംഗമാതാവ്. ഇത്രയധികം കൂവളപൂക്കളുടെ സുഗന്ധം മറ്റെവിടെ കിട്ടും? ഇത്രയേറെ പക്ഷികളുടെ കളകൂജനം വേറെ എവിടെ കേൾക്കാനാകും?

ഗ്രാമത്തിൽ തന്നെ എന്നെന്നും കഴിയുന്നവർക്ക് ഈ പ്രകൃതിസൗന്ദര്യത്തിന്റെ മഹനീയത മനസ്സിലാക്കാൻ കഴിയുന്നുണ്ടോ? അവരുടെ മനസ്സ് മുളങ്കാട്ടിലെ തണലിൽക്കൂടി നദീതീരത്തേക്ക് നടന്ന് കണ്ണുകളുടെ ദാഹം തീർക്കാൻ മോഹിക്കുന്നുണ്ടോ? നിത്യഹരിതമായ വനശ്രീ കണ്ടാസ്വദിക്കാൻ അവർ വിവശരാകുന്നില്ലെന്നോ?

രാത്രി ഏറെ ആയി. ഞാൻ ഡയറി എഴുതുകയാണ്. കല്യാണി അടുത്ത് കിടന്ന് വായിക്കുന്നു. വളരെ നാളുകൾക്കുശേഷം നാട്ടിലെത്തിയതിൽ കല്യാണി അത്യന്തം സന്തുഷ്ടയാണ്. ഇന്നു രാവിലെ പറയുകയായിരുന്നു.

-നമ്മുടെ ഈ വീട് എത്ര നല്ലതാണ്, അല്ലേ?

ഈ വീട് എനിക്കും വളരെ ഇഷ്ടമാണ്. ഇടതൂർന്ന് നിഴലുള്ള മുറ്റം. ആ വലിയ ഇലഞ്ഞിമരം; ബാല്യകാലത്തേതുപോലെ ഇപ്പോഴും അതു നിറയെ മിന്നാമിനുങ്ങുകൾ പ്രകാശിക്കുന്നത് ജനാലയിൽ കൂടി കാണാം. കുറച്ചകലെയുള്ള തോട്ടിലും കുളത്തിലും തവളകൾ കരയുന്നു. വനത്തിൽനിന്ന് എണ്ണിയാൽ തീരാത്ത പ്രാണികളുടെ കരച്ചിൽ അപസ്വരംപോലെ കേൾക്കുന്നു. അവ ഒരിക്കൽ തുടങ്ങിയാൽ നിർത്തുകയില്ല.

അതാ വീണ്ടും ഓർമ്മയിലേക്ക് എത്തിച്ചേരുന്നു, ശംഖും ശോഭയും നദികളുടെ തീരം. ഗംഭീരമായ നാക്ടിടാണ്ഡ് വനമധ്യത്തിലെ കൃഷ്ണശില, ആദിമമനുഷ്യരുടെ ചിഹ്നങ്ങളോടുകൂടിയ ഗുഹ, ദാൽകി വനത്തിലെ ബരംകോച വന്യഗ്രാമത്തിലെ മുണ്ട യുവതി എന്നോട് ചോദിച്ചത്, 'നിങ്ങളെന്താണ് ഞങ്ങളുടെ വനത്തിൽ ചെയ്യുന്നത്? നല്ല സ്ഥലം തേടി നടക്കുകയാണ് അല്ലേ?....'

നിമഡി വനത്തിലെ പ്ലാശിൻമരങ്ങൾ, നിറയെ ചുവന്ന ശോഭയോടെ നില്ക്കുന്ന പൂക്കൾ, വസന്തത്തിന്റെ സൗന്ദര്യം, മാഠ ഗ്രാമത്തിലെ സാന്താളരുടേതുപോലെ മുഖമുള്ള ഭുവനേശ്വര ബാബുജ്യേ (ബന്ദോപാധ്യായ) പറഞ്ഞ വിവരങ്ങൾ, അകലെയുള്ള വനത്തിലെ നിലാവു പൊഴിയുന്ന ശംഖുനദീതീരങ്ങൾ.

വീണ്ടും ഓർമ്മകൾ...

പുറത്തേക്ക് ചെന്നു നോക്കി. കൃഷ്ണചതുർത്ഥിയുടെ നേരിയ ചന്ദ്രരേഖ. നനുത്ത നിലാവ് -

വേഗം കല്യാണിയെ വിളിച്ചു. പുറത്ത് വന്നിരുന്നു. 'ബൌ കൊഥ കഒ' (സ്വർഗം തുറന്നിട്ടു എന്നു കൂകുന്ന പക്ഷി) മുളങ്കാട്ടിൽനിന്ന് കൂവുന്നു. വംഗഗ്രാമത്തിന്റെ നിലാവിൽ ശോഭിക്കുന്ന മനോഹാരിത മനസ്സുനിറയെ നോക്കിയിരുന്ന് ആഘോഷിച്ചു. രാത്രി എത്രനേരം വരെ ഇരുന്നു എന്ന് അറിയില്ല.

ഖുക്കു വീട്ടിലില്ല. വിവാഹശേഷം ഭർത്തൃഗൃഹമെവിടെയോ അവിടെ. ഏറെ നാളായി തമ്മിൽ കണ്ടിട്ട്. ജീവിതം അങ്ങനെയാണല്ലോ. ഒരാൾ പോകുന്നു, മറ്റൊരാൾ വരുന്നു...

മഹാകാലത്തിന്റെ വിശാലമായ പശ്ചാത്തലത്തിലുള്ള ഈ കളിമഞ്ചത്തിൽ എത്രയോ പേർ വരുന്നു, പോകുന്നു! എത്രയെത്ര സ്ത്രീപുരുഷന്മാരുടെ വരവും പോക്കും!

കഴിഞ്ഞ മാഘമാസത്തിൽ കൊൽക്കത്തയിൽവെച്ച് സുപ്രഭയെ കാണുകയുണ്ടായി. അവൾക്ക് ഒരു പെൺകുട്ടി ജനിച്ചിരിക്കുന്നു. കുട്ടിയുടെ പേര് രാഖി. നല്ല കുട്ടി. സുപ്രഭ എന്റെ മകളുടെ കാര്യം ചോദിച്ചു.

രേണുവിനേയും കൊൽക്കത്തയിൽ കണ്ടു. അവൾ ബേഥുനിൽ പഠിക്കുകയാണ്. സെക്കന്റ് ഇയർ. ബോംബ് പൊട്ടിയതിന്റെ മൂന്നാംദിവസം അവർ കൊൽക്കത്തയിൽനിന്ന് അവരുടെ നാട്ടിലേക്ക് പോയി. തിരികെ പോയിട്ടില്ല.

ഇന്നു രാവിലെ ഇച്ഛാമതിയിൽ കുളിക്കാനിറങ്ങി. എട്ടുമണിയായിക്കാണും. ശാന്തമായ നദീജലം. അക്കരെ പച്ചപ്പുല്ല് നിറഞ്ഞുനില്ക്കുന്ന തുറന്ന സ്ഥലം. പീച്ചിങ്ങ, പട്ടോൽ എന്നിവയുടെ തോട്ടം. ഇക്കരയിൽ ഫണി ചക്രവർത്തിയുടെ നിലവും വളപ്പും. മുൾമരം, ശിരീഷം* എന്നിവ ഉയർന്നു വളർന്നു നില്ക്കുന്നു. കൊമ്പുകൾ പരസ്പരം ഇടതൂർന്ന് ഒരു പ്രത്യേക ഭംഗിയോടെ നില്ക്കുന്നു. കോകിലത്തിന്റെ നിർത്താത്ത കൂജനം പ്രഭാതത്തിലെ അന്തരീക്ഷത്തിൽ നിറഞ്ഞുനിൽക്കുന്നു. വിടർന്ന പഞ്ഞിപ്പൂക്കളുടെ മണം കാറ്റിൽക്കൂടി അലിഞ്ഞുവരുന്നു. കാലു മോഡലിന്റെ മകൻ ഗനിയും നഗേനും അവരുടെ ചെറിയച്ഛന്റെ മകൻ ഫുച്ചുവും നദിയിലെ കടവിൽ കുളിക്കുന്നുണ്ട്. ഗനി മാങ്ങ വില്ക്കാൻ പോയിരിക്കയായിരുന്നു, നഫർകോൽ അങ്ങാടിയിലേക്ക് പോയിട്ട് നാല്പതു ദിവസത്തോളം കൊൽക്കത്തയിലായിരുന്നു. ഇന്ന് വന്നിരിക്കുന്നു.

ഈശ്വരന്റെ സൃഷ്ടിയിൽ എത്രയെത്ര സുന്ദരവസ്തുക്കളും സ്ഥലങ്ങളും ഉണ്ട്, അവയുടെ സൗന്ദര്യം ആസ്വദിക്കാനുള്ള സൗഭാഗ്യം എല്ലാവർക്കും ലഭിക്കുമോ! ചേതനയെ പ്രസരിതമാക്കിയാലല്ലാതെ വെറും കണ്ണുകൾകൊണ്ട് നോക്കിയാൽ ഒന്നും കാണാനാവില്ല. മനസ്സിനെ അതിനായി തയ്യാറാക്കി എടുക്കാൻ വേണ്ടത്ര സാധന ചെയ്യണം. ഈ സാധന കൂടാതെ ഒന്നും സാധ്യമല്ല. ഉന്നതതലത്തിലുള്ള അനുഭൂതിക്ക് ആകൂതിയാണ് ഏറ്റവും ആവശ്യം. ആകൂതിയിൽനിന്ന് ഇച്ഛ, ഇച്ഛയിൽനിന്ന് കർമ്മവും പ്രവൃത്തിയും.

ഇന്ന് ഹൗറയിൽനിന്ന് അവിടത്തെ സംഘടനയുടെ ക്ഷണം വന്നു, രവീന്ദ്ര ജന്മദിനോത്സവത്തിന്റെ സഭാപതി ആകാൻ. കൊൽക്കത്തയിൽനിന്ന്

* നെന്മേനി വാക

ഇന്നലെ വൈകുന്നേരം തിരിച്ചെത്തിയതേയുള്ളൂ. യൂണിവേഴ്സിറ്റിയിലെ മീറ്റിങ്ങിൽ വളരെ നാളുകൾക്കുശേഷം സുനീതിബാബുവിനേയും മറ്റു പഴയ സുഹൃത്തുക്കളേയും കാണാൻ കഴിഞ്ഞു. മായച്ചേച്ചിയേയും ബേലുവിനേയും കൂട്ടി രാത്രി ഒമ്പതു മണിക്ക് വാണിറായിയെ കാണാൻ പോയി. കൊൽക്കത്തയുടെ അന്ധകാരമയമായ രൂപം കൺമുന്നിൽ കാണാനിടയായി. ഗ്രാമത്തിലെത്തിയത് ഞായറാഴ്ച വൈകീട്ട്. ആകാശത്തിൽ കറുത്ത മേഘം, കുറച്ചൊരു മഴയും. നല്ല വർഷകാലാരംഭത്തിന്റെ ഭാവം.

വൈശാഖസന്ധ്യ. മേഘം കൂടിവരാൻ തുടങ്ങി. നദീതീരത്ത് നടക്കാനിറങ്ങിയ എനിക്ക് വൃക്ഷലതാദികളുടെ അവർണനീയമായ സൗന്ദര്യം ദർശിക്കാൻ സാധിച്ചു. ആ കാഴ്ച എന്നെ അത്യന്തം മുഗ്ധനാക്കി. തികച്ചും വിസ്മയകരമായ ദൃശ്യം. എത്രതരം വൃക്ഷങ്ങൾ, എത്ര തരത്തിലുള്ള ഇലകൾ. വിശ്വരൂപത്തിന്റെ എത്രയെത്ര രൂപങ്ങൾ! ഏതു വശത്തേക്കു നോക്കിയാലും ആശ്ചര്യത്തോടെ നോക്കിനിന്നു പോകുന്നു.

ബറോജ് പോതയിലെ മുളവനത്തിൽ ധാരാളം ചേമ്പുചെടികൾ. ചൂരൽചെടികൾപോലെ ഇലകളുള്ള മറ്റൊരുതരം ചെടികൾ. അവിടേക്ക് മുളകളുടെ തലപ്പുകൾ കുനിഞ്ഞുവന്ന് നില്ക്കുന്നു. നിഭൃതവും രഹസ്യമയിയുമായ സാലവൃക്ഷവനം. കരന്ധപ്പൂക്കളുടെ സൗരഭ്യമേറിവരുന്ന അപരാഹ്നത്തിലെ മന്ദമാരുതൻ. മാഠാബുരു പർവ്വതത്തിന്റെ ശിഖരങ്ങൾ...! വലിയ ആനത്തലപോലെ അകലെ കാണുന്ന കാണ്ഡദാബുരുവിന്റെ ശിഖരം - എല്ലാം എവിടെ?

എല്ലാ ഓർമ്മകളുമായി വൈകീട്ട് നദീജലത്തിൽ കുളിക്കാനിറങ്ങി. ഇച്ഛാമതിയുടെ കറുത്ത ജലം കണ്ടപ്പോൾ ഭഗവാന്റെ മറ്റൊരു രൂപസൃഷ്ടിയാണ് കൺമുന്നിൽ.

അഗ്നിയിലാരുണ്ടോ ജലത്തിലാരുണ്ടോ

ആ ആൾതന്നെ ഈ ശോഭനക്ഷിതിതലത്തിലും...

ഉപനിഷത്തിലെ ഋഷിമാർ ദാർശനികർ മാത്രമായിരുന്നില്ല, ദൂരദൃഷ്ടിയുള്ളവരും കവികളും ആയിരുന്നു.

ഉത്തരപാഡയിലെ രണ്ടു വാഡിയിൽ രവീന്ദ്രനാഥന്റെ ജന്മോത്സവം ആഘോഷിച്ചശേഷം മിനിയാന്ന് തിരിച്ചെത്തി. മാസ്റ്റർമാർ അതുൽ ഗുപ്ത, സജനി, ബുദ്ധദേവ്, വാണിറായി. എല്ലാവരും ഒന്നിച്ചാണ് പോയത്. വളരെ ആനന്ദമയമായി മീറ്റിങ്ങ് നടന്നു. ഭാട്ട്പാഡയിലെ ആശാലതയെ വളരെ നാളുകൾക്കുശേഷം കാണുകയാണ്. ഏതാണ്ട് പതിനെട്ടു വർഷങ്ങൾക്കുശേഷം സംഭവിച്ചത് എന്റെ ഒരു കഥയിലേതു പോലെ ആയിരുന്നു. ഒരു ആൺകുട്ടി അടുത്തേക്കു വന്ന് പറഞ്ഞു,

-താങ്കളെ അമ്മ വിളിക്കുന്നു.

ഒരു പഴയ രണ്ടുനില വീട്ടിലേക്ക് ചെന്നു. രാജാ ജ്യോത്സനാകുമാർ മുഖോപാധ്യായയുടെ കൊട്ടാരംപോലെയുള്ള മാളികവീട്.

ഒരു പെൺകുട്ടി അടുത്തേക്കു വന്ന് പെട്ടെന്ന് കുമ്പിട്ട് എന്റെ കാലിലെ ചെരിപ്പിന്മേൽ തൊട്ടു തല ഉയർത്തി ചോദിച്ചു,

-ചേട്ടന് സുഖമല്ലേ? വരാൻ തോന്നിയത് എത്ര വലിയ ഭാഗ്യം!

-ഓ, ആശയല്ലേ...?

-അതെ ചേട്ടാ. താങ്കൾ ഇപ്പോൾ വലിയ ആളായില്ലേ! ഈ പാവം അനിയത്തിയെ തിരിച്ചറിയുമോ?

കുറച്ചു ദിവസം മുമ്പാണ് ഞാൻ ഈ കഥ ഒരു പത്രത്തിനുവേണ്ടി എഴുതി അയച്ചത്.

അടുത്ത ദിവസം തന്നെ വന്യഗ്രാമത്തിലേക്ക് തിരിച്ചുപോന്നു. സ്റ്റേഷനിൽ ഇറങ്ങി. അംബർപൂരിലേക്ക് ഒരു കാളവണ്ടി പോകുവാൻ തയ്യാറായി നില്ക്കുന്നു. വേഗം അതിൽ കയറി. അവിടെ പരുവമരവും കാട്ടത്തിയും അരയാലും കാണാൻ കഴിഞ്ഞപ്പോഴുള്ള ആനന്ദം!

ഇത്തവണ വിഭൂതിയുടെ വീട്ടിലാണ് താമസിച്ചത്.

സിംഹഭൂമിയിലെ ഡിവിഷണൽ ഫോറസ്റ്റ് ആപ്പീസർ മിസ്റ്റർ സിഹന പെട്ടെന്ന് വന്നു. അദ്ദേഹത്തിന്റെ കൂടെ ഞാനും റായിയും ബേലേ ഡാങ്ങാ പാലത്തിന്മേലേക്ക് നടക്കാനിറങ്ങി. ഇന്ന് വെളുത്ത വാവ്. ചന്ദ്രൻ ഉദിച്ചു കഴിഞ്ഞു. സോന്ദാളിപൂക്കൾ* കൂട്ടംകൂട്ടമായി നില്ക്കുന്നു. കുറ്റിക്കാടുകളിൽനിന്ന് പഴുത്ത കാരപ്പഴം പറിച്ച് തിന്നുകൊണ്ട് ഞങ്ങൾ നടന്നു.

നിലാവ് വിരിച്ചിട്ടിരിക്കുന്ന ഇച്ഛാമതിയുടെ വനസീമയിലെ കടവിലേക്കിറങ്ങി. ഇറങ്ങിയതും മിസ്റ്റർ സിഹന നീന്തി അക്കരെ എത്തി. തിനുവും കൂടെയുണ്ട്. അക്കരെ കയറിയശേഷം മാധവപൂരിലെ ഹരിതതരംഗങ്ങൾ കളിക്കുന്ന മൈതാനവും മറ്റും നടന്നുകണ്ട് വന്നു. അടുത്ത ദിവസം അങ്ങാടിയിൽനിന്ന് തിരിച്ചെത്തിയപ്പോൾ എസ്.ഡി.ഒ.യും സുരേനും കാത്തിരിക്കുന്നു. അവർക്കു ചായ കൊടുത്തു. നീഗ്രോകളുടെ നേരെ അമേരിക്കക്കാരുടെ അന്യായങ്ങളുടെ നിരവധി കഥകൾ മിസ്റ്റർ സിഹന പറഞ്ഞു.

അതിനുമുമ്പത്തെ ദിവസം ഉഷാ ചൗധുരി വന്നിരുന്നു. നാരായണച്ചേട്ടന്റെ അടിയന്തരത്തിന് ക്ഷണിച്ചിരുന്നതിനാൽ അവിടെ ഭക്ഷണം കഴിച്ചുകൊണ്ടിരിക്കെ കല്യാണിയുടെ കുറിപ്പ് വന്നു, മിസ്സിസ് ചൗധുരി വന്നിട്ടുണ്ട്. അവർ ഉടനെ തിരിച്ചുപോകുമെന്നും എഴുതിയിരിക്കുന്നു. ഉടനെ ചെന്ന് നോക്കുമ്പോൾ ഉഷ കട്ടിലിന്മേൽ ഇരിക്കുന്നു.

ഞങ്ങൾ നദീതീരത്തേക്ക് പോയി. നദി കണ്ടപ്പോൾ ഉഷയ്ക്ക് വലിയ സന്തോഷം. കൊച്ചുപെൺകുട്ടിയെപ്പോലെ ആഹ്ലാദിച്ചു.

---

* കൊന്ന

വിദേശത്തുനിന്നെത്തിയ രണ്ടുപേർക്കും ഞങ്ങളുടെ സ്വച്ഛസലിലയായ ഇച്ഛാമതിയെ അത്യന്തം ഇഷ്ടപ്പെട്ടിരിക്കുന്നു എന്നു മനസ്സിലായി. ഹായ്! പുളിനശാലിനി ഇച്ഛാമതി!

വീണ്ടും കൊൽക്കത്തെയിലേക്ക് പോയപ്പോൾ ഉഷയുടെ വീട്ടിൽ പോയി. അവിടെവെച്ച് വളരെ കാലങ്ങൾക്കുശേഷം അശ്വിനിയെ കണ്ടു, 60, മിർജാപൂർ സ്ട്രീറ്റിലെ എന്റെ ബാല്യകാലസുഹൃത്ത് അശ്വിനി. വളരെനേരം ഒന്നിച്ചിരുന്ന് സംസാരിച്ചു. ഉഷ നാളെ ലാഹോറിലേക്ക് പോകുകയാണ്. സന്ദർശകർക്കിടയിൽ നിന്ന് ഒരാൾ, വിഭൂതിയല്ലേ അത്?

ഞാൻ ആശ്ചര്യപ്പെട്ട് പറഞ്ഞു,

-എന്താണിത്! കണ്ടാൽ തിരിച്ചറിയില്ലല്ലോ?

-എന്തിന് തിരിച്ചറിയണം? ഞാൻ അശ്വിനി...

ഉടനെ ഞാൻ അശ്വിനിയുടെ ഷർട്ട് പിടിച്ച് വലിച്ച് എന്നോടടുപ്പിച്ച ശേഷം ചോദിച്ചു,

-നോക്കട്ടെ നോക്കട്ടെ, എവിടെ കല്യാണത്തിന്റെ എന്റെ ആ വാച്ച് എവിടെ...?

ഇരുപത്തേഴുകൊല്ലങ്ങൾക്കുശേഷം തമ്മിൽ കാണുകയാണ്. അന്ന് എന്റെ വാച്ച് എടുത്തുകൊണ്ടുപോയതാണ്.

ഗൗരിയുടെ അച്ഛൻ സമ്മാനിച്ച ആ പോക്കറ്റ്വാച്ച്! എത്ര കൊല്ലങ്ങൾക്കു മുമ്പ്!

മഹാദേവറായിയെ ശ്രീമതി വാണിറായിയുടെ വീട്ടിലേക്കു കൊണ്ടുപോയി. ചായ കുടിച്ചുകൊണ്ടിരിക്കെ എന്തെല്ലാം സംസാരിച്ചു!

ധാരാളം മുല്ലപ്പൂക്കൾ. കുറെ പറിച്ചുതന്നു. അവരുടെ അമ്മ പേരുകേട്ട എഴുത്തുകാരി ഗിരിബാല. രണ്ടു പുസ്തകം സമ്മാനമായി തന്നു.

മഹാദേവബാബുവിന്റെ കൂടെ പുരിയിലേക്ക് പോകാൻ വേണ്ട ഒരുക്കങ്ങൾ ചെയ്തു. മെയ്മാസം രണ്ടാം തിയതി ഹൗറയിൽ നിന്ന് യാത്രയായി.

എന്നും സന്ധ്യയായാൽ നദിയിലെ കറുത്ത ജലത്തിലേക്കിറങ്ങും. ഇന്നലെയും അടുത്ത മൈതാനത്തിൽ നടന്നുവന്നു. രണ്ടുപേരും കുളിക്കാനിറങ്ങി. ആകാശം നിറയെ ചുവപ്പുനിറം കലർന്ന മേഘം. അക്കരെ നില്ക്കുന്ന മുൾമരങ്ങൾക്കിടയിൽ ആ ചുവന്ന വെളിച്ചം അവിടവിടെയായി തങ്ങിനില്ക്കുന്നു. നദിയിലെ ജലത്തിന് എന്തുമാത്രം കറുപ്പുനിറം! ഭഗവാൻ അത്യന്തം ശാന്തസ്വരൂപനായി ഇരിക്കുന്നു എന്നു തോന്നി. മുമ്പ് അത്യന്തം ഉഗ്രമൂർത്തിയായി കണ്ടതല്ലേ, നതിഡാങ്ങയിലെ വരണ്ട തീരത്ത് ഇരുന്നപ്പോൾ കാണാൻ കഴിഞ്ഞു. അടുത്തുതന്നെ വളരെ വലിയ വടവൃക്ഷം. മറുകരയിൽ ആരാംഡാങ്ങയിലെ പാടങ്ങളിൽ പച്ചക്കതിരുകളുമായി നില്ക്കുന്ന ശരത്കാല നെൽച്ചെടികൾ! ഓരത്തിൽ ഈന്തപ്പനകൾ വരിയായി നില്ക്കുന്നു. വെളുത്ത കൊക്കുകൾ കടും

പച്ചനിറത്തിലുള്ള കപ്പപ്പായലിന്മേൽ പതുക്കെ നടക്കുന്നു. ഈ ലോകത്തിൽ ഒരു യുദ്ധവുമില്ല. അശാന്തിയുമില്ല. അരി വാങ്ങാൻ നില്ക്കുന്ന നീണ്ട ജനശ്രേണിയില്ല, പറക്കുന്ന വിമാനങ്ങളിൽനിന്ന് ബോംബാക്രമണമില്ല.

മാമ്പഴം പെറുക്കുന്നതിൽ ഒരു പ്രത്യേക ആനന്ദമുണ്ട്. ഇന്നു രാവിലെ നദിയുടെ തീരത്തേക്ക് പോകുംവഴി പുളിയൻമാവിന്റെ ചുവട്ടിൽ ഹാജാരി മുക്കുവത്തി മാങ്ങ പെറുക്കുന്നു. അവിടേക്ക് ചെന്നതും ഞാൻ ഒരു മാങ്ങ പെറുക്കിയെടുത്തു. നേരം നല്ലപോലെ പുലർന്നിട്ടില്ല. മുക്കുവന്റെ അമ്മയും ഭാര്യയും മാങ്ങ പെറുക്കാൻ വേണ്ടി രാത്രി മുഴുവൻ ഉറങ്ങിയിട്ടില്ല. അല്ലെങ്കിൽ ഇത്ര നേർത്തെ എങ്ങനെ ഇവിടെ എത്തും! അന്ന് ആ അമ്മ അവരുടെ കൊട്ടയിൽനിന്ന് നല്ല പഴുത്ത ഒരു മാങ്ങ എനിക്ക് തന്നു. ഒപ്പം ഒരു കൊതുകിനെ അടിച്ചുകൊന്നു.

ഇന്ന് കല്യാണിയേയുംകൂട്ടി വഞ്ചിയിൽ സഞ്ചരിക്കാനിറങ്ങി. കൂടെ ഫുച്ചു, ഹരൻ, ബുധോ എന്നീ കൊച്ചുപിള്ളേരുമുണ്ടായിരുന്നു. ഉച്ച തിരിഞ്ഞ ശേഷമാണ് പോയത്. വളരെ നാളായി മറുകരയിലേക്ക് പോയിട്ട്. പാടവും മൈതാനവും കഴിഞ്ഞാൽ ഒരു വഴിയുണ്ട്. അതിനെപ്പറ്റി മറന്നുപോയിരുന്നു. ആ വഴിവരെ പോയി. അവിടെ നിന്നിരുന്ന വേപ്പിൻ മരത്തിന്റെ ചില്ലകൾ ഒടിച്ചെടുത്തു. പല്ലുതേക്കാൻ വേണ്ടി. ഞാൻ സ്വയം വഞ്ചി തുഴഞ്ഞ് കടവിലടുത്തു.

രാവിലെ പുളിമരച്ചുവട്ടിൽനിന്ന് നീന്തി ഞങ്ങളുടെ കടവുവരെ എത്തി. കല്യാണിയും ഞാനും വെള്ളത്തിലേക്കിറങ്ങി. നദിയിൽ വെള്ളം വളരെ കൂടിയിരിക്കുന്നു. വർഷകാലത്തെ ആകാശത്തിൽ മേഘങ്ങളുടെ ദൃശ്യം അദ്ഭുതകരം. മുൾമരത്തിന്റെ ചില്ലകളിൽ ചുവപ്പുകലർന്ന വെയിൽ കണ്ടപ്പോൾ മനസ്സിൽ പലതും ഉദിച്ചു. വിശ്വമഹാശില്പിയുടെ കാല്പനിക മഹനീയത ഇതാ, എന്റെ കൺമുന്നിൽ എത്ര തെളിഞ്ഞുകാണുന്നു! നീലാകാശത്തിന്റെ ദേവന്മാരെ ഉദ്ദേശിച്ച് പ്രാർത്ഥിച്ചു. ഈ പശ്ചാത്തലത്തിൽ ഒരു epic ഉപന്യാസം, ഒരു നോവൽ, എനിക്കെഴുതണം. ഈ നാടിന്റെ കഥ. ആ നീലത്തിന്റെ ആപ്പീസിന്നടുത്തുള്ള പാലത്തിൽനിന്ന് തുടങ്ങാം.

കഴിഞ്ഞ അഞ്ചാറു ദിവസങ്ങൾ തോരാതെ മഴയായിരുന്നു. ഇന്ന് വെയിലുദിച്ചിരിക്കുന്നു. ഇപ്പോഴും ധാരാളം മാമ്പഴമുണ്ട്. പുളിമാവിൻ ചുവട്ടിൽനിന്ന് എന്നും മാമ്പഴം പെറുക്കിക്കൊണ്ടുവരും. വൃക്ഷച്ചുവട്ടിൽ മാമ്പഴം കൂട്ടിയിടും.

ഇന്ന് രാവിലെ മുഖം കഴുകി നദിയുടെ കടവിൽനിന്ന് തിരിച്ചുവരുമ്പോൾ മുളഞ്ചുവട്ടിലായി നല്ല ശുടുത്ത് ഒരു പഴുത്ത മാമ്പഴം പെട്ടെന്ന് വീണു. എന്റെ മുന്നിൽ തന്നെ. ഞാനതെടുത്തു. കല്യാണി അത് ലക്ഷ്മിക്ക് കൊടുത്തു.

വൈകുന്നേരം ശ്യാമചരൺചേട്ടന്റെ മകൻ ഹരൻ പറഞ്ഞു,

-എന്താ, വഞ്ചിയിൽ ഒന്നിറങ്ങണ്ടേ?

ഞാനപ്പോൾ മുളങ്കാട്ടിലേക്കുള്ള വഴിയിൽകൂടി നടക്കാനിറങ്ങിയതാണ്. കുറച്ചുനാളായി അധികം ദൂരം വഞ്ചിയിൽ യാത്ര ചെയ്തിട്ട്. ഇന്നലെയോ മിനിയാന്നോ ഒന്നിറങ്ങിയത് ഒഴിച്ചാൽ...

പിറ്റേന്ന് മുക്കുവന്റെ വഞ്ചിയിൽ ഇറങ്ങി. ഒട്ടും മേഘമില്ലാത്ത ആകാശം. വലിയ ചൂടില്ല. തണുപ്പുമില്ല. ഇരുകരയിലും ശ്യാമഹരിതമായ വളപ്പുകൾ. അമപ്പുല്ലുകൾ നിരനിരയായി ഉയർന്നുനില്ക്കുന്നു. ഉണങ്ങിയ ഈന്തപ്പനകൾ, വേറെയും കാട്ടുമരങ്ങൾ എല്ലാം വരിവരിയായി നിൽക്കുന്നു. തീരത്ത് വെള്ളത്തിൽ വളരുന്ന പുല്ലുകൾ കനത്ത് വളർന്നു നില്ക്കുന്നു. എങ്ങും പച്ചനിറം! ക്രമേണ നീലം കമ്പനിക്കാരുടെ ആപ്പീസും കടന്നുപോയി. ഇപ്പോൾ കമ്പനി ആപ്പീസൊന്നുമില്ല. കെട്ടിടത്തിന്റെ പൊളിഞ്ഞ അവശിഷ്ടം മാത്രം ബാക്കിയുണ്ട്. എങ്ങും നിബിഡമായ വനം. അവിടെ പട്ടാപ്പകലും പുലിയെ കാണാമത്രെ! അതാ അവിടെ കക്കകളുടെ കൂമ്പാരം. കഴിഞ്ഞ ഫാൽഗുനത്തിൽ ചെറുക്കന്മാർ വന്ന് കക്ക, ചിപ്പി, മുത്തുച്ചിപ്പി എന്നിവ ധാരാളം പിടിച്ചെടുത്തതിന്റെ അവശിഷ്ടമാണ്. ചീഞ്ഞ ദുർഗന്ധം ആ തീരത്തെല്ലാം നിറഞ്ഞുനില്ക്കുന്നു. അടുക്കാൻ കഴിയില്ല. നീലത്തിന്റെ ആപ്പീസ് കെട്ടിടം വിട്ട് മുന്നോട്ടുപോകാൻ തുടങ്ങി. വീണ്ടും എങ്ങും ഹരിതാഭ. ഉയരത്തിലുള്ള അമപ്പുല്ലുകൾ, തീരത്തിനടുത്തുള്ള ജലത്തിൽ വെള്ളത്തിൽ വളരുന്ന ചെടികൾ. ഇടയ്ക്ക് പ്രായംചെന്ന വൃക്ഷങ്ങൾ തല ഉയർത്തിനില്ക്കുന്നു. കായ്ക്കറിത്തോട്ടങ്ങൾ നിറഞ്ഞ ഗ്രാമശ്രീ - കയ്പക്ക, പീച്ചിങ്ങ, കോവയ്ക്ക, മത്തൻ എന്നിവയുടെ ചെടികൾ നിറഞ്ഞ പാടങ്ങൾ. എത്ര നിശ്ശബ്ദമായ സൗന്ദര്യം! എന്തൊരു ശാന്തി! ഇത്രയും കാലം ഛോട്ടനാഗ്പൂരിലെ കല്ലും ചരലും മാത്രമുള്ള ഭൂമിയിൽ ജീവിച്ചശേഷം ഇവിടെ ഇതെല്ലാം കാണുമ്പോൾ മനസ്സ് നിറഞ്ഞു വരുന്നു. കണ്ണുകൾ നിറയെ ആനന്ദം!

സബായിപൂരിനടുത്തെത്തിയപ്പോൾ, ഇച്ഛാമതിയുടെ തീരസൗന്ദര്യം കൂടുതൽ രഹസ്യമയമാകാൻ തുടങ്ങി. തീരത്തുനില്ക്കുന്ന ആൽമരം, വയസ്സായ മറ്റു കാട്ടുമരങ്ങൾ എല്ലാം എന്നെ തിരിച്ചറിഞ്ഞപോലെ, ബാല്യകാലത്തെ പരിചയംവെച്ച് ഇപ്പോൾ പറയാൻ തുടങ്ങും, ദേ, ദേ, നോക്കൂ, ആ കൊച്ചുകുട്ടൻ എത്ര വലുതായി എന്നു നോക്കൂ! സബായിപൂരിലെ തിരിവിനുശേഷം അത്ര അകലെ അല്ലാതെ ആരോ ചെറുവഞ്ചിയിൽ പോകുന്നു. ഒരു ചെറുക്കൻ, കൂടെ പ്രായം ചെന്ന സ്ത്രീ, വേറെയും രണ്ടു കുട്ടികൾ, ഒരു സൈക്കിൾ.

ചെറുക്കൻ പറഞ്ഞു,

-ആശുവിന്റെ കടയ്ക്കടുത്താണ് അവരുടെ വീട്. അടുത്ത് വെള്ളം വറ്റിയ തോട്... വളരെ കാലം കഴിഞ്ഞശേഷമാണ് ഈ വഴിക്ക് വഞ്ചിയിൽ വരുന്നത്. ചെറിയ ഒരു മുള കൊണ്ടുള്ള പാലം. അതിന്റെ ചുവട്ടിൽ

കൂടി ഇടത്തോട്ട് തിരിഞ്ഞാൽ മുളങ്കാടുകളും ഈന്തപ്പനകളുമുള്ള തീരത്ത് ആ ഗ്രാമത്തിലെ കടവിലെത്തും.

കൊച്ചരുവിയുടെ തീരത്തെ ഈ കടവ് തികച്ചും ഒരു ചിത്രംപോലെ മനോഹരം. നിഴൽ നിറഞ്ഞുനില്ക്കുന്ന സ്നിഗ്ധമായ അപരാഹ്നം. മുകളിൽ നീല ആകാശം, ചുറ്റും തീരത്ത് പച്ചനിറം പകർന്നുനില്ക്കുന്ന ഉയരമുള്ള അമപ്പുല്ലുകൾ, വേറെയും പച്ചപ്പുല്ലുകൾ, ദർഭപ്പുല്ലുകളുടെ ഒരു വിസ്തൃത പാടം തന്നെ! മുന്നിൽതന്നെ ഏതാനും ഉണങ്ങിക്കഴിഞ്ഞ വൃക്ഷങ്ങളുടെ കീഴിൽ അന്ധകാരത്തിന്റെ മറവിൽ പഴയ ഇഷ്ടികകൊണ്ടുള്ള ഒരു ദർഗ-പീരിന്റെ കബർ-ഹൊ! എത്ര കാലമായി ഇവിടെയെല്ലാം വന്നിട്ട്!

ഈ ആരാംഡാങ്ങാകടവ് ഇതിനുമുമ്പ് കണ്ടിട്ടുണ്ടെന്നു തോന്നുന്നില്ല. ഒരുപക്ഷേ, വന്നിരിക്കില്ല. ലിപുദാരയിലെ കാനനതടാകമെവിടെ, ദാൽകിയിലെ കൊടുംവനങ്ങളെവിടെ, മാൻഭൂമിയിലെ മാഠാബുരു ശൈലശൃംഗങ്ങൾ, ബാമിയാബുരുവും ചിട്ടിമിട്ടിയും, റാഞ്ചിയിലേക്കുള്ള വഴിയിലെ ഹിർനി വെള്ളച്ചാട്ടവും, പോഡാഹാട്ട് റിസർവ് ഫോറസ്റ്റ് എല്ലാം എവിടെ...! എവിടെ ദൽഹി, എവിടെ ആഗ്ര, ചട്ടഗ്രാമമെവിടെ, ഷില്ലോങ്ങ്, ദാർജിലിങ്ങ് എല്ലായിടത്തും പോയിട്ടുണ്ടല്ലോ. എന്നാൽ എന്റെ ഗ്രാമത്തിൽനിന്ന് വെറും രണ്ടുനാഴിക മാത്രം അകലെയുള്ള ആരാംഡാങ്ങയിലെ ഈ ചിത്രംപോലെ സുന്ദരമായ സ്ഥലത്തേക്ക് ഒരിക്കലും വന്നിട്ടില്ല. തരുശ്രേണികളുടെ നിബിഡമായ തണൽ. അവിടെ ഇന്നും നിലനിൽക്കുന്ന പീരിന്റെ കബർ പിന്നെയും എന്തെല്ലാം!

ഒരു വലിയ പവിഴമല്ലിമരം, മാവ്, കൂട്ടംകൂടി നില്ക്കുന്ന മുളകൾ എന്നിവ അക്കരെ. മുന്നിൽതന്നെ ചെറിയ കനാൽ, അത് കുളംപോലെ കെട്ടിക്കിടക്കുന്നു. കുറച്ചകലെ മഴക്കാലം പച്ചക്കൂട് നല്കിയ അമപ്പുല്ലുകളുടെ വനം. അവിടന്നങ്ങോട്ട് ബേലേഡാങ്ങായുടെ അതിർത്തിയായി. സൂര്യാസ്തമയത്തിന്റെ ചുവപ്പ് ആകാശത്തിലെങ്ങും.

അടുത്ത ദിവസം ആരാംഡാങ്ങയുടെ മറുകരയിലേക്ക് പോയി. നതിഡാങ്ങയിലെ വലിയ വടവൃക്ഷവും കഴിഞ്ഞ് വളരെദൂരം പോയി. കോലാതൊലയും വിട്ട് ഞാൻ അധികം പോയിട്ടില്ല. ലതപോലെ വളർന്നു നില്ക്കുന്ന എത്ര ചെടികൾ. ഈന്തപ്പനകളുടെ ചുവട്ടിൽ ധാരാളം ഈന്തപ്പഴം വീണുകിടക്കുന്നു. വലിയ പാറക്കല്ലുകൾക്കരികിലാണ് ഈന്തപ്പനകൾ. താഴെ പായ വിരിച്ചപോലെ അവയുടെ പഴങ്ങൾ. മൊല്ലാഹാട്ടിനിലേക്കുള്ള വഴിയിൽ ധാരാളം വേരുകൾ കൊമ്പുകളിന്മേൽ നിന്നു ഞാന്നു കിടക്കുന്ന വടവൃക്ഷങ്ങൾ. വൃക്ഷങ്ങളുടെ ചില്ലകൾക്കും ഇലകൾക്കും മറവിലിരുന്ന് 'ബൗ കൊഥ കഔ'* എന്ന് കിളി പാടുന്നു.

* 'സ്വർഗം തുറന്നിട്ടു' എന്ന്, മലയാളത്തിൽ വ്യാഖ്യാനിക്കുന്ന 'വിത്തും കൈക്കോട്ടും' തന്നെ.

ഇന്ന് വഞ്ചിയിൽ സഞ്ചരിക്കാനിറങ്ങിയത് മാധവപൂരിലേക്കാണ്. വളരെക്കാലം മുമ്പ് ഞാനും ഭരതനുംകൂടി ഇതേപോലെ വഞ്ചിയിൽ പോയിട്ടുണ്ട്. വളരെ വളരെ നാളുകൾക്കുമുമ്പ്. എന്റെ ബാല്യകാലത്തിൽ. ദിഗംബർ പാഡുയിയുടെ ഒരു ചെറുതോണി. കടത്തുവഞ്ചിയായിട്ടും ഉപയോഗിക്കുന്നത്ര വലുത്. ഞാനും ഭരതനും ചന്ത ദിസം ആളുകളെ അങ്ങോട്ടും ഇങ്ങോട്ടും നദി കടക്കാൻ സഹായിക്കാറുണ്ട്, റായിപാഡ കടവിൽനിന്ന്.

ഒരു മേഘം മൂടിനില്ക്കുന്ന സന്ധ്യക്ക് മാധവപൂരിലെ പാർവ്വതിയുടെ വീട്ടിലേക്ക് പോയിരുന്നു. പാർവ്വതി വിശ്വാസ് ജാതിയിൽ കാപാലിയാണ്. ഗോപാൽനഗറിലെ ചന്തയിൽ വഴുതനങ്ങ വില്ക്കാൻ പോകും. ഞങ്ങളോടൊപ്പം രാഖാൽമാസ്റ്ററുടെ പാഠശാലയിൽ പഠിച്ചിരുന്നു. അത്രമാത്രം പരിചയം.

അതിനുശേഷം എത്രയെത്ര സ്ഥലങ്ങളിൽ സഞ്ചരിച്ചു! ജീവിതത്തിന്റെ ഇക്കഴിഞ്ഞ സുദീർഘമായ മുപ്പത്തിരണ്ടു വർഷങ്ങൾക്കിടയിൽ മാധവപൂരിലേക്ക് പിന്നെ ഒരിക്കലും വന്നില്ല. ഗോയാൽപാഡ ഗ്രാമത്തിലേക്ക് കടന്നതും ഒരാൾ കൈയിൽ ഒരു കിണ്ടിയുമായി പോകുന്നു. വഴി ചോദിച്ചപ്പോൾ ഋഷിഘോഷിന്റെ വീടാണോ എന്ന് മറുചോദ്യം. ഒരു പ്ലാവിൻതോട്ടം. എത്ര പ്ലാവുകൾ. എത്രയെത്ര ചക്കകൾ ഞാന്നുകിടക്കുന്നു! വഞ്ചിക്കാരൻ വിളിച്ചുപറഞ്ഞു, നോക്കൂ നോക്കൂ ചേട്ടാ, എത്ര മാമ്പഴം!

കൃഷിഭൂമിയുള്ള ഗ്രാമമാണ് മാധവപൂർ. എല്ലാം വൈക്കോൽ മേഞ്ഞ വീടുകൾ. വളരെ വൃത്തിയായി വെച്ചിരിക്കുന്നു. തിളങ്ങുന്ന മുറ്റത്ത് സിന്ദൂരം വീണാൽ പോലും തൂത്തെടുക്കാൻ കഴിയും. കയ്യാലകൾ, ചെറിയ കുളം, മനസാദേവിയുടെ തറ എന്നിവ മൺവഴിയുടെ ഇരുവശത്തും. ഒരു വലിയ കുടിലിനുമുന്നിൽ ഏതാനും ബെഞ്ചുകൾ ഇട്ടിരിക്കുന്നു. ഇതാണോ ഗ്രാമത്തിലെ പാഠശാല! ഏതാനും പേർ അവിടെ ഇരിക്കുന്നുണ്ട്. ഒരു ചെറുക്കന്റെ വീട് ബസീർഹാട്ടിലാണ്. അവന് നാനുപ്രസാദിനെ അറിയാം.

മുന്നിൽ തന്നെ മനഡയുടെ കള്ളിച്ചെടികളുടെ വേലി. ചുറ്റും അതേ വേലി. വളരെ പഴകിയ മാളികവീട്. നഗേൻ റായി അതൊരു ബ്രാഹ്മണന്റെ വീടാണെന്ന് പറഞ്ഞു. മൂന്നുകൊല്ലമായി അദ്ദേഹം വൈരാഗിയായി വീട് വിട്ടുപോയിട്ട്. ഭാര്യ അവിടെ താമസിക്കുന്നുണ്ട്. മക്കളാരും ഇല്ല.

ഇതാണ് മാധവപ്പൂര്, തനി കർഷകഗ്രാമം. പക്ഷേ, എനിക്കെന്നും ഈ ഗ്രാമം രഹസ്യമയിയാണ്. നല്ലപോലെ ഗ്രാമത്തെ കാണുന്നത് ഇന്നാണ്. മുപ്പത്തിരണ്ടു വർഷം മുമ്പ് ഭരതന്റെ കൂടെ വന്നതാണ്. അതും വളരെ കുറച്ചുനേരത്തേക്കു വേണ്ടി മാത്രം. അതും പാർവ്വതിയുടെ വീട്ടിലേക്ക്.

ഇന്ന് ആദ്യമായി ഗ്രാമമെല്ലാം നല്ലപോലെ ചുറ്റിക്കണ്ടു.

ഓർമ്മ വരുന്നുണ്ട്. വീട്ടിലെ ഭാരങ്ങളെല്ലാം കഴിഞ്ഞാൽ അച്ഛൻ ഓരോ ദിവസവും വൈകുന്നേരം ഈ മാധവപൂരിലേക്ക് വരാറുണ്ട്. വഞ്ചി കടന്ന് വരും. എന്റെ കുട്ടിക്കാലത്താണത്. അച്ഛന്റെ പദധൂളി ഈ മാധവപൂരിന്റെ മനസ്സിനെ പുണ്യമുള്ളതാക്കി...

അടുത്ത ദിവസം വൈകുന്നേരം നടക്കാനിറങ്ങി. നതിഡാങ്ങയിലെ വടവൃക്ഷം കടന്ന് മർഡാങ്ങയിലെ തീരപ്രദേശത്തിൽ വിളയാത്ത ധാന്യവയലിൽ ചെന്നിരുന്നു. എന്തൊരു ശാന്തി! ഈ മുന്നിലെ ദൃശ്യത്തിനെത്ര മാത്രം ശ്യാമളത! അക്കരെ ആരാംഡാങ്ങാ പാടത്തിന്റെ ഓരത്ത് ഈന്തപ്പനകൾ വളരുന്നു. പശുക്കൾ മേയുന്നു. മർഡാങ്ങയിലെ അല്പജലത്തിൽ നിറഞ്ഞുനില്ക്കുന്ന കപ്പപ്പായലിന്റെ കടുംപച്ചനിറം നീണ്ടുകിടക്കുന്നു. അവയുടെ പൂക്കൾക്കിടയിൽ വെളുത്ത കൊക്കുകൾ പായലിനെ വേദനിപ്പിക്കാത്തവിധം കാലെടുത്തുവെച്ച് വെള്ളത്തിനടിയിലെ ചെറു മത്സ്യത്തെ തേടുന്നു. അടുത്തുതന്നെ മുൾവേലി കെട്ടിവളച്ച പാടത്ത് പീച്ചിങ്ങ കൃഷി ചെയ്തിരിക്കുന്നു. അതിന്റെ മഞ്ഞപ്പൂക്കൾ ഈ മേഘാവൃതമായ സന്ധ്യയിലും വിടർന്ന് ചിരിച്ചുനില്ക്കുന്നു. സൂര്യനിലും നക്ഷത്രങ്ങളിലും നിയോൺ, ഹീലിയം, ഹൈഡ്രജൻ ഗ്യാസുകളുടെ വെളിച്ചം ആരാണോ നിറച്ചുവെച്ചിരിക്കുന്നത് അദ്ദേഹം തന്നെ ഈ ശ്യാമഹരിത ശാന്തി ഈ തൃണങ്ങളിലും മറ്റു ചെടികളിലും പകർന്ന് സൗന്ദര്യം നിറഞ്ഞ ഗ്രാമ്യദൃശ്യങ്ങൾ സൃഷ്ടിച്ചിരിക്കുന്നു.

ആ ശക്തിതന്നെ തീയിലും വെള്ളത്തിലും. എന്തെല്ലാം വൈപരീത്യങ്ങൾ!

സൂര്യന്റെ വിശാലമായ അഗ്നികടാഹത്തിന്റെ സൃഷ്ടി ഈ ഹരിതശോഭയും വനശ്രീയും നിലനിർത്താൻ വേണ്ടിയല്ലേ, ഈ തൃണാവൃത പ്രാന്തരങ്ങളെ സംഭാവ്യമാക്കുവാൻ വേണ്ടിയുള്ള ആ യോജനകൾ മാത്രമല്ലേ! തീ എന്തിന്? ജലം സാധ്യമാകണമെന്നതിനോ?

പെട്ടെന്ന് മഴ ഓടി എത്തി. വൈശാഖകാലത്തെ കൂറ്റൻമഴ തന്നെ. അത് എത്ര പെട്ടെന്ന് വനസീമ വിട്ട് ഈ കടവിലെത്തി. കാട്ടുമരക്കടവിലെത്തിക്കഴിഞ്ഞു. എത്ര അദ്ഭുതകരമായ നദീജലം! പുണ്യസലിലയായ ഇച്ഛാമതി ഓരോ സന്ധ്യയുടെ നിശ്ശബ്ദതയിലും കഴിഞ്ഞ പത്തുപതിനഞ്ചു വർഷങ്ങളായി എന്നെ എന്തെല്ലാം പഠിപ്പിച്ചുതന്നു. ഈശ്വരന്റെ എത്രയെത്ര രൂപങ്ങൾ പ്രത്യക്ഷമായി കാണാൻ കഴിഞ്ഞു. അതും ഈ ഇച്ഛാമതിയിൽ നീന്തിക്കൊണ്ടിരിക്കുമ്പോൾ. നിദാഘസന്ധ്യയിൽ മഴ പെയ്യുന്ന അപരാഹ്നങ്ങളിൽ സൃഷ്ടിധാരാമുഖരമായ വിജനതയിൽ എന്തെല്ലാം അറിവുനേടി. ഇന്നു കാണുന്നത് ഒരു പ്രത്യേക കറുത്ത മേഘപടലങ്ങളുടെ അലങ്കാരമാണ്. നീലത്തിന്റെ ആപ്പീസുണ്ടായിരുന്നിടത്തെ വനത്തിൽനിന്ന് മേഘങ്ങൾ ഞങ്ങളുടെ കടവിലേക്ക് ഓടിയെത്തുന്നു. ഇവയും വിശ്വരൂപത്തിന്റെ ഓരോ രൂപങ്ങൾ. ഈ

പശ്ചാത്തലത്തിൽ ഈ അവതാരത്തിലും കാണാൻ ലഭിച്ച സൗഭാഗ്യത്തിന് ഈശ്വരനോട് നന്ദി അറിയിക്കുന്നു. അദ്ദേഹത്തിന്റെ ദയയുണ്ടെങ്കിൽ മാത്രമല്ലേ ആ വിവിധ രൂപങ്ങൾ കാണിച്ചുതരുകയുള്ളൂ.

പകൽ മുഴുവൻ തീവണ്ടിയിൽ തന്നെ. മൂന്നു അപൂർവദൃശ്യങ്ങൾ കാണാൻ കഴിഞ്ഞു. ഒന്ന് ബ്രാഹ്മണി നദിയുടെ പാലത്തിനരികിൽ വെച്ച്, കടുംചുവപ്പുനിറമുള്ള മണലിന്റെ ഇരുതീരങ്ങൾക്കു നടുവിൽക്കൂടി രണ്ടു ഭാഗമായി വീതികുറഞ്ഞ ബ്രാഹ്മണിനദി ഒഴുകുന്നു. ദൂരെ നീല പർവ്വത മാല, നിബിഡമായ പച്ചനിറഞ്ഞുനില്ക്കുന്ന വനം. വംഗ രാജ്യത്തെ വനങ്ങൾ തന്നെ, അവയുടെ പിറകിൽ ആകാശം എത്തിപ്പിടിക്കാൻ ശ്രമിക്കുന്ന സിംഹഭൂമിയിലെ ശ്യാമളശൈലനിരകൾ.

മറ്റൊരു ദൃശ്യം കണ്ടത് കട്ടക്കിന്റെ ഈ ഭാഗത്ത് മഹാനദിയിലെ പാലത്തിനരികിൽനിന്ന്, പിന്നെ മറുവശത്ത് കാട്ട്ജൂഡിപുഴയിലെ പാലത്തിൽനിന്ന്. തീവണ്ടി പുരിയെ സമീപിക്കുന്തോറും വനങ്ങൾ കൂടുതൽ ശ്യാമളമായി വരുന്നു. തെങ്ങിൻതോപ്പുകൾ അധികമാകുന്നു. കാറ്റത്തുലഞ്ഞാടുന്ന ചൂരൽവനങ്ങൾക്ക് ഭംഗി കൂടിവരുന്നപോലെ.

ഭുവനേശ്വർ സ്റ്റേഷനരികിൽ ഏറെ ദൂരംവരെ മാക്കല്ലു മാത്രമുള്ള ഭൂപ്രദേശം. ആ കല്ലിന്റെ ചെറുകുന്നുകളും. വെളുത്ത നിറത്തിലുള്ള പൂക്കൾ നിറയെ വിരിഞ്ഞുനിൽക്കുന്ന കാട്ടുചെടികൾ. വംഗദേശത്തിനേക്കാൾ പച്ചനിറം കൂടുതലാണ് ഇവിടെയുള്ള തൃണഭൂമിക്കും വനങ്ങൾക്കും. വനപുഷ്പങ്ങളുടെ വൈചിത്ര്യം അത്രയ്ക്ക് കണ്ണിൽപെട്ടില്ല. വർഷകാലം.

ഭുവനേശ്വറിൽനിന്ന് മഴ ആരംഭിച്ചിരിക്കുന്നു. മഴ കൂടുതലാകുകയല്ലാതെ കുറയാനുള്ള ലക്ഷണമില്ല. പുരിക്ക് മുമ്പുള്ള ഒരു സ്റ്റേഷനാണ് മാലതീപാതപുരം. ഒഡീഷ്യയിലെ ഈ കൊച്ചുഗ്രാമം ഒരു വിശിഷ്ട സുന്ദരഭൂമിയാണ് എന്ന് അതിലെ തെങ്ങിൻതോപ്പുകളുടേയും വനഭൂമിയുടേയും ശോഭ കണ്ടപ്പോൾ തന്നെ തോന്നി. അത് നിസ്സംശയം പറയുകയും ചെയ്യുന്നു.

പുരി സ്റ്റേഷനിൽ ഗജേൻബാബുവും സുമഥനും വന്നിരുന്നു. ഞങ്ങളെ വണ്ടിയിൽനിന്നിറക്കി കൂടെ കൊണ്ടുപോകുമ്പോൾ പലതും സംസാരിച്ചു. പെട്ടെന്ന് മുന്നിലെന്താണീ കാണുന്നത്! കരകാണാസമുദ്രത്തിന്റെ നീല ജലരാശി! അത് ജീവിതത്തിലെ ഒരപൂർവ്വ നിമിഷം തന്നെ ആയിരുന്നു. ദേഹമാകെ ഒരു വിദ്യുച്ഛക്തി ഓടിക്കയറിയപോലെ. കല്യാണിയും ആശ്ചര്യപ്പെട്ട് വാതുറന്ന് നോക്കിനില്ക്കുന്നു. വളരെ നാളുകൾക്കു മുമ്പ് സമുദ്രം കണ്ടിട്ടുണ്ട്. പിന്നെ ഇരുപത് ഇരുപത്തൊന്നു വർഷങ്ങൾക്കു ശേഷം ഇന്ന്, ഇതാ പുരിയിൽ സമുദ്രം കാണുന്നു!

സന്ധ്യക്ക് ജഗന്നാഥമന്ദിരം സന്ദർശിച്ചു. ശ്രീചൈതന്യൻ നില്ക്കാറുള്ള സ്ഥാനത്തെ സ്തംഭത്തിനുമുന്നിൽ നിന്നപ്പോൾ ശരീരമാകെ അവശമായി പോകുംപോലെ തോന്നി. മിക്കവാറും അന്ധകാരം നിറഞ്ഞ

ശ്രീകോവിലിനു മുന്നിൽ സ്ത്രീപുരുഷന്മാർ ജഗന്നാഥ വിഗ്രഹം ദർശനം ചെയ്ത് പ്രാർത്ഥിക്കുന്നു. ഭക്തർ ഹരിധ്വനി ഉയർത്തുന്നു.

വെവ്വേറെ മന്ദിരങ്ങൾ, അവയുടെ ഗർഭഗൃഹത്തിൽ നിലവിളക്കിന്റെ മിന്നിമിന്നിക്കൊണ്ടുള്ള പ്രകാശം. എത്ര ദേവീദേവന്മാരാണ്!

മുല്ലപ്പൂവിന്റേയും താമരപ്പൂവിന്റേയും സുഗന്ധം അവിടെയെങ്ങും കാറ്റിലലിഞ്ഞിരിക്കുന്നു. വളരെ വലിയ കല്ലുകൊണ്ടുള്ള അമ്പലം. പലയിടത്തുനിന്നും സംസ്കൃത സ്തോത്രങ്ങൾ കേൾക്കുന്നു. 'പാണ്ഡ'*കളാണ് ഉച്ചരിക്കുന്നത്. ഞങ്ങളുടെ കൂടെയുള്ള പാണ്ഡ പറഞ്ഞു,

-ഇവിടെയാണ് നീലാചലം. ഇവിടെ നീലമാധവന്റെ ക്ഷേത്രം.

പുറത്ത് 'ആനന്ദബജാറി'ൽ നാളികേരംകൊണ്ടുണ്ടാക്കിയ വിവിധ മധുരപലഹാരങ്ങൾ. അവയുടെ സംസ്കൃതനാമങ്ങൾ പഴയ കാലം പോലെ ഇന്നും തങ്ങിനില്ക്കുന്നു.

രാവിലെ മുതൽക്കേ ഓരോ ദുരിതങ്ങൾ! പുരിയിലെ വീരേൻ റായി പ്രസിദ്ധനായ ഒരു പുരാതത്ത്വശാസ്ത്രജ്ഞനാണ്. അദ്ദേഹവും വേറെയും ചില മാന്യന്മാരും ഗജേൻബാബുവിന്റെ വീട്ടിൽ വെച്ച് എന്നെ കാണാനായി വന്നിരിക്കുന്നു. എനിക്ക് സ്വീകരണം തരുന്നതാണെന്നും അറിയിച്ചു.

നടന്ന് തിരിച്ചെത്തിയതും നല്ല മഴ ആരംഭിച്ചു. പാണ്ഡഠാക്കുറിന്റെ സേവകർ ഒരു മണിക്ക് മഹാപ്രസാദം കൊടുത്തയയ്ക്കുന്നതാണെന്ന് അറിയിച്ചു പോയി. വിശന്നിട്ടാണെങ്കിൽ വയറ്റിൽ എലി ഓടുന്നു. ഉള്ളിലാകെ പുകയുന്നപോലെ. പുറത്ത് ആകെ കുഴപ്പമാണ്. മഹാപ്രസാദത്തിന്റെ വരവു കാണുന്നില്ല. വളരെ നേരം കഴിഞ്ഞപ്പോൾ മഴ ഒന്നു നിലച്ചു. ഉച്ചതിരിഞ്ഞ് മണി നാലര. അപ്പോൾ 'കണിക' പ്രസാദം വന്നു.

ഹരിദാസ ഠാക്കുറിന്റെ സമാധിസ്ഥലം കാണാൻ പോകുന്നതിനുമുമ്പ് ഞാനും കല്യാണിയും ഉമയുംകൂടി സമുദ്രതീരത്ത് ഏറെനേരം നടന്നു വന്നു. കല്യാണി അനവധി കക്കകൾ പെറുക്കിയെടുത്തു. വളരെ നാളുകൾക്കു മുമ്പ് ഇതേ ദിവസം ബാരക്പൂരിലെ ഖുക്കു എന്റെ കൂടെ കുളിക്കാൻ വന്നിട്ട്. 'മണ്ണ് കൊണ്ടുവരാം' എന്നു പറഞ്ഞ് എന്നെ പറ്റിച്ച് കരയിൽ കയറി ഓടിപ്പോയി. അന്നത്തെ സംഭവത്തിൽ എത്രമാത്രം ദുഃഖം സഹിച്ചു. നടന്നുനടന്ന് ജാഹ്നവിയുടെ വീട്ടിലേക്ക് ദുഃഖത്തിന്റെ ഭാരം പേറി പോയി.

ഇന്ന് എവിടെ ജാഹ്നവി! എവിടെ ഖുക്കു! അനുഭവിച്ച മനോവേദനയും എവിടെ? ജീവിതത്തിൽ അടുത്തവരാരെങ്കിലും വിട്ടുപോകുമ്പോൾ ആ സമയത്ത് അതിയായ ദുഃഖവും വേദനയും സഹിക്കേണ്ടിവരുന്നു. പക്ഷേ, ഉടനെ ആ ഒഴിഞ്ഞ സ്ഥാനത്തേക്ക് പുതിയ കൂട്ടർ വന്ന് സ്ഥാനമേറ്റെടുക്കുന്നു. പിന്നീട് ഇവർ അതിപ്രിയമുള്ളവരായി മാറുന്നു.

---

* ദേവദർശനത്തിന് സഹായിക്കുന്ന ആൾ

ഗജേൻബാബുവിന്റെ കൂടെ ഹരിദാസഠാക്കൂറിന്റെ സമാധി കാണാൻ പോയി. ശ്രീചൈതന്യദേവൻ ഇവിടെ പതിനെട്ടുകൊല്ലം ഉണ്ടായിരുന്നു. അദ്ദേഹത്തിന്റെ ശ്രേഷ്ഠഭക്തനായ ഹരിദാസ ഠാക്കൂറിന്റെ മരണം ആ കാലത്താണുണ്ടായത്. ശ്രീചൈതന്യദേവൻ സ്വയം മൃതദേഹം ചുമന്നു കൊണ്ടുപോയി സമുദ്രതീരത്ത് മണൽ കോരി നീക്കി അതിൽ സമാധി യാക്കി. ക്രമേണ അവിടെ വീടുകൾ ഉണ്ടായി. ചുറ്റും വലിയ കെട്ടിട ങ്ങൾ. എന്നാലും ആ സ്ഥാനം അതിശാന്തിമയമാണിന്നും. മനസ്സിൽ ഒരു പവിത്രമായ ഉദാസീനത അനുഭവപ്പെടുന്നു. രണ്ട് ബാലന്മാർ കൈയിൽ തൂക്കുസഞ്ചിയുമായി വന്നു. അവർ മാല ജപിക്കുന്നുണ്ട്. അവരാണ് എല്ലാ യിടവും കാണിച്ചുതന്നത്.

അതേ വഴിയിൽക്കൂടി പോയി പുരുഷോത്തമ മൈതാനത്തിലെത്തി. ഒരുവശത്ത് അതിസുന്ദരമായ സ്ഥാനത്ത് ഇരുന്നു. വലതുവശത്ത് ഉയർന്നുനില്ക്കുന്ന ഝാവുകവൃക്ഷങ്ങൾ (Tamariend Tree) തൊട്ടടുത്ത് ഗോപീനാഥന്റെ വളപ്പ്. വളപ്പിൽ ധാരാളം പ്ലാവ്. മുന്നിൽ തന്നെ വിസ്തൃ തമായ മണലോരം. ദൂരെ അപാര നീലാംബുരാശി. നിറപതകളോടുകൂടി തിരമാലകൾ മാറിലടക്കി കരയിലേക്ക് ഓടി എത്തി അലച്ചുവീഴുന്നു. ആ ദൃശ്യം കണ്ടതോടെ അവിടെനിന്ന് കണ്ണെടുക്കാൻ തോന്നിയില്ല. ഇതല്ലേ സാക്ഷാൽ വിശ്വരൂപത്തിന്റെ ക്ഷേത്രം. ഈ ആകാശം, ഈ കനത്ത വനം, മുന്നിൽ പരന്നുകിടക്കുന്ന നീലസമുദ്രം ഇവയെല്ലാം വിട്ട് വേറെ എങ്ങോട്ടുപോകാൻ!

ഗജേൻബാബു പതുക്കെ ഓർമ്മിപ്പിച്ചു,

-വിഭൂതിബാബു, സഭ കൂടാനുള്ള സമയമായി. കൃത്യം ഏഴു മണി ക്കാണ് വെച്ചിരിക്കുന്നത്.

സുമഥബാബു പറഞ്ഞു,

-താങ്കളെ എണീപ്പിക്കാൻ പ്രയാസമാണെന്നു തോന്നുന്നു. അവിടെ വന്നവരെല്ലാം താങ്കളേയും കാത്ത് ഇരിക്കയാവും. വരൂ, പോകാം.

ശ്രീ തീർത്ഥപതി മഹാരാജ് ഈ പുരുഷോത്തമ മഠത്തിലെ മോഹാന്തൊ* ആണ്.

അദ്ദേഹം ലണ്ടനിൽനിന്ന് വന്നിരിക്കുകയായിരുന്നു. ഗൗഡമഠത്തിന്റെ പ്രചാരത്തിനുവേണ്ടി. അദ്ദേഹവുമായി വളരെനേരം ആധ്യാത്മിക സംഭാ ഷണം നടന്നു. വൈഷ്ണവർക്ക് എന്തൊരു വിനയവും ഭക്തിയുമാണ്! അത്രയും വലിയ ഒരു പണ്ഡിതൻ എന്നോട് പറയുകയാണ്, എന്റെ ദാസാ നുദാസനാകാൻ ആഗ്രഹിക്കുന്നു എന്ന്.

-ഇനി എന്ന് കാണാൻ കഴിയും?

-അവിടെനിന്ന് വന്നതും എല്ലാവരും സഭാസ്ഥലത്തേക്കു പോയി. ഡോക്ടർ അമിയചക്രവർത്തിയായിരുന്നു സഭാപതി. എന്നെ പൂമാല

* മഠാധ്യക്ഷൻ

അണിയിച്ചശേഷം എന്റെ രചനകളെക്കുറിച്ച് വളരെ നല്ല അഭിപ്രായം പ്രകടിപ്പിച്ചു. എത്ര എത്ര മധുരവചനങ്ങൾ! ഗജേൻ ബാബുവും മിസ്റ്റർ പാലിതും എന്റെ 'പഥേർ പാഞ്ചാലി'യും 'അപരാജിതൊ'യും റോമ റോളാ[1]യുടെ 'ജീൻ ക്രിസ്തോഫി'[2]യേക്കാൾ വളരെ വളരെ ഉന്നത മാണെന്ന് അഭിപ്രായപ്പെട്ടു.

സുന്ദരമായ നിലാവു പൊഴിയുന്ന രാത്രി കല്യാണി, ഉമ, വീരേൻ റായി, ഗജേൻ ബാബു, സുമഥബാബു എന്നിവരെല്ലാംകൂടി ഒരു ചായക്കടയിൽ നിന്ന് ചായ കുടിച്ചുവന്നു. വിശാലമായ സമുദ്രത്തിന്മേൽ ചന്ദ്രിക വിരി ച്ചിട്ടിരിക്കുന്നു. കാറ്റും നല്ലപോലെ വീശുന്നുണ്ട്. ഈ കാറ്റിനെ യഥാർത്ഥ ത്തിൽ സീബ്രീസ് എന്നോ ഡച്ചിൽ പറയുംപോലെ 'zee brugge' എന്നോ പറയാം. തികച്ചും സമുദ്രവായുതന്നെ.

രാത്രിയിൽ വീണ്ടും കനത്ത മഴ. രാവിലെ എണീറ്റതും കല്യാണിയും ഉമയും സമുദ്രസ്നാനത്തിനു പോയി. അവർ സമുദ്രത്തിൽ കുളിച്ച് അത്യന്തം ആനന്ദത്തോടെ തിരിച്ചുവന്നു.

കുറച്ചു കഴിഞ്ഞപ്പോൾ മഴ നിന്നു. നല്ല വെയിൽ ഉദിച്ചു. കല്യാണി യേയും കൂട്ടി ശ്രീമന്ദിരത്തിലേക്ക് ദർശനത്തിനുപോയി. വഴിക്ക് രാധാ കാന്തമഠവും പിന്നെ വേറെയും മഠങ്ങൾ കണ്ട് പുറത്തിറങ്ങുമ്പോൾ പിറ കിൽനിന്ന് മഹാദേവബാബു വിളിക്കുന്നു. കൂടെ പ്രതാപബാബുവും ഉണ്ട്. ഞങ്ങൾ ചെന്നു. ഭാരതത്തിൽ വെച്ച് ഏറ്റവും ധനമുള്ള മഠമാണിത്. ഉയരം കുറഞ്ഞ മുറികൾ. ചുമരിന്മേൽ പലതരം ചിത്രങ്ങൾ വരച്ചിരിക്കുന്നു. എല്ലാം ഒരുവിധം പഴയ രീതിയിലുള്ളവ, മനസ്സിലാകാൻ വിഷമമായ വയും. കല്ത്തൂണുകളിന്മേലും കലാപ്രദർശനം. തത്തയുടേയും മൈന യുടേയും കൂട്ടിൽ പക്ഷികളുണ്ട്. എങ്ങും ശാന്തമായ അന്തരീക്ഷം. കാണു മ്പോൾ ഇതേതോ പ്രാചീന രാജകൊട്ടാര മാണോ എന്നു തോന്നിപ്പോകും. അതിനുശേഷം ക്ഷേത്രത്തിലേക്കു പോയി. ഗജേൻബാബുവിന്റെ അമ്മ അവിടെ നില്ക്കുന്നുണ്ടായിരുന്നു. അവർ പറഞ്ഞു, രത്നവേദി കാണാൻ ഇനിയും കുറച്ചു വൈകും. ഭാര്യയുടെ കൂടെ കുറച്ച് ഇരിക്ക്.

ഒരു സാധു ഇരുന്ന് ഭാഗവതം വായിക്കുന്നു. അവിടെ ചെന്നിരുന്നു. അതിനുശേഷം അമ്പലം മുഴുവനും ചുറ്റിക്കണ്ടു. ഉച്ചയ്ക്ക് പന്ത്രണ്ടു മണി വരെ കണ്ടു. അതൊരു ക്ഷേത്രമല്ല, ഒരു വലിയ പർവ്വതമാണോ. വീണ്ടും അതേ കാര്യങ്ങൾ ഓർമ്മ വരുന്നു. പുരാണകാലത്തെ ഭാരതം, അവിടെ അചലമായി ബന്ധിക്കപ്പെട്ടുകിടക്കുന്നു. കല്ലുകൾകൊണ്ട് കൂട്ടിക്കെട്ടിയ പോലെ. ആകാശചുംബിയായി ഗംഭീര ഭാവത്തിൽ അതിന്റെ അസാധാ രണ ശക്തിയുടേയും വിരാട്‌രൂപത്തിന്റേയും പരിചയം നല്കുന്നു. ജഗ മ്മോഹനന്റെ നിർമ്മാണചാതുര്യം അതിവിചിത്രം! നാട്യമന്ദിരത്തിന്റെ

1. Romain Rolland - The French Novelist
2. Gean Christophe (French Pronounciation John)

സരളവും സഹജവുമായ നിർമ്മാണകലയിൽ ഒരു പ്രത്യേക സഖ്യഭാവം തെളിഞ്ഞുകാണുന്നു. ഭോഗ*ഗൃഹത്തിനു മുന്നിൽ ആ സ്തംഭം ഇന്നും അന്നത്തെപോലെ നില്ക്കുന്നു.

ഇതിന്മേൽ കൈവെച്ചുകൊണ്ടാണത്രെ ശ്രീചൈതന്യൻ പ്രതിദിനം ജഗന്നാഥദർശനം ചെയ്തിരുന്നത്. 'പാണ്ഡ'കൾ അദ്ദേഹത്തിന്റെ വിരലടയാളം ഭക്തർക്ക് കാണിച്ചുകൊടുക്കുന്നു. എന്തോ എനിക്കത്ര വിശ്വാസം വന്നില്ല. ആരറിഞ്ഞു അത് അദ്ദേഹത്തിന്റെ വിരലടയാളമാണെന്ന്! അത് കണ്ടതുകൊണ്ടും എന്ത് പുണ്യം! ശ്രീചൈതന്യൻ വന്നത് ആധ്യാത്മിക വിഷയത്തിൽകൂടിയുള്ള വഴി തെളിയിച്ചുകാണിച്ചുതരാൻ വേണ്ടിയാണ്. ധർമ്മോപദേശങ്ങൾ നല്കാൻ. അദ്ദേഹം പ്രചരിപ്പിച്ച ആ നാമധർമ്മത്തിന്റെ മാഹാത്മ്യം, ആർക്കെങ്കിലും വേണ്ടപോലെ മനസ്സിലാക്കാൻ കഴിഞ്ഞിട്ടില്ലെങ്കിൽ വെറും ഒരു വിരലടയാള ദർശനംകൊണ്ട് ഒരാൾ ഏത് സ്വർഗത്തിലേക്കാണെത്തുക!

ക്ഷേത്രം ചുറ്റിക്കഴിഞ്ഞപ്പോൾ മണി പന്ത്രണ്ടരയായി. ഉമയ്ക്കുവേണ്ടി കുറച്ച് മധുരപലഹാരങ്ങൾ വാങ്ങിക്കൊണ്ടുപോന്നു. അമ്പലത്തിലെ പ്രസാദവും നൈവേദ്യവും വന്നെത്താൻ നേരം വൈകുക പതിവാണ്. ഇന്ന് വൈകി. എത്തിയപ്പോൾ നാലര മണിയായി.

ഇന്ന് സമുദ്രത്തിന്റെ ഉയർന്നുവരുന്ന രൂപം. കാറ്റും കോളും നിലച്ചതിനാൽ തെളിഞ്ഞ ആകാശം. നീലസമുദ്രം സ്വയംലഹരിയിൽ മതിമറന്ന് ആനന്ദിച്ചുകൊണ്ട് വലിയ വലിയ തിരമാലകൾ ഉയർത്തുന്നു. അവ ഊക്കോടെ തീരത്തു വന്നലയ്ക്കുന്നു. നീണ്ട നീണ്ട തിരമാലകൾ അവയുടെ തലപ്പത്ത് വെളുത്ത പതയോടുകൂടി ദീർഘവ്യാപിയായ രേഖകൾ സൃഷ്ടിക്കുന്നു. ഉച്ചസമയത്ത് വളരെനേരം തീരത്തുനിന്ന് ഈ ദൃശ്യം കാണുകയായിരുന്നു. അപ്പോൾ സുമഥബാബു വന്ന് പറഞ്ഞു,

-വരൂ, നമുക്ക് ചായ കുടിച്ചുവരാം. വഴിയിൽ ചെരിപ്പുകുത്തികളുടെ കടകളുണ്ട്, ചെരിപ്പു വാങ്ങാം.

സമുദ്രം കണ്ടതും എനിക്ക് അവിടെനിന്ന് നീങ്ങാൻ തോന്നിയില്ല. അവിടെത്തന്നെ ഇരുന്നു. അതിയായ ആശ്ചര്യത്തോടെ ആ ദൂരവ്യാപിയായ നീലസൗന്ദര്യത്തിൽ മുഴുകി. തിരമാലകളുടെ ആകുലതയിൽ തടരേഖയിൽ വിലീനമാകുന്ന പ്രത്യേക ശ്യാമളിമയിൽ ഞാൻ അലിഞ്ഞുചേരുകയായിരുന്നു. ദക്ഷിണധ്രുവം വരെ നീണ്ടുകിടക്കുന്ന നീലാംബുരാശി. അതിന്റെ മറുവശം കാണാനില്ല. അതിനുമപ്പുറത്ത് ഏഷ്യയുടെ ഉത്തരപ്രാന്തങ്ങൾ. ചെറുനദികളുടെ നദീമുഖം - ഇനിസേ, ലേന നദികൾ.

മുങ്ങിനീന്തുന്നവർ ഈ വിക്ഷുബ്ധമായ തിരമാലകളെ വെല്ലുവിളിച്ച് വിദൂരസമുദ്രത്തിൽനിന്ന് മത്സ്യം പിടിച്ചുകൊണ്ടുവരുന്നു. അവർ കൊച്ചു

* നൈവേദ്യം കൊടുക്കുന്ന സ്ഥലം

തോണികളുമായി പോയി വലിയ വലിയ സ്രാവിനെ കൊണ്ടുവരുന്നതു കണ്ടു. തിളങ്ങുന്ന പല്ലിന്റെ നിരകൾ അറക്കവാൾപോലെ.

ചെരിപ്പുകുത്തിയുടെ കടയിലിരുന്ന് ഞങ്ങൾ സംസാരിക്കുകയായിരുന്നു. വഴി നടന്നുവരുന്ന ഒരാൾ ഞങ്ങളുടെ മുന്നിൽ വന്ന് ആശ്ചര്യത്തോടെ നോക്കിനിന്നു. സൂക്ഷിച്ചുനോക്കിയപ്പോഴല്ലെ ആളെ അറിഞ്ഞത്. ഗാലുഡിയിലെ ഹരിപദ ഡോക്ടറാണ്. വളരെ നാളുകൾക്കുശേഷം കണ്ടപ്പോൾ വലിയ സന്തോഷം തോന്നി. എന്നോടു പറഞ്ഞു,

-അലഞ്ഞുനടന്ന് നടന്ന് നടന്ന് ജീവിതം നശിപ്പിച്ചു, വിഭൂതിബാബു.

സന്ധ്യനേരത്ത് എന്റെ വീട്ടിൽ വളരെയധികം മാന്യന്മാർ ഒത്തുകൂടി. യദുമാലിക്കിന്റെ പൗത്രൻ വൃന്ദാവൻ മല്ലിക്ക് എന്നിവർ. നിലാവുള്ള രാത്രിയിൽ വീണ്ടും സമുദ്രതീരത്ത് ചെന്നിരുന്നു. ഞങ്ങൾ പലതും സംസാരിച്ചു.

വീരേൻ റായി, വൃന്ദാവൻ മല്ലിക്ക്, ഗജേൻബാബു, സുമഥഘോഷ് എന്നിവരോടൊപ്പം ചക്രതീർത്ഥത്തിലെ സമുദ്രതീരത്തെ മണലിൽ ഏറെനേരം ഇരുന്നു. ദ്വാദശി ചന്ദ്രികയിൽ സമുദ്രജലത്തിലെ തരംഗങ്ങളുടെ ഭംഗി മറ്റൊരു രൂപത്തിലായി മാറിയിരിക്കുന്നു. വിജനമായ മണൽത്തീരത്തിന്മേൽ അവശരായി വന്നലയ്ക്കുന്ന തിരമാലകൾ. ചൈതന്യദേവൻ സമുദ്രത്തിന്റെ ഈ മഹാസൗന്ദര്യം കാണുമ്പോൾ ഉടനെ ഈ ചക്രതീർത്ഥത്തിലെ സമുദ്രത്തിലേക്ക് എടുത്തുചാടുമായിരുന്നുവത്രെ! നാനൂറ്റമ്പതു വർഷങ്ങൾക്കുമുമ്പ് നടന്ന കഥ, ഇന്നും സമുദ്രം അതേപോലെ, അതേ തരംഗരാശി, അതേ വിജനമായ മണൽത്തീരം, ഝാവുകശ്രേണിയും അതേപോലെ, അകലെ അവ്യക്തമായ ഉദാസീനമായ ചക്രവാളരേഖപോലും അതേപോലെ.

വീരേൻ റായി ഇന്നു രാവിലെ പ്രാചീനനഗരമായ തോസാലിയിലെ പഴയ കിത്താബുകൾ, ചൂളയ്ക്കുവെച്ച മണ്ണുകൊണ്ടുള്ള കളിപ്പാട്ടങ്ങൾ, കല്ലുമാലകൾ എന്നിവ കാണിച്ചുതന്നു. ഒഡീഷ്യയിലെ പ്രാചീന ശിലാസംഗ്രഹം കാലാകാലങ്ങളായി അദ്ദേഹം സൂക്ഷിച്ചുവെച്ചിരിക്കുന്നു. എത്ര പണമാണ് ഇവയ്ക്കുവേണ്ടി അദ്ദേഹം ചെലവഴിച്ചത്! ക്ലീവ്ലാന്റ് മ്യൂസിയം മുപ്പതിനായിരം രൂപയ്ക്ക് ഈ സംഗ്രഹം മുഴുവനും വാങ്ങിഥാനാഗ്രഹിച്ചു. അവർക്ക് കൊടുത്തില്ല. വെറും ആറായിരം രൂപയ്ക്ക് അശുതോഷ് മ്യൂസിയത്തിലേക്ക് ദാനം ചെയ്തു. ഇന്ന് അതിരാവിലെ ആ ഗാലുഡിയിലെ ഹരിപദബാബു ഞങ്ങളുടെ വീട്ടിൽ വന്നിരിക്കുന്നു.

എല്ലാവരും ഒന്നിച്ചിരുന്ന് ഒരുപാടു കാര്യങ്ങൾ പറഞ്ഞു, ചായ കുടിച്ചു - അതും 'ആദർശ' പലഹാരക്കടയിൽ. ചെരിപ്പുകുത്തികളുടെ തെരുവിൽ പോയി ഏറെ നേരം നോക്കി ചെരിപ്പുകൾ തെരഞ്ഞെടുത്തു.

വൃന്ദാവൻ മല്ലിക് രാമകൃഷ്ണ മിഷനിലേക്ക് കൊണ്ടുപോയി. ചക്രതീർത്ഥത്തിലെ സമുദ്രതീരം. ചന്ദ്രിക പൊഴിയുന്ന മണലിലിരുന്ന് ഏറെ

നേരം സംസാരിച്ചശേഷം വീട്ടിലേക്ക് തിരിച്ചുപോന്നു. രാത്രി എത്ര വൈകുന്നതുവരെയാണ് എല്ലാവരും ഒന്നിച്ചിരുന്ന് വർത്തമാനങ്ങൾ പറഞ്ഞത്! ബുദ്ധന്റെ ഒരു വലിയ പ്രതിമ കാട്ടിനുള്ളിൽ നിന്ന് എങ്ങനെ കണ്ടുപിടിച്ച് കൊണ്ടുവന്നു എന്ന വിവരം വീരേൻ റായി വിസ്തരിച്ചു. പെട്ടെന്ന് ധ്യാനപ്രശാന്തമായ ബുദ്ധന്റെ സുന്ദരമുഖം നോക്കി അദ്ദേഹം സ്വയം പറഞ്ഞു, ബുദ്ധം ശരണം ഗച്ഛാമി, സംഘം ശരണം ഗച്ഛാമി, ധർമ്മം ശരണം ഗച്ഛാമി! ഒരിക്കൽ ഒരു പ്രാചീന മന്ദിരം കാണാൻ പോയപ്പോൾ കിങ്ങ് കോബ്രയുടെ മുമ്പിൽ പെട്ടുപോയ കഥയും പറഞ്ഞു. എല്ലാ ജീവികളിലും ഭഗവാൻ ഉണ്ടല്ലോ എന്നു ചിന്തിച്ച് 'മഹിർമ്ന സ്തോത്രം ഉരുവിടാൻ തുടങ്ങിയത്രെ! കുറെക്കഴിഞ്ഞ് കണ്ണുതുറന്ന് നോക്കിയപ്പോൾ സർപ്പം അദൃശ്യമായിരിക്കുന്നു!

ഉച്ചയ്ക്കുശേഷം ഗോവർധൻ മഠത്തിലേക്ക് പോയി. അവിടെ അതിസുന്ദരമായ ഗോപാലവിഗ്രഹം ദർശിച്ചു ഞാൻ ചെല്ലുമ്പോൾ കതകടഞ്ഞിരിക്കുകയായിരുന്നു. ഞാനത് പതുക്കെ തുറന്ന് നിലത്തിരുന്നു. പുഷ്പചന്ദനങ്ങളുടെ ഒരു പ്രത്യേക സുഗന്ധം വായുവിൽ. മാർബിൾ വിരിച്ച നിലത്തിന്റെ തണുപ്പും ശാന്തിനിറഞ്ഞ പരിവേഷവും.

ഗോപാലവിഗ്രഹത്തിനുമുമ്പിൽ എത്രനേരം ഇരുന്നു എന്നറിയില്ല.

രാവിലെ എണീറ്റ് മുന്നിലെ വീട്ടിലെ വൃദ്ധയേയും വൃദ്ധനേയുംകൂടി ഹരിദാസ് ഠാക്കൂറിന്റെ മഠത്തിലേക്കുപോയി. പിന്നെ പുരുഷോത്തമ മഠത്തിൽ ഏറെനേരം ധർമ്മോപദേശം കേട്ടു.

"യാ നിശാ സർവ്വ ഭൂതാനാം താസ്യം ജാർത്തി സംയമി."

എപ്പോഴും ജാഗ്രതനായിരിക്കുക. എപ്പോഴും ഉണർന്നിരിക്കുക. ആലസ്യം പാപമാണ്.

തിരിച്ചുപോരുമ്പോൾ ശങ്കരമഠത്തിലെ ശ്രീഗോപാലവിഗ്രഹവും കണ്ടു. ചെറിയ മുറി. ചന്ദനത്തിന്റേയും പൂക്കളുടേയും മണം.

ആഹാരത്തിനുശേഷം കുറച്ചൊന്ന് വിശ്രമിച്ചു. കല്യാണിയേയും ഉമയേയുംകൂട്ടി ഇറങ്ങി. പോകും വഴിക്ക് ഒരു വീട്ടിൽനിന്ന് കഥാപ്രസംഗം പോലെ കേട്ടപ്പോൾ പോയി. "പ്രഹ്ലാദചരിത്ര"മാണ്. വളരെനേരം അതു കേട്ടിരുന്നു. ക്ഷേത്രത്തിനരികിൽ ഹരിദാസ ഠാക്കൂർ നട്ടുപിടിപ്പിച്ച ബകുള വൃക്ഷം കാണാൻ പോയി. അഞ്ഞൂറ് കൊല്ലം പഴക്കമുള്ള ആ വൃക്ഷം ഇന്നു അവിടെ നില്ക്കുന്നു. മൊഹാന്തൊ മഹാരാജിനെ കണ്ട് പരിചയപ്പെട്ടു. കൊൽക്കത്തയിലെ ഒരു സുന്ദരിയെ കണ്ടപ്പോൾ 'അമ്മേ' എന്നു വിളിച്ചപ്പോൾ മനസ്സിൽ ഭക്തി നിറഞ്ഞുവന്നു.

ഇന്നു രാവിലെ വീരേൻ റായിയുടെ വീട്ടിലിരുന്ന് അദ്ദേഹത്തിന്റെ ദുർലഭമായ പുരാതന വസ്തുക്കളുടെ ശേഖരണം നോക്കിക്കൊണ്ടിരിക്കെ പെട്ടെന്ന് ഓർമ്മ വന്നു. ഓ, ഇന്ന് ആഷാഢമാസം ഒന്നാം തിയതിയാണല്ലോ എന്ന്.

പോകാം. കാളിദാസോത്സവം കൊണ്ടാടാം എന്നു പറഞ്ഞു. അപ്പോൾ വൃന്ദാവൻ മല്ലിക്ക് ഓർമ്മിപ്പിച്ചു. താങ്കൾ 'ദേവയാനം'* വായിച്ചു കേൾപ്പിക്കണം. ലൈബ്രറിയിൽ വെച്ച് അങ്ങനെ ചെയ്യാമെന്ന് ഏറ്റതിനാൽ വളരെയധികം പേർ അവിടെ കാത്തിരിക്കുന്നുണ്ട്.

പോയി. പോകുന്നതിനുമുമ്പ് സിദ്ധേശ്വര ബാബുവിന്റെ വീട് 'റീമ വില്ല'യിൽ കുറച്ചുസമയം ഇരുന്നു. 1923-ൽ ഒരിക്കൽ സിദ്ധേശ്വരബാബുവിന്റെ വീട്ടിൽനിന്ന് ഇവിടേക്ക് വരാൻ തീർച്ചയാക്കിയതാണ്, ഞാൻ 'മെസ്സി'ൽ നിന്ന് എല്ലാ സാമാനങ്ങളും പെട്ടിയും ഒതുക്കി തയ്യാറാക്കി. പുതിയ ഒരു പരവതാനി വാങ്ങിച്ചു. അത് വാങ്ങിക്കുമ്പോൾ സുസായുടെ ചെറിയച്ഛൻ അവിടെ ഉണ്ടായിരുന്നു. എല്ലാം കൂലിക്കാരന്റെ തലയിൽ എടുപ്പിച്ച് അവരുടെ വീട്ടിൽ ചെന്നപ്പോൾ സിദ്ധേശ്വരബാബുവിന് കലശലായ പനി, അതിനാൽ പോക്കുണ്ടായില്ല.

1924-ൽ അവർ വീണ്ടും പുരിയിൽ വന്നു പൗഷമാസത്തിൽ. ഞാൻ ഭഗൽപൂരിലേക്ക് പോയി. എന്റെ സ്ഥാനത്ത് നരേൻ പോയി. 1934-ൽ സുപ്രഭയും അച്ഛനും വന്നപ്പോൾ ഞാനും വരാനായി എല്ലാം ഒരുങ്ങി. സുപ്രഭയുടെ എഴുത്തു വന്നു. പുരിയിലേക്കുള്ള ടിക്കറ്റുപോലും ഞാൻ വാങ്ങിച്ചു. സമുദ്രസ്നാനത്തിനുപോകാൻ പ്രത്യേകവസ്ത്രംപോലും വാങ്ങിച്ചു. പക്ഷേ, വരവുണ്ടായില്ല.

ഇത്രയും കാലത്തിനുശേഷം 'രമാവില്ല'യിൽ വന്നപ്പോൾ ആ പഴയ കാര്യങ്ങൾ ഓർത്തു. ഇന്ന് ഇവിടെ ആരുമില്ല. സിദ്ധേശ്വരബാബു എവിടെ, അക്ഷയബാബുവും എവിടെ! എത്ര മോഹത്തോടെയാണ് 'രമവില്ല'യുടെ പുറത്തെപടി 1923-ൽ പണിയിച്ചത്! അവരെല്ലാം ഇന്നെങ്ങോട്ടുപോയി! ആ ഗേറ്റ് ഇന്നും ഉണ്ട് എന്ന് കണ്ടുവന്നു.

ലൈബ്രറിയിൽ 'കാളിദാസദിനം' ആഘോഷിച്ചു. പ്രിയരഞ്ജൻ സെന്നിന്റെ ജ്യേഷ്ഠൻ കുമുദബന്ധുസെൻ പ്രസംഗിച്ചു. ഞാനും സഭാപതിസ്ഥാനത്ത് കുറച്ച് സംസാരിച്ചു. പെട്ടെന്ന് ഓർത്തു. ബാരക്പൂരിൽ വേനൽക്കാല ഒഴിവിന് പോയപ്പോൾ ഖുക്കുവിനോട് പറയാറുണ്ട്. നോക്ക്, ഇന്ന് ആഷാഢമാസം ഒന്നാംതിയതിയാണ്. നമുക്ക് കാളിദാസനെ സ്മരിക്കാം. ഇത്രയും നാളുകൾക്കുശേഷം ഇന്ന് നല്ലപോലെ കാളിദാസനെ സ്മരിച്ച് കഴിച്ചുകൂട്ടി. വൈകുന്നേരം എന്നെ വിളിക്കാൻ 'ഖുർദാഗാഡിൽനിന്ന് ആളുകൾ വന്നു. അവിടെയും അക്കൊല്ലം 'വർഷമംഗൾ' ആഘോഷിക്കുന്നുണ്ട്.

പുരിയിൽനിന്ന് നാളെ പോകും, 'ഖുർദാഗാഡു' വരെ എന്നെ ഫസ്റ്റ് ക്ലാസിൽ കൊണ്ടുപോയി, കൂടെ രാധാകുമുദമുഖോപാധ്യായയും തുഷാരകാന്തിഘോഷും ഉണ്ടായിരുന്നു.

നല്ല നിലാവുള്ള രാത്രി. ഡോക്ടർ സർക്കാരിന്റെ ബംഗ്ലാവിൽ എല്ലാവരും ഒത്തുകൂടി. ബംഗ്ലാവിന്റെ മുറ്റത്ത് ഒരുമിച്ചിരുന്ന് വളരെനേരം

* വിഭൂതിഭൂഷണന്റെ ഒരു നോവൽ.

സംസാരിച്ചു. രാധാകുമുദബാബുവും തുഷാരകാന്തിബാബുവും ഭൂതകഥകൾ ആരംഭിച്ചു. സമയം രാത്രി പത്തുപത്തരമണി. എന്റെ പ്രസംഗം ആദ്യം. എല്ലാവരും കൈയടിച്ച് സ്വീകരിച്ചു. മഹാദേവറായിയുടെ പ്രസംഗം അത്യന്തം ആശ്ചര്യജനകമായിരുന്നു.

അടുത്ത ദിവസം രാവിലെ എട്ടുമണി മുതൽ ദിവസം മുഴുവനും തീവണ്ടിയിൽ. മഹാനദിയും കാട്ട്ജൂഡി നദിയും കണ്ടു. ദൂരെ നീല ശൈലമാല. കാട്ട്ജൂഡിയുടെ തീരം അതിവിസ്തീർണമായ മണലോരമാണ്. അതിന്റെ തീരത്തുതന്നെയാണ് സദൃശ്യയായ കട്ടക്ക്നഗരം. നല്ല നഗരമാണെന്ന് തോന്നി. പകൽ മുഴുവനും വണ്ടിയാത്ര. സന്ധ്യക്ക് മുമ്പായി സുവർണരേഖയുടെ അതിർത്തി കടന്ന് വംഗദേശത്തെത്തി. അമർദാ റോഡ് സ്റ്റേഷനിൽ വെച്ച് ഏതാനും വെള്ളക്കാരായ സൈനികർ വണ്ടിയിൽ കയറി. രാത്രി മുഴുവനും കൊട്ടുംപാട്ടും അവരുടെ സംഭാഷണവുമായി നല്ല രസത്തിൽ കഴിച്ചുകൂട്ടി.

അതിരാവിലെ സാന്തറാഗാച്ഛി. ഇവിടെനിന്ന് വീണ്ടും ടിക്കറ്റ് വാങ്ങി നേരെ ഹൗറയിലിറങ്ങി, സിയാൽദയിൽ കൂടി വംഗദേശത്തെ ഗ്രാമത്തിലെത്തി. ബാരക്പൂരിലേക്കെത്തിയതും എന്തൊരു ഉല്ലാസം! ഇത്രയും കാലത്തിനു ശേഷം, ഇച്ഛാമതിയിൽ കുളിച്ചപ്പോൾ എന്തൊരു തൃപ്തി! ഭുവനേശ്വരത്തെ കാഞ്ഞിരമരക്കാടുകൾ എവിടെ! ഖണ്ഡഗിതയിലെ ഉദയഗിരി ഗൃഹങ്ങൾ എവിടെ? പുരിയിലെ തീർത്ഥവും അതിലെ നീലജലരാശി എവിടെ? അമപ്പുല്ലുകളുടെ നദീതീരവും കാട്ടുവൃക്ഷങ്ങളുടെ നിരകളും ഉള്ള ഇച്ഛാമതി ഇതാ കൺമുന്നിൽ!

വൈകുന്നേരം നദീതീരത്തെ നിവാരണന്റെ കൃഷിഭൂമിയിൽ കുറച്ചു നേരം ഇരുന്നു. ശാന്തമായ വർഷധാരയും ശ്യാമളസുന്ദരമായ വൃക്ഷലതാദികളും. വിശ്വരൂപത്തിന്റെ മറ്റൊരു രൂപമാണിവിടെ. കുടിലിന്റെ മുന്നിലെ തുറന്ന സ്ഥലം. അവിടെ ഒരിടത്തേക്ക് പോയി.

ഖുക്കു ഉണ്ടായിരുന്നപ്പോൾ അവിടെ ഒരു മണൽക്കുന്നുണ്ടായിരുന്നു. എവിടെയോ വലിയ ഒരു കുഴി കുഴിച്ചിരുന്നു. ഞാനവിടെ ചെന്നിരിക്കാറുണ്ട്.

മേഘാവൃതമായ ആകാശം. മഴ പെയ്യാൻ തുടങ്ങി. ഹാബുവിനേയും ഫുച്കുവിനേയും കൂട്ടി ഇന്ദുറായി മീൻ പിടിക്കാൻ പോകുന്നു. അവരോടൊപ്പം ഞാനും. ഇന്നലെയും ഈ ഹാബു-ഫുച്കുമാരോടൊപ്പം കാഞ്ചിക്കട്ട പാലത്തിന്റെ കീഴെ കപ്പപ്പായൽ നിറഞ്ഞ ജലത്തിനുമീതെ വഞ്ചിയിലിരുന്ന് അകലെയുള്ള മൈതാനവും ഈന്തപ്പനകൾ വരിയായി നില്ക്കുന്നതും നോക്കി ആസ്വദിച്ചു. അപ്പോൾ പെട്ടെന്ന് തോന്നിയത് ഇംഗ്ലീഷ് ചിത്രങ്ങളിൽ കാണുന്ന സൗത്ത്-സീ-ഐലന്റിന്റെ ദൃശ്യമാണ് മുന്നിൽ കാണുന്നത് എന്നാണ്. വർഷകാലത്തെ നല്ല പച്ചനിറത്തോടു

കൂടി നദീതീരത്തെ പുല്ലുകൾപോലും കനത്തുവളർന്നുനില്ക്കുന്നു. ആ കാട്ടുപുല്ലുകൾക്കും എന്തൊരു ശോഭ. ഒരു ഗ്രാമീണ പശുപാലകൻ നദീതീരത്തെ പാടത്തിൽ നിന്ന് കക്കിരിക്ക പറിച്ചുതിന്നുന്നതു കണ്ടപ്പോൾ ഹാബു അവനോട് വിളിച്ചുപറഞ്ഞു,

-അനിയാ, ഒരു കക്കിരിക്ക എനിക്കും പറിച്ചുതരൂ.

ഏറെ നേരത്തെ അപേക്ഷകൾക്കുശേഷം ഒരു ഇടത്തരം വലുപ്പമുള്ള കക്കിരിക്ക കൊണ്ടുതന്നതും ഹാബുവും ഫുച്കുവും അതിന്റെ ഓഹരിക്കായി വഴക്കിട്ടു. ഒഴുകിക്കൊണ്ടിരിക്കുന്ന കൊച്ചുപുഴയ്ക്കരികിലിരുന്ന് ചൂണ്ടയിട്ട് ചെറുമത്സ്യം പിടിക്കുക, ഇടയ്ക്കിടയ്ക്ക് കക്കിരിക്ക കടിച്ചുതിന്നുക - ജീവിതം എത്ര ആനന്ദമയം!

ഇന്ന് മൂന്നുമണിയായപ്പോൾ കനത്ത മഴയും ഊക്കിൽ കാറ്റും. ഈ കാറ്റും കോളിനും ആഷാഢമാസത്തിൽ ഒഴിവുദിവസം ഇല്ലതന്നെ. പകൽ പോലും തണുപ്പുള്ളവ. ഈർപ്പമുള്ള കാറ്റ് വീശിക്കൊണ്ടിരിക്കുന്നു. മഴ ഒന്നു തോർന്നപ്പോൾ നടക്കാനിറങ്ങി. നരാഡാങ്ങയിലെ വടവൃക്ഷം വരെ. ആ വിശാലമായ വൃക്ഷം തന്റെ ശാഖോപശാഖകൾ പരത്തി നില്ക്കുന്നു. നദീതീരത്തുനിന്ന് വളരെ അകലെവരെ നീണ്ടുകിടക്കുന്ന പാടങ്ങളിൽ നെല്ല് വളർന്നുവലുതായി നിൽക്കുന്നു. എങ്ങോട്ടു നോക്കിയാലും ഘനശ്യാമഭൂമിശ്രീ! മേലെ ആകാശത്തെ കറുത്ത മേഘം ഈ ഭൂമിക്കൊരു പുതപ്പുപോലെ.

നദിയിലെ പുതുവെള്ളത്തന്റെ നീലനീരദമാല. വിശ്വശില്പിയുടെ ഈ ശില്പകലാവൈദഗ്ധ്യം മറ്റാരും കാണുന്നില്ല. ഒരു ശില്പിയും കവിയും എന്ന നിലയിൽ എന്റെ ഒരേ ഒരു കർത്തവ്യം ഇപ്പോൾ ഈ അദൃശ്യമാകാൻ പോകുന്ന സൗന്ദര്യത്തിന്റെ അപരാജിതക്ഷേത്രപരിസരവുമായി കൂടുതൽ പരിചയപ്പെടുക, കൂടുതൽ അടുത്തറിയുക എന്നതു മാത്രമാണ്. മേഘങ്ങളുടെ മടിയിൽ ഒരിടത്ത് വെളുത്ത കൊക്കുകൾ പറക്കുന്നു. ബേലേഡാങ്ങയിലെ പാലത്തിന്നരികിലേക്ക് അവ പോകുന്നു. എന്റെ കുട്ടിക്കാലം മുതൽക്കേ കണ്ടുവരുന്ന ഒരു ഈന്തപ്പന അവിടെ നില്ക്കുന്നുണ്ട്. ആശ്ചര്യത്തോടെ നോക്കിനിന്നു. ആ പറന്നുയരുന്ന കൊക്കുകളെത്തന്നെ, അവ മേഘങ്ങളാലാവൃതമായ അപരാഹ്നത്തിൽ കൺമഷി പോലെ കറുത്ത മേഘപടലത്തിലേക്കു പറന്നുപറന്നുയരുന്നു! ലോകത്തിൽ ഇങ്ങനെയും ഒരു സൗന്ദര്യമുണ്ടല്ലോ! ഈ അപൂർവ്വസൗന്ദര്യത്തിന്റെ ഭാഷയിൽകൂടി മുഖരമായ പ്രകൃതി എന്താണ് പറയാനുദ്ദേശിക്കുന്നത്! ഈ വനം, ഈ കറുത്ത മേഘം, ഈ തൃണാവൃതമായ ഭൂമി, പറന്നകലുന്ന കൊക്കുകൾ, ഈന്തപ്പനകളുടെ നിരകൾ എന്നിവയുടെ നീരവ ഗംഭീരമായ ഭാഷയിൽകൂടി ഉരുവിടുന്നതെന്തെന്ന് കേൾക്കാൻ എത്ര ചെവി ഓർത്തിരുന്നിട്ടും കേൾക്കാനാകുന്നില്ലല്ലോ! എല്ലാം ഒന്നു കേൾക്കാനായെങ്കിൽ! ആ നദീതീരത്തിരുന്ന് മത്സ്യം പിടിക്കുന്നതിൽ മുഴുകിയിരിക്കുന്നവർക്കോ കൊച്ചുകുടിലുപോലുള്ള മച്ചാനുകൾ കെട്ടി ധ്യാന

ക്ഷേത്രങ്ങൾക്കു കാവലിരിക്കുന്നവർക്കോ ഇവയിലൊന്നും ശ്രദ്ധയില്ല. അവർക്കൊരു രൂപസൗന്ദര്യവും കാണണമെന്നില്ല, കേൾക്കണമെന്നുമില്ല.

ഇന്നു രാവിലെ നദീതീരത്തേക്ക് നടക്കാൻ പോയി. പോകുന്ന വഴിയിലെ വൃക്ഷലതാദികളുടെ പ്രാചുര്യം, നീലാകാശം, വനവിഹംഗങ്ങളുടെ വിവിധ കൂജനങ്ങൾ എന്നിവ എന്റെ മനസ്സിനെ അസാധാരണമായ ആനന്ദരസത്തിൽ ആറാടിക്കുകയായിരുന്നു. ഒരു പേരമരത്തിന്റെ ചുവട്ടിൽ നല്ല പുല്ലുള്ള സ്ഥലത്ത് എന്റെ കുളിമുണ്ട് വിരിച്ച് അതിലിരുന്നു. എത്ര വൃക്ഷങ്ങൾ, വൃക്ഷങ്ങളെ ചുറ്റിപ്പിടിച്ച് വളരുന്ന ലതകൾ, ലതകളിൽ വെളുത്ത പൂക്കൾ, ധാരാളം തൊണ്ടിപ്പഴത്തിന്റെ ചെടികളും പൂത്തുനിൽക്കുന്നു. നേരിയ സൂര്യപ്രകാശത്തിൽ ആനന്ദിച്ച് പറന്നുകളിക്കുന്ന പലതരം ചിത്രശലഭങ്ങൾ. ഇതെല്ലാം കണ്ടുകൊണ്ട് ജീവകാലം മുഴുവൻ കഴിയേണ്ടിവന്നാലും ആ ദൃശ്യങ്ങൾ ഒരിക്കലും മനസ്സിനെ മടുപ്പിക്കയില്ല. ബാലസൂര്യന്റെ കിരണങ്ങൾ ദീപ്തമാക്കുന്ന ഈ പ്രഭാതത്തിന്റെ ആനന്ദം തരുലതകളുടെ രൂപസൗന്ദര്യങ്ങൾ പകരുന്ന ആനന്ദം, നീലാകാശത്തിന്റെ ശാന്തിനിറഞ്ഞ ആനന്ദം എല്ലാം ആസ്വദിച്ച് ജീവിതം മുഴുവനും കഴിച്ചുകൂട്ടാം.

കടുത്ത മഴ കുറച്ചുദിവസമായി ഒന്ന് നിലച്ചിരിക്കുന്നു. മേഘമേദുരമായ ആകാശം. ഞങ്ങൾ - കല്യാണിയും തിനുവും ഞാനും. വൈകീട്ട് മർഗാങ്ങിലെ അരുവി കടന്ന് ആരാംഡാങ്ങ എന്ന ചെറിയ ഗ്രാമത്തിലെത്തി. മുസൽമാന്മാരുടെ ഗ്രാമമാണ്. ഒരു വീട്ടിലേക്ക് ഞങ്ങളെ വിളിച്ചു. ഇരിക്കാൻ പലകയിട്ടുകൊടുത്ത് കല്യാണിയെ ആദരപൂർവ്വം ഇരുത്തി. താംബൂലം ഉണ്ടാക്കിക്കൊടുത്തു. ചളിപുരണ്ട ഒരു കൊച്ചാൺകുട്ടിയെ കല്യാണിയുടെ മടിയിൽ കൊണ്ടിരുത്തി. അവരുടെ സരളസ്വഭാവങ്ങൾ കണ്ട് ഞാൻ സന്തുഷ്ടനായി. മർഗാങ്ങിന്റെ ഓരത്തിരിക്കുമ്പോൾ ചുറ്റും പച്ചനിറത്തിന്റെ വിപുലമായ സമാരോഹം എത്ര ആനന്ദമയം! മുന്നിൽ തന്നെയാണ് ആരാംഡാങ്ങ. അത് ഒരു ഹരിതസമുദ്രത്തിലേക്ക് താണുപോകുംപോലെ. ഞങ്ങളുടെ കടവിനരികത്തെത്താറായപ്പോൾ മേഘങ്ങൾക്കിടയിൽകൂടി ആഷാഢപൗർണമിച്ചന്ദ്രൻ തികഞ്ഞ വൃത്താകാരത്തിൽ ഒന്ന് എത്തിനോക്കി. മേഘപടലങ്ങളെ വേർതിരിപ്പിക്കുന്ന നനുത്ത നിലാവിൽ ഞങ്ങൾ നദീജലത്തിലിറങ്ങി കുളിച്ചു.

തീവണ്ടി പോകുന്ന ശബ്ദം കേട്ടു. രാത്രി പത്തുമണിക്കുശേഷം പൂർണചന്ദ്രന്റെ ചന്ദ്രികയുടെ അവർണനീയശോഭ മഴ കഴുകി വൃത്തിയാക്കിയ ആകാശം നിറഞ്ഞുനില്ക്കുന്നു. പുറത്തെ വരാന്തയിൽ വന്നിരുന്ന് എല്ലാം ആസ്വദിച്ച് ആനന്ദിച്ചു. എരിക്കിന്റെ ഇലകൾ, മുരിങ്ങമരം, മുളങ്കാട്, കാട്ടുപരുത്തിച്ചെടികൾ, ഇവയുടെ മേൽപതിക്കുന്ന നിലാവിന് എന്തൊരു മനോഹാരിത, എന്തൊരു ശോഭ! വിശ്വരൂപം മുന്നിൽ പ്രത്യക്ഷമായതുപോലെ.

കുട്ടിക്കാലത്ത് മേലെല്ലാം തടിച്ചുപൊങ്ങലും കടിയും വന്നപ്പോൾ ഈ കാലത്ത് ഇവിടെ താമസിച്ചതോർത്തു. പിന്നീട് ഒരിക്കലും വന്നിട്ടില്ല.

ഇന്ന് സുന്ദരമായ ശരത്കാലത്തെ വെയിൽ. കുളിക്കുന്നതിനുമുമ്പ് പേര മരച്ചുവട്ടിൽ ചെന്നിരുന്നു. എങ്ങും ചിത്രശലഭങ്ങൾ ആഹ്ലാദിച്ച് പറന്നു കളിക്കുന്നു. എന്തൊരു ഭംഗി! ആരോ പിറകിൽ വന്ന് പെട്ടെന്ന് കണ്ണു പൊത്തിപ്പിടിച്ചേക്കും എന്നൊരു തോന്നൽ!

എണീറ്റുപോരാൻ മനസ്സ് വരുന്നില്ല. കടവിലെത്തി കുളിക്കാനായി വെള്ളത്തിലേക്കിറങ്ങിയപ്പോൾ കണ്ട അക്കരെയുള്ള നീലശോഭ ഹൃദയത്തെ മുഗ്ധമാക്കി. ഇന്നലെ വനഗ്രാമത്തിൽ നിന്ന് നിലം വാങ്ങി തിരിച്ചുപോരുമ്പോൾ കൂടെ ഇന്ദുബാരിക്, സന്തോഷ് എന്നിവരും ഉണ്ടായിരുന്നു. പെട്ടെന്ന് പെയ്ത മഴയിൽ ഞങ്ങളെല്ലാവരും നനഞ്ഞു. നല്ല കൊടുംകാറ്റും മഴയും തന്നെയാണുണ്ടായത്.

മിനിയാന്ന് നുടു ധൊൽഭൂമഗഡിലേക്ക് തിരിച്ചുവന്നു. ഒരു ദിവസം ഇന്ദുവിന്റെ കൂടെ പോയി. വളരെ നാളുകൾക്കുശേഷമാണ് ഇവൻ, നുടു, നാട്ടിലേക്കു വരുന്നത്. നാലു ദിവസംകൂടെ ഉണ്ടാവും. അതിനാലാണ് ബേലേഡാങ്ങയ്ക്കടുത്തുള്ള ആ സുന്ദരമായ സ്ഥലത്തേക്ക് ഞങ്ങൾ നടക്കാനിറങ്ങിയത്.

ഒരു ദിവസം മൊർഡാങ്ങയിൽ ഞങ്ങൾ വാങ്ങിയ നിലവും പറമ്പും കാണാൻ പോയി. മിനിയാന്ന് വൈകുന്നേരമാകുംമുമ്പ് ഇന്ദു, മധു, ചെറിയച്ഛൻ എല്ലാവരുംകൂടി മീൻ പിടിക്കുന്നു. ഞാനും നടന്നു നടന്ന് അവിടെ എത്തി. ആകാശത്തിന്റെ അതിശയകരമായ ഈ നിറപ്പകിട്ടും വിവിധ നിറങ്ങളുടെ നിറക്കൂട്ടുകൊണ്ട് രചിക്കുന്ന വിചിത്രരചനകൾക്കു താഴെ മനുഷ്യരതൊന്നും വകവെക്കാതെ കൂട്ടംകൂട്ടമായി നിന്ന് മീൻപിടിക്കുന്നു. ചിലർ കരയിൽനിന്നിറങ്ങി വലവീശുന്നു, ചിലർ കരയിലിരുന്ന് ചൂണ്ട വെള്ളത്തിലേക്കിട്ട് കാത്തിരിക്കുന്നു, യുഗൻ കിഷോർ പശുക്കളെ മേക്കുന്നു, ഇടയ്ക്ക് പുകയില കൈയിൽ തിരുമ്മി വായിൽ വെക്കുന്നു, കായ്കറി ചെടികളുടെ കടയ്ക്കൽ മണ്ണ് കുത്തി ഇളക്കുന്നു. എത്രയോ വർഷങ്ങളായി, ഇന്നും പീച്ചിങ്ങച്ചെടി മുൻപെന്ന പോലെ പടർന്നു പന്തലിച്ച് മഞ്ഞപ്പൂക്കൾ നിറഞ്ഞ് നില്ക്കുന്നു. നൂറുവർഷത്തിലധികമായിക്കാണും. അവളുടെ ശാന്തവും അനാഡംബരവുമായ ജീവിതയാത്ര തുടരുന്നു. നിറഞ്ഞ സന്ധ്യാനേരം.

ഇന്നലെ ഉഷയുടെ എഴുത്ത് കിട്ടി. മെട്രിക്ക് പരീക്ഷ പാസ്സായി എന്നറിയിച്ചിരിക്കയാണ്. അടുത്ത ശനിയാഴ്ച പാത്ഥുറെഘാട്ടയിലെ അക്ഷയകുമാർ ഘോഷിന്റെ ഇളയമകൾ ബുഡിയുടെ വിവാഹമാണ്. ക്ഷണിച്ചിട്ടുണ്ട്. ശനിയാഴ്ച തീർച്ചയായും അവിടെ പോകണം.

എത്രയോ നാളത്തെ ഭയങ്കര മഴയ്ക്കുശേഷം രണ്ടു ദിവസമായി ആകാശം തെളിഞ്ഞുനില്ക്കുന്നു. കഴിഞ്ഞ ശനിയാഴ്ച ശ്രാവണമാസത്തിലെ ഇരുപത്താറാംതിയ്യതി അക്ഷയകുമാറിന്റെ മകൾ ബുദ്ധിയുടെ വിവാഹം ഭംഗിയായി കഴിഞ്ഞു. അന്നവിടെ രാം ജോഡ്, ഛട്ടുസിങ്ങ്, സരണപ്രസാദ്, യുഗൾ എന്നിവരെയെല്ലാം കണ്ടു. വളരെ നാളുകൾക്കുശേഷം ഇസ്മയിൽപൂരിലെ അതേ അന്തരീക്ഷം തിരികെ വന്നപോലെ. വരുന്ന ശനിയാഴ്ച ഇവിടെനിന്ന് ഘാട്ട്ശിലയിലേക്ക് പോകും. നുട്ടു എഴുത്തയച്ചിരിക്കുന്നു.

മിനിയാന്ന് ഫണിചെറിയച്ഛൻ മത്സ്യം പിടിക്കാനായി സുന്ദരപൂരിലെ മൊർഗാങ്ങിലേക്ക് പോയിരുന്നു. അദ്ദേഹത്തിനെ തേടി ഞാനും പിറകെ പോയി. സുന്ദർപൂർ വരെ പോയി. ആ വഴിയിലേക്ക് വളരെ കാലമായി പോയിട്ടില്ല. കാട്ടുചീര ധാരാളമായി വളർന്നുനില്ക്കുന്നു. നിറയെ പൂക്കൾ ഓരോ ചെടിയുടെ തലപ്പത്തും വിടർന്നുനില്ക്കുന്നു. എങ്ങും ഹരിതമയം! എന്തൊരു ശോഭ! കുറ്റിക്കാടുകളാണധികം. എങ്കിലും ചെറുചെടികളും കൊച്ചുവൃക്ഷങ്ങളും ഈ ഭാഗത്തെ ഒരു വിശേഷതയാണ്. വർഷകാലത്ത് ആ സൗന്ദര്യം കാണാൻ ഭാഗ്യം കിട്ടുന്നവരെല്ലാം മുഗ്ദ്ധരാകും. എന്റെ പ്രിയപ്പെട്ട പേര മരച്ചുവട്. അവിടെ കൊച്ചുകൊച്ചിലകളുള്ള നിലത്തു പറ്റിപ്പിടിച്ച് വളരുന്ന പുല്ലുകൾ ധാരാളം വളർന്നിരിക്കുന്നു. എനിക്ക് പച്ചമൽമലിന്റെ ഇരിപ്പിടം വിരിച്ചിട്ടിരിക്കുന്നപോലെ. തലയ്ക്കുമീതെ ചാഞ്ഞുനിൽക്കുന്ന പേരമരത്തിന്റെ കൊമ്പുകൾ.

സുരേനിന്റെ വീടിനുപിറകിലെ ഒരു കുറ്റിക്കാട്ടിലും ധാരാളം കാട്ടുകളച്ചീര പൂത്തുനില്ക്കുന്നതുകണ്ടപ്പോൾ അവിടെനിന്ന് കണ്ണെടുക്കാൻ തോന്നിയില്ല. വിശ്വശില്പിയുടെ ഈ അപൂർവസൃഷ്ടിയുടേയും അതിന്റെ സൗന്ദര്യത്തിന്റെ പ്രകാശവും മനസ്സിന്റെ അന്തസ്ഥലങ്ങളിൽ സചേതനമായിതന്നെ ഗ്രഹിച്ചറിയാൻ വേണ്ടിതന്നെയല്ലേ ഈ ഭൂമിയിൽ ഇത്ര വിവിധ ഫലപുഷ്പങ്ങളും നീലാകാശവും ഉദാരമായ ഭൂമിശ്രീയും നമ്മെ ആകർഷിക്കുന്നതും നമ്മളിൽ ഒരു സ്ഥിരസ്ഥാനം നേടുന്നതും.

ഇന്നലെ കൊൽക്കത്തയ്ക്ക് പോയിരുന്നു. രാവിലെ പോയി, രാത്രി ഒമ്പതിന് തിരിച്ചുവന്നു. കുറച്ചു ദിവസങ്ങളായി എന്നും ഞങ്ങളുടെ കടവിൽ കുളിക്കാൻ പോകും, വളരെ നേരം നീന്തും. ഇരുകരകളിലും നിറഞ്ഞുനില്ക്കുന്ന കാട്ടുചെടികളുടെ കുറ്റിക്കാടുകൾ, മുൾമരങ്ങൾ, നീലാകാശം, ശരൽക്കാലത്തെ വെയിൽ, അരിപ്രാവിന്റെ മൂളക്കം, ചീവീടുകളുടെ ശബ്ദം. വളരെക്കാലമായി മറന്നുപോയ ബാല്യകാലദിനങ്ങളിലേക്ക് മനസ്സ് തിരിച്ചുപോകുന്നു. നീന്തിനീന്തി മുളങ്കാടിന്റെ ചുവട്ടിലേക്ക് കയറി. കാട്ടുചീരകളുടെ കുറ്റിക്കാട്ടിനരികിൽ ഒരു മരത്തണലിൽ ഇരുന്നു. അകലെ ഒരു വൃക്ഷത്തിന്മേൽ കയ്ക്കുന്ന കക്കിരിക്കയുടെ ലത ചുറ്റി

ക്കയറി ആ വൃക്ഷത്തിന്റെ മുകളിൽ വരെ എത്തിയിരിക്കുന്നു. വെയിലി ല്ലെങ്കിൽ നീലാകാശമില്ലെങ്കിൽ ശരൽക്കാലത്തിന് ഭംഗിയുണ്ടോ? ഇത്രയും നാളുകളായി മഴതന്നെ മഴ. വെയിൽ പരന്നുകഴിഞ്ഞാൽ എല്ലാ ഇലക ളിൽനിന്നും ഒരു പ്രത്യേക സുഗന്ധം ഉയരും. അപ്പോൾ ശരത്തിന്റെ സ്വപ്നലോകം എങ്ങും കാണാനാകും, നീലാകാശത്തിൽനിന്ന് അനന്ത മുക്തി നേടി എത്തുന്ന ചന്ദ്രികയും ഒരു സ്വപ്നലോകമായി മാറും.

ഇന്ന് പഴയ നീലമാപ്പീസിന്റെ ഭാഗത്തെ മൈതാനത്തിലേക്ക് നടക്കാൻ പോയി. അതേ പേരമരത്തിന്റെ ചുവട്ടിൽ അനങ്ങാതെ മിണ്ടാതെ ഇരുന്നു. ചിലപ്പോൾ ആ മരത്തിന്മേൽ കയറാറുണ്ട്. മരത്തിന്മേൽ കയറിയാൽ മറ്റൊരാളായി മാറിയപോലെ. ആ വന്യപ്രകൃതിയുമായി കൂടുതൽ അടുത്തപോലെ. പുതുശക്തി കിട്ടിയപോലെ. നിവാരണന്റെ വളപ്പിൽനിന്ന് വെള്ളത്തിലേക്ക് ഇറങ്ങി. നീന്തി മുന്നോട്ടു പോകുമ്പോൾ വെള്ളത്തി ലെങ്ങും പൊന്തിക്കിടക്കുന്ന കപ്പപ്പായലുകൾ, കളച്ചീരകളുടെ കൂട്ടത്തി നരികിൽകൂടി പോകുമ്പോൾ ഞാന്നുകിടക്കുന്ന എത്ര പക്ഷിക്കൂടുകൾ! ആ പക്ഷികൾ ഈ മരച്ചില്ലകളുടെ ഇലകൾ കൂട്ടിച്ചേർത്ത് കൂടുണ്ടാ ക്കാൻ സമർത്ഥരാണ്. തുന്നൽക്കാരൻ പക്ഷികൾ! ശരത്കാല മധ്യാഹ്ന ത്തിലെ ശുഭ്രമേഘപടലങ്ങളുടെ നേരെ നോക്കി നോക്കി വനസിംതൊല യിലെ കടവുവരെ എത്തി.

മുക്കുവൻ അഭിലാഷ് മറുകരയിൽനിന്ന് മീൻകൊട്ട വൃത്തിയാക്കു ന്നതിനിടയ്ക്ക് വിളിച്ചുപറഞ്ഞു,

-ബാബു, ഈ ഭാഗത്ത് ഇങ്ങനെ നീന്തുന്നതെന്തിനാണ്? എത്ര ആപ ത്താണെന്നറിയോ? വല്ല അപകടവും വന്നാൽ? എന്താ സംഭവിക്കുക എന്ന് പറയാനാകുമോ? ബാബു, ഇങ്ങനെ നീന്തി അലയരുത്.

എന്തൊരു ശാന്തി! എത്ര ആനന്ദം! പ്രകൃതിയുമായി ഈവിധം അടു ക്കുമ്പോൾ ആ ഏകാത്മകഭാവത്തിൽനിന്നും മാത്രം ലഭിക്കുന്ന മന സ്സിന്റെ തൃപ്തി!

വൈകുന്നേരം നടക്കാനിറങ്ങി. പുഴയുടെ തീരത്തുകൂടി നടന്നു. അതേ ആൽമരം. ചുവട്ടിൽ ചെന്നതും മരത്തിന്മേൽ കയറി ആൽവൃക്ഷത്തിന്റെ മുകളിൽ കുറച്ചുനേരം ഇരുന്നു. ദൂരെ ഒഴുകുന്ന നിർമ്മലമായ നദീജലം. എനിക്കു ചുറ്റും നിശ്ശബ്ദവനം മാത്രം. ഒരിടത്ത് വളരെയധികം കളച്ചീര നിൽക്കുന്നു. അവ നിറയെ പൂക്കൾ. മുക്കുവരുടെ കുടിലുകൾക്ക് നേരെ പിറകിലാണ് അവ വളർന്നുനില്ക്കുന്നത്. ആ സ്ഥാനം വിട്ടിറങ്ങി ശാങ്കാരി കുളത്തിലേക്കുള്ള വഴിയിൽകൂടി, കനത്ത കാട്ടിനുള്ളിൽകൂടി നടന്നു പോന്നു.

ഇന്ന് ഉച്ചയ്ക്ക് ദുല സാന്താളന്റെ കൂടെ നടന്നുനടന്ന് ബരാജൂഡിലെ ത്തി. മുകളിൽ നീലനിറമുള്ള ആകാശം. അകലെ ശൈലനിരകളുടെ

നീലരേഖ. ബാട്ടായിജോഡ് കഴിഞ്ഞശേഷം ഡ്യാങ്ജൂഡി, സാരാഡോബ എന്നീ സാന്താൾ ഗ്രാമങ്ങളിൽകൂടി പോയശേഷം അവസാനം ബരാജൂഡി എന്ന ഗ്രാമത്തിലെത്തി. അവിടെ ചെറിയ കൈയാല ഉണ്ടാക്കിക്കിട്ടാൻ വേണ്ടി ചിലരെ ഏല്പിച്ചു. നെല്ല് കൊയ്തുവെക്കാനും മെതിക്കാനും വേണ്ടി ഒരു സ്ഥലം ഉണ്ടാക്കണം. ഓടുമേഞ്ഞ പുര.

എത്ര സുന്ദരമാണ് ഈ ഗ്രാമം! കണ്ടതും എനിക്ക് വളരെ ഇഷ്ടപ്പെട്ടു. അപരാഹ്നമായി തുടങ്ങി. എങ്ങും നിഴൽ പരക്കാൻ തുടങ്ങി. മൗല വനം, സാലവൃക്ഷവനം എല്ലായിടത്തും തണൽ മാത്രം. അകലെ ഒരു തടാകത്തിൽ ചുവന്ന താമര ധാരാളം വിടർന്നുനില്ക്കുന്നു. നീലശൈല മാലകളുടെ ഓരത്തിൽ നെല്പാടങ്ങൾ.

കാർത്തിക് ഗോറായി എന്നു പേരുള്ള ഒരു കടക്കാരൻ എനിക്ക് ബഹുമാനപൂർവം ചായ കൊണ്ടുതന്നു. എന്നോട് പറഞ്ഞു,

-ഇവിടെ നെല്ക്കൃഷിപ്പാടങ്ങൾക്ക് വളരെ വിലകുറവാണ്.

പീടികയിൽ ആളുകൾ ചെറുപാത്രങ്ങൾ വിറ്റ് അരിയും പരിപ്പും വാങ്ങിച്ച് പോകുന്നു. അത്രയ്ക്ക് കഷ്ടകാലമാണ്. സന്ധ്യക്കു മുമ്പായി തിരികെ പോന്നു. എല്ലായിടത്തും നിഴൽ വ്യാപിച്ചുകഴിഞ്ഞു. തിരികെ വന്നശേഷം വിശിഷ്ടരായ ലേഖകന്മാരുടെ വരികൾ എടുത്തു വായിച്ചു.

"On the Contrary, the wise man is conscions of himself, of God. If the road I have shown to lead to this is very difficult. It can yet be discovered. And clearly it must be very hard when it is so seldom found. For how could it be that is reglected practically by all, if salvation were close at hand and could be found without difficulty? But all excellent things are as difficult as they are rare."

-Ethics-SPINOZA

"The really valuable things in human life are individual-what is of most value in human lift is more analogons to what all the great religions teacher have spoken of."

-Power - Bertrand Russel.

"There can never be any real opposition between religion and science; for the one is the compliment of the other. It was not by accident that the greatest thinkers of all ages were deeply religious souls."

-Max Planck

മേല്പറഞ്ഞതെല്ലാം എന്റെ അനുഭൂതികളിൽകൂടിയും സമർത്ഥിക്കപ്പെട്ടിരിക്കുന്നു. എന്റെ ഡയറിയിൽ പലയിടത്തുമായി പലവിധത്തിലായി

എഴുതിയ അനുഭൂതികളിൽ പ്രത്യേകിച്ചും. ആ സ്തബ്ധ ചിൻമയ ഭാവ ലോകത്തെ നദീതീരത്ത് ഇറങ്ങിവരുന്ന അപരാഹ്നത്തിലെ നിർജ്ജനത യിൽ, കുറ്റിക്കാടുകളിൽ പൂവിട്ടുനില്ക്കുന്ന കാട്ടുപൂക്കളുടെ ഉദാസീന ശോഭയിൽ, അന്ധകാരമയമായ നിശീഥിനിയുടെ തലമുകളിൽ മിന്നി മിന്നിപ്രകാശിക്കുന്ന നക്ഷത്രഗണങ്ങൾ വിരിച്ചിട്ട താരാപഥത്തിന്റെ വിശി ഷ്ടമായ ഇംഗിതങ്ങളിൽ എത്രയെത്ര അനുഭൂതികളുടെ സന്ധാനം നേടി! ജീവിതരഹസ്യത്തിന്റെ മൂലമായ ഊർദ്ധ്വാകാശത്തിലും ശാഖോപശാഖ കളായി പരന്നുകിടക്കുന്ന ധരണിയിലും അവ അനുഭവപ്പെടുന്നു.

മിസ്റ്റർ സിഹനയുടെ കാറിൽ ഞാനും കല്യാണിയും ധൽഭൂമഗഡിലെ നുട്ടുവിന്റെ വീട്ടിലേക്ക് എത്തിയപ്പോൾ അവിടെ ഗുട്കെ, മംഗള, ഗോപാൽ എന്നിവരും ഉണ്ടായിരുന്നു. അവിടെ വൈകുന്നേരത്തെ ദൃശ്യം അതി മനോഹരമായിരുന്നു. ചായ കുടിച്ച് വീണ്ടും കാറിൽ യാത്രയായി. ചാകുലി യയിൽനിന്ന് മഴയിൽ കുളിച്ചുനില്ക്കുന്ന വനങ്ങളുടെ ഭംഗി കണ്ടുകൊണ്ട് മാൻസമുഡിയയിൽ കൂടി പോയി. ബഹരാഗഡാഡക് ബംഗ്ലാവിലെത്തി. അന്ന് എത്ര വൈകുംവരെയാണ് രാത്രിയിൽ ഞങ്ങൾ സംസാരിച്ചു കൊണ്ടിരുന്നത് എന്നറിയില്ല. അടുത്ത ദിവസം ഖാഡാമൗദയിൽകൂടി ബോംബെ റോഡിലെത്തി, യാത്ര തുടർന്ന് ദൂധ് ഖുണ്ഡി റിസർവ് ഫോറ സ്റ്റിലെ ബംഗ്ലാവിലെത്തി. വയ്ക്കോൽ മേഞ്ഞ വീട്. ചുറ്റും മാവും മറ്റു ഫലവൃക്ഷങ്ങളും നിറഞ്ഞ വളപ്പ്. തൊട്ടടുത്തുനിന്നുതന്നെ വനം ആരം ഭിക്കുകയായി. ജനാലയിൽകൂടി നോക്കിയാൽ കാണാം.

മഴയിൽ കുളിച്ച് നില്ക്കുന്ന വനത്തിൽനിന്ന് ആറ്റുദർഭപൂക്കളും കാട്ടുവാഴയുടേതുപോലെയുള്ള കുടപ്പനും കൊണ്ടുവന്നു. മഴ പെയ്തു കൊണ്ടിരിക്കുന്നു. കല്യാണി രവീന്ദ്രനാഥ ടാഗോറിന്റെ 'മാലഞ്ച്' വായി ക്കുന്നു. ഞാൻ മേശയ്ക്കരികിലിരുന്ന് പലതും ചിന്തിച്ചു. ഈ പുരയും ചുറ്റുപാടും എന്റെ ആയിരുന്നെങ്കിൽ! ഈ ഗ്രാമവും വനവും എന്റേതായി രുന്നെങ്കിൽ എനിക്ക് എഴുതാനും അലഞ്ഞുനടക്കാനും പറ്റിയ എത്ര നല്ല സ്ഥലം. ഈ വിജനതയിൽ എല്ലാം എത്ര സുഖകരമായിരിക്കും!

കുറച്ചുനേരം കഴിഞ്ഞപ്പോൾ മിസ്റ്റർ സിഹന വനം പരിശോധന ചെയ്ത ശേഷം തിരിച്ചെത്തി. ഞങ്ങളെല്ലാവരുംകൂടി ചില വനവിഭാഗങ്ങൾ സന്ദർശിച്ചു. വനവിഭാഗം വെച്ചുപിടിപ്പിച്ചിരിക്കുന്ന മരങ്ങൾ കണ്ടു. ഇരു മുൾമരത്തിന്റെ തൈകളാണധികം.

വൈകീട്ട് ഞങ്ങളെ കാണാനായി ഹെഡ്മാസ്റ്റർ വന്നു. നാളെ ഇവിടെ മീറ്റിങ്ങ് ഉണ്ട്. ഡാക് ബംഗ്ലാവിന്റെ ചുറ്റും പ്രകൃതിയുടെ ഭാവം മനസ്സു നിറയ്ക്കുന്നു. ആകാശത്തിന്റെ നിറം ആശ്ചര്യകരം. കഴിഞ്ഞ ഫെബ്രു വരിയിൽ കണ്ട സന്ന്യാസിയുടെ ആശ്രമത്തിലേക്ക് ചെന്നപ്പോൾ അവിടെ എല്ലാം തകർന്നുകിടക്കുന്നു. വൈക്കോലിന്റെ മേല്പുര പൊളിഞ്ഞുവീണി രിക്കുന്നു. സന്ധ്യക്കുശേഷം തിരിച്ചുവരുമ്പോൾ രണ്ട് ചെറുക്കന്മാരെ

അവിടെ കണ്ടു. ഈ ഇരുട്ടിൽ ആ മുറിക്കകത്ത് അവരെന്തു ചെയ്യുകയാണ്! അവർ അവിടെ ആനന്ദിക്കാനെത്തിയിരിക്കുകയാണത്രെ. ഒന്നിച്ചിരുന്ന് സംസാരിക്കുകയാണത്രെ. എനിക്കെന്തോ ഒരു സംശയം മനസ്സിൽ വന്നു. പിന്നീട് വാസ്തവം കേട്ടു. അവർ അവിടെ കഞ്ചാവ് വലിക്കാൻ വരുകയാണത്രെ!

മൃദുനിലാവിൽ എത്രനേരം പാലത്തിന്മേൽ ഇരുന്നു. ഈശ്വരവിഷയത്തെപ്പറ്റി ചർച്ച ചെയ്തു എന്നറിയില്ല. രാത്രി ഏറെ ആകുംവരെ ബംഗ്ലാവിലിരുന്നും അതേ ചർച്ച തുടർന്നു.

രാവിലെ മഴ. അതിനാൽ നല്ല തണുപ്പ്. കാറിൽ ഞങ്ങൾ - കല്യാണിയും ഞാനും മിസ്റ്റർ സിഹ്നയും - യാത്രയായി. കേശർദാ മുളങ്കാടുകളിലേക്ക് പോയി. വളരെ വലിയ ആ മുളവനം. നട്ടുവളർത്തി സുരക്ഷിതമായി നോക്കുന്നത് വനവിഭാഗമാണ്.

റേഞ്ചർ നൂരുൾവാക്ക് വന്ന് പറഞ്ഞു,

-രണ്ടായിരം പ്ലാവിൻതൈകൾ വെച്ചുപിടിപ്പിച്ചിട്ടുണ്ട്, യജമാന്നേ.

ഞങ്ങൾ കേശരദാഗ്രാമത്തിലേക്ക് പോയി. ഈ ഗ്രാമം ബംഗാളികളും ഒഡീഷ്യക്കാരുമായ കുടിയേറ്റക്കാരുടെ ഗ്രാമമാണ്. അവരുടെ ബംഗാളിയിൽ ഒഡീഷ്യ വാക്കുകൾ ഇടകലർന്നിരിക്കുന്നു. ഞങ്ങളുടെ കാറ് വരുന്നത് കണ്ടതും വളരെ പേർ അടുത്തുകൂടി.

അവർ ആവലാതി പറഞ്ഞു,

-ഞങ്ങൾക്ക് ഭക്ഷണസാധനങ്ങൾക്ക് വലിയ കുറവാണിവിടെ.

ചില സ്ത്രീകൾ കല്യാണിയെ കൂട്ടി ഗ്രാമത്തിലെ ദേവീമന്ദിരത്തിലേക്ക് പോയി. 'സ്വർണദേവുഢി' ക്ഷേത്രം. അതിപുരാണപ്രതിമ. മൂക്കും മറ്റും തേഞ്ഞതും പൊട്ടിപ്പോയതുമായ പ്രതിമ. അത്തരം വേറെയും പ്രതിമകൾ ചെറുതും വലുതുമായവ പലയിടത്തായി കിടക്കുന്നുണ്ട്. കൃഷ്ണപാണ്ഡ എന്ന പൂജാരിയുടെ വീട്ടിൽ ഞങ്ങൾ കുറച്ചുനേരം ചെന്നിരുന്നു. കല്യാണിയും വന്നു. മൺകുടിലാണ്. ചുമരിന്മേൽ സുബാഷ് ചന്ദ്രബോസ്, ഗാന്ധി എന്നിവരുടെ ചിത്രങ്ങൾ.

അവിടെ ആർക്കോ ഒരാൾക്ക് പനിയാണ്, കട്ടിലിൽ കിടക്കുന്നു. മലേറിയ അല്ല എന്നും ആ പനി ഈ ഭാഗത്തില്ല എന്നും അവർ പറഞ്ഞു. എല്ലുംതോലുമായ അനവധി കുട്ടികൾ വന്നു. ഇരുപത്തഞ്ച് - മുപ്പതു പേർ കാണും. 'ഡോം*' ജാതിക്കാരുടെ മക്കളാണത്രെ! പകലെല്ലാം ഭിക്ഷതെണ്ടി കഴിയും. ഒരുപിടി അരി എല്ലാവരും കൊടുക്കും. അവർ വിറക് കിട്ടാനുള്ള വിഷമത്തെപ്പറ്റി പശുക്കളെ മേക്കാനുള്ള അസൗകര്യത്തെപ്പറ്റി ആവലാതി പറഞ്ഞു.

---

* ശവം മറവു ചെയ്യുന്ന ജാതി

പാണ്ഡ ഠാക്കുർ എനിക്ക് പാലും പൊരിയും തൈരും കഴിക്കാൻ തന്നു. അറ്റത്തെ ഒരു മുറിയിലേക്ക് എന്നെ കൊണ്ടുപോയ ശേഷമാണ് സൽക്കരിച്ചത്. മറ്റൊരു മുറിയിലേക്ക് കൊണ്ടുപോയി. അവിടെ ചൂരൽ കൊണ്ടുണ്ടാക്കിയ എത്രതരം കൊട്ടകൾ. വരിയായി വെച്ചിരിക്കുന്നു. പുരിയിലെ കടകളിൽ കണ്ട കൊട്ടകൾ പോലെയുണ്ട്. ഒരു മുറിക്കും ജനാലകൾ ഇല്ല, ഇരുൾ നിറഞ്ഞ മുറികൾ. ഒരു മണി ആയപ്പോൾ അവിടെ നിന്ന് ഡാക്ക് ബംഗ്ലാവിലേക്ക് പോയി. കുളിയും ഭക്ഷണവും കഴിച്ചു. അപ്പോൾ സ്കൂളിലെ ഒരു വിദ്യാർത്ഥി വിളിക്കാൻ വന്നു. ഞങ്ങൾ മീറ്റിങ്ങിന് പോയി. ഹെഡ്മാസ്റ്ററുടെ വീട്ടിൽ ചായയും പലഹാരങ്ങളും ഒരുക്കിയിരുന്നു. മീറ്റിങ്ങിനുശേഷം അതെല്ലാം കഴിച്ചു.

ഒരു ഗ്രീക്ക് യുവാവ് ഹെലിയോ ഡോറസ്സിന്റെ ആവിർഭാവം. ശതാബ്ദിക്കുശേഷം വീണ്ടും എന്നപോലെ.

സന്ധ്യയായപ്പോൾ കല്യാണിയേയും കൂട്ടി സുവർണരേഖയുടെ ഈ ഭാഗത്തെ ബൈറാനാലി കടവിന്നരികിൽ ചെന്നിരുന്നു. ആ ഭാഗത്ത് മയൂർഭഞ്ജിലെ ശൈലമാല. ഏറ്റവും ഉയരമുള്ള ഒരു ശിഖരത്തിനു മുകളിൽ വലിയൊരു കറുത്ത മേഘം തൂങ്ങിക്കിടക്കുന്നു. ഈ വശത്തെ കരിനൊച്ചി ച്ചെടികളുടെ വേലിക്കരികിലാണ് ഞങ്ങൾ ഇരിക്കുന്നത്. ഈശ്വരചിന്തയിൽ മുഴുകി ഇരുന്നുപോയി.

കല്യാണി 'യോ ദേവഗ്നൗയോ ഹപ്സു' എന്ന അഗാധമായ ഉപനിഷത് വാണി പാടി.

നിലാവുദിച്ചു. ചതുർത്ഥിയുടെ ചന്ദ്രന്റെ പാളി. ബഹരാഗഡയിലെ ഡാക്ക് ബംഗ്ലാവിന്റെ മുന്നിലെ തുറന്ന ഭൂമിയിൽ നറുനിലാവ് ഓളംവെക്കുന്ന പോലെ. എത്ര വൈകുംവരെയാണ് എന്നും ഞങ്ങൾ ഉണർന്നിരിക്കുന്നത്! ഇത്തരം മുക്തപ്രകൃതി വേറെ എവിടെ കാണാൻ കിട്ടും! നിലാവിൽ ഞങ്ങൾ നടന്നു. സന്ന്യാസിയുടെ പൊളിഞ്ഞുവീണ ആശ്രമത്തിനടുത്തേക്ക് ചെന്നു.

രാവിലെ ബഹരാഗഡയിൽനിന്ന് പുറപ്പെട്ട് ധലഭൂമഗഡിലെ നുട്ടുവിന്റെ മെഡിക്കൽ ക്യാമ്പിലെത്തി. അവിടെ ഭക്ഷണം കഴിച്ചു. വീണ്ടും കാറിൽ യാത്രയായി. ഡൈനാമെറ്റ് പൊട്ടിക്കാൻ പോയ ഒരു കൂലിയുടെ നട്ടെല്ല് തകർന്നു. കല്യാണി അവനെ കണ്ടപ്പോൾ വളരെ ദുഃഖിച്ചു.

ധലഭൂമഗഡ് ക്യാമ്പ് നല്ല സ്ഥലത്താണ്. മുന്നിൽ തന്നെ വിശാലമായ സാലവൃക്ഷവനം. നീണ്ടുകിടക്കുന്ന ധാന്യവയലുകൾ പച്ചനിറഞ്ഞു നില്ക്കുന്നു. ഇന്ന് ചാക്കുലിയയിലെ ചന്തദിവസമാണ്. സാന്താള പെണ്ണുങ്ങൾ പലതും വില്ക്കുന്നുണ്ട്. ചൂലുകൾ, ചൂരൽകൊട്ടകൾ എന്നിവ. ഒരു ചൂല് വാങ്ങിക്കാമായിരുന്നു എന്ന് കല്യാണി തുടരെ പറഞ്ഞുകൊണ്ടിരിക്കയാണ്.

അവിടെനിന്ന് ഫാട്ട്ശാലയിലെത്തി. വൈകീട്ട് അഞ്ചുമണിക്ക് ചായ കുടിച്ച് കാറിൽ യാത്ര തുടർന്നു. സുവർണരേഖയിലെ പാലം കടന്ന് രാഖാ മൈൻസ് മിലിട്ടിറി ക്യാമ്പ്. അവിടെ ലഫ്ടനന്റ് ജൂവൂരിയുടേയും ബോസിന്റേയും ആതിഥ്യം സ്വീകരിച്ചു.

അതിരാവിലെ രാഖാ മൈൻസിൽനിന്ന് പുറപ്പെട്ടു. ചായ കുടിച്ചശേഷ മാണിറങ്ങിയത്. കലികാപൂരിലെ റോഡ് ആപ്പീസിലെത്തി. അവിടെ കുറച്ചുനേരം ഇരുന്ന് പലതും സംസാരിച്ചു. ഹെലിയോഡോറസ്സിന്റെ കഥ കൾ കേട്ടു. വായിച്ചു. വളരെ നല്ല സ്ഥലമാണ് ഇവിടെ. ചായിവാഡയി ലെത്തിയപ്പോൾ മണി പന്ത്രണ്ടായി.

ഘാട്ട്ശിലയിൽനിന്ന് ദ്വിജുബാബു വന്നു. എല്ലാവരുംകൂടി രാത്രി ഉറങ്ങിയില്ല, പല കാര്യങ്ങളും സംസാരിച്ചു. കവിത ചൊല്ലിയും നിരവധി കഥകൾ പറഞ്ഞും കോൽഹൻ പാർക്കിൽ രാത്രി അവസാനിക്കാറായത് അറിഞ്ഞില്ല.

നേരം വെളുക്കുംമുമ്പേ പിൻനിലാവിന്റെ വെളിച്ചത്തിൽ ചക്രധര പൂരിലേക്ക് കാറിൽ യാത്രയായി. ദ്വിജുബാബുവിനെ അദ്ദേഹത്തിന് ഇറ ങ്ങേണ്ട ഇടത്ത് ഇറക്കിവിട്ടശേഷം നിലാവെളിച്ചത്തിൽ പോഡാഹാട്ട് മല കളിലും വനങ്ങളിലും കൂടി യാത്ര ചെയ്തു. വോഡഡി ബംഗ്ലാവിലെ ത്തി. കാറിൽ പോരുമ്പോൾ ഒരു കാര്യം ഓർത്തു. നാട്ടിൽ ഇന്ന് ചന്ത ദിവസമാണല്ലോ എന്ന്.

ഞങ്ങൾ കാറിൽതന്നെ കിടന്നുറങ്ങി. നേരം വെളുത്തു. ചായ കുടിച്ച ശേഷം നേരെ പോയത് ഹിഡ്നി ഫാൾസിലേക്ക്. ആ സ്ഥാനത്തിന് എന്തൊരു അസാധാരണ ഗാംഭീര്യം! ഉത്തുംഗശൈലത്തിൽനിന്നാണ് ഈ വെള്ളച്ചാട്ടത്തിന്റെ ഉദ്ഭവം. അത്ര ഉയരത്തിൽനിന്ന് വീഴുന്ന വെള്ള ച്ചാട്ടത്തിനുചുറ്റും വനങ്ങൾ തന്നെ. ചുണ്ണാമ്പുപാറകളിന്മേൽ ഉരഞ്ഞു വീഴുന്നു. ചുണ്ണാമ്പിന്റെ പൊടിപടലം ചുറ്റും വീണുകിടക്കുന്നു. കുളിക്കു മ്പോൾ റാഞ്ചിയിലെ ഹുഡ്രു വെള്ളച്ചാട്ടത്തിനെപ്പറ്റി ഓർമ്മവന്നു.

വനമധ്യത്തിൽ കൂടി വീതികുറഞ്ഞ ഒറ്റയടിപ്പാതയിൽകൂടി നടന്നു. ഞാനും സുബോധബാബുവും മിസ്റ്റർ സിഹനയും പരേശ് സന്യാലും ഒന്നിച്ച് പോന്നു.

വെള്ളച്ചാട്ടത്തിന്റെ ഈ വശത്തുള്ള ഒരു വലിയ പാറയിന്മേൽ ഇരുന്ന് എഴുതുകയാണ്. വെള്ളം എടുത്തുചാടുന്ന ശബ്ദം കാട്ടിലെങ്ങും പ്രതി ധ്വനിക്കുന്നു. യുഗങ്ങളായി തുടരുന്ന ഈശ്വരവചനങ്ങൾ ഓതുന്നതുപോ ലെ. എന്തൊരു മനോഹരദൃശ്യം! എന്തൊരു ഗഭീരശോഭ! ഒരുവശത്ത് വനം നിറയെ കൊങ്ങിണിച്ചെടികൾ* പൂത്തുനില്ക്കുന്നു. സുബോധ് എന്റെ ചെവിയിൽ പറഞ്ഞുകൊണ്ടിരിക്കുന്നു, “പോകാം. നമുക്ക് തിരിച്ചു പോകാം. എണീക്കൂ പോകാം” എന്ന്.

---

* Lantene Camera

ഈ വിജനമായ വനമധ്യത്തിൽ ഈ അപൂർവപ്രകൃതിസൗന്ദര്യ ത്തിന്റെ ദൃശ്യങ്ങളുടെ നടുവിൽ ഇരുന്ന് ഈ സൗന്ദര്യങ്ങളുടെയെല്ലാം സ്രഷ്ടാവിനെ ഉദ്ദേശിച്ച് ഞാൻ പ്രാർത്ഥിച്ചു.

മറുഭാഗത്ത് നീലാകാശം. നാലുവശത്തും വനം, വനം. വനമധ്യ ത്തിന്റെ വിജനത മാത്രം. ഹരിറായിയുടെ വാക്കുകൾ ഓർത്തു. ഈ കാഴ്ചകളൊക്കെ കാണാൻ കഴിഞ്ഞത് എത്ര ഭാഗ്യമാണ്.

ഇത്തവണ ഈ കുറച്ചു ദിവസങ്ങൾക്കിടയിൽ എത്ര സ്ഥലങ്ങളാണ് കാണാൻ കഴിഞ്ഞത്. ബഹരാഗഡയിലെ ആ തുറന്ന മൈതാനം, കേശർദാ ഗ്രാമത്തിലെ മലഞ്ചരിവിലെ വീട്, ധലഭൂമഗഡിലെ വിശാല മായി പരന്നുകിടക്കുന്ന മുക്തനെല്പാടങ്ങൾ, സാലവൃക്ഷവനങ്ങൾ, രാഖാ മൈൻസിലെ മിലിറ്ററി ക്യാമ്പ്, ചന്ദ്രനുദിച്ചുയരുന്ന രാത്രിയിൽ ബോസിന്റെകൂടെ ഇരുന്ന് പറഞ്ഞ എത്രയെത്ര കഥകൾ - അങ്ങനെ ഓർമ്മകളുടെ പട്ടിക നീണ്ടുപോകുന്നു...

രാവിലെ കലികാപൂരിലെത്തി. അവിടെനിന്ന് ചായിബാഡ. ഇന്നലത്തെ അവസാനരാത്രി. രാത്രി തീരുംമുമ്പെയുള്ള നിലാവിൽ ചായിബാഡ യിൽനിന്ന് നാല്പത്തിരണ്ടു നാഴിക അകലെയുള്ള ഹേസഡി ഗ്രാമ ത്തിലെ ബംഗ്ലാവിൽനിന്ന് കാറിൽ യാത്ര. പോഡായിഹാട്ട് അരണ്യ ത്തിന്റെ നടുവിൽകൂടി കാറോടിച്ചുപോന്നു.

എല്ലാം പിന്നിട്ട് ഇന്ന് ഹിഡ്നി വെള്ളച്ചാട്ടത്തിനുകീഴിൽ നിന്ന് കുളി ക്കുന്ന ഈ പ്രഭാതവേള.

ജീവിതത്തിൽ ഈ അലയുന്ന ഗാനം എന്നും സാർത്ഥകമാകട്ടെ! പോയിക്കൊണ്ടിരിക്കട്ടെ, മുന്നോട്ട് പോകട്ടെ! ചരൈവേതി!

മുന്നോട്ട് എത്തിനോക്കി. പർവ്വതപ്രാന്തങ്ങളുടെ ഇടുക്കുകളിൽ കൊടുംപച്ചവനങ്ങൾ. ചുവന്ന കല്ലുകൾ ഉരഞ്ഞുനീങ്ങിയ മലയോരങ്ങൾ. വളരെ ഉയരത്തിൽ ആൽമരങ്ങൾപോലെയുള്ള വൃക്ഷസമൂഹം. അവ യ്ക്കപ്പുറത്ത് ശരൽക്കാലമധ്യാഹ്നത്തിലെ നീലാകാശം. അടുത്തുതന്നെ യാണ് വെള്ളച്ചാട്ടത്തിന്റെ സ്ഥാനം. പഞ്ഞിക്കെട്ടുകൾ വാരിയെറിയും പോലെയുള്ള ജലധാര തുടർച്ചയായി നിലംപതിക്കുന്നു. അതിന്റെ വലതു വശത്ത് വീണ്ടും വനം. അവയ്ക്കെല്ലാം താഴെ കാട്ടുകൊങ്ങിണിച്ചെടി കൾ. വിവിധ വർണങ്ങളിലുള്ള പൂക്കൾ. അവയ്ക്കുമേൽ മേഘപടല ങ്ങളുടെ നിഴൽ. ഒരു ശബ്ദവും വേറെ ഇല്ല, വെള്ളച്ചാട്ടത്തിന്റെ ഇരമ്പം മാത്രം നിശ്ശബ്ദതയെ പിളർക്കുന്നു. വനമധ്യത്തിൽനിന്ന് കാട്ടുപക്ഷി കളുടെ കാകളി. പ്രകൃതീദേവിയുടെ ഈ നിഭൃതമായ ലീലാനികേതന ത്തിലിരിക്കുമ്പോൾ മനസ്സ് സൃഷ്ട്യുന്മുഖമാകുന്നു. വിശ്വസ്രഷ്ടാവിന്റെ അപൂർവരഹസ്യമറിയാൻ മനസ്സ് വെമ്പുന്നു. ഇവിടെ മനുഷ്യർ നിസ്സാര നാകുന്നു. ഈ ആകാശവും ഈ ക്വാർട്ട്സ് കല്ലുകൾവിരിച്ച വിശാല മായ ശിലാസനവും ഈ വനസമൃദ്ധിയും പതഞ്ഞുപതഞ്ഞ് നിലംപതി ക്കുന്ന ജലധാരയും മാത്രമാണ് പ്രധാനം.

പരേശ്ബാബു അവിടെ ഇരുന്ന് പാടാൻ തുടങ്ങി. മിസ്റ്റർ സിഹ്ന ഡയറി എഴുതുന്നു. സുബോധ് എപ്പോഴും ജോലിത്തിരക്കിലാണ്. കാറിന്റെ അടുത്തേക്ക് പോയിരിക്കുകയാണ്. കല്യാണിയെ ഒരിക്കൽ ഇവിടേക്ക് കൊണ്ടുവരണം.

ഇവിടെനിന്ന് ബാരക്പൂർ എത്ര അകലെ ആവും! ആ പേരമരച്ചുവടും തുറന്ന മൈതാനവും ഇരുകരയും കവിഞ്ഞൊഴുകുന്ന ഇച്ഛാമതിയും അതിന്റെ തീരത്തെ കാശപ്പൂക്കൾ തിങ്ങിനിൽക്കുന്ന നീണ്ട പാടങ്ങളും എല്ലാം! അന്ന് വഞ്ചിയിൽകൂടി ആ വനൃഗ്രാമത്തിൽ കൂടി പോയത് ഏതോ ഒരു സുന്ദരസ്വപ്നംപോലെ തോന്നുന്നു!

എന്തുകൊണ്ടോ മനസ്സിൽ തോന്നുന്നു. ആരാണ് എന്നെ കൈപിടിച്ച് ഈ സ്ഥലങ്ങളിലെല്ലാം കൊണ്ടുനടത്തുന്നത്! ഗ്രാമത്തിൽ ബാരിക് മണ്ഡലും ഫണിക് ചെറിയച്ഛനും കൂടി ഇരുന്ന് പാടത്തെ വിത്തുവിതയ്ക്കുന്ന കഥകൾ പറയാറുള്ളത്, ഹരിപ്രഭ ചേട്ടനോട് ഓരോ കേസുകളെപ്പറ്റി ആലോചനകൾ ചെയ്യാറുള്ളത്! എല്ലാം ഓർത്തു. എല്ലാറ്റിനും ഈശ്വരന് അസംഖ്യം നന്ദി!

എത്ര നല്ല റോഡിൽകൂടി കാറിൽ വന്നിരുന്നു. സുബോധ്ബാബു കൊണ്ടുപോയ വഴി ഈ വഴി അല്ല. ഈ വഴിയുടെ ഇരുവശത്തും വലിയ വലിയ വൃക്ഷങ്ങളുടെ നിഴൽ, ഒരു ചെറുപുഴയ്ക്കുമീതെ കല്ലുകൊണ്ടു കെട്ടിയ പാലം, നിറയെ പൂത്തു നിൽക്കുന്ന ഒരു പവിഴമല്ലി മരം. എല്ലാം ചേർന്ന് ഒരു ഋഷിയുടെ പവിത്രമായ തപോവനംപോലെ. ചുറ്റുമുള്ള ഉയർന്ന പർവതനിരകളുടെ മനോഹാരിത അതിശയകരം!

കാറ് രാത്രിയിൽ വനഭൂമിയിൽ കൂടി ഓടിക്കൊണ്ടിരിക്കുന്നു. കാട്ടുചീര പൂക്കൾ കൂടുതൽ ആശ്ചര്യകരമാണ്! വേറെയും എത്രയെത്ര കാട്ടുപൂക്കൾ വിരിഞ്ഞുനില്ക്കുന്നു. വർഷകാലമവസാനിക്കുന്ന ഈ കാലത്ത് എവിടേയും ചൊടിയോടെ നില്ക്കുന്ന ചെടികൾ. രണ്ടായിരം അടി ഉയരത്തിലുള്ള മലയോരത്തെ റോഡിൽകൂടിയാണ് കാറ് പോകുന്നത്. വർഷത്തിൽ കുതിച്ചൊഴുകുന്ന ഒരു മലമ്പുഴ അതിന്റെ മുഴുവൻ ഗൗരവത്തോടെ ഒഴുകുന്നു. പവിഴമല്ലി മരങ്ങൾ ഇപ്പോഴും നിറയെ പൂമൊട്ടുകളുമായി നില്ക്കുന്നു.

ഞാൻ സുബോധബാബുവിനോട് പറഞ്ഞു,

- സാഹിത്യകാരന്മാർക്കുവേണ്ടി നിങ്ങൾ പി.ഡബ്ല്യൂ.ഡിക്കാരുടെ വകയായി ഇവിടെ ഒരു ബംഗ്ലാവ് ഉണ്ടാക്കികൊടുത്തുകൂടെ? താഴെ സമതലപ്രദേശം വ്യക്തമായി കാണാൻ കഴിയുന്ന ഒരിടത്തുവെച്ചാണ് ഞാനിതു പറഞ്ഞത്.

ദാഹം നല്ലപോലെയുണ്ട്. റാഞ്ചി റോഡിലേക്കിറങ്ങിവന്ന് നാക്ട്ടി ബംഗ്ലാവിലെത്തിയപ്പോൾ കാർ നിർത്തി. ഡ്രൈവർ വെള്ളം തേടിപ്പോയി. നേരം ഒരു മണി, പക്ഷേ ബംഗ്ലാവ് കാവൽക്കാരന്റെ ഒരു ലക്ഷണവും കണ്ടില്ല. വെള്ളം കുടിക്കാനുള്ള ആഗ്രഹം നടന്നില്ല. നേരെ

ചക്രധരപ്പൂരിലെത്തിയശേഷം വെള്ളം കുടിച്ചു. നഗേൻബാബുവിന്റെ മകൻ വെള്ളം കൊണ്ടുവന്നു.

രാത്രിയിൽ സുബോധ് ബാബു മൂന്നുനാല് മാന്യന്മാരുടെ മുമ്പിൽ കഥ വായിച്ച് കേൾപ്പിച്ചു.

ഇന്ന് വളരെ തെളിഞ്ഞ ദിവസം. മിനിയാന്ന് രാത്രിയിലെ ധൃതിപിടിച്ച യാത്രയും തിരക്കും കഴിഞ്ഞശേഷം വളരെ സുഖമായി ഉറങ്ങി.

സുബോധ് ബാബുവും അവിനാശ് ബാബുവും വന്ന് ചായ കുടിച്ചു കൊണ്ടിരിക്കുമ്പോൾ പലതും സംസാരിച്ചു. അരിയുടെ വില, തീവണ്ടി യിലെ തിരക്ക് എന്നിങ്ങനെ. പ്രേംചന്ദിന്റെ കഥകൾ രണ്ടെണ്ണം ഹിന്ദി യിൽ വായിച്ചു. ചായ കുടിച്ചുകൊണ്ടിരുന്ന മേശയ്ക്കുചുറ്റും ഇരുന്ന് കേട്ടു. 'ബട്ടി കധൻ' 'സുഹാഗ് കി ഡാഡി' എന്നീ കഥകളാണ് വായിച്ചത്. ഇവിടെ സാഹിത്യകാരന്മാരുടെ അന്തരീക്ഷം തന്നെയുണ്ട്. ഇന്നലെ ഈ നേരത്ത് സൗന്ദര്യമയമായ വനഭൂമിയിൽ വന്നെത്തിയത് ഓർത്തു.

ഇപ്പോഴും കൺമുന്നിൽ കാണുന്നത് ഉത്തുംഗശൈലശ്രേണിയും ചുവന്നമണ്ണും ചുണ്ണാമ്പുകല്ലും ചേർന്നതായ മലയോരവും നിരവധി കൊങ്ങിണിപ്പൂക്കളും തന്നെയാണ്. ആകാശത്തിന് നല്ല നീലനിറം. ഹേ സാഡിഡാക്ക് ബംഗ്ലാവിൽ കഴിയാൻ പറ്റിയ ദിനങ്ങൾ തന്നെ.

സന്ധ്യക്ക് സുബോധ്ബാബുവിന്റെ വീട്ടിൽ ചായ ഒരുക്കിയിരുന്നു. ഒപ്പം എന്റെ രണ്ടു കഥകൾ വായിച്ചു. ഗ്രീക്ക് യുവാവായ ഹെലിയോ ഡോറസ് എങ്ങനെ വാസുദേവ ഭക്തനായി എന്ന കഥയും 'ഭീഡ്' (തിരക്ക്) എന്ന കഥയും.

രാത്രി തിരിച്ചുവന്ന് ഭക്ഷണം കഴിച്ച് കിടന്നു. കോൽഹാൻ സൂപ്രണ്ട് മിസ്റ്റർ കെ.മിത്രയും വേറെ ചില വക്കീലന്മാരും ഉണ്ടായിരുന്നു.

അതിരാവിലെ എണീറ്റ് ഞാനും മിസ്റ്റർ സിഹനയും ചായകുടിച്ചു. ഹിന്ദി സാഹിത്യകാരനായ പ്രേംചന്ദിന്റെ പുസ്തകം വായിച്ചു. 'ഞാൻ വീണ്ടും വീണ്ടും പറയുന്നു' എന്ന കഥ കേൾക്കുമ്പോഴൊക്കെ പുതുതായി തോന്നാറുണ്ട്.

കുറച്ചു കഴിഞ്ഞപ്പോൾ ഫ്ലാറ്റ്ശിലയിൽനിന്ന് മുകുൽ ചക്കോത്തി (ചക്ര വർത്തി) വന്നു. പിന്നെ കാറിൽ പുറത്തേക്കിറങ്ങി. ഭവാനിസിങ്ങിന്റെ വീട്ടി ലേക്കു പോയി. കഴിഞ്ഞ ചൈത്രമാസം മുപ്പതാംതിയ്യതി അദ്ദേഹത്തിന്റെ വീട്ടിനുമുന്നിലെ മുറ്റത്തിരുന്ന് ഞങ്ങൾ ചായ കുടിച്ചതോർത്തു. ചായി ബാഡക്കപ്പുറത്ത് ഇത്രയും തുറന്ന സ്ഥലം വളരെ അപൂർവ്വമാണ്. അതും എത്ര മനോഹരം. ഒരു വശത്ത് നീലശൈലമാല ബിർദകേലയും സെരായി കേലയും. ഈ സെരായികേല ശൈലശ്രേണിയാണ് നീണ്ടുപോയി ബുരുഡിയും ബാസാഡേരയും മലകളായി അവസാനിക്കുന്നത് എന്ന് എനിക്കു തോന്നി. ഓരോ സ്ഥലത്ത് ഓരോ പേര് എന്നു മാത്രം. നല്ല

ചന്ത കൂടിയിരിക്കുന്നു ചായിബാസയിൽ. ബസുമതി അരി മന്നിന് മുപ്പ ത്തിരണ്ടു രൂപ. എത്ര നല്ല അരി!

അന്ന് വൈകുന്നേരം തീവണ്ടി കയറി ടാറ്റാ നഗറിലെത്തി. ബാദാം പാഹാഡ് സ്റ്റേഷൻ പ്ലാറ്റ്ഫോമിൽ ഏറെ നേരം നിന്നു. അവിടെതന്നെ കിടന്നുറങ്ങി. ഈയിടെ ഛോട്ട നാഗ്പൂരിലെ നിവാസിയായിരിക്കയാണ്. ബരകാ കാനയിൽനിന്ന് അല്ലെങ്കിൽ മുറിയിൽനിന്ന് റാഞ്ചി എക്സ്പ്രസ്സ് വരും എന്നറിയാം. എപ്പോൾ വരും എന്നറിയാൻ ശ്രമിച്ചെങ്കിലും ആ വണ്ടി വന്നില്ല. അതിരാവിലെ ബോംബെ മെയിൽ കയറി ഘാട്ട്ശിലയിലെത്തി. ആസാൻവനി വിട്ടശേഷം ദൂരെ അതിപരിചിതമായ സിദ്ധേശ്വർ ഡുങ്ഗ്രി യുടെ കുടപ്പന്റെ ആകൃതിയിലുള്ള പർവ്വതശിഖരം കണ്ടപ്പോൾ മനസ്സിൽ എന്തൊരാനന്ദം! ഇത്രയുംകാലത്തെ ചുറ്റിസഞ്ചരിച്ച യാത്രയ്ക്കുശേഷം സ്വന്തം സ്ഥാനത്തെത്തിയപോലെ. അതേ മിലിറ്ററി ക്യാമ്പ്, രാഖാഖനി കൾ. ശനിയാഴ്ച രാത്രി ലെഫ്ടനന്റ് ജഹൂരിയുടേയും ബോസിന്റേയും അതിഥിയായി രാത്രി കഴിച്ചുകൂട്ടി. ഗാലുഡിയിലെ വിഷ്ണുപ്രധാൻ വണ്ടി യിലുണ്ടായിരുന്നു. നമസ്കാരം പറഞ്ഞ് എവിടേക്കാണ് പോകുന്നത്, എവിടെ ഇറങ്ങണം എന്നെല്ലാം ചോദിച്ചപ്പോൾ ഞാൻ പറഞ്ഞു, ഘാട്ട്ശില എന്ന്.

റേഡിയോവിൽ പ്രസംഗിക്കാനായി ഒരു ദിവസത്തിനുവേണ്ടി മാത്രം ബാരക്പൂരിലെത്തി വഴിയിലെല്ലാം ധാരാളം പവിഴമല്ലി പൂത്തു നിൽക്കുന്നു! ദിവസമാകെ വളരെ സുന്ദരമായി അനുഭവപ്പെട്ടു. പക്ഷേ, അവിടെ മലേറിയ വ്യാപിച്ചിരിക്കുന്നു. രാത്രി രണ്ടുമണിക്ക് തന്നെ ഞാനും ഫണിറായിയും തിരിച്ചുപോയി. ഘാട്ട്ശിലയിലേക്ക് അന്ന് സുരേശ് ബാബുവും എന്റെ കൂടെ വന്നു.

എത്ര നല്ല നിലാവ്! കുറച്ചു ദിവസമായി എന്നും. ഇന്ന് ചതുർദശി, നാളെ കോജാഗരിപൂർണിമ. രാത്രി എട്ടരമണിവരെ ദ്വിജെൻ മല്ലിക്കിന്റെ വീട്ടി ലിരുന്ന് വർത്തമാനം പറഞ്ഞു. അപ്പോൾ പെട്ടെന്നു തോന്നി, ഇന്നത്തെ നിലാവ് മുഴുവനും ആസ്വദിക്കണം, വെറുതെ കളയുകയോ! ആ രാത്രി സമയത്ത് അത്രയ്ക്ക് അപൂർവമായ നിലാവുള്ള രാത്രിയിൽ നടന്നുപോ ന്നു. ഫുൽഡുങ്ഗ്രി വരെ നടന്നു.

രാത്രി ഒമ്പതുമണി. വൈകിയ രാത്രിയിലെ വെണ്ണിലാവ്. ആ പ്രിയ പ്പെട്ട സ്ഥാനത്തുള്ള പാറയിന്മേൽ ചെന്നിരുന്നു. തികച്ചും യോഗാസന ത്തിൽ തന്നെ. അകലെ ബുരുഡിമലയും ബാസാഡേര മലയും. വന ത്തിനു മീതെ ഒരു നക്ഷത്രം അനന്തതയുടെ ഹൃദയസ്പന്ദനം പോലെ തുടിച്ചുമിന്നിക്കൊണ്ടിരിക്കുന്നു. ചന്ദ്രികയിൽ കുളിച്ചുനില്ക്കുന്ന വന ഭൂമിയും മലകളും മനസ്സിനെ മുഗ്ധമാക്കി. നോക്കിനോക്കി വിസ്മയിച്ചു. ഒരക്ഷരം വായിൽനിന്ന് വരുന്നില്ല. അത്രയ്ക്ക് അവശവും അനക്കമില്ലാ ത്തതുമായ അവസ്ഥ. നിശ്ശബ്ദവും ഭാവഗംഭീരവുമായ പ്രകൃതി. എവിടെ

നോക്കിയാലും നിലാവ് പ്രകാശം വിരിച്ചിരിക്കുന്ന ധരിത്രി. ഏതോ ജനനമരണദുഃഖമേശാത്ത മഹാദേവതയുമായി കനത്ത ആലിംഗനസുഖത്തിലാറാടി നിഷ്പന്ദസമാധിയിൽ ലയിച്ചപോലെ. ആ അന്തർമുഖിയുടെ അസാധാരണ രൂപം അനുഭവിച്ചറിയാൻ മാത്രം കഴിയും. എങ്ങും നിറഞ്ഞുനില്ക്കുന്ന വിജനതയിൽ ഇവിടേക്ക് ആരും ഈ നേരത്തെത്തുകയില്ല. ഭൂതപ്രേതങ്ങളെ ഭയപ്പെട്ട്, ഇവിടത്തെ നാട്ടുകാർ രാത്രിയിൽ ഇവിടേക്കൊന്നും വരുകയേ ഇല്ല. ഒരുവിധത്തിൽ നന്നായി. നേരിയ മനുഷ്യസ്വരം ചെവിയിലെത്തുന്നത് എന്റെ ഏകാഗ്രതയ്ക്ക് ഹാനി വരുത്തും. അതിനാൽ ഹൃദയം നിറയെ ഈ നിശ്ശബ്ദതയുടെ ഈ ജനശൂന്യതയുടെ വാണി ഉൾക്കൊണ്ടുകൊണ്ട് രാത്രി ഏറെയാവും വരെ ഇരുന്നാസ്വദിച്ചു. സന്ധ്യക്ക് ഇവിടെ ഇരുന്നാൽ ഭയപ്പെടുന്നവരാണ് ഈ ഭാഗത്തേക്ക് ഒരു മാറ്റത്തിനായി വരുന്ന കൊൽക്കത്ത ബാബുമാർ. സകുടുംബം സുഖവാസത്തിനെത്തുന്നവർ. തിന്നും മദിച്ചും കോലാഹലമുണ്ടാക്കാനെത്തുന്ന അവർ രാത്രിയെക്കുറിച്ച് അറിയാൻ മിനക്കെടാറില്ല. ആരും ഈ സമയത്ത് ഇവിടേക്ക് വരുകയില്ല എന്ന് നല്ലപോലെ അറിയാം. മനസ്സ് ഭയശൂന്യവും ഉദ്വേഗരഹിതവുമല്ലെങ്കിൽ പ്രകൃതിയുടെ ഈ സൗന്ദര്യസുധ ആസ്വദിക്കാനാകുമോ?

ഇന്നലെ വൈകീട്ട് ഫണി വന്നു. കൂടെ പോയി. അമർ ബാബുവും വന്നിട്ടുണ്ടോ എന്ന് അന്വേഷിക്കാൻ. വഴിയിൽ വെച്ച് ബ്രൗൺ സായ്പിനെ കണ്ടു. അമർബാബു വന്നിട്ടില്ല എന്ന് പറഞ്ഞു. നടന്നുചെന്ന് റെയിൽ പാലത്തിന്മേൽ ഞങ്ങൾ രണ്ടുപേരും ഇരുന്നു. നോക്കിയപ്പോൾ ചന്ദ്രൻ ഉദിച്ചുകഴിഞ്ഞു. മിനിയാന്ന് കല്യാണി, ഉമ, ചേടത്തി അമ്മ എന്നിവരോടൊപ്പം പോയി ഫുൽഡുങ്ഗ്രിയിൽ വളരെ നേരം ഇരുന്നു.

ഇന്ന് മിസ്റ്റർ സിഹനയുടെ എഴുത്ത്. കൂടെ സാരെന്റയ്ക്ക് പോകാൻ വേണ്ടതെല്ലാം എഴുതിയിരിക്കുന്നു. എട്ടാം തിയതി ഇവിടെനിന്ന് ചായിബാധയിലേക്ക് പോകണം. അവിടെനിന്ന് സാരെന്റാ. ഇതൊരു പേരുകേട്ട വനമാണ്. ഇവിടത്തെ പ്രകൃതി ദൃശ്യം അസാധാരണമാംവിധം മനോഹരമാണ്. സിംഹഭൂമിയിലെ വിഖ്യാത വനം. അവിടേക്കുള്ള യാത്രയ്ക്ക് കിട്ടുന്ന അവസരം ഒഴിവാക്കാനാകുമോ?

ഘാട്ട്ശിലയിൽനിന്ന് രാത്രി പതിനൊന്നുമണിക്ക് കാറിൽ ചായിബാധയിലേക്ക് യാത്രയായി. കൂടെ ഓവർസിയർ നസിരാമനും ഉണ്ട്. രാത്രിയിൽ നല്ല തണുപ്പ്. മിസ്റ്റർ സിഹനയ്ക്ക് സാരെന്റാ വനത്തിന്റെ ചാർജ് ഈ മാസത്തിൽ കിട്ടി. മുഴുവൻ വനവും ചുറ്റിക്കാണാൻ എന്നേയും ക്ഷണിച്ചു.

ചായിബാധയിൽ എത്തി. സുബോധ് ബാബുവിന്റെ ആപ്പീസിലിരുന്ന് രാവിലെ ചായ കുടിച്ചു. പലതും സംസാരിച്ചു. ഒരു മണിക്ക് ചായിബാധയിൽ നിന്ന് യാത്ര പുറപ്പെട്ട് ഹാട്ട്ഗാമാരിയയിൽ പരേശ് സന്യാലിന്റെ വീട്ടിലെത്തി. പിന്നെ വനപഥത്തിൽകൂടി കാറ് ഓടിച്ച് യാത്ര തുടർന്നു.

രണ്ടുവശത്തും കനത്ത കാട്, നല്ല ചുവന്നമണ്ണിന്റെ വഴി. ആദ്യം നോയാമുണ്ടിയിലെത്തി, പിന്നെ ഗുയ. രണ്ടു സ്ഥലത്തും ടാറ്റായുടേയും മറ്റൊരു കമ്പനിയുടേയും ലോഹഖനനവും സംഗ്രഹത്തിന്റേയും പണികൾ നടക്കുന്നുണ്ട്. ഇരുമ്പിന്റെ മലവെട്ടി ഇരുമ്പിന്റെ വലിയ വലിയ പാറകൾ വണ്ടികളിൽ കയറ്റിക്കൊണ്ടുപോകുന്നുണ്ട്. ഗുയയിൽ ഒരു ബംഗാളി മാന്യന്റെ വീട്ടിൽ ചായയും മറ്റും കഴിച്ച് വീണ്ടും നിബിഡമായ വനത്തിൽ കൂടി യാത്ര തുടർന്നു. കുമ്ഡിയിലെ ബംഗ്ലാവിലെത്തി. ഇടതൂർന്ന കാട് തന്നെ എങ്ങും.

കാരോ നദി കടന്നതും അദ്ഭുതകരമായ വനശോഭ. പൂത്തു നിൽക്കുന്ന പിറ്റുനിയയുടേയും കാട്ടുമന്ദാരത്തിന്റേയും പ്രാചുര്യമനോഹാരിത.

സന്ധ്യയോടുകൂടിയാണ് കുമ്ഡിയിലെത്തിയത്. ഡാക് ബംഗ്ലാവിനടുത്ത് വനമധ്യത്തിൽകൂടി കൊയിന നദി കളകളാരവത്തോടെ ഒഴുകുന്നു. ഇന്ന് ശുക്ലചതുർദ്ദശി. നാളെ രാസപൂർണിമ. (കാർത്തികമാസത്തിലെ വെളുത്ത വാവ്). ഞങ്ങൾ നടക്കാനിറങ്ങി. കൊയിന നദി കടന്ന് വനത്തിലേക്ക് പ്രവേശിച്ചു. എവിടേയും മനുഷ്യവാസമില്ല. ഗുയ വിട്ടശേഷം പതിനാറു നാഴികയും അരണ്യപഥം. അതു പിന്നിട്ടശേഷമാണ് ഈ ഡാക് ബംഗ്ലാവ്. ഈ വനപഥത്തിൽ കൂടി നടക്കുമ്പോൾ കാട്ടിലെ വലിയ വലിയ വൃക്ഷങ്ങൾക്കിടയിൽ കൂടി ഒഴുകിവരുന്ന ശുക്ല ചതുർദ്ദശിയുടെ നിലാവിന്റെ ഭംഗി ആസ്വദിച്ചു. ചന്ദ്രികയിൽ കുളിച്ചുനില്ക്കുന്ന വിശാല വനം പ്രാചീനകാലത്തെ ഋഷിമുനിമാരെപ്പോലെ ശാന്തസമാഹിതം. ഓരോ മരത്തിന് 150-160 വർഷത്തെ പഴക്കമുണ്ടത്രെ! എന്റെ പ്രപിതാമഹന്റെ ശൈശവത്തിലും ഈ വൃക്ഷങ്ങൾ ഇതേപോലെത്തന്നെ ആയിരുന്നു.

നല്ല തണുപ്പ്. ശിശിരം പൊഴിയുന്നു. കാരോ നദിയുടെ തീരത്ത് വളരെ നേരം ഇരുന്നശേഷം ബംഗ്ലാവിലേക്ക് തിരിച്ചുപോന്നു. കാട്ടാനഭയം കാരണം വൈകുംവരെ ഇരിക്കാൻ ധൈര്യം കിട്ടിയില്ല.

ഇന്ന് പന്ത്രണ്ടുമണിക്ക് കാറിൽ യാത്ര ചെയ്ത് നാലു നാഴിക കഴിഞ്ഞപ്പോൾ വനമധ്യത്തിൽ കാറ് നിർത്തി. ശശംദ/ശശാങ്ങ് ദാബുരു കയറാൻ തുടങ്ങി. ശശാങ്ങ് ദാബുരു, സാരെന്റാ അരണ്യത്തിലെ ഏറ്റവും ഉയരമുള്ള പർവ്വതമാണ്. മുവ്വായിരത്തി മുപ്പത്തെട്ട് അടി ഉയരം. കാലിംപോങ്ങിന്റെ അത്ര ഉയരം. കാറിൽനിന്നിറങ്ങി ഞങ്ങൾ അഞ്ചാറുപേർ കാട്ടിൽക്കൂടി നടന്നു. പർവതത്തിന്റെ ഓരത്തിൽ വനവിഭാഗം തയ്യാറാക്കിയ വഴിയിൽ കൂടി നടന്നുകൊണ്ടിരുന്നു. ആ വനമധ്യത്തിൽകൂടി രണ്ട് കാട്ടരുവികൾ കുത്തിയൊഴുകി താഴോട്ട് പോകുന്നു. അതിന്റെ കളകള ധ്വനി വ്യക്തമായി കേൾക്കാം. വനത്തിൽ ധാരാളം കാട്ടുവാഴകൾ. ചന്ദ്രനാഥ മലകളിലേതുപോലെ.

ഒരു സ്ഥലത്തുനിന്ന് മലകയറാനാരംഭിച്ചു. ദുരാരോഹശൈലവീഥി. കുത്തനെയുള്ള കയറ്റം. നിബിഡവനത്തിൽ കൂടി കയറുകതന്നെ. ഒരു കാട്ടുകോഴി ഞങ്ങളുടെ കാലടിശബ്ദം കേട്ടിട്ടാകണം കാട്ടിലൊളിച്ചു. നല്ല തടികളോടുകൂടി ഉയർന്നുനില്ക്കുന്ന സാലവൃക്ഷങ്ങൾ - വേറെയും എന്തെല്ലാം തരം വൃക്ഷങ്ങൾ! അവയെ ചുറ്റിപ്പറ്റി ലതകൾ. ലത (Bohinia vallai)കൾ അറുപതും എഴുപതും വർഷങ്ങൾ പഴക്കമുള്ളവയാണ്. ചില യിടത്ത് മലയ്ക്കും വനത്തിനും ഇടയിലുള്ള വിടവുകളിൽകൂടി ദൂരെ യുള്ള ചെറുതും വലുതുമായ മലകൾ കാണാൻ കഴിയുന്നുണ്ട്.

ചാഡ്ഗാഗാഢാ എന്ന് പേരുള്ള ഒരു കാട്ടാറിന്റെ കളകളാരവത്തോടു കൂടിയ വെള്ളച്ചാട്ടശബ്ദം കാടിനെ മുഖരിതമാക്കുന്നു. ആ പ്രതിധ്വനി കീഴോട്ടിറങ്ങിപ്പോകുന്നതും അറിയാൻ കഴിയുന്നുണ്ട്. ഈ താഴ്വാര ത്തിലെ അരണ്യത്തിൽ ഈ ഗാംഭീര്യത്തോടുകൂടിയ കളകളധ്വനി ഒരു പ്രത്യേക ഉദാത്ത സംഗീതം സൃഷ്ടിക്കുന്നതായി അനുഭവപ്പെട്ടു.

ക്ഷീണം തോന്നിത്തുടങ്ങി. ഈ കുത്തനെയുള്ള മലകയറ്റം അവ സാനിക്കാറായപ്പോൾ കൂടുതൽ ദുരാരോഹമായി. കാലെടുത്തുവെക്കാൻ വിഷമം. കല്ലിന്നിടയിൽപെട്ട കാലടി എടുത്തുപൊക്കാൻ വയ്യാതായി. ശ്വാസഗതി കൂടിവന്നു. ശ്വാസം മുട്ടുന്നതുപോലെ. നെഞ്ചിനകത്ത് വേദന തോന്നുന്നു. അവിടെ ഒരിടത്ത് പാറക്കല്ലിന്മേൽ ഇരുന്നു. പുകവലിക്കാ മെന്നു തോന്നി.

മുന്നിലെ ദൃശ്യം കൂടുതൽ തെളിയിച്ചുകാണാൻ ലതകളുടെ ഇല കൾ വനവിഭാഗത്തിലെ ഗാർഡുമാർ വെട്ടിനീക്കി. ഫോറസ്റ്റ് ആപ്പീസർ, ശ്രീമാൻ രാസ്ബിഹാരി ഗുപ്തയെ ഒരു കഥ പറഞ്ഞു കേൾപ്പിച്ചു. വലിയ സന്തോഷമായി. ഗുപ്തയ്ക്കും സിഹ്നയ്ക്കും. ചാസ്സാ നദി വീഴുന്നിടത്തെ ജലാശയം. അത് കടന്നുപോകുമ്പോൾ മിസ്റ്റർ സിഹ്ന ഓർമ്മിപ്പിച്ചു, ഇരു കൈകൾ നിറയെ ധൈര്യം വേണം കേട്ടോ ചേട്ടാ. ഒരു കൈയിൽ സഹായ ത്തിനുള്ള വടിയാണല്ലോ എന്ന് ഞാൻ പറഞ്ഞു. എന്തായാലും നടന്നു.

മുകളിലേക്ക് കയറിയതും ഏതാണ്ട് രണ്ട് നാഴിക വീതം പുല്ലുകൾ മാത്രമുള്ള സ്ഥലം. അതിൽകൂടി നടന്ന് ഒരു ജലാശയത്തിനരികിലെത്തി. അതിന്റെ കരയിലെ നനവുള്ള മണ്ണിൽ എത്രയോ മൃഗങ്ങളുടെ പദചിഹ്ന ങ്ങൾ! ഹോ ജാതിക്കാരനായ ഫോറസ്റ്റ് ഗാർഡിനെ വിളിച്ചു കൊണ്ടു വന്ന് ഞങ്ങൾ ചോദിച്ചു,

ഏതെല്ലാം കാട്ടുമൃഗങ്ങളുടെ കാല്പാടുകളാണ് ഇവ എന്ന് നോക്കി പറയൂ.

അല്പനേരം സൂക്ഷിച്ചുനോക്കിയശേഷം അവൻ പറഞ്ഞു,

-യജമാന്നേ, ആന, ബൈസൻ, ഡംബർമാനുകൾ, കാട്ടുപന്നി എന്നി വയാണ് അധികവും.

ഞാൻ ചോദിച്ചു,

-പുലിയുടെ കാലടിപ്പാടില്ലേ?

-ഇല്ല യജമാനേ. പുലി ഇവിടേക്ക് വെള്ളം കുടിക്കാൻ വരില്ല.

ഒരു മരച്ചുവട്ടിൽ ഇലകളോടുകൂടി. ചില്ലകൾ വിരിച്ച് ഞങ്ങൾ കിടന്നു. ചായകുടി കഴിഞ്ഞപ്പോൾ നാലു മണി. രാസ്ബിഹാരി ബാബു പറഞ്ഞു,

-പോകാം നമുക്ക്. നേരം വൈകിയാൽ കാട്ടാനകളെ ഭയപ്പെടണം.

അപ്പോൾ ശരിക്കും പുലിയുടെ ഗർജ്ജനം വനത്തിൽനിന്ന് കേൾക്കുകതന്നെ ചെയ്തു. മറ്റൊരു തവണ ആനയുടെ മുന്നിൽപെട്ടു. അന്നും അവൻ കൂടെയുണ്ട്. അവൻ നിർബന്ധിച്ച് മലഞ്ചരിവിൽകൂടി താഴോട്ട് കൊണ്ടുപോയി. തിരികെ വരുമ്പോൾ മറ്റൊരു അദ്ഭുതദൃശ്യം! മഞ്ഞവെയിൽ മലമുകളിലും കാട്ടുവൃക്ഷങ്ങളുടെ തലപ്പത്തും. താഴേക്ക് ഇറങ്ങിക്കൊണ്ടിരിക്കയാണ്. ഭയങ്കര ദുരിതംപിടിച്ച വഴി. മേലോട്ടു കയറുന്നതിലും വിഷമമാണ് ഇറങ്ങിപ്പോരൽ. പെട്ടെന്ന് വഴുതി താഴോട്ട് വീണേക്കാം എന്ന ഭയം ഓരോ നിമിഷത്തിലും. വെയിൽ തീരെ ഇല്ലാതായി. വനത്തിലെ നിഴലുകൾ കനത്തുവന്നു. ഒരിടത്ത് ബാർക്കിങ്ങ്ഡിയർ ഒച്ചവെക്കുന്നു. കേൾക്കാൻ ശരിക്കും നായയുടെ കുരപോലെ. നായയെ പോലെ മോങ്ങുന്നുമുണ്ട്. വനവീഥിയിലെ നെല്ലിക്ക പെറുക്കിയും പറിച്ചും തിന്ന് നടന്നുപോന്നു. *കാമിനി പൂക്കളുടെ ചെടികൾ വളർന്നുനില്ക്കുന്നതും കണ്ടു.

താഴോട്ടിറങ്ങി വനമധ്യത്തിൽകൂടി ഏതാണ്ട് ഒന്നര നാഴിക നടന്ന ശേഷം ഞങ്ങൾ ഞങ്ങളുടെ കാറിന്നടുത്തെത്തി. ഗുയ റെയിൽവേ സ്റ്റേഷനിൽ നിന്ന് ശശാങ്ക് ദാബുരു പതിനാറു നാഴിക അകലെ. ചുറ്റും അസാധാരണ വനശോഭ. അവിടേക്ക് ആരെങ്കിലും പോകാനാഗ്രഹിക്കുന്നുണ്ടെങ്കിൽ അവർക്ക് ഈ പതിനാറ് നാഴിക ദൂരം നടക്കുകതന്നെ വേണം. ഒരു വീടുപോലും ഇല്ല. കുടിലോ മനുഷ്യരോ ഇല്ല. പീഠഭൂമിയാണ്. എവിടേയും ഒരു വന്യഗ്രാമംപോലും ഇല്ല. കാട്ടാനകളുടെ ശല്യം നല്ലപോലെ. ഞങ്ങൾ കാറിൽ കുമ്ഡിയിലേക്കു വരുകയായിരുന്നു. ശശാങ്ക്ദാബുരുവിൽ നിന്നിറങ്ങിയശേഷം കാറിൽ പോയിക്കൊണ്ടിരിക്കെ 'ഹോ' ഗാർഡ് കൈവിരൽ ചൂണ്ടിക്കാണിച്ചുതന്നു. ഭയത്തോടെ പറയുന്നു, ആന! ആന!

ഞങ്ങളെല്ലാവരും. താഴ്വാരത്തിൽ. മറുവശത്ത് ശൈലസാനുവനത്തിൽ ചുവന്ന മണ്ണിൽ കുളിച്ച ഒരു ആന. അത് ഞങ്ങളുടെ നേർക്ക് വരുന്നു. മുന്നിൽ വന്ന് പുറം തിരിഞ്ഞുനിന്നു. എന്റെ മനസ്സിൽ ഒരു വിചാരം. ഇവിടെ പീഠഭൂമിയിൽ ആരെങ്കിലും ഒരു ആശ്രമം സ്ഥാപിച്ചിരുന്നെങ്കിൽ എത്ര നല്ലതായിരിക്കും...!

ഇന്ന് രാസപൂർണിമ. കാർത്തികമാസത്തിലെ വെളുത്ത വാവ്. ബംഗ്ലാവിന്റെ വരാന്തയിൽ ഇരുന്ന് ചായ കുടിച്ചുകൊണ്ടിരിക്കുന്നു. പൂർണചന്ദ്രൻ

---

* ഒരുതരം വെള്ള പൂക്കൾ

മലമുകളിൽ എത്തിനോക്കുന്നു. ഗോപാൽനഗറിലെ ചന്തയിൽനിന്ന് ജനങ്ങൾ വീടുകളിലേക്ക് തിരിച്ചുപോകുന്നു. പഞ്ചാമാസ്റ്റർ തന്റെ കാള വണ്ടിയിൽ. വളരെ നല്ല സ്ഥാനത്താണ്, ഈ ബംഗ്ലാവ്. നാലുവശത്തും മലകൾ ചുറ്റിനില്ക്കുന്നു. ഗഹനമായ വനം. തൊട്ടടുത്തുനിന്ന് പകലും രാത്രിയും കൊയിന നദി ചിരികളിയോടെ കളകളാരവം ഉയർത്തി ഒഴുകിപ്പോകുന്നു. സുന്ദരമായ നിലാവുള്ള രാത്രി.

ഒരു സാലവൃക്ഷത്തിന്റെ ഉണങ്ങിയ തടിയിന്മേൽ ഞാനും മിസ്റ്റർ സിഹനയും ഇരുന്നു. നിലാവിൽ നദിയിലെ ജലം തിളങ്ങുന്നു.

ഇന്ന് ഭഗവാന്റെ വിരാട്രൂപം പ്രത്യക്ഷത്തിൽ കണ്ടു. ഓരോ പ്രാചീന വൃക്ഷത്തിന്മേലും അദ്ദേഹത്തിന്റെ ഗാംഭീര്യം നിറഞ്ഞ മുഖം. കാട്ടുപൂക്കളിൽ അദ്ദേഹത്തിന്റെ കമനീയരൂപം! അവ്യക്തവും അനന്തവുമായ അദ്ദേഹം എവിടേയും നിറഞ്ഞുനിൽക്കുകയാണ്. സാരെന്റാ ഭ്രമണം മനസ്സിൽ വളരെക്കാലം ഓർമ്മയായി കിടക്കുന്നു. എത്രയോ വിലപിടിച്ച ഒരനുഭവം! ജീവിതത്തിൽ ദീർഘകാലം ഓർമ്മയായി നിലനിന്നു. ആ ശൈലശിഖരത്തിലെ ചുവന്ന വെയിൽ, വനത്തിലെ ഗഭീരതയിൽനിന്ന് കേട്ടുകൊണ്ടിരിക്കുന്ന കാട്ടാറിന്റെ ഒഴുക്കുയർത്തുന്ന ജലപതനധ്വനി, കാലാകാലമായി നിൽക്കുന്ന വൃക്ഷശ്രേണി, ദൂരെ ദൂരെയായി നില്ക്കുന്ന അഗണ്യശൈലമാലകളുടെ സമാരോഹം, സുഗന്ധം പരത്തുന്ന വന്യപുഷ്പങ്ങൾ – ഇവയൊക്കെ എനിക്ക് കാണാൻ കഴിഞ്ഞിരുന്നില്ല എങ്കിൽ, മനസ്സിൽ അവയുടെ ചിത്രങ്ങൾ വരച്ച് സൂക്ഷിക്കാനായില്ലെങ്കിൽ എന്റെ ജീവിതം വെറും ശൂന്യമായി കിടക്കുമായിരുന്നു. അല്ലയോ വിശ്വശില്പി, എനിക്കിതു സാധിപ്പിച്ചുതന്ന കരുണയ്ക്ക് അനേകം നന്ദി!

എത്ര നല്ല മധുരനാരങ്ങ! കുമഡി വനവിഭാഗത്തിലെ ബംഗ്ലാവിനടുത്തുള്ള തോട്ടത്തിലാണ് നാരകങ്ങൾ. മധുരനാരങ്ങകളുടെ തൂക്കം കാരണം കൊമ്പുകൾ താഴോട്ട് ചാഞ്ഞുനില്ക്കുന്നു.

രാവിലെ എണീറ്റ് ഭക്ഷണം കഴിച്ച് ഞങ്ങൾ വനപഥത്തിൽ കൂടി യാത്രയായി. ഥൽകോസാദ് എന്ന സ്ഥലത്തേക്ക്. സാരെന്റാ വിഭാഗത്തിലെ വനത്തിനിടയിൽ ഒരിടത്തും ഒഴിഞ്ഞ സ്ഥലമില്ല. 330 സ്ക്വയർ നാഴിക. അതായത് ആറ് ലക്ഷം ഏക്കർ. നീണ്ടുകിടക്കുന്ന കനത്ത ആരണ്യം. കൊയിന നദി കടന്ന് കുറച്ചുദൂരം പോയപ്പോൾ വലിയ വലിയ സാലവൃക്ഷങ്ങൾ കണ്ടു. വഴിയോരത്തും വനത്തിലും ചമ്പകമരം ധാരാളം ഉണ്ടായിരുന്നു. യഥാർത്ഥ ചമ്പകം. കോദലിബാദ് എന്നു പേരുള്ള ഗ്രാമത്തിൽ വനമധ്യത്തിലുള്ള ഒരു കൊച്ചുവീട്ടിൽ 1926-ൽ മിസ്റ്റർ. സിഹന താമസിച്ചിരുന്നു. അന്ന് അദ്ദേഹം ആദ്യമായി വനവിഭാഗത്തിൽ ജോലിക്കു ചേർന്ന കാലം. ഞങ്ങൾ ആ കുടിയിലേക്കു പോയി. വനം മുറ്റം വരെ എത്തിയിരിക്കുന്നു. കുടിലിനു ചുറ്റും വനം. അകലെ മലകൾ. മിസ്റ്റർ സിഹന പറഞ്ഞു,

-കയ്യെത്തുംദൂരത്ത് ബാർക്കിങ് മാനുകളുടെ കരച്ചിൽ എത്രതവണ കേട്ടിരിക്കുന്നു!

വൈകീട്ട് നാലു മണിയോടെ ഥൽകോസാദ് ബംഗ്ലാവിൽ എത്തി. വണ്ടിയിൽ നിന്നിറങ്ങി. കാടും മലകളും ചുറ്റുമുള്ള ഒരു വലിയ ശൈലത്തിനു മുകളിലാണ് ഈ ബംഗ്ലാവ്. അതിസുന്ദരമായ പരിസരം. ബംഗ്ലാവിനുമുന്നിൽ മലയോരത്തിലിരുന്ന് ചായ കുടിച്ചുകൊണ്ടിരിക്കുന്നു. അടുത്ത ശൈലാരണ്യത്തിൽനിന്ന് ഒരു പക്ഷിയുടെ കർക്കശസ്വരം കേൾക്കാനുണ്ട്. ഓർഡർലി വിജയ് പറഞ്ഞു,

-മയിലാണ്! ഈ സാരെന്റാ വിഭാഗത്തിൽ വളരെ കാലമായിട്ടുള്ളതാണ്.

ഉടനെ വലിയൊരു ശബ്ദം കേട്ടു.

മിസ്റ്റർ സിഹ്ന പറഞ്ഞു,

-സംബർ മാനാണ്.

ഞാൻ ബംഗ്ലാവിന്റെ പിറകിൽ ആരും പോകാത്ത ഒരു സ്ഥാനത്ത് ചെന്നിരുന്നു. കല്ലുകൾ പലയിടത്തും മുഴച്ചുനില്ക്കുന്നു. നിരപ്പല്ലാത്ത സ്ഥലം. ധാരാളം കാട്ടുതുളസിച്ചെടികൾ വളർന്നുനില്ക്കുന്നു.

സന്ധ്യയാകുംമുമ്പ് ഞങ്ങൾ ഥൽകോബാദ് ഗ്രാമം വിട്ട് വനത്തിലേക്ക് നടക്കാനിറങ്ങി. രാസ്ബിഹാരി ഗുപ്ത, മിസ്റ്റർ സിഹ്ന, ഞാൻ. കൊടും വനം. വനമധ്യത്തിൽനിന്ന് ചീവീടുകളുടെ ശബ്ദം ഉയരുന്നു. അവർ രണ്ടുപേരും ആനയെ ഭയന്ന് വരാൻ ഇഷ്ടപ്പെട്ടില്ല. സാരെന്റാ വനം കാട്ടാനകൾ നിറഞ്ഞ വനമാണ്. ഒരു ജോലിക്കാരൻ പറയുന്നു, എന്നും രാത്രി മുറ്റത്ത് ആന വരുമത്രെ! സൈൻ ബോർഡ് വെച്ചിരുന്നത് ആനകൾ വന്ന് പിഴുതെടുത്ത് എറിഞ്ഞു. അതിന്റെ കുറ്റിപോലും അവിടെയില്ല. മൂന്നു ദിവസം മുമ്പാണതുണ്ടായത്. വീണ്ടും സൈൻ ബോർഡ് ഉറപ്പിച്ച് നാട്ടിയിട്ടുണ്ട്.

ഞങ്ങൾ വനമധ്യത്തിൽ ഇരിക്കുകയാണ്. എന്തൊരു കനത്ത അന്ധകാരം നിറഞ്ഞ വനം. അതിനും ഒരു പ്രത്യേക ഭംഗിയുണ്ട്. ഈ സമയത്ത് വനത്തിന്റെ തലമുകളിൽ ചന്ദ്രനുദിച്ചു. രാസ്ബിഹാരി ബാബു പറഞ്ഞു,

-ഇന്ന് പൗർണമിയാണെന്ന് തോന്നുന്നു.

ഞാനും മേലോട്ടു നോക്കി. പൂർണചന്ദ്രൻ തന്നെ! ഇന്നലെയും പൂർണചന്ദ്രനുദിച്ചതായി തോന്നിയിരുന്നു. ഇരുട്ടിൽകൂടി ഇരുൾനിറഞ്ഞ വഴിയിൽ കൂടി രണ്ടുപേർ നടന്നുവരുന്നുണ്ട്. അവർ ഞങ്ങളെ കണ്ടതും പേടിച്ച് നിന്നുപോയി. ഏതാണ്ടടുത്തെത്തിയപ്പോൾ ഞാൻ ചോദിച്ചു,

-എവിടെ പോയി വരുകയാണ്?

അവർ പറഞ്ഞു,

-അങ്ങാടിയിൽ...

-എവിടെയാണ് കടകൾ...?

-ബാൽജുഡിയിൽ.

-എത്ര ദൂരമുണ്ട്?

-അഞ്ചു ക്രോശം (10 നാഴിക), ബാബു. ബൊനായിയിലാണ്.

ഈ കാടിന്റെ തെക്കുവശത്തായിട്ടാണ് ബൊനായി എന്നും കേപുൻ രധർ എന്നും രണ്ട് എസ്റ്റേറ്റുകൾ. അത് പടിഞ്ഞാറൻ ഗാങ്ങ്പൂരിൽ.

ഒഡീഷ്യയിലെ വനപർവ്വതസങ്കുലമായ രണ്ട് സ്ഥലങ്ങൾ.

വനത്തിന്റെ ഇടയിൽകൂടി എത്ര സുന്ദരമായ ചന്ദ്രൻ! പിറകോട്ട് തിരിഞ്ഞുനോക്കി. നിലാവ് വീഴുമ്പോൾ വനപ്രകൃതിയുടെ പ്രത്യേക ശോഭ, വൃക്ഷലതാദികൾക്ക് കൂടുതൽ ഭംഗി, ഈ ബാരാക്പൂരിൽ മുള ങ്കാടുകൾ ഇല്ല. കാട്ടാനകൾ ഇഷ്ടംപോലെ ഇറങ്ങുന്ന, മയിലുകൾ കേക പാടുന്ന അരണ്യഭൂമിയാണ് സാരെന്റാ. സിംഹഭൂമിയിലെ ഏറ്റവും വലിയ നിബിഡതമമായ ഘനാരണ്യം.

ഏതാനും വണ്ടിക്കാർ ബംഗാൾ ടിംബർ കമ്പനിയുടെ തടികൾ വഹിച്ചുകൊണ്ടുള്ള വണ്ടികളുമായി ഥൽകോബാദിലെ ഗ്രാമത്തിലെത്തി യപ്പോൾ സന്ധ്യയായതിനാൽ വൃക്ഷച്ചുവട്ടിൽ വിശ്രമിച്ച് ഭക്ഷണം തയ്യാ റാക്കി കഴിക്കുകയാണ്. ഞങ്ങൾ അവരുടെ അടുത്തേക്ക് ചെന്ന് പരിചയ പ്പെട്ട് സംസാരിച്ചു. അവരുടെ പേര് രികൊസ, നീല, സൊൽ മൊഹാതൊ. വീട് ജെരായികേലയിൽ. ദിവസം ഒരു രൂപ വെച്ച് കൂലി. വണ്ടിയുടെ വാടക വേറെയില്ല. ഈ കനത്ത കാടുകളിൽ അവർ മാസത്തിൽ മൂന്നു തവണ ഇങ്ങനെ വരാറുണ്ട്. ആറു ദിവസം കാട്ടിൽ വാസം.

ഞങ്ങൾ ചോദിച്ചു,

-എന്താണ് പാകം ചെയ്യുന്നത്?

-അരിയും പരിപ്പും.

-പിന്നെ എന്തെങ്കിലും?

-ഇല്ല, ബാബു.

രാത്രി തീരുന്നതിനുമുമ്പേ എണീറ്റ് യാത്ര തുടരും. ഈ തണുപ്പു കാലത്ത് തുറന്ന സ്ഥലത്ത് കിടന്ന് രാത്രി ഒരുവിധം കഴിച്ചുകൂട്ടും. കിട ക്കാൻ കിടക്കയില്ല, വിരിപ്പില്ല. പനയോല കൊണ്ടുള്ള ഒരു കീറപ്പായ യുണ്ട്. കീറിയ പുതപ്പും ഒന്നുണ്ട്. അത് അതിമലിനം. വഴിയിൽ കടുവകളുടെ ഉപദ്രവം ഉണ്ടെന്ന് കേട്ടു. കഴിഞ്ഞ വർഷം ഓടിപ്പോകുന്ന വണ്ടിയുടെമേൽ പുലി ചാടിവീണ് കാളയേയുംകൊണ്ട് പോയത്രേ!

രാസ്ബിഹാരിബാബു ഇതിനെപ്പറ്റി യുക്തിയുക്തമായി വ്യാഖ്യാനിച്ചു. സംശയം പ്രകടിപ്പിച്ചു. പക്ഷേ, മിസ്റ്റർ സിഹന പറഞ്ഞു,

-സംബൽപൂരിലെ കാട്ടിൽ അതിരാവിലെ എട്ടുമണി സമയത്ത് കാള വണ്ടിയിന്മേൽ പൂട്ടിയിരിക്കുന്ന കാളയെ പുലി പിടിച്ചുകൊണ്ടുപോയി എന്നത് ശരിയാണ്.

അദ്ദേഹം സ്വന്തം കണ്ണുകൊണ്ട് കണ്ടതാണല്ലോ.

ഞാൻ ചിന്തയിൽ മുഴുകി. ഈ പാവപ്പെട്ട ജനങ്ങളല്ലേ നമ്മുടെ ഭാരതത്തിന്റെ പ്രാണൻ. ഇവരുടെ ജീവിതം എത്ര ദുഃഖപൂർണമാണ്. തുറന്ന ആകാശത്തിനുകീഴെ മഞ്ഞുപെയ്യുന്ന രാത്രികളിൽ വെറുമൊരു പുതപ്പു കൊണ്ട് പുതച്ച് പുലിയേയും കാട്ടാനയേയും ഭയന്ന് വണ്ടി - അതെ പോത്തുവണ്ടി - ഓടിച്ച് യാത്രചെയ്യുന്നു. ഒരു ദിവസത്തേക്ക് കിട്ടുന്നതോ ഒരു രൂപ മാത്രം!

രാത്രി ഏറെ ആകുംവരെ ബംഗ്ലാവിനുപുറത്ത് കസേരയിൽ ഇരുന്നു. ദൂരെ കാണുന്ന ശൈലാരണ്യത്തിന്മേൽ ചന്ദ്രിക പൊഴിയുന്ന ആ രൂപ ഭംഗിയെ എങ്ങനെ വർണിക്കാൻ! ഈശ്വരനെ യഥാർത്ഥത്തിൽ നേരിൽ കാണണമെങ്കിൽ, സത്യമായും പ്രാപിക്കണമെങ്കിൽ, വാസ്തവത്തിൽ അനുഭവിച്ചറിയണമെന്നുണ്ടെങ്കിൽ ഈ സ്ഥാനത്ത് ഈ പശ്ചാത്തലത്തിൽ ഇരുന്ന് ആ വിരാട്രൂപം ധ്യാനിച്ചാൽ മതി. ലോകാലയത്തിലെ കോലാഹലങ്ങളിൽനിന്ന് അകന്ന് മയൂരനിനാദം പ്രതിധ്വനിക്കുന്ന ഈ അരണ്യഭൂമിയിലെത്തിയാൽ മതി. ഹിമം വർഷിക്കുന്ന രാത്രികളിൽ ആ വണ്ടിക്കാരെപോലെ കീറിയ പുതപ്പു പുതച്ച് രാത്രി കഴിച്ചുകൂട്ടിയാൽ മതി. ഒരു പ്രബന്ധം എഴുതണം. അതിന് പേരു കൊടുക്കാം. 'ദിനാന്തത്തിൽ സന്ധ്യ' എന്ന്. ഭഗവാനേയും ഭഗവാന്റെ സൗന്ദര്യത്തേയും എങ്ങോട്ട് തിരിഞ്ഞുനോക്കിയാലും കാണാം. ആ മഹാശില്പിയുടെ കലാവിരുത് എങ്ങും പരന്നുകിടക്കുന്നു. അദ്ദേഹത്തിന് വിജയം കൈവരട്ടെ!

ഒരിടത്ത് ഏതാനും പേർ ഉണക്കിലകളും ചെറുചില്ലകളും കത്തിച്ച് ഭക്ഷണം തയ്യാറാക്കുന്നു. നേരം സന്ധ്യയായി. അവരുടെ 'ഹൈാ' ഭാഷയിൽ ലാൽബിഹാരിബാബു എന്തോ ചോദിച്ചു. സൊനായി, ഗാങ്ങ്പൂര് എന്നീ സ്റ്റേറ്റുകളിൽനിന്ന് വന്നവരാണ്. മാവ് മുറിച്ച് അറക്കുവാൻ വരുന്നവരാണ്. വലിയ ഇലകൾകൊണ്ടുണ്ടാക്കിയ കുടിൽ. അതിനരികിൽ എട്ടടിയിലധികം പരിധിയിൽ ഒരു വലിയ സാലവൃക്ഷം. അതിന്റെ ഉയരം അമ്പതോ അറുപതോ അടി കാണും. മരം, വനസ്പതി എന്നെല്ലാം പറയുന്നത് ഇതിനെയാണ്. ആ വൃക്ഷാത്മാവിന്റെ നേർക്ക് നമുക്ക് തികച്ചും ഭക്തിയും ബഹുമാനവും തോന്നും.

അർധരാത്രി. ബംഗ്ലാവിനു പുറത്ത് മുപ്പത് വാര ദൂരം വരെ ഞങ്ങൾ വന്നു. രാസപൂർണിമ*. പൂർണചന്ദ്രൻ ഞങ്ങളുടെ തലയ്ക്കു മുകളിൽ

---

* കാർത്തികമാസത്തിലെ വെളുത്ത വാവ്.

പൂർണ്ണചന്ദ്രനെ നോക്കിക്കൊണ്ട് ഒരു ഉയർന്ന കുന്ന്. അവിടെ പുല്ലില്ല. ഉണങ്ങിവരണ്ട സ്ഥലം. നടുവിൽകൂടി വഴി പോകുന്നു. ഇരുവശത്തും സാലവൃക്ഷങ്ങളും നെല്ലിമരങ്ങളും നിറഞ്ഞ വനം. ഇന്ന് വൈകുന്നേരം ചെന്നുനിന്ന അതേസ്ഥാനത്ത് ചെന്നുനിന്നു. ചന്ദ്രികയെ വർണിക്കാനാവില്ല. നിലാവിൽ കുളിച്ചുനില്ക്കുന്ന വനസുന്ദരി. അകലെ അല്ലാത്ത ശൈലമാല വർണനാതീതമാണ്. ഗഭീര നിശ്ശബ്ദത. അതിനിടയിൽ വനത്തിലെവിടെയോ ഒഴുകുന്ന ജലപതനത്തിന്റെ അവിശ്രാന്തകളകളധ്വനി. ഇത്തരം ഒരു ധ്വനി ഇന്നലേയും മിനിയാന്നും കേട്ടു. കുമ്ഡി ബംഗ്ലാവിൽ വെച്ച്. അവിടത്തെ നിബിഡമായ വനത്തിൽ കൊയിന നദിയുടെ പ്രവാഹം. ഥൽകോബാദിലെ ബംഗ്ലാവിൽ വെച്ചും കേട്ടു. ഒരു ഡംബർമാൻ കിഴക്കുവശത്തെ മലയോരത്തുനിന്ന് ഉറക്കെ ശബ്ദിച്ചു. തലയ്ക്കുമീതെ തന്നെ മൂന്നോ നാലോ നക്ഷത്രങ്ങൾ, സപ്തർഷി മണ്ഡലവും കാണാൻ കഴിയുന്നുണ്ട്.

ഈ മലയുടെ തെക്കുവശത്തെ സാലവൃക്ഷവനത്തിലെ വൃക്ഷങ്ങളുടെ ഇലകൾ ശിശിരവും നിലാവും ചേർന്ന് തിളങ്ങുന്നു. വലതുവശത്തെ ഒരു മരത്തിന്മേൽ കാട്ടാനകളെ ഓടിപ്പിക്കാൻ കാത്തിരിക്കുന്നവരുടെ മാച്ചാൻ. വളരെ ഉയരത്തിലാണ് മാച്ചാൻ കെട്ടിയിരിക്കുന്നത്. രാത്രിയുടെ ഗഭീരതയിൽ അരണ്യത്തിലെ നിശ്ശബ്ദതയിൽ ദൂരവർത്തിയായ അപരിചിതമായ മലയരുവിയുടെ പതനധ്വനിയും, രാത്രി ഉണർന്നിരിക്കുന്ന പക്ഷികളുടെ നേരിയ കൂജനവും, ഈ അഗാധനിശ്ശബ്ദതയെ ഭേദിക്കുന്നതായി വളരെ നല്ലപോലെ ചെവിടോർത്തിരുന്നാൽ മാത്രം കേൾക്കാനാകും. അതും ഏതോ അദൃശ്യന്റെ വാണിപോലെ. ഞാനും അതു കേട്ടു. കേട്ടതും ഹൃദയവും മനസ്സും ജയധ്വനിയെത്തി. ആ സൗന്ദര്യശില്പിയെ ആ അനാദിസ്രഷ്ടാവിനെ പ്രാർത്ഥിച്ചു. പതിനഞ്ചു മിനിറ്റോളം ഞാൻ പുറത്തുനിന്നു. പൗർണമിയുടെ രജനി, മായാമയമായ ചന്ദ്രികയിൽ, ബംഗ്ലാവിൽനിന്ന് അകലെ വനമധ്യത്തിൽ, ഈ ചെറുമലയുടെ മുകളിൽ ഞാൻ അനങ്ങാതെ നിന്നു. അവിടെനിന്നു നോക്കുമ്പോൾ ബംഗ്ലാവ് കാണാൻ കഴിയില്ല. ഈ ലോകാലയത്തിന്റെ ചിഹ്നംപോലും കൺമുന്നിൽപെടുകയില്ല. ഞാൻ മാത്രം ഒറ്റയ്ക്ക് ഈ ജനരഹിതമായ വനഭൂമിയിൽ ആകാശത്തേക്കും അരണ്യത്തിനു നേർക്കും നോക്കിനില്ക്കുന്നു. ഈ പതിനഞ്ച് മിനിറ്റ് സമയത്തിൽ പതിനഞ്ചു വർഷത്തെ ജ്ഞാനം എനിക്ക് ശേഖരിക്കാൻ കഴിഞ്ഞു. എന്റെ കണ്ണുകൾ തുറന്നു.

രാവിലെ എണീറ്റു. മിസ്റ്റർ സിംഹ വിളിച്ചുപറഞ്ഞു,

-മയിലിനെ കാണണ്ടേ!

അടുത്ത താഴ്‌വരയിൽ തുറന്ന സ്ഥലത്ത് ആറോ, ഏഴോ മയിലുകൾ. വളരെ വലിയവ. കണ്ടപ്പോൾ അത്യന്തം ആനന്ദിച്ചു.

മണി പത്തായപ്പോൾ കാറ് പുറത്തേക്കെടുത്തു. കോദലിബാദിലെ ഗഹനമായ കാട്ടിലേക്കു പോയി. വഴിക്ക് ആദ്യം 'കായാപുലി' എന്ന ചെറുപുഴ

കണ്ടു. വലിയ വലിയ കല്ലുകൾകൊണ്ട് കെട്ടിയിരിക്കുന്നു. കല്ലുകൾക്ക് മീതെക്കൂടി പുഴ ഒഴുകുന്നു. വനപഥത്തിൽകൂടി കയറിയും ഇറങ്ങിയും നടന്നുപോകുന്നു. ഇരുവശത്തും പർവതശ്രേണികളാണ്. അതാ വീണ്ടും ഒരു കാട്ടരുവി. അതിനുശേഷം കൊയിന നദി. കൊടുംവനത്തിന്റെ മധ്യത്തിൽകൂടി അതൊഴുകിപ്പോകുന്നു. കൊയിനാനദിയുടെ കല്ലുനിറഞ്ഞ തീരത്തിൽ ആ വനത്തിലിരുന്ന് 1931-ലെ 'ബ്ലാക്ക്‌വുഡ്സ്' മാഗസിനിലെ ഒരു യാത്രാവിവരണം വായിക്കുകയായിരുന്നു. "കാസ്റ്റ് അഡ്രിഫ്ട് ഇൻ ദ വുഡ്സ്" എന്നാണ് ലേഖനത്തിന്റെ പേര്. വായിക്കുന്നതിനിടയ്ക്ക് മുഖമുയർത്തിനോക്കി. ചുറ്റും ധാരാളം കുറ്റിക്കാടുകളും ലതകളും വളർന്നുനില്ക്കുന്നു. ബംഗ്ലാദേശിലെ വനങ്ങളോട് താരതമ്യപ്പെടുത്താവുന്ന തരം വനവിശിഷ്ടത. വഴിയുടെ ഓരങ്ങളിൽ പൂക്കളുള്ള ചെടികൾ ഉണ്ട്. കാട്ടുമന്ദാരം, കാട്ടുവർഗത്തിൽപെട്ട പെറ്റ്യൂണിയ, നേരിയ സുഗന്ധമുള്ള മഞ്ഞപ്പൂക്കൾ ഇവയെല്ലാം കാണാൻ എന്തൊരു ഭംഗി! കാമിനി പൂമരങ്ങൾ വനത്തിൽ ധാരാളമുണ്ട്. അവയിൽ നിറയെ ചെറിയ വെളുത്ത പൂക്കൾ. കാട്ടുമുല്ലപോലെയാണെങ്കിലും നേരിയ സുഗന്ധമുള്ള പൂക്കളാണ്. രാവിലെ വെളിച്ചവും നിഴലും ചേർന്നുള്ള കളി കാണേണ്ടതു തന്നെ.

കനത്ത തണലുകൾക്കിടയിൽകൂടി സൂര്യപ്രകാശം ചോർന്നുവരുന്നു. കാട്ടുപക്ഷികളുടെ കൂജനം. കൊയിനാനദിയുടെ മർമ്മരമുയർത്തുന്ന കളതാനം. ഇടത്തുഭാഗത്ത് നദിയുടെ മറുകരയിൽനിന്ന് ഏതാണ്ട് ഇരുന്നൂറ് വാര അകലെ അതിസുന്ദരമായ പർവ്വതശ്രേണി. കുറച്ചുദൂരംകൂടി പോയപ്പോൾ കൊയിനാനദി ഞങ്ങളുടെ വഴിക്കരികിലെത്തി. ഇവിടെ ഒരു വശത്തെ തീരം കുറച്ചധികം ഉയർന്നതാണ്. നിബിഡമായ വനം. തീരത്ത് കറുത്ത പാറക്കല്ലുകൾ ധാരാളം. ഇവിടെ കുറച്ചധികം നേരം ഇരുന്നു.

മിസ്റ്റർ ഗുപ്ത മധുരനാരങ്ങ തന്നു. അപ്പോൾ ഒരു പക്ഷിയുടെ ഗാനം കേൾക്കുന്നു. കാടിന് ഈ നേരത്ത് അത്യധികം സൗന്ദര്യമുള്ളപോലെ തോന്നി. കൊടുംവനത്തിലും പർവ്വതാന്തരാളത്തിലുമുള്ള ഈ ധരിത്രി അസാധാരണമായി അലങ്കരിച്ചുനില്ക്കുന്നപോലെ.

ഇന്നു രാവിലെ എണീറ്റ് മിസ്റ്റർ സിഹ്നയും മിസ്റ്റർ ഗുപ്തയും ഞാനും കൂടി ഇറങ്ങി. ബോനായി എസ്റ്റേറ്റിന്റെ അതിർത്തിവരെ പോയി. ദുർഗമമായ അരണ്യപഥത്തിൽകൂടി വനനടുവിൽ കൊയിനാനദിയെ വീണ്ടും കണ്ടു. ഇതിനുമുമ്പ് കുമഡി ബംഗ്ലാവിനരികിൽ വെച്ച് പരിചയപ്പെട്ടിട്ടുണ്ട്. പെട്ടെന്ന് ഒരു സ്ഥാനം കണ്ണിൽ പെട്ടു. നദീമധ്യത്തിൽ വലിയ പാറകൾ ധാരാളം ഉയർന്നുനില്ക്കുന്നു. എന്റെ ഇതുവരെയുള്ള അറിവും പരിചയവും വെച്ച് നോക്കുമ്പോൾ ഒരു കാര്യം വ്യക്തമാണ്. ഈ വക വനങ്ങളിൽ നദികൾ ഒഴുകുന്നതിനിടയ്ക്ക്, ധാരാളം സുന്ദരസ്ഥാനങ്ങൾ സൃഷ്ടിച്ചുകൊണ്ടു പോകുന്നു. രമണീയശോഭ വിതരണം ചെയ്തുകൊണ്ട് ഒഴുകിനീങ്ങുന്നു. പാറക്കുന്നുകൾ, വൃക്ഷങ്ങളുടെ തണൽ, വിഹംഗങ്ങളുടെ കാകളി, സുഗന്ധം പരത്തുന്ന അന്തരീക്ഷം, നദിയുടെ

മർമ്മരഗാനം, എല്ലാംകൂടി ഒരു ബ്യൂട്ടിസ്പോട്ട് എന്നല്ലാതെ മറ്റൊരു വാക്കും ചേരുകയില്ല.

പക്ഷേ, ഇവിടെ ഒരു പ്രത്യേകതകൂടി കണ്ടു. നദിയുടെ നടുവിലുള്ള ഉയർന്ന പാറകളുടെ സ്ഥാനത്ത് മണലും ചരലും ഒക്കെ കാണേണ്ടതായിരുന്നു, അതു കണ്ടില്ല. ഏറെ ദൂരം വരെ ലാറ്റെറൈറ്റ് കല്ലുകൾകൊണ്ട് കെട്ടിയിരിക്കയാണ് നദീതീരം. എത്രയെത്ര ആയിരം വർഷങ്ങളായി ഈ കൊയിന നദി ആരാലും കാണപ്പെടാതെ ഒഴുകിയിട്ടുണ്ടാകണം! മണ്ണെല്ലാം ഒഴുകിപ്പോയി തേഞ്ഞുതുടങ്ങിയ കല്ലുകൾ നദീമധ്യത്തിൽ തെളിഞ്ഞുകാണുന്നു. ഇങ്ങനെ പുറത്തേക്ക് തള്ളിനില്ക്കാൻ തുടങ്ങിയ പാറകളിൽ ഇടയ്ക്കെല്ലാം തേനീച്ചക്കൂടുപോലെ സുഷിരങ്ങൾ ഉണ്ടായിട്ടുണ്ട്. ആ പാറയ്ക്ക് 40 അടിയോളം വീതിയും 100 അടി നീളവും കാണും. സമതലമായ കല്ത്തറ നദിയുടെ നടുവിൽ ആരോ തയ്യാറാക്കി വെച്ചിരിക്കുന്നതുപോലെ.

ഗഹനമായ വനം ഇരുതീരത്തും. ഥൽകോബാദ് മുഴുവനും വനമാണ്. അവിടെനിന്ന് ആറ് നാഴിക ദൂരം കൊടുംവനത്തിൽ കൂടിയാണ് കാറിൽ വന്നത്. അതിനുശേഷമാണ് ഇങ്ങനെ സുന്ദരമായ, ജനരഹിതമായ, ജലകളശബ്ദമുഖരമായ ഈ സ്ഥാനം.

കുറേക്കൂടി ദൂരം ചെന്നപ്പോൾ ഒരു വന്യഗ്രാമം - പേര് കരംപദ. മറുകരയിൽ രണ്ടു ചെറിയ ഗ്രാമങ്ങളുണ്ട്. നുയഗാവ്, വനഗാവ് എന്നു പേരുള്ള രണ്ടു ഗ്രാമങ്ങൾ. ഒരു ഗ്രാമം എന്നു പറയാൻ വേണ്ടതൊന്നും ഇവിടെ ഇല്ല. നികുതി കൂടാതെ കൃഷി ചെയ്യാൻ ഗ്രാമത്തിലുള്ളവർക്ക് വനവിഭാഗക്കാർ കൊടുത്തിരിക്കുന്നു. കാട്ടാനകളുടേയും മാനുകളുടേയും ഉപദ്രവം കാരണം പലപ്പോഴും കൃഷി കൊയ്തെടുക്കാൻ കിട്ടാറില്ല. വനഗ്രാമങ്ങളുടെ ദൃശ്യം ഒരു ചിത്രംപോലെ സുന്ദരമാണ്. ഞങ്ങൾ വണ്ടിയിൽ നിന്നിറങ്ങി ഒരു കല്ലിന്മേൽ ഇരുന്നു.

സാലവൃക്ഷങ്ങളുടെ തണൽ. മുന്നിൽ കൊയിന നദി ചെറുപുഴപോലെ ഒഴുകിപ്പോകുന്നു. വീതി കുറഞ്ഞ വെള്ളച്ചാല് പോലെ. ഈ നദിയുടെ ഉദ്ഭവസ്ഥാനം അതിദൂരമല്ലാത്ത ബൊനായി സീമാന്തരത്തിലെ ശൈലമാലയാണ്. അതിവിടെനിന്ന് ഏതാനും നാഴിക മാത്രം അകലെ. നദിയുടെ അക്കരെ തിരകൾ ഉലയുംപോലെയുള്ള ഭൂമി മേലോട്ട് കയറിപ്പോകുന്നു. ആ ഭൂവിഭാഗം നിറയെ പച്ചപ്പുല്ലുകളും പൂക്കളും. ഇടയിൽ മുതിരയുടെ പാടങ്ങൾ. ചില കുടിലുകൾ. മണ്ണും വൈക്കോലും കൊണ്ടുണ്ടാക്കിയ കുടിലുകൾ. തുറന്ന സ്ഥലത്ത് പശുക്കളും എരുമകളും ചരിക്കുന്നുണ്ട്. പാടങ്ങളിൽ സ്ത്രീകൾ പണിയുന്നുണ്ട്.

ചുറ്റും ദൂരെ ദൂരെയായി മലകൾ. ബൊനായിരാജ്യവും സാരെന്റാ വനവും അവസാനിക്കുന്ന സീമവരെ ഞങ്ങൾ മുന്നോട്ടുപോയി. വളരെ ഉയർന്ന ഒരു മലമുകളിൽ അഞ്ഞൂറ് അടി സ്ഥലം വൃക്ഷങ്ങളൊന്നുമില്ലാതെ കാലിയായി കിടക്കുന്നു. ആ സ്ഥാനത്തിന്റെ അതിർത്തി രേഖപ്പെടുത്തി വെച്ചിരിക്കുന്നു. ഞങ്ങൾ താഴോട്ടിറങ്ങി. എന്തായാലും ബൊനായി രാജ്യം

ഒന്ന് ചുറ്റി കണ്ടുവരാം എന്നു തീർച്ചയാക്കി. വഴി താഴോട്ടിറങ്ങിപ്പോകുന്നു. വഴി കനത്ത വനമധ്യത്തിൽകൂടി തന്നെ. സാരെന്റായിലെ അരണ്യവുമായി ഒരു സാമ്യവുമില്ല. വലിയ വലിയ ഇലകളുള്ള ചെടികൾ. ലതകൾ വൃക്ഷങ്ങളെ പരസ്പരം ബന്ധിച്ചുനിർത്തിയിരിക്കുന്നു. ഒരിടത്തും ഒഴിഞ്ഞ സ്ഥലമില്ല. വഴിയോരത്ത് ഇതിനുമുമ്പ് കണ്ട അതേ മഞ്ഞപ്പൂക്കൾ, ധാരാളം വിരിഞ്ഞുനിന്ന് ശോഭ പകരുന്നു. അതിഗംഭീരമായ നിശ്ശബ്ദത. ഇത് സാരെന്റായിലും അനുഭവപ്പെട്ടതുപോലെയാണ്.

ഇറങ്ങുന്നതിനിടയ്ക്ക് പെട്ടെന്ന് ഒരു ചെറിയ താഴ്‌വര കൺമുന്നിൽ എത്തി. ഇരുവശത്തും മലകൾ വളഞ്ഞുനില്ക്കുന്നു. വനശീർഷങ്ങളുടെ ഉത്സവം തന്നെ. ഒരു കുസുന* വൃക്ഷത്തിന്റെ ചുവട്ടിൽ ഞങ്ങൾ ഇരുന്നു. വനത്തിൽനിന്ന് പക്ഷിയുടെ കർക്കശസ്വരം. ഫോറസ്റ്റ് ഗാർഡിനോട് ചോദിച്ചു,

-മയിലാണോ?

-അല്ല യജമാന്നേ, അത് ധനേശപക്ഷിയാണ്.

കാക്കത്തുയ! വലിയ കൊക്കുകളുള്ള അവയെ ഞാൻ കണ്ടിട്ടുണ്ട്. പക്ഷേ, കൊൽക്കത്തയിൽ കൂട്ടിലിട്ട അവസ്ഥയിൽ.

പക്ഷേ ഈ നിബിഡ ഒഡീഷ്യാവനങ്ങളിൽ അവയുടെ കരച്ചിൽ നേരിട്ട് കേൾക്കാൻ കഴിയുമെന്ന് ഒരിക്കലും വിചാരിക്കാത്ത ഭാഗ്യമാണ്. ഞാനിരുന്ന് ചിന്തിച്ചു. ഈ ഇരിക്കുന്ന സ്ഥാനത്തുനിന്ന് ഏറ്റവും അടുത്ത റെയിൽവേ സ്റ്റേഷൻ കുറഞ്ഞത് 40 നാഴിക ദൂരെയാണ്. ഇതും ജീവിതത്തിൽ ഒരിക്കലും സംഭവിക്കാത്തതാണ്.

ഇവിടെ നിന്ന് കൊൽക്കത്തയ്ക്ക് പോകണമെങ്കിൽ, എത്ര ദൂരം നടന്നുപോകണം. ഗുയ അല്ലെങ്കിൽ ജെരായി കെല്ലയിലെത്താൻ. എന്നിട്ടവിടെ നിന്ന് തീവണ്ടി കയറി കൊൽക്കത്തയിലെത്താം.

ഞങ്ങൾ ഇരിക്കുന്നതിനു മുമ്പിൽക്കൂടി പോകുന്ന വീതികുറഞ്ഞ ഒറ്റയടിപ്പാതയിൽകൂടി ഒരു കറുത്ത യുവാവ് പോകുന്നു. ദേവരൂപിയായ അവൻ കൈകൊണ്ട് തുന്നിയുണ്ടാക്കിയ ഒരു വസ്ത്രം ധരിച്ചിരിക്കുന്നു. അവന്റെ ഒരു കൈയിൽ അമ്പും വില്ലും ഉണ്ട്. മറുകൈയിൽ ഒരു തുണിക്കെട്ട്. തലയിൽ നീണ്ട തലമുടി. അതിൽ മരംകൊണ്ടുള്ള ചീപ്പ് തിരുകി വെച്ചിരിക്കുന്നു. വളരെ ധൃതിയിൽ നടന്നകലുന്ന അവനെ വിളിച്ചു. എങ്ങോട്ടാ പോകുന്നു എന്നു ചോദിച്ചതിന് പള്ളിയിലേക്ക് പോകയാണ്, വേഗം പോകണം എന്നെല്ലാം 'ഹൊ' ഭാഷയിൽ പറഞ്ഞു. മിസ്റ്റർ. ഗുപ്ത അവനോട് അതേ ഭാഷയിൽ പിന്നേയും സംസാരിച്ചു. അവൻ പറഞ്ഞതെല്ലാം ഞങ്ങളോട് പറഞ്ഞുതന്നു. അവന്റെ പേര് 'മസി'. എത്ര സുന്ദരമായ ചിരി! മുഖശ്രീയും എന്തൊരു ഭംഗിയുള്ളത്! അവനെ കണ്ടില്ലെങ്കിൽ ഈ ഗഭീരവനഭൂമി ഇത്രയ്ക്ക് പ്രാണനുള്ളതായി

* ഇതിന്റെ മഞ്ഞപ്പൂക്കൾ തിളപ്പിച്ച് തുണികൾക്ക് നിറംകയറ്റാൻ ഉപയോഗിക്കുന്നു.

മാറുകയില്ലായിരുന്നു. അവന്റെ ആനന്ദം നിറഞ്ഞ സംസാരവും ചലനരീതിയും ഇഷ്ടപ്പെട്ടു. പുഞ്ചിരിപുരണ്ട മുഖം, സരളദൃഷ്ടികൾ, അവയിലെ സാധാരണമായ നോട്ടം, അടുത്തുള്ള 'കുംഭി' എന്ന ഗ്രാമത്തിൽ അനേകം പേരെ പുലി പിടിച്ചിട്ടുണ്ടത്രെ. വഴി നടന്നു പോയിരുന്ന ഒരു വൃദ്ധനെ വണ്ടിയിൽ കയറ്റി. അയാളുടെ പേര് ശ്യാമൊ. അനിയന്റെ പേര് കാമോ. അവർ ഒഡിയ ഭാഷയിലാണ് സംസാരിച്ചത്.

അങ്ങനെ രാത്രി ആകുംമുമ്പ് വീണ്ടും കൊയിന നദിയുടെ തീരത്തെ സുന്ദരമായ സ്ഥാനത്തെത്തി. കൊടുംവനത്തിനുമീതെ ചന്ദ്രനുദിച്ചുയർന്നു. ഞങ്ങൾ കാറിൽതന്നെ ഇരുന്നു. ശാമോ തന്നെക്കുറിച്ചു പറയുന്നതിലധികം സ്വന്തം സഹോദരൻ കാമോവിനെപ്പറ്റി പറഞ്ഞുകൊണ്ടിരുന്നു. ഏതാനും പേർ കാട്ടിൽ തീ കാഞ്ഞുകൊണ്ടിരിക്കുന്നു. ഞങ്ങൾക്കുവേണ്ടിയാണ് അവരവിടെ കാത്തിരുന്നത്.

ചന്ദ്രിക ഓളംവെട്ടുന്ന വനഭൂമി. സമയം രാത്രി രണ്ടരമണി. വിശാലമായ സാരെന്റാ വനമധ്യത്തിൽ കൊയിന മലയാറിന്റെ കളരവം കേട്ട് ഇരിക്കുകയാണ്. കൃഷ്ണദിതീയയുടെ ചന്ദ്രൻ തലമുകളിൽ എത്തി. മഹാമൗനം പൂണ്ടുനില്ക്കുന്ന ഈ അരണ്യാനി. ഈ ജലകളതാനത്തിൽ കൂടി കഥപറയുംപോലെ. എന്തൊരു രഹസ്യമയമായ വനസൗന്ദര്യം! അതിനെ വർണിക്കാൻ ഭാഷയെവിടെ! വാക്കുകളെവിടെ! ആയിരം വർഗ നാഴിക നീണ്ടുകിടക്കുന്ന വനമധ്യത്തിലെ നിബിഡതയിൽകൂടി ഒഴുകുന്ന ഈ നദീതീരത്തെ നിലാവ് നിറഞ്ഞ രാത്രിയിൽ വന്നിരുന്ന് ആസ്വദിച്ചാലല്ലാതെ ഈ ഗഭീരസൗന്ദര്യം അറിയാനും മനസ്സിലാക്കുവാനും വേറെ വഴിയില്ല. കാട്ടാനകളും വ്യാഘ്രങ്ങളും സ്വതന്ത്രരായി ജീവിക്കുന്ന ഈ അരണ്യത്തിൽകൂടി എത്രയോ വത്സരങ്ങളായി ഈ കൊയിനാ നദി നിർബാധം ഒഴുകുന്നു! അത്രയുംകാലം പൗർണമികൾ തോറും ശുക്ല പക്ഷങ്ങൾതോറും ഇതേപോലെ ചന്ദ്രനുദിച്ച് തന്റെ ചന്ദ്രികയിൽ ഈ വനാനിയെ പൊതിയുന്നു. അങ്ങനെ പരിപ്ലവിതമായ ഈ സുന്ദരസ്ഥാനത്തിൽ വെളിച്ചവും നിഴലും എന്തെല്ലാം ചിത്രങ്ങൾ ചെയ്തുതീർക്കുന്നു! എത്ര സുന്ദരചിത്രങ്ങൾ സൃഷ്ടിക്കുന്നു!

പക്ഷേ, ആരും അവ കാണാൻ ഇവിടെ എത്തുന്നില്ല. ഒഴുകുന്ന നദി ചെന്നുവീഴുന്നിടത്ത് ഒരു ചെറിയ സരോവരം പോലെ. അവിടെ കാലാകാലമായി ജലം പതിക്കയാൽ ഇന്നും അത് അപ്രത്യക്ഷമാകാതെ നില നില്ക്കുന്നു. ആ കരയിലെ, നിബിഡമായി വളർന്നുകൊണ്ടിരിക്കുന്ന വനം ഈ നദിയെ ഈ ജലാശയത്തെ അപ്രത്യക്ഷമാക്കുകയില്ല എന്നു പ്രതീക്ഷിക്കാം. ഇതേപോലെ ചന്ദ്രിക പതിയുന്ന തിളങ്ങുന്ന നദീജലം എന്നെന്നും നിലനില്ക്കട്ടെ.

തലയ്ക്കുമുകളിൽ ചന്ദ്രനെത്തിയാലല്ലാതെ ഈ തിളക്കം ശരിക്ക് ആസ്വദിക്കാനാവില്ല. ഗഭീരമായ രാത്രിയിൽ തണുപ്പ് ഏറിവന്ന് എങ്ങും പുകപടലം പരന്നതുപോലെ ആയിത്തീരുന്നു. എന്നാലും മേലോട്ടു

നോക്കുമ്പോൾ എണ്ണാൻ കഴിയുന്ന ഏതാനും നക്ഷത്രങ്ങൾ മുകളിലെ ആകാശത്ത് ജ്വലിക്കുന്നതായി കാണാം. ആ മൂന്നുനാലു നക്ഷത്രങ്ങൾ അവയുടെ അദൃശ്യപാദങ്ങളുമായി ഈ ജലരാശിയുടെ മീതെ ജലകേളിക്കായി ഇറങ്ങിവരുകയാണോ! വനവൃക്ഷങ്ങൾ ധ്യാനനിരതരായി നില്ക്കുന്നു.

മേലോട്ടുനോക്കി കണ്ണുകളടച്ച് ചെവിടോർത്തു നോക്കൂ. ഈ വന സൗന്ദര്യം, ഈ നിശീഥം ശബ്ദരഹിതമായ അവയുടെ വാണികളിൽകൂടി എന്തെല്ലാം മധുരകഥകൾ പറയുന്നു എന്നു കേൾക്കാൻ കഴിയും. അവ നിശ്ശബ്ദമാണെങ്കിലെന്താ, അമരത്വത്തിന്റെ സത്യകഥകളാണ് പറയുന്നത്. അരണ്യത്തിന്റെ നിശ്ശബ്ദതയോടൊപ്പം സ്വരംചേർത്ത് ഈ കാട്ടരുവിയുടെ കളകളാരവം ഉതിർക്കുന്ന കഥകൾ അന്തരാത്മാവിന്റെ ചെവിയിലേക്കെത്തുന്നു. ഈ അരണ്യമാണ് ഭാരതത്തിന്റെ യഥാർത്ഥരൂപം. സഭ്യതയുടെ ജന്മം ഇവിടെയാണ് ഉടലെടുത്തിരിക്കുന്നത്. വേദങ്ങളും ഉപനിഷത്തുക്കളും രൂപംകൊണ്ടത് ഈ അരണ്യശാന്തതയിൽ നിന്നാണ്. ഈ സ്തബ്ധതയാണ് എല്ലാറ്റിനും മൂലം. ഇന്ന് ഇവിടെ ഇരിക്കുമ്പോൾ തോന്നുകയാണ്, അശോകന്റെ കാലത്തും ഈ കൊയിനാ നദി ഇതേപോലെ നിർബാധം ഒഴുകിയിരിക്കണം. ഈ അരണ്യം കൂടുതൽ ഗഭീരമായിരിക്കണം. അതിനുമുമ്പ് ആര്യന്മാർ ഭാരതത്തിലേക്ക് പ്രവേശിച്ചപ്പോഴും ഈ നദി, കളകളോച്ഛ്വാസത്താൽ നൃത്യശീലയായ ബാലികയുടെ കാലിലെ ചിലങ്കകളുടെ ശബ്ദമുയർത്തി നൃത്യഭംഗിയോടെ ഒഴുകിയിരിക്കണം. തന്റെ സൂര്യഭംഗിയാൽ ഈ ഉദാസീനയായ പ്രകൃതിയെ ആനന്ദംകൊണ്ട് അലങ്കരിച്ചിരിക്കണം. ഈ വനാന്തരത്തിൽ ഇതെല്ലാം ആര് കാണാനാണ്?

ആരും കാണാനില്ല, കാണുന്നില്ല. എന്നാലും ഇതേപോലെ വനഭൂമിയെ അലങ്കരിച്ചുകൊണ്ടിരിക്കുന്നു. ഓരോ പ്രഭാതത്തിലും ഓരോ സന്ധ്യയിലും ഓരോ രജനിയിലും എന്റെ ജോലി തുടരുന്നു. ഇന്ന് നിങ്ങൾ വന്നു! എത്രകാലങ്ങൾക്കുശേഷം മനുഷ്യൻ വന്നു! എന്തൊരാനന്ദമാണെനിക്കിന്ന്! നോക്കൂ, കാണുന്നില്ലേ...!

പിന്നെയും ശാമോയോട് സംസാരിച്ചു. അവന്റെ അനുജൻ കാമോ എങ്ങനെ? കരംപദ എന്ന വന്യഗ്രാമത്തിൽ ജനിച്ചു. മറ്റെവിടേക്കും പോയിട്ടില്ല. പോകുകയുമില്ല. എഴുപതു വയസ്സായ വൃദ്ധനാണിന്ന്. അമ്പതു കൊല്ലം മുമ്പ് 'ചായിബാസ'യിലേക്ക് പോയിട്ടുണ്ട്. ജീവിതത്തിലൊരിക്കലും തീവണ്ടി കയറിയിട്ടില്ല. അയാളെ ഞങ്ങൾ കാറിൽ കൂടെ കൊണ്ടുവന്നു. ജാതിസിയാങ്ങ് വരെ എത്തിച്ചു.

ശിശിരസിക്തമായ വൃക്ഷങ്ങൾ നിറഞ്ഞ അരണ്യം. അർദ്ധരാത്രി. വെണ്ണിലാവ് പൊഴിയുന്നു. എന്തൊരു സുന്ദരരൂപം! അതീവസുന്ദരം! കാറിൽ തിരികെ പോരുമ്പോൾ ചുറ്റും നോക്കി. എത്രയെത്ര വൃക്ഷങ്ങൾ. കല്ലുകൾ. പാറകൾ. എങ്ങും നിബിഡവനം! എന്റെ മുത്തച്ഛൻ കുട്ടിയായിരിക്കുന്ന കാലത്തും ഇവിടം ഇങ്ങനെത്തന്നെ ആയിരുന്നോ? അന്നും

ഇതേപോലെ ചന്ദ്രിക വഴിഞ്ഞൊഴുകാറുണ്ടോ? ഹേ പ്രാചീനവനം! ഹേ അരണ്യാനി! നിനക്ക് നിന്റെ പൂർവകാലചരിത്രം അറിയാമോ? എത്രത്തോളം അറിയാം? ആർക്കും അതറിയില്ലല്ലോ!

അടുത്ത ദിവസം രാവിലെ ചായ കുടിച്ചശേഷം കാറിൽ പുറത്തേക്കിറങ്ങി. കൂടെ മിസ്റ്റർ സിഹനയും. സുന്ദരമായ പർവ്വതനിര. വനത്തിൽ കൂടിയുള്ള വഴി. ഏറെ ഉയരമുള്ള ഒരു പർവ്വതമുകളിൽകൂടി വഴി പോകുന്നു. ഒരിടത്ത് വനമധ്യത്തിലായി ഒ.ടി.ടി. കമ്പനി റെയിൽപാളത്തിനാവശ്യമായ സ്ലിപ്പറുകൾ അറുത്ത് തയ്യാറാക്കുന്നു.

ഇന്നു രാവിലെ ഥൽകോബാദിലെ ബംഗ്ലാവിൽ വെച്ച് മയിലുകളെ കണ്ടു. ഇരുമ്പു കലർന്ന കല്ലുകൾ വനത്തിൽ ധാരാളമുണ്ട്. ചിലവ വളരെ കനമുള്ളവ. അവയിൽ 50% ഇരുമ്പുണ്ടെന്നു പറയുന്നു. അവിടെ നിന്ന് ശൈലനിരയുടെ മറുവശത്തെ വഴിയിലേക്കെത്തി യാത്ര തുടർന്നു. ദൂരെ വേറെയും അനവധി പർവ്വതനിരകൾ കാണാനുണ്ട്. വൃക്ഷസമൂഹങ്ങൾ കണ്ണുകളെ പിടിച്ചുനിർത്തുന്നു. ഒന്നും കാണാൻ കഴിയുന്നില്ല. മധുരനാരങ്ങ എടുത്തു തിന്നു. വഴിനിന്ന് മലമ്പാമ്പിന്റെ ഉറ കിടക്കുന്നു. മിസ്റ്റർ ഗുപ്ത കടലാസുകൊണ്ട് അത് മൂടിയിട്ടു. മലമുകളിലേക്ക് നോക്കി നോക്കി പോകുകയാണ്. അടുത്തുതന്നെ നല്ല വിസ്താരമുള്ള താഴ്വര. വനാവൃതമായ ആ സ്ഥാനത്തേക്ക് ഞങ്ങൾ സാവകാശം ഇറങ്ങിച്ചെന്നു. മുകളിൽനിന്നു നോക്കുമ്പോൾ വഴി വളഞ്ഞുപിരിഞ്ഞ് പോകുന്നതു കാണാം. പെട്ടെന്ന് ഒരു മനോഹരമായ സ്ഥാനം കണ്ടു. ഈ താഴ്വരയിലേക്കുള്ള വഴിയോടൊപ്പം ബാംകിഗാഡ എന്നോ ഒരേസുര എന്നോ പേരുള്ള ഒരു നദിയും ഒഴുകുന്നുണ്ട്. മറുകരയിലെ മലകളിലും കുന്നുകളിലും വലിയ വലിയ സാലവൃക്ഷങ്ങൾ. അവയ്ക്ക് നടുവിൽ ഒരു കുടിൽ. അവയിൽ ഒരു സാലവൃക്ഷം നൂറ്റിമുപ്പത്തഞ്ചു വർഷം പ്രായമുള്ളതാണ്. അതിന്റെ കടയുടെ വണ്ണം പത്തടി. എന്റെ മുത്തച്ഛൻ ജനിച്ചിട്ടില്ല. അദ്ദേഹത്തിന്റെ അച്ഛൻ യുവാവായിരിക്കുമ്പോൾ ആ വൃക്ഷം കൊച്ചുതൈ ആയിരിക്കണം. എത്ര ശക്തവും ആരോഗ്യവുമുള്ളതായിരിക്കണം ആ വൃക്ഷത്തൈ. അതല്ലേ ഇന്നും ഇത്ര ആരോഗ്യത്തോടെ നിലനിൽക്കുന്നത്! ഇന്നും അത് വളർന്നുകൊണ്ടിരിക്കയാണത്രെ! വിശ്വത്തിലെ ജീവനുള്ള എല്ലാ വസ്തുക്കളിലും ബ്രഹ്മശക്തി ഉണ്ട്. ഇതെല്ലാം കാണുമ്പോഴല്ലേ അതറിയാൻ സാധ്യമാകുകയുള്ളൂ! 'യോ ഓഷധീഷ്ഠയോ വനസ്സതീഷു' എന്നു വെറുതെ ഉരുവിട്ടതുകൊണ്ടായില്ല. എല്ലാം നേരിൽ അനുഭവിച്ചറിയണം. ബ്രഹ്മശക്തിയെ ആസ്വദിച്ച് നേടണം.

ബാബുഡേര എന്ന സ്ഥലത്ത് ഞങ്ങൾ ചായ കുടിച്ചു. മണി മൂന്നര. ഞങ്ങൾ വീണ്ടും യാത്ര തുടർന്നു.

കനത്ത വനത്തിൽക്കൂടിയുള്ള വഴി. നിബിഡമായ ട്രോപ്പിക്കൽ അരണ്യം. ഡിഷക്കൻഡ്രം പൂക്കൾ നിറഞ്ഞുനില്ക്കുന്നു. വാസ്തവത്തിൽ അവ പൂക്കളല്ല, കൊച്ചു കൊച്ചു ഇലകളാണ്. ഇലയുടെ കൂമ്പുകൾ,

കണ്ടാൽ പൂക്കളാണെന്നു തോന്നും. വഴിയുടെ ഒരു വശത്തുകൂടി ഒരേ സുരമ പുഴ ഒഴുകിപ്പോകുന്നു. ഈ കൊടുംവനത്തിന്റെ മധ്യത്തിൽകൂടി നിർബാധം ഒഴുകിക്കൊണ്ടിരിക്കുന്നു. ഈ വനം ആസ്സാം വിഭാഗത്തിലെ കൊടുംവനങ്ങൾ പോലെയുണ്ട്. വനത്തിലെവിടെയോ പക്ഷിയുടെ ശബ്ദം. ഹോൺബിൽ പക്ഷിയുടേതാണ്. വീണ്ടും വഴിമുടക്കിക്കൊണ്ട് പർവ്വതപുത്രി മുന്നിൽ എത്തി. ഞങ്ങളോട് ചോദിക്കുംപോലെ, എന്റെ കളകളാരവം കേൾക്കൂ, അനുനയത്തോടെ ഞങ്ങളോടപേക്ഷിക്കുന്നതു പോലെ, എന്നെ നല്ലപോലെ നോക്കൂ... അങ്ങനെ അങ്ങ് കടന്നു പോകല്ലേ... ഈ നദിയിൽ ചെറിയ വെള്ളച്ചാട്ടവും ഉണ്ട്. വൃക്ഷലതാദി കളുടെ തണലിൽക്കൂടി ഒഴുകിക്കൊണ്ടിരിക്കുന്ന നദി. ഒരു വശത്ത് രണ്ടോ മൂന്നോ കുടിലുകൾ. എല്ലാം പുല്ലുകൾകൊണ്ട് മേഞ്ഞവയാണ്. ധാരാളം പുല്ലുകൾ വളർന്നുനില്ക്കുന്ന ഒരിടത്ത് ഇരുന്നു.

എത്ര മനോഹരമായ സ്ഥലം. പിറകിലെ വൃക്ഷങ്ങളുടെ ഉയർന്ന ശാഖകളിന്മേൽ അപരാഹ്നത്തിലെ വെയിലിന്റെ ചുവപ്പുരാശി കലർന്ന വെളിച്ചം പരന്നുതുടങ്ങി.

ഇവിടം ശരിക്കും ഋഷിമുനിമാരുടെ ആശ്രമസ്ഥാനമാണെന്ന് തോന്നി. നിഭൃതവും ശാന്തവുമായ കാട്ടുപ്രദേശം, മലയാറിന്റെ നേരിയ കളരവം, പാർവത്യാരണ്യത്തിന്റെ കനത്ത നിഴൽ നിറഞ്ഞ ഈ സ്ഥാനങ്ങളിലിരു ന്നാകണം ഉപനിഷത്തുകളുടെ രചന ഉണ്ടായത്. ഇത്തരം സാഹചര്യ ത്തിൽ എല്ലാം താനേ യാതൊരു പ്രയാസവും കൂടാതെ ഉൽപത്തി നേടി യിരിക്കണം. ഈ സ്ഥാനത്തിന് അതിന്റേതായ ഒരു ശ്രീയുണ്ട്, ഒരു വിശിഷ്ട സൗന്ദര്യമുണ്ട്. സഹജമായ നിർമലമായ ആനന്ദം നല്കുന്ന ഈ സ്ഥാനം എല്ലാംകൊണ്ടും സമ്പൂർണമെന്നനുഭവപ്പെട്ടു. അതിന്റെ സൃഷ്ടികർത്താവിനെ മനസ്സിൽ കണ്ടുകൊണ്ട് ആത്മാർത്ഥമായ കൃത ജ്ഞതയുടെ അർഘ്യങ്ങളർപ്പിച്ചു. ഈ സ്ഥാനത്തിന് 'വനശ്രീ' എന്ന് നാമകരണം ചെയ്തു.

ജേറായികെല്ലയിൽ നിന്ന് എട്ടുനാഴിക അകലെയാണ് ഈ സ്ഥാനം. വഴി നേരിട്ട് ചെന്നെത്തുന്നത് ജേറായികെല്ല സ്റ്റേഷനിലേക്കാണ്. ഏതാണ്ട് അഞ്ചു നാഴിക ചെന്നപ്പോൾ ഒരു നദി കണ്ടു, സാമ്ടാനാല. ഇവിടത്തെ നദികളുടെ പേരും എത്ര വിചിത്രം. 'ഹൊ' ഭാഷ സംസാരിക്കുന്നവർ കർക്കശമായ പേരുകൾ വെച്ചിരിക്കുന്നു. ഞങ്ങളുടെ വംഗദേശത്തെ എത്ര കൊച്ചുപുഴയുടെ പേരും ഇവയേക്കാൾ എത്ര നല്ലതാണ്! ഈ സാമ്ടാനാല കടന്നുപോയാൽ വഴിയിൽ കവലയുണ്ട്. ഒരു വഴിതിരിവിൽ പോഡിയിൽ കൂടി ഥൽകോബാദിലേക്ക് പോകുന്നു. കുറച്ചു ദൂരം ചെന്ന പ്പോൾ കാടിന്റെ ഭംഗി വംഗരാജ്യത്തിലേതുപോലെ എന്നു തോന്നാൻ തുടങ്ങി. ചെറുവൃക്ഷങ്ങൾ, കാട്ടുവാഴകൾ, വള്ളിച്ചെടികൾ എല്ലാം സ്വന്തം നാട്ടിലേതുപോലെ. എന്റെ വീട്ടിൽ ബാരക്പൂരിൽ ഒരുതരം മരമുണ്ട്. അതിന്മേൽ ചെരിപ്പിന്റെ ആകൃതിയിലുള്ള ഫലം ഉണ്ടാകുന്നു. ഛോട്ടോ നാഗ്പൂർ ഇൻഡസ്ട്രീസ് ഉണ്ടാക്കാൻ വൃക്ഷങ്ങൾ മുറിച്ചിരിക്കുന്നതിലും

ഇത്തരം വൃക്ഷങ്ങൾ ധാരാളമുണ്ടായിരുന്നു. സാലവൃക്ഷങ്ങൾ കാണാനില്ല. ബംഗാളിലെ അരണ്യവൃക്ഷങ്ങൾ വളർന്നു നില്ക്കുന്നു. പത്തുനാഴിക ദൂരെ അതിസുന്ദരമായ ഒരു സ്ഥാനമുണ്ട്. വളരെ ഉയരത്തിലുള്ള ഈ സ്ഥാനത്തുനിന്നാൽ ഹിമാലയത്തിന്റെ ദൃശ്യം ആസ്വദിക്കാം.

ഫോറസ്റ്റർ ബാഡിവുലി ഹോ വിരൽചൂണ്ടി കാണിച്ചുതന്നുകൊണ്ട് പറഞ്ഞു,

-ആ കാണുന്നത് ഹേന്ദേ കുലി. ബി.ടി.ടി. കമ്പനിയുടെ കൂലിക്കാരുടെ തമ്പുകളാണ്. ഞങ്ങൾ പർവതം ചുറ്റിപ്പോകുന്ന വഴിയിൽക്കൂടി വളഞ്ഞുപിരിഞ്ഞു പോന്നു. ചുറ്റും നിരവധി പൂക്കളുടെ ശോഭ കണ്ടാസ്വദിച്ചു. അവസാനം ഹേന്ദേകുലി തമ്പിൽ എത്തി. ഇവിടെ വനംവിഭാഗത്തിന്റെ ഒരു ചെറിയ ബംഗ്ലാവുണ്ട്. അത് അധികമുയരമില്ലാത്ത ഒരു കുന്നിൻമുകളിലാണ്. താഴെയുള്ള ഭൂമിയിൽകൂടി ഒഴുകുന്ന സാമടാ അരുവിയുടെ തീരത്തുള്ള കുടിലുകൾക്കു മുന്നിൽ അനവധി കൂലിക്കാരായ സ്ത്രീപുരുഷന്മാർ വരിവരിയായി തീ കത്തിച്ച് രാത്രിഭക്ഷണം പാകം ചെയ്യുന്നു. അരി വെക്കുന്നു. നേരം സന്ധ്യമയങ്ങിയതേയുള്ളൂ. അവർ അറവുപണിക്കാരാണ്. ഗാങ്പൂർ സ്റ്റേറ്റിൽനിന്ന് വന്ന് 'ആരാകാശി' അഥവാ മരം അറക്കുന്ന പണിക്കാരായി ജോലി ചെയ്യുന്നവരാണ്. വനമധ്യത്തിൽ ഇരുപത് മുപ്പത് സ്ത്രീപുരുഷന്മാർ ചോറുവെച്ച് ഉണ്ണുന്നതു കണ്ടപ്പോൾ സന്തോഷം തോന്നി. ആ കാഴ്ച എന്തുകൊണ്ടോ വളരെ ഇഷ്ടപ്പെട്ടു. തീ കാഞ്ഞിരുന്ന് അവരോട് സംസാരിച്ചിരിക്കാൻ ആഗ്രഹിച്ചു. ഈ കുന്നിൻമുകളിലെ വീട്ടിൽനിന്ന് അവരുടെ ദൃശ്യം, അതും ചുറ്റും മലകൾക്കു നടുവിലുള്ള ഈ ദൃശ്യം അതിരഹസ്യമയവും ഗഭീരവുമായി തോന്നി. ഹേന്ദേകുലി ക്യാമ്പിൽനിന്ന് ജേരായികേല സ്റ്റേഷനിൽനിന്ന് പത്തുനാഴിക അകലെയാണ് ഈ സ്ഥലം. നാടും കാടും കാണാനിറങ്ങുന്നവർക്ക് ഇവിടേയും ഒരു ദിവസം കഴിച്ചുകൂട്ടാം.

ഹേന്ദേകുലിക്കുശേഷം വനം കൂടുതൽ നിബിഡമായി. സാമടാപുഴയുടെ അരികിലേക്ക് വളഞ്ഞുപിരിഞ്ഞ വഴിയിൽകൂടി ഹേന്ദേകുലിയിൽനിന്ന് താഴോട്ടിറങ്ങി. അതിഗഹനമായ കാടുതന്നെ. വഴി മുറിച്ചോടി നടക്കുന്ന ഒന്നോ രണ്ടോ നല്ല നിറങ്ങളുള്ള കാട്ടുകോഴികളെ കണ്ടു. ഇടയ്ക്ക് അവ പറക്കുന്നുമുണ്ട്. നേരം സന്ധ്യയായിതുടങ്ങുന്നു. അരണ്യപഥത്തിന് ഒരു പ്രത്യേക ശോഭയുള്ളതുപോലെ. ഫോറസ്റ്റർ പറയുന്നത് ഈ വഴിയിൽ ആനയുടേയും പുലിയുടേയും ശല്യം ധാരാളമുണ്ടെന്നാണ്. കാളവണ്ടിക്കാരുടെ മൃഗങ്ങളെ മിക്കതവണയും ഈ മൃഗങ്ങൾ കൊല്ലാറുണ്ടത്രേ! ആന നേരം ഇരുട്ടാൻ തുടങ്ങിയാൽ പുറത്തേക്കിറങ്ങും. കടുവകളേയും പലപ്പോഴും കാണാം. അന്ധകാരം ഞങ്ങളുടെ വണ്ടിയെ പൊതിഞ്ഞുനിർത്തിയതുപോലെ. അതിലിരിക്കുന്നവർക്ക് ഭയം തോന്നുക സാധാരണം മാത്രം.

ഞങ്ങൾ യാത്ര തുടർന്നു. ഥൽകോബാദ് എത്തുന്നതിനു മുമ്പ് ഒരു ബാർകിങ്ങ്മാനിനെ മാത്രമേ കാണാൻ കിട്ടിയുള്ളൂ. മറ്റൊന്നിനേയും

കണ്ടില്ല. ചായ കുടിച്ച് ബംഗ്ലാവിന്റെ മുറിയിൽ തീ കാഞ്ഞുകൊണ്ടിരുന്നു. രാത്രിയിൽ വീടിന്നരികിൽ ഒരു ചെന്നായയെ മാത്രം കണ്ടു. തലേദിവസം രാത്രി സിരാങ്ങിലെ കൊയിന നദിയുടെ പാഷാണത്തട്ടിന്മേൽ ഇരുന്ന് സമയം നോക്കിയതോർത്തു. ഇന്നു രാത്രി നേരത്തെ ഉറങ്ങണം. ആ മാനിന്റെ കരച്ചിൽ ഗഭീരവനമധ്യത്തിൽനിന്ന് കേൾക്കുന്നു. വനത്തിന്റെ തലപ്പത്ത് ആകാശത്തിന്റെ ഒരു പാളിയിൽ ചന്ദ്രൻ ഉദിച്ചുയർന്നു. ഉറങ്ങിയപ്പോൾ രാത്രി ഏറെ ആയിരുന്നു.

അടുത്ത ദിവസം രാവിലെ എണീറ്റു. നേരത്തെ തന്നെ. പർവ്വതനിരകളിലെ വനാനിയുടെ തലപ്പത്ത് പ്രഭാതസൂര്യന്റെ പ്രകാശം ഇനിയും പരന്നിട്ടില്ല. വെള്ളം ചൂടാക്കുന്നിടത്ത് തീ കായാൻ ചെന്നിരുന്നു. വെയിലത്തിരുന്ന് പുസ്തകം വായിക്കാൻ തോന്നി. കൈയിൽ Ada Cambridge-ന്റെ 'The Retrospect' എന്ന പുസ്തകം. അധികം നേരം ഇരിക്കാനാവില്ല. നേരത്തെതന്നെ പുറപ്പെടണം. ഥൽകോബാദിൽ നിന്ന് തിരിൽപോസിയിലേക്ക് പോകണം.

കല്യാണിക്കും മന്മഥച്ചേട്ടനും എഴുത്തയച്ചിരുന്നു. കല്യാണിയെ ഓർത്ത് മനസ്സ് വിഷമിച്ചു. അവരേയും കൊണ്ടുവരാമായിരുന്നു. ഈ ദൃശ്യങ്ങൾ കണ്ട് അവർ എത്രമാത്രം ആഹ്ലാദിക്കുമായിരുന്നു!

ബാരക്പൂരിലെ ആളുകൾ ഇപ്പോൾ എന്തു ചെയ്യുകയാവും? ഞങ്ങളുടെ കാർപോർച്ചിൽ സാമാനങ്ങൾ കൂട്ടിവെച്ചിരിക്കുന്നു. ഉച്ചനേരം. പന്ത്രണ്ടുമണി ആയിക്കാണും. മുന്നിൽ വെയിലിൽ തിളങ്ങുന്ന മലാരണ്യത്തിന്റെ ശുഭ്രകാന്തി. ഒരു പഞ്ഞിമരത്തിനുനേർക്ക് നോക്കിയതും എന്തെല്ലാം കാര്യങ്ങളാണ് ഓർമ്മ വന്നത്.

ബാരക്പൂരിലെ ഇച്ഛാമതി തീരത്തെ കുറ്റിക്കാടുകളിൽനിന്ന് കാട്ടുമുളകിന്റെ പൂക്കളുടെ മണം വരുന്നു. എത്രകാലമായി അവയെല്ലാം കണ്ടിട്ട്! വിശാലമായ സാരെന്റാ അരണ്യത്തിന്റെ നടുവിലിരുന്ന് പ്രകൃതിയുടെ മനോഹരരൂപവും അവസാനമില്ലാത്ത ഐശ്വര്യവും ഈ മലനിരകളും ചുറ്റുമുള്ള വനങ്ങളും കണ്ടുകൊണ്ടിരിക്കേ ബഹുദൂരത്തുള്ള കൊച്ചുകുഗ്രാമത്തിലെ അത്തിക്കാടുകളുടെ കാര്യം എന്തിന് ഓർമ്മവന്നു? എന്തുകൊണ്ട് ഓർമ്മിക്കുന്നു എന്ന് പറയാനാവില്ല.

ഥൽകോബാദ് ബംഗ്ലാവിനുമുന്നിൽ ജലാശയം ഉണ്ടെന്നറിഞ്ഞ് അത് കാണാനായി ഇറങ്ങിയതാണ്. കാട് എന്നു പറഞ്ഞാൽ എന്തൊരു കാട്. ഈ ഉച്ചനേരത്തും കടുവ ഇറങ്ങിവന്നേക്കാം. നട്ടുച്ചയ്ക്കും ആ ഹിംസ്രജന്തുക്കളുടെ ഉപദ്രവമുണ്ട്. കാറ് എടുക്കാതെ നടന്നുപോയി എങ്കിലും വീണ്ടും തിരിച്ച് കാറിലേക്കുതന്നെ വന്നു. ചെറിയൊരു നദി ഥൽകോബാദിനു മുന്നിൽകൂടി ഒഴുകിപ്പോകുന്നുണ്ട്. ഗസറ്റിൽ അതിനെപ്പറ്റി എഴുതിയിട്ടുണ്ട്. സാരെന്റാ വനങ്ങൾ, പർവ്വതനിരകൾ, അതിലെ നദി, അരുവി, ചെറുപുഴകൾ എന്നിവയെപ്പറ്റി കേണൽ ഡാൽട്ടൻ എഴുതിയിരിക്കുന്നു:

"In the reserved forests the wooded glens and valleys, tracersed by river and hill streams, have a peculiar charm. Here will be found pools, shaded and rock-bounds in which Diama and her nymphs might have deported themselves."

ഥൽകോബാദ് ബംഗ്ലാവിനടുത്തുള്ള കൊച്ചരുവി തന്റെ കളകളാരവം കൊണ്ട് വനത്തിന്റെ നിശ്ശബ്ദതയെ ഭഞ്ജിക്കുന്നു. ആടിപ്പാടി നൃത്തം വെച്ചൊഴുകിപ്പോകുന്നു. ഒരേബുര, സാമടു മലയാറുകളെപ്പറ്റിയും കൊയിന നദിയെ സംബന്ധിച്ചും ഇതേ വിവരണം പറയാം.

മേല്പറഞ്ഞ ലേഖകന്റെ പുസ്തകം ഞാൻ ഇംപീരിയൽ ലൈബ്രറിയിൽ ഇരുന്ന് വായിച്ചത് ഓർക്കുന്നു. 1934-ലാണ്. അന്നു മുതൽക്കേ സാരെന്റാ അരണ്യം സന്ദർശിക്കാൻ ഞാൻ മോഹിക്കുന്നതാണ്. ആരറിഞ്ഞു, അതിപ്രകാരം സംഭവിക്കുമെന്ന്! ഒമ്പതു വർഷങ്ങൾക്കുശേഷം സാരെന്റാ വനത്തിലെ തിരിൽപോഡി എന്ന വന്യഗ്രാമത്തിൽ വനവിഭാഗക്കാരുടെ ബംഗ്ലാവിലിരുന്ന് ആ സാഫല്യത്തിന്റെ കഥകൾ എഴുതുമെന്നും ആരറിഞ്ഞു!

ശിശിരദ എന്നുപേരുള്ള ജലഭൂമി കാണാൻ പോയി. സുനിബിഡമായ വനം. അതിലേക്ക് കടക്കുന്ന സമയത്ത് വനത്തെ വിറപ്പിക്കുന്ന ഒരു ശബ്ദം കേട്ടു. ഏതോ ഒരു മൃഗത്തിന്റെ കരച്ചിലാണ്. കൂടെയുള്ള ഫോറസ്റ്റർ പറഞ്ഞത് ഏതെങ്കിലും മാനിന്റേതാകണം എന്നാണ്. ഒരു സാധാരണ മൃഗമായ മാൻ ഇത്ര ഉറക്കെ ഒച്ചവെക്കുമെന്ന് എനിക്കാദ്യം വിശ്വസിക്കാൻ കഴിഞ്ഞില്ല. ഈ വനത്തിന്റെ മുഖഭാവം കണ്ട് ഭയവും തോന്നുന്നുണ്ട്. വലതുവശത്തുള്ള മലകളുടെ സാനുഭൂമിയും നിബിഡാരണ്യം തന്നെ.

ഇടത്തോട്ട് കുറച്ചുദൂരം ചെന്നപ്പോൾ ഒരു ചതുപ്പുനിലത്തിലെത്തി. ചേറും വെള്ളവും കാണാൻ കഴിയാത്തവിധം വൃക്ഷസമ്പൂർണം. ധാരാളം കാശിച്ചെടികൾ പൂത്തുനില്ക്കുന്നുണ്ട്. വെറും പാറയും കല്ലുകളും നിറഞ്ഞ മലമ്പ്രദേശത്ത് ഇങ്ങനെ ഒരു ചതുപ്പുനിലം മറ്റെവിടേയും കണ്ടില്ല. സിംഹഭൂമിയിൽ തന്നെ മറ്റൊന്ന് ഉണ്ടോ എന്ന് സംശയമാണ്. സാരെന്റായിൽ ഇല്ല എന്നത് തീർച്ച.

ഞങ്ങൾ അഞ്ചാറു പേർ പോകുന്നു. മിസ്റ്റർ സിഹ, തിരിൽപോസിയിലെ ഫോറസ്റ്റർ, ഒരു 'ഹൊ' മനുഷ്യൻ, രണ്ട് ഗാർഡുകൾ. അവൻ പറയുന്നത് ഇവിടെ കാട്ടാനയുടെ ശല്യം നല്ലപോലെ ഉണ്ടെന്നാണ്. ഇതേവരെ കണ്ടില്ല. പക്ഷേ, കാല്പാടുകൾ പലയിടത്തും കണ്ടു. ഒരു മാവ് നല്ല കനത്ത ലത ചുറ്റിപ്പിടിച്ച് വളർന്നുനില്ക്കുന്നു. കണ്ടപ്പോൾ അതിശയിച്ചു. ഇങ്ങനെ ഒരു ദൃശ്യം കണ്ടിട്ടില്ല. മാവിന്റെ ഇലകൾ കാണാൻ കഴിയുന്നില്ല. കാണുന്നത് മുഴുവനും ആ വള്ളിച്ചെടിയുടെ ഇലകൾ മാത്രം. ഉടനെ ഒരു നനഞ്ഞ ഭൂമിയിലേക്കെത്തി. അവിടെയുള്ള വൃക്ഷങ്ങൾ പലതും വനവിഭാഗക്കാർ വെട്ടിയിരിക്കുന്നു. അവിടെ ഒരുതരം

മുൾച്ചെടികൾ വളർന്നുനില്ക്കുന്നുണ്ട്. നമ്മുടെ നാട്ടിലെ കാരപ്പഴത്തിന്റെ ചെടികൾപോലെ. കാല് വെക്കാൻ സ്ഥലമില്ല.

ഫോറസ്റ്റർ പറഞ്ഞു,

-ഇവിടെ ഒരു 'ഥോ' ഉണ്ട്. പർവ്വതത്തിന്റെ ഓരത്തിൽ.

-'ഥോ' എന്താണ്?

-കേവ്, ഗുഹ!

ഞങ്ങൾക്ക് ഉത്സാഹം വർധിച്ചു. ഗുഹ കാണുകതന്നെ വേണം. മിസ്റ്റർ സിഹ്ന പറഞ്ഞു,

-വേഗം പോകാം. നേരം അധികമില്ല. സ്ഥലവും അത്ര നല്ലതല്ല. ഫോറസ്റ്റ് ഗാർഡ് കുറച്ചുമുമ്പ് ആനയുടെ കാര്യം പറഞ്ഞില്ലേ! ഒരു ഫോറസ്റ്ററെ പകൽ നാലുമണിനേരത്ത് തിരിൽപോഡിയിൽനിന്ന് വരുംവഴിക്ക് ആന ഓടിച്ചില്ലേ! എങ്ങനെയാണാവോ ആ മനുഷ്യൻ സൈക്കിൾ വിട്ടെറിഞ്ഞ് ഓടി രക്ഷപ്പെട്ടതാവോ! ഈ വനത്തിൽ ഇത്തരം കഥകൾക്ക് പുതുമയൊന്നുമല്ല. കാട്ടാനകളുടേയും കടുവകളുടേയും കഥകൾ കേട്ടു കേട്ട് പഴക്കമായി. സാരെന്റാ വനത്തിൽ സർവ്വത്ര കേൾക്കാൻ കഴിയുന്നവയാണ് ഇത്തരം അനുഭവങ്ങൾ!

ഞാൻ പറഞ്ഞു,

-പോകാം. ഒരു തവണ നേരിൽ കണ്ടു വരാം.

മുൾച്ചെടികളിലെ കായ്കൾ വസ്ത്രങ്ങളിന്മേൽ ഒട്ടിപ്പിടിക്കാൻ തുടങ്ങി. ഒരിടത്ത് ഒഴിഞ്ഞ സ്ഥലത്തെത്തിയപ്പോൾ നനഞ്ഞ മണ്ണ്, അതിൽ എന്തോ കണ്ട് ഭയന്നപോലെ ഫോറസ്റ്റർ പെട്ടെന്ന് നിന്നു.

-പുലിയുടെ കാലടിപ്പാടുകൾ. വളരെ വലിയ പുലി-

-വാസ്തവം തന്നെയാണോ?

-ഒരിക്കലും തെറ്റുപറ്റില്ല...

ഫോറസ്റ്റ് ഗാർഡും പറഞ്ഞു,

-അതെ. വലിയ കടുവയുടെ കാല്പാടുതന്നെ. അതാ, അവ നോക്കൂ. അതെല്ലാം കാട്ടുപോത്തിന്റേതാണ്.

-അങ്ങനെ പറഞ്ഞതുകൊണ്ട് തിരിച്ചുപോകാനാവില്ല.

എന്ന് ഞാനും പറഞ്ഞു.

ഒരിടത്ത് അശ്വഗന്ധച്ചെടിയുടെ ഇലകൾ വീണുകിടക്കുന്നത് ഫോറസ്റ്റർ എടുത്തുകാണിച്ചുതന്നു. വൃത്തിയായ ഒഴിഞ്ഞ സ്ഥലം കണ്ടപ്പോൾ ഫോറസ്റ്റർ പറഞ്ഞു,

-ഇവിടെ വന്നുനിന്നാണ് മാനുകൾ വെയിൽ കൊള്ളുന്നത്. നോക്കൂ, അവയുടെ കാലടിപ്പാടുകൾ എത്രയാണെന്നു നോക്കൂ.

ശരിയാണ്, ധാരാളം കാലടിപ്പാടുകൾ കണ്ടു. എല്ലാം മാനിന്റേതാണോ എന്നു പറയാൻ പ്രയാസം. പശുക്കളുടേയും പോത്തിന്റേതും

പോലെ തോന്നി. ചിലവ വളരെ ചെറുതാണ്. കാട്ടുപോത്തിന്റെ കാലടികൾ സാധാരണ പോത്തുകളുടേതുപോലെതന്നെയാണ്. ആ തുറന്ന സ്ഥലം കടന്നുപോരാൻ പതിനഞ്ചു മിനിട്ടോളം വേണ്ടിവന്നു. ഗഹനതയേറിയ സ്ഥലം. മൂന്നുഭാഗത്തും വനാവൃതമായ മലകൾ ചുറ്റി നില്ക്കുന്നു. ചതുപ്പുനിലത്തിന്റെ ഭാഗം ഒഴിഞ്ഞുകിടക്കുന്നു. ലോഹസമ്മിശ്രമായ ചുവന്ന നിറമുള്ള ജലം വഹിച്ചുകൊണ്ട് ഒരു കാട്ടരുവി ഒഴുകിയൊഴുകി വൃക്ഷക്കൂട്ടത്തിലേക്ക് കടന്നുപോകുന്നു. വഴിയിൽനിന്ന് വളരെ ദൂരെ ഏതാണ്ട് ഒരു നാഴികയിലധികം നടന്നെത്തിയിട്ടും ജനവാസത്തിന്റെ ഒരടയാളവുമില്ല! കാട്ടുജന്തുക്കളുടെ കാലടിപ്പാടുകൾ. ആനയുടേയും പുലിയുടേയും ഉണ്ട്. മൃഗങ്ങൾ ഓടിപ്പിടിക്കാൻ വന്നാൽ രക്ഷപ്പെടാൻ ഒരു മാർഗവുമില്ല. നേരം മങ്ങിവരുന്നു.

എന്നാലും ഗുഹ കാണാതെ തിരികെ പോകയില്ല എന്നു തീർച്ചയാക്കി. വനമധ്യത്തിലേക്കു പ്രവേശിച്ചു. മുന്നിൽതന്നെ പർവ്വതനിരകൾ. അവയ്ക്കു കീഴെ പെട്ടെന്നതാ ഗുഹ കാണുന്നു. നിലത്തുനിന്ന് ഏതാണ്ട് ഒമ്പതടി ഉയരത്തിൽ എഴുപത്തഞ്ചടി നീളത്തിൽ ഒരു ഗുഹ. ഗുഹയുടെ നടുവിൽകൂടി പർവ്വതങ്ങളിൽ നിന്നൊഴുകിവരുന്ന ചുവന്ന നിറമുള്ള ജലവുമായി കാട്ടാറ് ഒഴുകി പുറത്തേക്കുവരുന്നു. ഗുഹയിലെ ഉള്ളിൽ കടന്നുപോകുംതോറും ഗുഹയുടെ ഉയരം കുറഞ്ഞുവരുന്നതായി തോന്നി. വെറും ഒന്ന്-ഒന്നര അടി മാത്രമായി. അവിടെ നിന്നാണ് ഈ ചുവന്ന അരുവി പുറപ്പെടുന്നത്.

എന്തൊരു ഗംഭീര ദൃശ്യം!

പുറത്തെ വനത്തിൽ നിഴൽ കനത്തുവരുന്നു. ഗുഹാമധ്യത്തിൽ കനത്ത അന്ധകാരം. ഒന്നും കാണാൻ കഴിയുകയില്ല. ഗുഹയുടെ മേൽഭാഗം തൊട്ടുനില്ക്കുന്ന വർഷങ്ങളോളം പഴക്കമുള്ള മാവും മറ്റു വൃക്ഷങ്ങളും ഗുഹയുടെ മുന്നിൽ നില്ക്കുന്നു. നല്ല തടിയുള്ള മരങ്ങൾ. ഒരുതരം കാട്ടുവള്ളികൾ അവയെ ചുറ്റിക്കയറി മുകളിൽവരെ എത്തിയിട്ടുണ്ട്. ഗുഹയ്ക്കുള്ളിൽ ഇരിക്കുമ്പോൾ മുന്നിലെ അതിപ്രാചീനവനങ്ങൾ മാത്രം കാണാൻ കഴിയും. വൃക്ഷങ്ങളുടെ ഇടയിൽകൂടി അന്ധകാരം ഇറങ്ങിവരുന്നു. രാമായണത്തിലെ അരണ്യകാണ്ഡത്തിൽ കവി വാല്മീകി വർണിച്ചെഴുതിയിരിക്കുന്ന പ്രാചീനഭാരതത്തിലെ വനങ്ങളുടെ ചിത്രം ഈ ഗുഹയുടെ മുന്നിൽ കാണുന്നതു തന്നെയാണ്. അടുത്തുള്ള ഏതാനും നാഴിക ദൂരംവരെ കൊടുംവനം, കാണുമ്പോൾ ഭയം തോന്നുന്നു. കാണാനുള്ള ആഗ്രഹവുമുണ്ട്. കാണുമ്പോൾ വിസ്മയമുണ്ട്. അതിലേറെ എന്തോ ഒരു ബഹുമാനവും ഭക്തിയും തോന്നുന്നുണ്ട്.

പെട്ടെന്ന് ഫോറസ്റ്റർ പറഞ്ഞു,

-അടുത്തുതന്നെ മറ്റൊരു ഗുഹയുണ്ട്.

-എത്രദൂരെ?

-അടുത്തു തന്നെയാണ്.

ദുർഗമമായ ലോഹപ്രസ്തരങ്ങൾ. ബോൾഡറുകൾ, നനഞ്ഞ മണ്ണ്, ചതുപ്പുനിലം എല്ലാം ചേർന്ന് വനം ഭൂമിമുകളിലേക്ക് കയറുകയാണ്. അടുത്തുള്ള പർവതത്തിന്റെ മുകൾഭാഗം ക്രമേണ താഴോട്ട് പോകുന്നതായി തോന്നി. മിക്കവാറും അടിവാരത്തിൽതന്നെയാണ് ഈ ഗുഹ ഉണ്ടാക്കിയിരിക്കുന്നത് എന്നു മനസ്സിലാക്കാൻ കഴിയും. പക്ഷേ, പർവതത്തിന്റെ ഈ ഭാഗം എങ്ങനെ ഗുഹയായിത്തീർന്നു എന്ന് അതിശയപ്പെട്ടു. ലോഹമയമായ അരുവിയാണോ ഇരുമ്പുകലർന്ന ജലമാണോ ഈ ഗുഹയെ തയ്യാറാക്കി എടുത്ത ആയുധം!

അടുത്തുള്ള ഗുഹ കണ്ടു. അതിനകത്തേക്ക് കടന്നുചെന്നു. ഇത് ആദ്യത്തേതിലും വലുതാണ്. അതിന്റെ ഇടതുവശത്ത് ഒരു കുന്ന്. ഇരുമ്പുകലർന്ന വെള്ളം ലക്ഷം ലക്ഷം വർഷങ്ങളായി വീണതിന്റെ ഫലമായി വന്നുവീണ മണ്ണുകൊണ്ട് തയ്യാറായതാണ് ഈ കുന്ന്. ഫോറസ്റ്റർ ചൂണ്ടിക്കാണിച്ച് പറഞ്ഞു,

-ഇതാ വീണ്ടും ഒരു കടുവയുടെ കാലടിപ്പാട്, നോക്കൂ, നോക്കൂ...

ശരിതന്നെ. ഗുഹാമുഖത്തെ ഇരുമ്പുമയം കലർന്ന മണ്ണിൽ വ്യക്തമായി കാണാനുണ്ട്.

ഫോറസ്റ്റർ വീണ്ടും കാണിച്ചുതന്നു,

-ഇനിയും നോക്കൂ, മാനിന്റെ കാലടികൾ. ധാരാളം... ശാഹിയുടേതും...

-ശാഹി എന്താണ്.

-മുള്ളൻ പന്നി.

മിസ്റ്റർ സിഹ്നയാണ് പറഞ്ഞത്.

ഈ മൃഗങ്ങളുടെ വാസസ്ഥാനവും ഈ ഗുഹയ്ക്കുള്ളിൽ കാണുമായിരിക്കാം. നിബിഡവും ദുർഭേദ്യവുമായ അരണ്യം നാലുവശത്തും നീണ്ടുകിടക്കുന്നു.

എന്തെല്ലാം കാര്യങ്ങളാണ് ഓർമ്മയിലേക്ക് വരുന്നത്!

ചരിത്രാതീതകാലത്തെ മനുഷ്യർ ഈ ഗുഹയിൽ വസിച്ചിരിക്കുമോ? ഇവിടത്തെ മണ്ണ് കുഴിച്ചുനോക്കിയാൽ അവരുടെ എന്തെങ്കിലും ചിഹ്നങ്ങൾ ലഭിക്കുമായിരിക്കാം. എത്രയോ ലക്ഷങ്ങളോളം കാലത്തെ ചരിത്രം ഈ ഗുഹയുടെ നിലത്തിനും ചുമരിനും പറയാനുണ്ടാവും. അവ വരച്ചുവെച്ചിരിക്കാം പൊയ്പോയ കാലങ്ങൾ. ഇന്ന് ഈ കാട്ടുമൃഗങ്ങൾ കാലടിപ്പാടുകൾ വിട്ടുവെച്ചുപോകുംപോലെ ആ കാലത്തുള്ളവരും അടയാളങ്ങൾ ബാക്കിവെച്ചുകാണുകയില്ലേ! എത്രയോ കാലംമുമ്പ് ഒരുപക്ഷേ ഈ ഭൂമിയുടെ ശൈശവകാലത്തുതന്നെ ഈ ഗുഹകൾ ഉണ്ടായിരിക്കാം. അന്നത്തെ മനുഷ്യവംശം പാർക്കാനിടം ഉണ്ടാക്കിയതാവാം, ഈ ഗുഹയെ രൂപപ്പെടുത്തി ഈ അരണ്യത്തിനു നടുവിൽ താമസിച്ചിരിക്കാം.

ലക്ഷം ലക്ഷം വർഷങ്ങൾക്കു പിറകിലേക്ക് ആ മഹാകാലത്തിന്റെ സഞ്ചാരപഥങ്ങളിൽകൂടി മനസ്സ് അലഞ്ഞുനടക്കാൻ തുടങ്ങി. വിസ്മയത്താൽ സ്തബ്ധമായി പോകുന്നു.

ദൂരെ വനങ്ങളിലെ വൃക്ഷങ്ങൾക്കുമുകളിൽ, ഈ വനങ്ങളുടെ തലയ്ക്കുമീതെ ഇപ്പോൾ കാണുന്ന ചുവപ്പുനിറം കലർന്ന വെയിൽ പോലെ എത്ര ലക്ഷം വത്സരങ്ങൾക്കുമുമ്പ് ഇതേ ചുകപ്പുവെയിലിന്റെ കോടികോടി സൂര്യാസ്തമയങ്ങളും സൂര്യോദയങ്ങളും അത്രയും അമാവാസികളും പൗർണമികളും ഈ സുപ്രാചീനമായ ഗുഹയും കണ്ടിരിക്കണം! വേദോപനിഷത്തുക്കൾ രചിച്ച ഋഷി, കവി, ദാർശനികർ, വേദവ്യാസൻ, വാല്മീകി, ബുദ്ധൻ, അശോകൻ, കലിംഗയുദ്ധം എന്നീ അനശ്വര സത്യങ്ങൾക്കും ഈ ഗുഹ ദൃക്സാക്ഷിയായി നിന്നിരിക്കയില്ലേ?

ഇവിടെ ആർക്കെങ്കിലും രാത്രിയിൽ ഒറ്റയ്ക്ക് കഴിയാനാകുമോ? ആ വേദകാല ഋഷിമാർ ഇത്തരം സ്ഥലങ്ങളിൽ ഒറ്റയ്ക്ക് താമസിച്ചിരിക്കുമോ! ഇന്നും സന്ന്യാസിമാർ അരണ്യത്തിന്റെ വിജനതയിൽ ഇത്തരം ഗുഹകളിൽ താമസിക്കുന്നുണ്ടോ?

ആരു തരും ഈ ചോദ്യങ്ങൾക്ക് മറുപടി! ചിന്തിച്ചുകൊണ്ടിരുന്നാൽ തലതിരിഞ്ഞുപോകുന്നതുപോലെ. എന്തെല്ലാം അദ്ഭുതകരമായ കാര്യങ്ങളാണ് മനസ്സിലുയരുന്നത്! ഇവിടെ മനുഷ്യവാസമില്ലാത്തതുകൊണ്ടാണ് ഈ ഗുഹ ആശ്ചര്യകരമായും ഭയാവഹമായും തോന്നുന്നത്. ഇത് ധാരാളം ജനവാസമുള്ളിടത്തായിരുന്നെങ്കിൽ, റെയിൽവേ സ്റ്റേഷനിൽനിന്ന് ഒരു നാഴിക മാത്രം ദൂരത്താണെങ്കിൽ, സന്ന്യാസിമാർ തീകാഞ്ഞ് ജീവിക്കുന്നുണ്ടെങ്കിൽ, ദേവഘറിലെ തപോവനത്തിലെ ഗുഹയെപോലെ ആയിരുന്നെങ്കിൽ അദ്ഭുതം തോന്നുമായിരുന്നോ? ഒരിക്കലുമില്ല.

ഫോറസ്റ്റർ പറഞ്ഞു,

-എണീക്കൂ. പോകാം. ധാരാളം മൃഗങ്ങൾ ഈ ഭാഗത്തുണ്ട്. വേഗം പോകാം.

മിസ്റ്റർ സിഹനയും പറഞ്ഞു,

-മണി ഇപ്പോൾ നാലായി. ഇനി അധികം നേരം ഇവിടെ ഇരിക്കുന്നത് ശരിയല്ല. പോകാം.

വീണ്ടും അതേ മുൾച്ചെടികൾ നിറഞ്ഞ വനമധ്യത്തിൽകൂടി നിബിഡവനം കടന്നുവേണം തിരിൽപോഡിയിലെത്താൻ. തിരികെ വരുമ്പോൾ വീണ്ടും ആനയെപ്പറ്റി അവർ സംസാരിച്ചു. ഇവിടെ ആന പിറകെ വന്നാൽ ഓടിരക്ഷപ്പെടാൻ ഒരു മാർഗവുമില്ല. ഒരുവശത്ത് ചതുപ്പുനിലം, മറുവശത്ത് പർവതത്തിന്റെ അടിവാരം. എങ്ങും വനം നിറഞ്ഞുനില്ക്കുന്നു. പിൻവശത്താണെങ്കിൽ മുൾമരങ്ങളും മുള്ളുകളുള്ള ഫലങ്ങൾ നിറഞ്ഞ കാടും. പെട്ടെന്ന് ഒരു ദുർഗന്ധം അനുഭവപ്പെട്ടു. ഞാനതു പറഞ്ഞപ്പോൾ ഫോറസ്റ്ററും പറഞ്ഞു,

-ഉവ്വ്, എനിക്കും തോന്നുന്നുണ്ട്.

പോകുമ്പോൾ അത്ര ഭയം തോന്നിയില്ല. തിരിച്ചുപോരുമ്പോൾ മൃഗങ്ങളുടെ കാല്പാടുകൾ കണ്ട ഓർമ്മ കാരണമാവാം. അപരാഹ്നാവസാനത്തിലെ നിഴൽ നിറഞ്ഞുവരുന്ന ഈ സമയത്ത് ഒട്ടുംതന്നെ ധൈര്യം

തോന്നുന്നില്ല. എന്തായാലും അഞ്ചരമണിയോടുകൂടി ഞങ്ങൾ തിരിൽ പോഡി ബംഗ്ലാവിൽ എത്തിച്ചേർന്നു.

ഇന്നു രാവിലെ ചായ കുടിച്ചശേഷം കാട്ടിലേക്ക് നടക്കാൻ പോയി. വളരെ ദൂരം കാൽനടയായിതന്നെ പോയി. സിങ്ങ്‌ലുംനാല എന്നു പേരുള്ള അതി മനോഹരമായ അരുവി അല്ല, മലയാറു കണ്ടു. ഈ മലയാറിൽനിന്ന് കനാലുകൾ വെട്ടിയുണ്ടാക്കി തിരിൽപോസിയിലെ ഗ്രാമത്തിലേക്ക് ജലം എത്തിക്കുന്നു. ഗ്രാമത്തിലെ കൃഷിസ്ഥലങ്ങൾക്ക് ഈ ജലം ലഭ്യമാകുന്നുണ്ട്. അതു കാണാൻ ഞങ്ങൾ പോയി. സിംഹഭൂമിയിലായാലും സാരെന്റായിലായാലും എവിടെ കാട്ടരുവിയോ മലയാറോ ഒഴുകുന്നുണ്ടോ അവിടെയെല്ലാം പ്രകൃതിസൗന്ദര്യം വഴിഞ്ഞൊഴുകുന്നു. വളരെ ഭംഗിയിൽ കല്ലുവിരിച്ചിട്ടിരിക്കുന്ന തണുപ്പുള്ള സ്ഥലം. നദീജലത്തിൽ കാൽ ഇട്ടിരുന്ന്, ചുറ്റുമുള്ള വനത്തിന്റെ തണലിൽ ഒഴുകുന്ന ജലമർമ്മരം മാത്രം ശ്രവിച്ച് ഒറ്റക്കിരിക്കുക. എനിക്ക് നദീജലമൊഴുകുന്ന ശബ്ദം വ്യക്തമായി കേൾക്കാൻ കഴിയുന്നുണ്ട്. കണ്ണുകൾക്കു മുന്നിൽ നിസ്തബ്ധമായ അരണ്യം, എങ്ങോട്ടു തിരിഞ്ഞുനോക്കിയാലും നിബിഡവനം മാത്രം. പന്ത്രണ്ടു മണി ആയപ്പോൾ തിരിച്ചുപോന്നു.

വൈകീട്ട് ബൊനായി എസ്റ്റേറ്റിലെ ബാൽജൂഡിക്കുനേരെ പോകുന്ന വഴിയിലേക്കു പോയി. പർവതഭൂമിയും അരണ്യവും ഭേദിച്ചുകൊണ്ടാണ് ഈ വഴി പോകുന്നത്. ഭയങ്കര കാട്ടിലേക്കാണ് ഈ വഴി ഇറങ്ങിപ്പോകുന്നത് എന്നു കണ്ടപ്പോൾ മിസ്റ്റർ സിഹ പറഞ്ഞു,

-സന്ധ്യയായി. ഇനി ഈ വഴിക്ക് കാട്ടിൽകൂടി പോകുന്നത് ശരിയാവില്ല. മൃഗങ്ങൾ പുറത്തേക്കിറങ്ങുന്ന സമയമാണ്. ആന പിറകെ കൂടിയാൽ മേലോട്ട് കയറി രക്ഷപ്പെടാൻ ശ്രമിച്ചാലും ആന പിടികൂടും. ആപത്താണ്. കാടുനിറയെ എട്ടുകാലിവലയാണ്. നടക്കാനും പ്രയാസം.

അതിനാൽ തിരികെ പോന്നു. ഒരു വൃക്ഷച്ചുവട്ടിൽ വലിയൊരു കല്ല് വിരിച്ച സ്ഥാനം കണ്ടപ്പോൾ അവിടെ ഇരുന്നു. സന്ധ്യയായിത്തുടങ്ങി. താഴോട്ടിറങ്ങിപ്പോകുന്ന വന്യഭൂമി സിങ്ങ്‌ലുംനാലയിലേക്ക് എത്തുന്നു. അവിടം കിടങ്ങുപോലെയുണ്ട്. സിങ്ങ്‌ലൂമിന് അപ്പുറത്ത് വനനിബിഢത യുടെ ശൈലനിരകളാണ്. എങ്ങും അന്ധകാരം. ഒരു മരത്തിന്റെ മുന്നിലെ കൊമ്പ് ഒടിഞ്ഞതുപോലെ ഞാന്നു നില്ക്കുന്നു. ഇവിടെയെല്ലാം ഇരിക്കുമ്പോൾ മനസ്സ് മറ്റെവിടേക്കോ അലയാൻ പോകുന്നു. എന്തെല്ലാം ചിന്തകളാണ് മനസ്സിലേക്ക് വരുന്നത്! ജീവിതരഹസ്യത്തിന്റെ ഗഭീരതയുടെ നേർക്ക് താനറിയാതെ ആകർഷിക്കപ്പെടുന്നു.

കല്യാണിയെപ്പറ്റി ഇന്ന് ദിവസം മുഴുവനും ഓർമ്മ വന്നു. എന്റെ എഴുത്ത് ഒരുപക്ഷേ നാളെ കല്യാണിക്ക് കിട്ടുമായിരിക്കും.

സന്ധ്യാസമയത്ത് വന്യഗ്രാമത്തിലെ ലിച്ചുച്ചുവട്ടിലെ ക്ലബ്ബിൽ യതീൻ ചേട്ടൻ, മന്മഥച്ചേട്ടൻ, സുബോധ് ചേട്ടൻ എന്നിവരെല്ലാം ഒന്നിച്ചിരുന്ന്

സംസാരിക്കുന്നുണ്ടാകും. ഇരുപതുവർഷം മുമ്പ് തുടങ്ങിയതാണ് ഇന്നും അതേപോലെ തുടരുന്നു. ഒരു വ്യത്യാസവുമില്ല.

അതിരാവിലെ എണീറ്റു. പിൻനിലാവിന്റെ ശോഭയിൽ നിശ്ശബ്ദമായി നിൽക്കുന്ന പർവ്വതനിരകളും വനങ്ങളും. ശുക്രനക്ഷത്രം കിഴക്കുവശത്ത് മിന്നി പ്രകാശിക്കുന്നുണ്ട്. ഥൽകോബാദിൽനിന്ന് മരത്തടികൾ വഹിച്ചു കൊണ്ടുപോകുന്ന കാളവണ്ടികൾ പുലർച്ചയ്ക്കു മുമ്പേ ജെരായികെല്ല യിലേക്ക് യാത്ര പുറപ്പെട്ടുകഴിഞ്ഞു.

ചായ കുടിച്ചശേഷം അപൂർവമായ വനപഥത്തിൽകൂടി ശാംഗുർ എസ്റ്റേറ്റ്. പിന്നെ സാരെൻ്റായുടെ അതിർത്തിയിലുള്ള ടിക്കാലിമ എന്നു പേരുള്ള ഗ്രാമത്തിലേക്ക്. ഈ വഴി തയ്യാറായതിനുശേഷം ഒരിക്കലും കാറ് ഈ വഴിക്ക് വന്നിട്ടില്ല എന്നു തോന്നുന്നു. കാളവണ്ടിപോലും പോകു ന്നില്ല. പച്ചപ്പുല്ലുകൾകൊണ്ട് നിറഞ്ഞുനില്ക്കുന്ന വനം. അതേ പുല്ലു കൾ നിറഞ്ഞ് നിന്ന് മറച്ചുപിടിക്കുന്ന വഴി. ഏതാണ് വനം, ഏതാണ് വഴി എന്നറിയാൻ ഒരു ഉപായവുമില്ല. ഏതോ പുൽനിറഞ്ഞ മൈതാനത്തിൽ കൂടിയാണ് കാറ് പോകുന്നതെന്നു തോന്നി. എത്ര നല്ല ദൃശ്യമാണ് ഥൽകോബാദിൽനിന്ന് ജേരായികെല്ലയിലെ വഴിവരേക്കും! കാളവണ്ടിക ളുടെ ചക്രത്തിന്റെ പാടുകൾ വഴിയിലില്ല. മനുഷ്യരില്ല, ജീവജന്തുക്കളു മില്ല. പ്രഭാതത്തിലെ പ്രകാശം ഉയർന്ന സാലവൃക്ഷങ്ങളിന്മേലും നെല്ലി, അത്തി, കാട്ടത്തി, ജാതിമരം എന്നിവയുടേയും തലപ്പത്തു വീഴുന്നുണ്ട്. ചിലയിടത്ത് മരങ്ങളിന്മേൽ വലിയ തണ്ടുകളുള്ള ലതകൾ വളർന്നു നില്ക്കുന്നു. കൊമ്പുകളും മരത്തടികളും എല്ലാം തമ്മിൽ തമ്മിൽ ഈ വള്ളിച്ചെടികൾകൊണ്ട് കൂട്ടിക്കെട്ടി നിർത്തിയിരിക്കുന്നതുപോലെ. പവിഴ മല്ലിയുടെ വലിയ മരങ്ങൾ കാടുപോലെ വളർന്നു നില്ക്കുന്നു. കാട്ടു മന്ദാരവും ധാരാളം പൂക്കളോടെ നില്ക്കുന്നുണ്ട്. ഇവിടെ കാണുന്നത്ര പവിഴമല്ലി മരങ്ങൾ മറ്റെവിടേയും കാണാൻ കഴിഞ്ഞിട്ടില്ല. ചിലയിടത്ത് നെല്ലിക്കകൾ നിറഞ്ഞ കൊമ്പുകൾ നെല്ലിമരത്തിൽ നിന്ന് ചാഞ്ഞു നില്ക്കുന്നു. വഴിയിലേക്ക് അവ അങ്ങനെ നിൽക്കുന്നതു കാണുമ്പോൾ ഒരു ചിത്രത്തിന്റെ മനോഹാരിതയുണ്ട്. മറ്റു ചില സ്ഥലത്ത് കാട്ടരു വി കൾ നിർബാധം ഒഴുകിവരുന്നു, ശിലാഖണ്ഡങ്ങളിന്മേൽ അവ പതിക്കുന്നു, വീതി കുറഞ്ഞ നടവഴിയിലേക്കും കളകളാരവത്തോടെ ഒഴുകുന്നു. എവിടെ നിന്നോ ഒരു കാട്ടുകോഴി കാറിന്റെ ശബ്ദം കേട്ടിട്ടാവാം ഒരു വശത്തുനിന്ന് മറുവശത്തേക്ക് പറന്നുപോയി. വഴി ക്രമേണ ഇറങ്ങുക യാണ്. മുന്നിൽ അത്യുച്ചത്തിലുള്ള ശൈലമാല. ഞങ്ങൾ മലകളുടെ ഓരത്തിൽ ചെന്നു മുട്ടിയേക്കും എന്നു തോന്നി. പെട്ടെന്ന് വഴി വനത്തി ലേക്ക് തിരിഞ്ഞുപോയി. നേരെ ചെന്നെത്തുന്നത് താഴ്‌വരയിലാണ്. അവിടെ എത്തിയപ്പോൾ ചുറ്റും വനവുമില്ല, മലകളുമില്ല. പക്ഷേ, വീണ്ടും മല മുകളിലേക്ക് കയറി. ചിലയിടത്ത് ധാരാളം വൃക്ഷലതാദികൾ, നിഴൽ നിറഞ്ഞ വനവീഥികൾ. മരങ്ങളിന്മേൽ ഇത്തിക്കണ്ണികളുടെ ഇലനും തൂങ്ങി നില്ക്കുന്നുണ്ട്.

അങ്ങനെ അവസാനം ഞങ്ങൾ ബിട്കേൽസോയ ഗ്രാമത്തിലെത്തി. ചുറ്റും ഉയർന്ന മലകൾ. കൊച്ചുകുട്ടികൾ കാറിന്റെ ശബ്ദം കേട്ട് ഓടി വന്നു. പ്രേമാനന്ദനെന്ന ഒരാൾ ഞങ്ങളെ സ്ഥലം കാണിച്ചുതരാൻ വന്നു. അയാൾ മുണ്ഡക്രിസ്ത്യാനിയാണ്. മരവും വൈക്കോലും കൊണ്ടുള്ള മുറിയിലാണ് ഗ്രാമത്തിലെ പള്ളി. ഈ ഗ്രാമത്തിലെ അധികം പേരും മുണ്ഡക്രിസ്ത്യാനികളാണെന്ന് മനസ്സിലാക്കാൻ കഴിഞ്ഞു. മനോഹർപൂരിൽനിന്ന് ജോൺ എന്നു പേരുള്ള ഒരു പ്രീസ്റ്റ് (ഇവിടെ പാതിരിയെ അങ്ങനെയാണ് വിളിക്കുന്നത്.) ഞായറാഴ്ച തോറും വന്ന് ഇവരെ പ്രാർത്ഥനയിൽ സഹായിക്കുന്നു. പ്രേമാനന്ദനും മതം പ്രചരിപ്പിക്കാനായി ഇവിടെ വന്ന് താമസമായതാണ്. വളരെ വലിയ മുറി ഉണ്ടാക്കിയിരിക്കുന്നു. പുരയിന്മേൽ ചുരയ്ക്കയുടേയും മത്തന്റേയും ചെടികൾ വളർന്നുകയറിയിരിക്കുന്നു. ഒരു ഗൃഹസ്ഥന്റെ പേര് ഫിലിപ്പ് ടോപ്പനോ- ഇവിടെ ഇത്രയധികം ക്രിസ്ത്യാനികൾ എങ്ങനെയുണ്ടായി എന്ന് അറിയാനാഗ്രഹിച്ചു. അതിന് ഫോറസ്റ്റർ ഖുണ്ടിയ പറഞ്ഞു,

-ഒരുകാലത്ത് 'ഹോ' ജാതിക്കാരെ പാൽകോട്ടിലെ രാജാവ് അതിയായി ഉപദ്രവിച്ചിരുന്നു. അന്ന് അവരെല്ലാം ക്രിസ്ത്യാനികളായി. മിഷനറിമാരുടെ പ്രേരണ കാരണവും അവരുടെ സുരക്ഷയ്ക്കുവേണ്ടിയും.

ഈ വന്യഗ്രാമങ്ങളിൽ കടുവകളുടെ ഉപദ്രവം വളരെ അധികമുണ്ട്. മൂന്നുമാസം മുമ്പ് ഒരാളെ കടുവ പിടിച്ചുകൊണ്ടുപോയി. വനത്തിൽ പശുക്കളെ മേക്കുകയായിരുന്നു. കടുവ ഇറങ്ങിവന്ന് പിടിച്ചു. കൂടെയുള്ളവർ ലഹള കൂട്ടി വടികൊണ്ട് തല്ലിഓടിച്ച് കടുവയിൽനിന്ന് ആ മനുഷ്യനെ രക്ഷപ്പെടുത്തി. പന്ത്രണ്ടുമണി നേരത്താണ് ആ സംഭവമുണ്ടായതത്രേ! അയാളുടെ പേര് സാമുവൽ മാൻകി. ബാരാക്പൂരിലെ ഏതോ ഒരു മുസ്ലീം യുവാവിന്റെ മുഖച്ഛായ ഉണ്ടെന്നു തോന്നി. മരത്തിന്റെ തണലിലിരുന്ന് അയാളെ വിളിച്ച് സംസാരിച്ചു.

-എത്ര വലിയ പുലി ആയിരുന്നു?

-വളരെ വലിയതായിരുന്നു, യജമാനനേ!

-നിന്നെ പിടിച്ചപ്പോൾ നിനക്ക് ഓർമ്മയുണ്ടായിരുന്നോ?

-ഇല്ല. ഞാൻ ബോധംകെട്ട് വീണു.

ഒരു വീട്ടിൽ ഒരു വലിയ തൊപ്പി തൂങ്ങിക്കിടക്കുന്നതു കണ്ടു. ഉണങ്ങിയ ഇലകൊണ്ടുണ്ടാക്കിയ തൊപ്പി കണ്ടപ്പോൾ അത് അടുത്തു കാണണമെന്നു പറഞ്ഞപ്പോൾ എനിക്ക് കൊണ്ടുവന്നുതന്നു. ബൊഹിനിയയുടെ വലിയ ഇലകൊണ്ട് ഉണ്ടാക്കിയതാണ് എന്നു മനസ്സിലായി.

ഉണങ്ങിയ ഇലകൾ മേഞ്ഞ ഒരു കുടിലിൽ ഒരു സ്ത്രീ ഇരുന്നു കരയുന്നു. ഭർത്താവ് മരിച്ചുവത്രെ. കരച്ചിൽ കണ്ടപ്പോൾ വളരെ ഖേദം തോന്നി. മനുഷ്യരുടെ ദുഃഖം അതേതു നാട്ടിലായാലും നഗരത്തിലായാലും വന്യഗ്രാമത്തിലായാലും ഒരുപോലെയാണ്. ദുഃഖം പ്രകടിപ്പിക്കുന്ന രീതിയും ഒരേപോലെ എന്നു തോന്നി. ഒരു വ്യത്യാസവുമില്ല.

തെക്കുപടിഞ്ഞാറുള്ള പർവ്വതഭൂമിയിലാണ് ഗാങ്ങ്പൂർ എസ്റ്റേറ്റ്. തെക്കു കിഴക്ക് ബൊനായി എസ്റ്റേറ്റ്. ഞങ്ങൾ വന്നവഴി നേരെ പോകുന്നത് ബൊനായി എസ്റ്റേറ്റിലെ ബാൽജുഡി ഗ്രാമത്തിലേക്കാണ്. ഇവിടെനിന്ന് അഞ്ചുനാഴിക അകലെ. ഈ വഴിയിൽ ഒരിടത്ത് ധാരാളം ക്രിസ്ത്യാനികളായ മുണ്ഡ കൂലിക്കാർ ജോലി ചെയ്യുന്നു. കനത്ത വനമധ്യത്തിൽ ഒരു മരച്ചുവട്ടിലിരുന്ന് അവരെപ്പറ്റി ചോദിച്ചറിയാൻ തീർച്ചയാക്കി. രണ്ടു മാസം മുമ്പ് ഒരു മനുഷ്യഭോജിയായ വലിയൊരു റോയൽ ബംഗാൾ ടൈഗർ ഒരാളെ കൊന്നുവത്രെ! കൂലികളുടെ പേര് ചോദിച്ചു.

നാന്ദി കുയി, സുനി കുയി, രായിമതി കുയി, ചാമ്പു കുയി, രാഹിൽ കുയി, ക്രിസ്ത്രീനാ കുയി, യശോമണി കുയി, ബോബസ് മുണ്ഡ, ഇലിസാവ കുയി തുടങ്ങി ബൈബിളിലെ നിരവധി കഥാപാത്രങ്ങൾ ഇവിടെ കാട്ടിൽ മണ്ണുവെട്ടുന്നുണ്ട്. ആണുങ്ങളും പെണ്ണുങ്ങളും. കുമാരികളായ പെൺകുട്ടികളുടെ പേരിന്റെ കൂടെ 'കുയി' എന്നു ചേർത്തുവിളിക്കുന്നു.

വർഷകാലത്തെ രണ്ടു മാസം ഗ്രാമത്തിലുള്ളവർ കാട്ടുഫലങ്ങളും ഗേവരുകളും തിന്ന് ജീവിക്കുന്നു. ഇവിടെ 'കാന്ദാ' എന്നു പറയുന്ന കാവത്തുകളും ഉണ്ട്. കൂടാതെ കാട്ടുമാവുകളിൽ മാങ്ങ, കൂവളപ്പഴം, അത്തിപ്പഴം എന്നിവയും ഈ കാടുകളിൽ കിട്ടുന്നുണ്ട്. ഇവിടത്തെ കാട്ടത്തിപ്പഴം ബംഗാളിൽ കണ്ടിട്ടില്ല. ഈ ഫൈകസ് കുന്സിയ ഇവിടെയല്ലാതെ മറ്റെവിടേയും കണ്ടിട്ടുമില്ല. പ്രേമാനന്ദൻ ഈ ഗ്രാമത്തിന്റെ മുണ്ഡാരി അഥവാ സർദാരാണ്. പറഞ്ഞു,

ഇവിടെ അരി കിട്ടാൻ വിഷമമാണ്. അരിക്ക് എന്നും ക്ഷാമമാണ്. ബൊനായി എസ്റ്റേറ്റിൽ ആറ് സേറിന് ഒരു രൂപ വിലയാണ്. പറഞ്ഞിട്ടെന്താ, കൊണ്ടുവരാൻ അനുവദിക്കില്ല. വഴിമധ്യത്തിൽ പൊലീസ് ഇരിക്കുന്നുണ്ടാവും. ബൊനായിയുടേയും സാരെന്റായുടേയും അതിർത്തിയിൽ പരിശോധിക്കും.

തിരികെ പോന്നു. ഒരു വിചിത്ര ഗ്രാമം വിട്ടുപോന്നു. ഈ ഗ്രാമത്തിലുള്ളവരുടെ ജനനവും മരണവും ഇവിടെത്തന്നെ. ബിസ്രാ അങ്ങാടിയിൽനിന്ന് പഞ്ചസാര, ഗോതമ്പുമാവ്, എണ്ണ എന്നിവ വാങ്ങിക്കൊണ്ടുവരുന്നു. ഇവിടെ നിന്ന് പതിനാറ് നാഴിക അകലെയാണ് ബിസ്ര. മഹുവ -ഇരിപ്പ- എണ്ണയാണ് ഇവർ ഉപയോഗിക്കുന്നത്. നെയ്യിനെപ്പോലെയാണത്രെ അത്. ഗ്രാമമധ്യത്തിൽകൂടി ഒരു പുഴ ഒഴുകുന്നുണ്ട്. ഇതിന്റെ പേര് ബിട്കേൽ സോയനാല എന്നാണ്. ഈ ഗ്രാമത്തിന്റെ പേരു തന്നെയാണ് നദിക്കും. ഗ്രാമത്തിൽ കൂടി ആടിപ്പാടി ഒഴുകിച്ചെന്ന് ബൊനായി സ്റ്റേറ്റിലെ കൊടുംവനത്തിലേക്ക് പ്രവേശിച്ച് മറഞ്ഞുപോകുന്നു. സാമുവൽ മാൻകിയാണ് ഗ്രാമത്തിന്റെ വിവരങ്ങൾ നല്കിയത്. ജാതി മാറി ക്രിസ്ത്യാനിയായെങ്കിലും അസുഖം വന്നാൽ ആരും കാണാതെ വനമധ്യത്തിലുള്ള 'ബോംഗ'യ്ക്ക് പൂജ ചെയ്തുവരും.

വനപഥത്തിൽ കൂടി തന്നെ തിരിച്ചുപോന്നു. കുളികഴിഞ്ഞ് ഭക്ഷണം. കാറ് എടുത്ത് 'ടൊയെബു' വനത്തിലേക്ക് പോയി. വനമധ്യത്തിലുള്ള വെള്ളച്ചാട്ടം കാണാൻ. തിരിൽപോസി ബംഗ്ലാവിൽനിന്ന് ഥൽകോബാദി ലേക്കുള്ള വഴിയിൽകൂടി നാലുനാഴിക യാത്രചെയ്തശേഷം കാറ് നിർത്തി. ഞങ്ങൾ കാറിൽ നിന്നിറങ്ങി നടക്കാൻ തുടങ്ങി. കൂടെ ഫോറസ്റ്റർ ഖുൻടിയ, രണ്ട് ഫോറസ്റ്റ് ഗാർഡ്. മിസ്റ്റർ സിഹ്ന എന്നിവരുണ്ട്.

വനത്തിൽ ധാരാളം കാട്ടുചെടികൾ, അതും ആദ്യം കണ്ടതുപോലെ യുള്ള മുൾച്ചെടികൾ. മുള്ളൻ കാര വർഗത്തിൽപെട്ടവ. ക്രമേണ വനം കൂടുതൽ നിബിഡമാകാൻ തുടങ്ങി. ഞങ്ങൾ അതിലേക്ക് പ്രവേശിച്ചു. ഇങ്ങനെ ഒരു കൊടുംവനം സാരെന്റായിൽ ഒരിടത്തും കണ്ടിട്ടില്ല. എന്നാൽ ഈ ഘോരവനത്തിനും എന്തൊരു സൗന്ദര്യം! അതിശയകരം തന്നെ! വിശാലവൃക്ഷസമൂഹം. അവയുടെ തലപ്പത്തുവരെ എത്തുന്ന കോംപ്രിട്രാം ഡിക്കെൻ ഡ്രാം. അവയുടെ വെളുത്ത ഇലകൾ പൂക്കൾപോലെ അലങ്ക രിച്ച് നില്ക്കുന്നു.

ഈ വള്ളിച്ചെടി ഇത്ര ഉയരം വരെ കയറിപ്പോകുമെന്ന് ഇതിനുമുമ്പ് അറിയില്ലായിരുന്നു. ഒരിടത്ത് കാലടിപ്പാതയുടെ ഇരുവശത്തും നദി ഒഴു കുന്നു. കാൻഠാൻ എന്നു പേരുള്ള ഈ നാട്ടിലെ വൃക്ഷങ്ങളുടെ കാട്. വലിയ മാവുകളും സാലവൃക്ഷങ്ങളും വലിയ വലിയ ഇലകളുള്ള വള്ളി ച്ചെടികൾ വളഞ്ഞ് ഒന്നിച്ച് കൂടി നില്ക്കുന്നതിനാൽ പ്രവേശിക്കാൻ ദുർഗമ മാക്കിത്തീർത്തിരിക്കുന്നു. എന്തൊരു വനഭൂമി! അതിലേക്ക് കടക്കാൻ ഭയം തോന്നി. പ്രത്യേകിച്ചും ധാരാളം ആനകളുടേയും പുലികളുടേയും വാസമുള്ള വനം. നടന്നുകൊണ്ടിരുന്നു. വഴി അവസാനിക്കാത്തതു പോലെ. മുൾനിറഞ്ഞ ഉണങ്ങിയ കായകൾ തലയിലും വസ്ത്രങ്ങളിന്മേലും ധാരാളം ഒട്ടിപ്പിടിച്ചു. ചിലയിടത്ത് ഇടതൂർന്ന തേക്കിൻകാട്. ചിലയിടത്ത് ചതുപ്പുനിലം, ഇവിടെ വഴി എന്നത് ഇല്ല എന്നു പറയാം. ഒരിടത്ത് നന വുള്ള മണ്ണിൽ വലിയ പുലിയുടെ കാല്പാടുകൾ. ആനപ്പിണ്ടവും കാലിന്റെ പാടുകളും ധാരാളം എല്ലായിടത്തും കണ്ടു. ഇടയിൽ കാട്ടു പോത്തിന്റെ കാലടികളും കാണുന്നുണ്ട്. ഒരിടത്ത് എത്തിയതും ഫോറസ്റ്റ് ഗാർഡുമാർ രണ്ടുപേരും നിന്നു. അവർ തമ്മിൽ എന്തോ പറയുന്നുണ്ട്. ആനയെ കണ്ടുവോ, അതോ പുലിയേയോ? മിസ്റ്റർ സിഹ്ന അധികാര ത്തോടെ ചോദിച്ചു,

–എന്താ, എന്തുണ്ടായി? എന്താണെന്നു പറയൂ.

അവർ ഒന്നിച്ച് പറഞ്ഞു,

–കുരങ്ങന്മാർ, യജമാന്നേ!

പതുക്കെ നടന്ന് കല്ലുനിറഞ്ഞ സ്ഥാനത്തെത്തി. കല്ലുകൾക്ക് മുകളിൽ കൂടി ഒരു കാട്ടരുവി ഒഴുകിപ്പോകുന്നു. ഇതാണോ ആ സ്ഥാനം എന്ന് ഞാൻ ചിന്തിച്ചു. ഫോറസ്റ്റ് ഗാർഡ് നിന്നില്ല. കാട്ടിൽ കൂടി നടന്നുപോയി.

അവരുടെ പിൻവശം മാത്രം കാണാനുണ്ട്. ഈ വീതി കുറഞ്ഞ വനപഥമാണത്രെ ബൊനായി സ്റ്റേറ്റ് വിട്ടുപോരാനുള്ള കുറുക്കുവഴി. അതിനാലാണ് ബാലാജോഡ് വഴി വിട്ട് ഈ വഴിക്ക് യാത്രക്കാർ അധികവും വരുന്നത്. ആ പഥികരും എത്ര ധൈര്യമുള്ളവരാണ് എന്നാശ്ചര്യപ്പെട്ടു. നല്ല വഴിവിട്ട് ഈ കാട്ടാനകളും കടുവകളും സ്വച്ഛന്ദം വിഹരിക്കുന്ന കുറുക്കുവഴി സ്വീകരിക്കണമെങ്കിൽ അവരുടെ മനസ്സിന്റെ കരുത്തിനെ പുകഴ്ത്താതെ വയ്യ. എന്തൊരു ദുർഭേദ്യമായ വനപഥം!

കുറച്ചു ദൂരം ചെന്നപ്പോൾ അവിടേയും കാട്ടരുവി ഒഴുകുന്നു. അത് ചെറിയൊരു വെള്ളച്ചാട്ടം സൃഷ്ടിച്ചുകൊണ്ടാണ് താഴോട്ട് പോകുന്നത്. നല്ല സ്ഥലം. എത്തിക്കഴിഞ്ഞു എന്നു വിചാരിച്ചു. ഈ അരുവി അതേ ടോയേബു അരുവി തന്നെയാണ്. മൂന്നുനാലു ചെറുകുടിലുകൾ. കാട്ടുപുല്ലുകൊണ്ട് മേഞ്ഞവ. വൃക്ഷങ്ങളുടെ തണലിൽ തന്നെ. വനവിഭാഗത്തിലെ കൂലിക്കാർ കഴിഞ്ഞ വർഷകാലത്ത് വള്ളിച്ചെടികൾ വെട്ടാനായി വന്നപ്പോൾ ഇവിടെ താമസിച്ചിരുന്നു. അവരാണ് ഈ കുടിലുകൾ ഉണ്ടാക്കിയത്. ഇനി ഇവിടെ ആര് താമസിക്കാൻ പോകുന്നു! രണ്ടു നാഴിക അല്ലെങ്കിൽ മൂന്നു നാഴിക മാത്രമേ ഉള്ളൂ എന്നു പറഞ്ഞുകേട്ടു. പക്ഷേ, ഒരു മണിക്കൂറായി നടന്നുകൊണ്ടേ ഇരിക്കുന്നു. എന്നിട്ടും വെള്ളച്ചാട്ടത്തിന്റെ ശബ്ദം പോലും കേൾക്കുന്നില്ല. വീണ്ടും മലമുകളിലേക്ക് കയറുന്ന വഴി. അതിൽകൂടി കയറിയശേഷം വീണ്ടും ഇറക്കം. ഒരിടത്ത് കള്ളിച്ചെടികൾ ധാരാളം വളർന്നുനിൽക്കുന്നതു കണ്ടു. കരിങ്കല്ലുകൾക്കിടയിൽകൂടി അവ വേണ്ടത്ര വളർന്നുനില്ക്കുന്നുണ്ട്. ഇപ്പോൾ ഇടത്തുഭാഗത്തുനിന്ന് വെള്ളത്തിന്റെ ശബ്ദം കേൾക്കുന്നുണ്ട്. കുറച്ചു താഴെയായി പലയിടത്തും പാറകൾ മുഴച്ചുനിൽക്കുന്നു, അവയ്ക്കു മീതെകൂടി വെള്ളം താഴോട്ട് വീഴുന്നു. ഇത് വിട്ടും ഫോറസ്റ്റ് ഗാർഡ് മുന്നോട്ടു പോകുകയാണ്.

ഞങ്ങൾ ചോദിച്ചു,

-ഇനി എത്ര ദൂരമുണ്ട്?

-ദാ എത്തി യജമാന്നെ. താഴോട്ടിറങ്ങിയാൽ മതി. കുറച്ചുകൂടി മുന്നോട്ടുപോയശേഷം ഉയരങ്ങളിലെ വഴി വിട്ട് താഴോട്ട് ഇറങ്ങാൻ തുടങ്ങി. താഴ്വാരത്തിലെ നിരപ്പായ സ്ഥലത്തേക്കാണ് ഇറങ്ങിച്ചെല്ലുക. മുള്ളുള്ള മരങ്ങളും ചെടികളും. അവയുടെ കായ്കളും ഇരുവശത്തുമുള്ള വഴിയിൽകൂടി നാലുനാഴിക നടന്നു. കാലടികൾ മുറിവേറ്റ് നല്ലപോലെ നീറുന്നു. എന്നാൽ താഴെ ഇറങ്ങിച്ചെന്നപ്പോൾ കണ്ട അപൂർവ്വസൗന്ദര്യം നിറഞ്ഞ കാഴ്ച എല്ലാ ക്ഷീണത്തേയും വേദനയേയും മറന്ന് നില്ക്കാൻ പ്രേരകമായി. വർണിച്ച് മനസ്സിലാക്കാൻ കഴിയാത്ത ദൃശ്യം! അന്ധകാരം നിറഞ്ഞ അപരാഹ്നത്തിൽ വൃക്ഷങ്ങൾ നിഴൽ വിരിച്ച ആ വഴിയിൽകൂടി പോയില്ലായിരുന്നു എങ്കിൽ ജനങ്ങളുടെ ചിഹ്നംപോലുമില്ലാത്ത വനത്തിന്റെ ഗോപനീയമായ അന്തരാളത്തിലൊളിച്ചിരിക്കുന്ന ഈ ഗാംഭീര്യം

നിറഞ്ഞ ദൃശ്യം എങ്ങനെ കാണാനാകുമായിരുന്നു! ഈ വിചിത്ര ജല പ്രവാഹത്തിനെപ്പറ്റി എങ്ങനെ വിവരിക്കണമെന്നറിയില്ല. എങ്ങനെ പറഞ്ഞു മനസ്സിലാക്കണമെന്നതിന് വാക്കുകൾ കിട്ടുന്നില്ല!

വലിയ വലിയ ചതുരത്തിലുള്ള കല്ലുകൾ കിടക്കുന്നു. അവയിലൊന്നിന്മേൽ കാട്ടാറു വീഴുന്നതു നോക്കി ഇരുന്നു. മണി മൂന്നായിട്ടേ ഉള്ളൂവെങ്കിലും എങ്ങും സന്ധ്യ എത്തിക്കഴിഞ്ഞു. മുന്നിൽ ഒരു ജലാശയം. അതിലെ ജലം കറുത്തതാണെന്നു പറയാം. കുറച്ചൊരു പച്ചനിറം കലർന്നിരിക്കുന്നു. ഈ ജലാശയം വളരെ ആഴമുള്ളതാണത്രെ! അതിലെ വെള്ളത്തിലേക്കു നോക്കുമ്പോൾ അങ്ങനെ തോന്നുന്നുണ്ട്. 'ടോയേസു' എന്ന വാക്കിന് വളഞ്ഞുപിരിഞ്ഞ തോളെല്ല് എന്നാണത്രെ അർത്ഥം. 'ഹോ' ജാതിക്കാരനായ ഒരുവൻ മത്സ്യം പിടിക്കാൻ വന്നിട്ടുണ്ടായിരുന്നുവത്രെ! കൂടെ ഭാര്യയുമുണ്ട്. മത്സ്യം പിടിച്ച് കരയിൽ നിൽക്കുന്ന ഭാര്യയുടെ നേർക്ക് എറിഞ്ഞുകൊടുക്കുന്നു. അവളത് കുനിഞ്ഞെടുത്ത് ശേഖരിക്കുന്നു. പക്ഷേ, അവസാനം കൈയിൽ വന്നുവീണത് ഭർത്താവിന്റെ വേർപെടുത്തപ്പെട്ട വളച്ചുപിരിച്ച തോളെല്ലായിരുന്നു. അതിനുശേഷം വനത്തിലെ ദുർദേവതകളെ ഭയന്ന് ആരും മത്സ്യം പിടിക്കാറില്ല. പക്ഷേ, മത്സ്യം ധാരാളമുണ്ടത്രെ!

മുന്നിലെ ഈ ജലാശയത്തിന്റെ മറുകരയിൽ എൺപതിലധികം അടി ഉയരമുള്ള ഇരുമ്പുപാറകൾ മതിലുപോലെ നില്ക്കുന്നു. ഇതിന് Heamatic Quartzite എന്നു പറയുന്നു. അതിന്റെ മുകൾവശത്ത് പോക്കുവെയിലിന്റെ ശോഭ. മഞ്ഞനിറം കലർന്ന വെയിൽ. ആ പാറച്ചുമരിന്മേൽ വൃക്ഷങ്ങളുടെ വേരുകൾ ഞാന്നുകിടക്കുന്നു. ചിലയിടത്ത് ഈ വേരുകൾ പാറകളെ കെട്ടിനിർത്തിയിരിക്കുന്നപോലെ വലിയ വലിയ പാറക്കല്ലുകളിന്മേൽ ഒട്ടിനില്ക്കുന്നു. പാറമതിലുകൾക്ക് ഇടതുവശത്തേക്ക് ഏഴെട്ടടി വീതിയുള്ള ജലധാര രണ്ടായി ഭാഗിക്കപ്പെട്ട് വലിയ ശബ്ദത്തോടെ ഏതാണ്ട് 25 അടി ഉയരത്തിൽനിന്ന് താഴെയുള്ള കാട്ടുദേവതകളുടെ വിഹാരഭൂമിയായ സരോവരത്തിലേക്ക് അലച്ചുവീഴുന്നു. ഈ സ്ഥാനം കൊടുംവനമാണ്. സങ്കീർണ ഗഹ്വരത്തെപോലെയോ വലിയൊരു കിണറുപോലെയോ തോന്നും.

ഞാൻ ഈ ഗഹ്വരമധ്യത്തിൽ നിന്ന് മേല്പോട്ട് നോക്കിനില്ക്കയാണോ എന്നതിശയിച്ചു. വലിയ വലിയ മാവുകൾ, കാട്ടുമുള, ചൂരൽ, ഫേൺ, വളരെ നീളമുള്ള കാട്ടുപുല്ല്, കാര, കരന്ത എന്നീ വിവിധ വന്യ വൃക്ഷങ്ങളും ചെടികളുംകൊണ്ട് നിബിഡമാണിവിടം. ഗാംഭീര്യം നിറഞ്ഞ നിശ്ശബ്ദതയെ ഭേദിച്ചുകൊണ്ട് വെള്ളച്ചാട്ടത്തിന്റെ ആരവം. ഭൂതകാലത്തിന്റെ ചരിത്രം വിളിച്ചുപറയുന്ന, സൃഷ്ടികർത്താവിന്റെ വൈചിത്ര്യമേറിയ കഴിവിനെ കാതിലോതുന്ന ഈ സാഹചര്യം സമാഹിതമനസ്സോടെ ആസ്വദിക്കാൻ കഴിയണം. ഇത്തരം ജലാശയത്തെപ്പറ്റിയല്ലേ കേണൽ ഡൊൽട്ടൻ പറഞ്ഞത്!

"Pools, shaded and rock bound in which Diana and her nymphs might have deported themselves..."

അനന്തത്തിന്റെ മൗനചരിത്രം ഇവിടെ ഓരോ കല്ലുകളിന്മേലും എഴുതിവെച്ചിരിക്കുന്നു. ലോകചക്ഷുക്കളുടെ കാഴ്ചയിൽപെടാതെ ഇവിടെ ലക്ഷങ്ങളിലധികം പൗർണമി ചന്ദ്രനുദിച്ചിരിക്കും. അത്രയും അമാവാസികളുടെ ഘോരാന്ധകാരം ഇവിടെ പരന്നിരിക്കും. വന്യജന്തുക്കൾ വംശങ്ങളായി നിർഭയം ഈ അരുവിയിൽ ജലപാനം ചെയ്തിരിക്കും. റെയിൽവേ ലൈനും വനവിഭാഗവും ഉണ്ടാകുന്നതിനുമുമ്പ് ഇവിടത്തെ വന്യലോകരല്ലാതെ മറ്റാരും ഈ സൗന്ദര്യമൊഴുകുന്ന ഭൂമി കണ്ടിരിക്കുകയില്ല. വഴികളില്ലാത്ത ഈ വനഭൂമിയിലേക്ക് ആരു വരും, മരിക്കാൻ മാത്രമായി ആര് വരും! ഈ ഇരുപതാം നൂറ്റാണ്ടിലും ഏറ്റവും അടുത്ത റെയിൽവേ സ്റ്റേഷൻ ഇരുപത്തൊന്നു നാഴിക അകലെയാണ്. അതിൽ പതിമ്മൂന്നു നാഴികയും പന്ഥാവ് പോകുന്നത് നിബിഡവനത്തിൽ കൂടിയാണ്. അവസാനത്തെ നാലു നാഴിക അതിഘോരവനം. ഒരു സംഘമായോ വഴിയറിയുന്ന ഒരു മാർഗദർശിയോടൊപ്പമോ മാത്രമേ ഈ വഴിയിൽകൂടി യാത്ര ചെയ്യാനാകുകയുള്ളൂ. വഴിതെറ്റി പോകാൻ ധാരാളം സാധ്യത. ഒരിക്കൽ തെറ്റിയാൽ എവിടെ ചെന്നെത്തുമെന്ന് പറയാനാവില്ല. വന്യമൃഗങ്ങളുടെ മുന്നിൽ ചെന്നെത്തിയേക്കാം. കാട്ടാനകളുടെ പദതലത്തിലോ റോയൽ ബംഗാൾ പുലികളുടെ പിടിയിലോ പ്രാണൻ വെടിയേണ്ടിവരും. പക്ഷേ, എന്നിട്ടും എന്തൊരു ഭൂസൗന്ദര്യമാണ് ഇവിടെ ഒളിച്ചുവെച്ചിരിക്കുന്നത്! പ്രകൃതീദേവിയുടെ അനുഗ്രഹം മാനവചക്ഷുക്കളുടെ അന്തരാളത്തിൽ ഒളിഞ്ഞുകിടക്കുന്നു!

മഞ്ഞവെയിൽ പരക്കാൻ തുടങ്ങി, ഇനി ഇവിടെ നില്ക്കുന്നത് ശരിയല്ല, എല്ലാവരും ധൃതിപിടിക്കാൻ തുടങ്ങി. നിബിഡമായ വനപഥത്തിൽകൂടി നാലു നാഴിക നടന്നുവേണം കാർ നിർത്തിയ സ്ഥാനത്തെത്താൻ. നേരം മങ്ങിവരുമ്പോൾ വന്യമൃഗങ്ങൾ ഇറങ്ങിവരാനുള്ള സാധ്യത അധികമാകുന്നു. നടന്നുനടന്ന് അരുവിയുടെ മറുകരയിലെത്തി. ഒരു വിശാലമായ പാറയിന്മേൽ കുറച്ചുനേരം ഇരുന്ന് ആശ്വസിച്ചു. എത്രയോ ദൂരം ലോഹപ്രസ്തര നിർമ്മിതമായ പാർവത്യമതിലുകൾക്കു മീതെ ഈ കാട്ടരുവി ഒഴുകിവരുന്നു. അതു വന്നുവീഴുന്നിടത്താണ് ഈ വെള്ളച്ചാട്ടവും വിസ്താരമേറിയ ജലാശയവും സൃഷ്ടിക്കപ്പെടുന്നത്. അത്യന്തം അപൂർവമായ ഒരു സ്ഥാനമാണിവിടം. പക്ഷേ, സമയം വൈകിയതിനാൽ അധികം ഇരിക്കാനാവുകയില്ല.

വഴിയിൽ പുല്ലുമേഞ്ഞ കുടിലുകൾക്കു സമീപമെത്തിയപ്പോൾ എല്ലാം അതിവിചിത്രമായി, അതിമനോഹരമായി അനുഭവപ്പെട്ടു. ഇവിടെത്തന്നെ താമസിച്ചാലെന്താ എന്നുപോലും തോന്നി. തേക്കിൻകാട്ടിൽകൂടി നനവുള്ള മണ്ണിൽ അടിവെച്ച് മുന്നോട്ട് നീങ്ങുമ്പോൾ അധികം പഴക്കമില്ലാത്ത ചില കാലടിപ്പാടുകൾ കണ്ടു. അവ കാണിച്ചുകൊടുത്ത് ഞാൻ പറഞ്ഞു,

–നോക്കൂ. ഇനിയും ഒന്ന്!

മിസ്റ്റർ സിഹ്ന പറഞ്ഞു,

–വളരെ വലിയ കാലടിയാണ്. റോയൽ ബംഗാൾ* തന്നെ!

സന്ധ്യയാവാൻ ഇനി അധികം താമസമില്ല. കാട് കാണാൻ കഴിയാത്ത വിധം അന്ധകാരം ഇറങ്ങിക്കഴിഞ്ഞു. പെട്ടെന്ന് ഓർമ്മ വന്നു. ഇന്ന് ഞങ്ങളുടെ നാട്ടിൽ ഗോപാൽനഗറിൽ ചന്ത ദിവസമാണ്. പഞ്ചാമാസ്റ്റർ വഴുതനങ്ങ വില്ക്കുന്നുണ്ടാവും; മനൊ ചെറിയച്ഛൻ വെറ്റിലക്കട തുറന്ന് വെറ്റില വില്ക്കുക പതിവാണ്. ആ കുഗ്രാമത്തിൽ ജനിച്ച അവരെല്ലാം അവിടെത്തന്നെ ചിരകാലം ആനന്ദത്തോടെ ജീവിക്കുന്നു. അവർ പുറത്തെ ലോകത്തെ പ്പറ്റി എന്തറിയാൻ! ലോകം എന്ത് കണ്ടിരിക്കുന്നു!

ഒരിടത്ത് വലിയ വലിയ മാവുകൾ, ഏതോ പൂക്കളുടെ സുഗന്ധം വായുവിൽ, സന്ധ്യാസമയത്തെ ഈ മന്ദമാരുതനിൽ കാടുകളിൽ നിന്നു വരുന്ന ബാരക്പൂരിലെ ഗ്രാമപ്രദേശത്തെ കാറ്റിന്റെ മണം അനുഭവപ്പെടുന്നു. രാധാലത** വളർന്ന് മരത്തിന്റെ തലപ്പത്തുവരെ എത്തിയിരിക്കുന്നു.

കാട്ടുപ്ലാവിന്റെ കറുത്ത ഇലകൾ ഇടതൂർന്നു നില്ക്കുന്നതിനാൽ ഇരുട്ടിനെ കൂടുതൽ ഇരുണ്ടതാക്കുന്നു. ഈ ഉയർന്ന മരങ്ങളിൽ തലപ്പത്തുവരെ എത്തുന്ന 'കോംപ്രിട്ടാം ഡികെൻ ഡ്രാം' ലതയുടെ പൂക്കൾക്ക് കൂടുതൽ ഭംഗി തോന്നി. ഘനഗംഭീരമായ വനദൃശ്യം!

സന്ധ്യാനേരത്ത് സാരെന്റാ ഫോറസ്റ്റിൽകൂടി നിഭൃതമായ വനപഥത്തിൽ കൂടിയുള്ള ഈ യാത്രയുടെ അഭിജ്ഞതയെ ഒന്നിനോടും തുലനം ചെയ്യാനാവുകയില്ല.

കാട്ടിൽ ഒരിടത്തെത്തിയപ്പോൾ ഫോറസ്റ്റർ പറഞ്ഞു,

–കൃത്യം ഇവിടെ വെച്ചാണ് മല്ലിക് ബാബു ഫോറസ്റ്റ് റേഞ്ചർ വളരെ വലിയ റോയൽ ബംഗാൾ ടൈഗറിനെ കണ്ടത്. വഴി മുറിച്ചുകടന്ന് വനത്തിന്റെ മറുവശത്തേക്ക് പോകയായിരുന്നുവത്രെ. അതിനുശേഷം അദ്ദേഹം പറഞ്ഞത് ജോലി വിട്ടുപോകതന്നെ, ഇനി ഈ സാരെന്റായിൽ ജോലി ചെയ്യില്ല എന്നാണ്.

ഓരോ അടിവെപ്പിലും ഭയം. ഒരിടത്ത് ഫോറസ്റ്റ് ഗാർഡ് വനത്തിനു നേർക്ക് നോക്കി തറച്ചുനിന്നുപോയി. എന്റെ ഹൃദയത്തിന്റെ മിടിപ്പ് വർധിച്ചു.

–എന്താ, എന്താണ്? എന്തേ നിന്നുപോയത്?

–കാട്ടുകോഴി, യജമാന്നേ!

പ്രാണൻ തിരിച്ചുകിട്ടിയപോലെ. പറഞ്ഞു,

---

* പുലി

** വലിയ തണ്ടും ഇലകളുമുള്ള ലത

-പോകാം. കാട്ടുകോഴിയെ കണ്ടുനിൽക്കാൻ ഇപ്പോൾ സമയമില്ല. ഈ അതിനിബിഡമായ വനത്തിൽ ആന, കടുവ, ഹായന എന്നിവ അവരുടെ ഇഷ്ടംപോലെ അലഞ്ഞുനടക്കുന്നു, മനുഷ്യരെ കൊല്ലുന്നു. ഥൽകോബാദിൽ വെച്ചുതന്നെ ഇക്കഥകൾ കേട്ടിരിക്കുന്നു. പിന്നെ കുമ്ഡിയിലും കടന്നുപോന്ന വന്യഗ്രാമങ്ങളിലും കേട്ടു. ബിട്ട്കേൽഡൊയായിൽ എത്തിയപ്പോഴും കേട്ടതാണ്. സ്വയം കണ്ടതാണ് വലിയ പുലിയുടെ കാലടിപ്പാടുകൾ. അതും ഏതാനും മണിക്കൂറുകൾക്കു മുമ്പ്. മണ്ണിൽ കിടന്ന് ഉരുണ്ടുപിരണ്ട ആനയുടെ അടയാളം ഒരിടത്ത് കണ്ടു. ആന, കാട്ടുപോത്ത്, മാൻ എന്നിവയുടെ കാല്പാടുകൽ എല്ലായിടത്തും കാണാനുണ്ട്. അതിന്റെ കണക്ക് ആര് നോക്കുന്നു! അതിനാൽ ആവുംവേഗം വനം കടന്നുകിട്ടുന്നതാണ് നല്ലത്.

ഫോറസ്റ്റർ പറഞ്ഞു,

-നമ്മൾ കാറിനടുത്തെത്താറായി. രണ്ടു ചങ്ങല (44 വാര) ദൂരം മാത്രം.

പെട്ടെന്ന് ഞാൻ നിന്നു. ചുറ്റും നോക്കി. എന്തൊരു ഗാംഭീര്യമേറിയ ദൃശ്യമാണ് ഈ അരണ്യത്തിന്റേത്! നിശ്ശബ്ദസന്ധ്യ, മരത്തിനു മുകളിൽ വരെ എത്തുന്ന ലതകളുടെ ഇലകളും കൂമ്പുകളും എത്ര മനോഹരം! കോംപ്രിട്ടം, രാധാലത എന്നിവതന്നെ.

സന്ധ്യ ഇരുട്ടോടെ ഇറങ്ങിവരുന്നു. ജനവാസത്തിന്റെ വളരെ ദൂരെയുള്ള ഈ സാരെന്റാ വനത്തിനുള്ളിൽ നിന്ന് ഗോപാൽനഗർ ചന്തയുടെ കാര്യങ്ങളോർത്തുപോയി.

വീട്ടിലെത്തി അഗ്നികുണ്ഡത്തിനരികിലിരുന്ന് ഞാൻ ഡയറി എഴുതുകയാണ്. ഭക്ഷണമെല്ലാം കഴിച്ചശേഷം പുറത്തേക്കിറങ്ങി. മലകൾക്കു മുകളിൽ നക്ഷത്രങ്ങൾ മിന്നി പ്രകാശിക്കുന്നു. അനന്തമായ ആകാശത്തിൽ മഹാരുദ്രന്റെ ജ്യോതിയോടുകൂടി ത്രിശൂലംപോലെ സപ്തതാരങ്ങൾ (orion-മകയീരം) പ്രകാശം പരത്തുന്നു. പലയിടത്തായി ധാരാളം വേറെയും നക്ഷത്രങ്ങൾ! എല്ലാം വെളിച്ചം പരത്തി ഒരു ഛായാപഥം തന്നെ നിർമ്മിക്കുന്നു. വിശ്വദേവന്റെ ഭണ്ഡാരത്തിൽ എത്ര എത്ര കോടി ബ്രഹ്മാണ്ഡങ്ങൾ! ആ അനന്തദൃഷ്ടി എങ്ങനെ നമുക്ക് മനസ്സിലാക്കാൻ കഴിയും! മനസ്സിൽ ആ സ്രഷ്ടാവിന്റെ ജയഗാനങ്ങൾ പാടാൻ മാത്രമാകും. അതു ചെയ്ത് വിസ്മയങ്ങളുടെ അവസാനം കുറിക്കട്ടെ!

രാത്രി തീർന്നിട്ടില്ല. നാലരമണിക്ക് എണീറ്റു. പുറത്തേക്കുവന്നു. നിലാവ് എങ്ങും ശോഭിക്കുന്നു. ഇന്നലത്തെപോലെ ശുക്രതാരം ഉദിച്ചുനിൽക്കുന്നു. ദൂരത്തുള്ള പർവതശിഖരങ്ങളിലേക്ക് നോക്കിനിന്നു. ബാല്യകാലത്തെ ബാരക്പൂരിലെ മുളങ്കാട്ടിലെ വീട്, അച്ഛനമ്മമാർ, എല്ലാം ഓർത്തുപോയി. ശൈശവത്തിലെ ഓരോ അനുഭവങ്ങൾ, ഓരോ സ്ഥിതികൾ.

ഞങ്ങളുടെ ദാരിദ്ര്യാവസ്ഥ. ബാല്യകാലദിനങ്ങൾ. ജീവിതം എത്ര അദ്ഭുതകരം! എത്ര അപൂർവ്വം! എന്തു മാത്രം അമൃതേയം! ജന്മങ്ങൾതോറും ബാരക്പൂരിന്റെ വൈവിധ്യം നിറഞ്ഞ സാഹചര്യങ്ങളിൽ തന്റെ മാതാപിതാക്കളുടെ മടിയിൽ വീണ്ടും വീണ്ടും വന്നുപിറക്കാൻ കഴിഞ്ഞാൽ, അതിലേറെ സായൂജ്യം എന്താണ്?

വിശ്വദേവനെ മനസ്സിൽ കാണാനും അദ്ദേഹത്തിന്റെ അനന്തവൈചിത്ര്യങ്ങളും രൂപങ്ങളും കണ്ടറിയാനുള്ള ദൃഷ്ടിയും എന്നും ഉണ്ടാകണേ!

രാവിലെ സാലവൃക്ഷങ്ങൾ നിറഞ്ഞ വനത്തിലേക്ക് നടക്കാനിറങ്ങി. വളരെ ദൂരെ മലമുകളിൽ കറുത്ത എന്തോ ഒന്ന് കണ്ടു. ഒരു വൃക്ഷംപോലെ. ചുറ്റും കുറ്റിക്കാടുകൾ. കാട്ടുചെടികൾ എല്ലാം ചേർന്ന ഒരു ശ്യാമളസമാരോഹം തന്നെ. മനസ്സു നിറയെ നോക്കിനിന്നു. അങ്ങോട്ടുതന്നെ കണ്ണയച്ച് നിന്നുപോയി.

രാത്രി തീരാറായ സമയത്ത് സ്വപ്നം കണ്ടു. കാളിയുടെ അനുജത്തി പുൻടി ചേച്ചിയെ. ആശ്ചര്യമെന്നു പറയട്ടെ, അമ്മയെപ്പോലെ എന്തെല്ലാമാണ് എനിക്ക് പുൻടി ചേച്ചി തിന്നാൻ തന്നത്. അധികം പ്രായമൊന്നുമാകാത്ത പുൻടി ചേച്ചി.

ഇന്നു രാവിലെ ഒമ്പതു മണിയായപ്പോൾ ഭക്ഷണം, കുളി എന്നിവയെല്ലാം കഴിഞ്ഞശേഷം തിരിൻപോബിയിൽനിന്ന് പുറപ്പെട്ടു. സാരെന്റാ അരണ്യത്തിൽ ഒഴിഞ്ഞ സ്ഥലം എവിടേയും ഇല്ല. വനം തന്നെ. നീണ്ടുകിടക്കുന്നു. ഒരിടത്ത് ഞങ്ങൾ ഇറങ്ങി. അത്ര കനത്തതല്ലാത്ത കാട്ടിൽ ഇറങ്ങിനടന്നു. കൽക്കരി തയ്യാറാക്കുന്ന ചൂള, മരക്കരി തയ്യാറാക്കുന്ന സ്ഥലം. അതിനുശേഷം കുറച്ചുദൂരം നടന്ന് ഒരിടത്ത് എത്തി.

ദീഘ എന്നു പേരുള്ള വന്യഗ്രാമം. അതിന്റെ അതിർത്തിഭാഗങ്ങളിൽ 'ബിരഹോർ' എന്ന അലഞ്ഞുനടക്കുന്ന ഒരു ജാതിക്കാരുടെ പാർപ്പിടങ്ങൾ. അത് അടുത്തു കാണാനായി ഇറങ്ങിച്ചെന്നു. വളരെയേറെ കുട്ടികളും സ്ത്രീകളും പുരുഷന്മാരും വെയിലത്തിരുന്ന് 'ചീഹഡ്' ലതകൾകൊണ്ട് കയറുപിരിക്കുന്നു. ഇതാണ് അവരുടെ ജീവിതമാർഗം. മറ്റു ഗ്രാമങ്ങളിൽ കൊണ്ടുനടന്ന് ഈ കയറ് പിരിച്ചതെല്ലാം വിറ്റ് അവർക്ക് വേണ്ട സാധനങ്ങൾ വാങ്ങുന്നു. കയർ മാത്രമല്ല, ആ കയറുകൊണ്ട് ഉറി എന്നിവയും ഉണ്ടാക്കുന്നു. ലതയുടെ പുറംതൊലി നീളത്തിൽ ഉരിച്ചെടുത്താണ് കയറുപിരിക്കാൻ ഉപയോഗിക്കുന്നത്. നല്ല ബലമുള്ള കയറാണിത്. ഒരു ഗ്രാമത്തിൽ രണ്ടാഴ്ചയോളം താമസിക്കുന്നു ഇവർ. പിന്നെ മറ്റു ഗ്രാമങ്ങളിലേക്കു പോകും. ഒരിടത്തും സ്ഥിരമായി ഇവർ താമസിക്കാറില്ല. ചുവന്ന മുഖമുള്ള ഒരു കുരങ്ങനെ വില്ക്കാൻ കൊണ്ടുവന്നു. ഞങ്ങൾ വാങ്ങിച്ചില്ല. ഇവരുടെ മുഖം കല്ലിൽ ചെത്തിയുണ്ടാക്കിയതുപോലെയാണ്.

ദീഘ വിട്ടുപോന്നു. സാമട്ട ഗ്രാമത്തിനുനേർക്ക് പോയി. വീണ്ടും കൊടും വനം. ഒരു ചെറിയ അരുവി. അഗാധമായ കിടങ്ങ്. ചിലപ്പോൾ ഭയം തോന്നുന്നുണ്ട്. കാറ് ഈ വീതികുറഞ്ഞ വഴിയിൽ കൂടി പോകുമ്പോൾ മറിഞ്ഞുവീണുപോയാലോ! അത്രയ്ക്ക് ഗംഭീരമായ അരണ്യമാണ്. വഴിയോരത്ത് ധാരാളം കാട്ടുമുളകൾ കണ്ടു. മലയോരത്തെ വനങ്ങളിൽ ഒരിടത്ത് കാട്ടുവാഴകളും കാണാൻ കഴിഞ്ഞു.

സാമട്ടാ ഗ്രാമം വനത്തിനു പുറത്താണ്. ക്രിസ്ത്യാനികളും ഹിന്ദുക്കളും വസിക്കുന്നുണ്ടെങ്കിലും 'ഹോ' ജാതിക്കാരാണ് അധികഭാഗം. ഒരു ചെറുക്കനെ നല്ലപോലെ വസ്ത്രം ധരിച്ചവനായി അവർക്കിടയിൽ കണ്ടു. പേര് ചോദിച്ചു.

ചന്ദ്രൻ താന്തി എന്നു പറഞ്ഞു.

-നീ ക്രിസ്ത്യാനിയാണോ?

-അല്ല. ഞാൻ ഹിന്ദുവാണ്.

-കാളി, ദുർഗമാരുടെ പൂജയാണോ അതോ ബോംഗ (സാന്താളരുടെ ദേവത)യെയാണോ പൂജിക്കുന്നത്?

-ബോംഗയെ പൂജിക്കുന്നു.

ഒരു വൃക്ഷത്തിന്റെ ചുവട്ടിൽ ഇവർ കോഴിയെ ബലികൊടുക്കുന്നു. പച്ചരിച്ചോറ് നിവേദ്യമായി അർപ്പിക്കുന്നു. ഇവരുടെ ഏറ്റവും വലിയ ദൈവം സൂര്യദേവനാണ്. വേറെയും ബോംഗകളുണ്ട്. ഓരോ രോഗത്തിന് ഓരോ ബോംഗയാണ്.

സാമട്ടയിൽനിന്ന് ഞങ്ങൾ ജെരായികെല്ലയിലെത്തി. റേഞ്ച് ആപ്പീസിൽ ഒരു പയ്യനോട് സംസാരിച്ചു. അവന്റെ വീട് ഖുൽനയിലാണ്. മരത്തിന്റെ വ്യവസായം ചെയ്ത് ഇവിടെത്തന്നെ ആയിട്ട് മൂന്നു കൊല്ലമായത്രെ! റേഞ്ച് ആപ്പീസിൽ എല്ലാവരേയും കാണാൻ വേണ്ടിവന്നതാണ്. ഇവിടെ മലേറിയ ധാരാളമുണ്ടത്രെ.

ജെരായി കെല്ലയിൽ നിന്ന് യാത്രതിരിച്ചു. മൂന്നുനാഴികപോന്നതും ഗഭീരവനം ആരംഭിച്ചു. ഒരിടത്ത് കാടുമൂടിയ നദീതടം. മറുവശത്ത് മലകളുടെ മതിൽ. പോംഗ എന്ന സ്ഥലംവരെ ഒരേ ഒരു ഗഭീരവനം. എക്സ്പോർട്ട് നാക്ക എന്നുപേരുള്ള വനവിഭാഗത്തിലെ ജോലിക്കാരുടെ വാസഗൃഹങ്ങൾ കണ്ടു. ഒരാളെ കൊട്ടയിലെടുത്തു കൊണ്ടുപോകുന്നു. ബി.ടി.ടി. കമ്പനിയിലെ തൊഴിലാളിയാണ്, മലേറിയ രോഗി.

മണി രണ്ടരയായപ്പോൾ ഞങ്ങൾ പോംഗനിലെത്തി. ആദ്യം ഇവിടെ ബി. ടി.ടി. കമ്പനിയുടെ ആപ്പീസ് ഉണ്ടായിരുന്നു. ഇപ്പോൾ ഒന്നുമില്ല. പോംഗയിൽ നിന്ന് മനോഹർപൂരിലേക്ക് യാത്രയായി. മിസ്റ്റർ ഗ്രിഫിന 1925-ൽ നവംബർ മാസത്തിൽ വനവിഭാഗത്തിലെ ജോലിയിൽ പുതിയതായി ചേർന്ന സമയത്ത് ഈ വഴിക്ക് സൈക്കിളിൽ വന്നിട്ടുണ്ട്. ദുരൂഹവും

കൊടുംകാടു നിറഞ്ഞതുമായ സ്ഥലത്തുകൂടിയുള്ള വഴി. ഇതിനുമുമ്പ് വനത്തിനെകുറിച്ചോ വനത്തിൽകൂടി യാത്രചെയ്തോ ഒരു അറിവും ഉണ്ടായിരുന്നില്ല. ആ വഴിയെല്ലാം ഇന്ന് കണ്ടു. കോൽമോഗ എന്ന ഗ്രാമത്തിൽ അന്ന് അയാൾ താമസിച്ച കുടിലും കാണാൻ സാധിച്ചു. അന്നത്തെ അനുഭവങ്ങളെക്കുറിച്ച് അദ്ദേഹം പറഞ്ഞു കേട്ടതു മുതൽ ഇവയെല്ലാം ഒന്നു കാണാൻ കഴിഞ്ഞെങ്കിൽ എന്നാഗ്രഹിച്ചിരുന്നു. സന്ധ്യാനേരത്ത് കൂലിക്കാർ സാമാനം ഇറക്കിവെക്കാനോ കുടിലിലേക്ക് എടുത്തുവെക്കാനോ വന്നില്ല. ഭയപ്പെട്ടുനിന്നതേയുള്ളൂ. ഇന്ന് ആ കുടിലിന് വളരെ മാറ്റം വന്നിരിക്കുന്നു. കിഴക്കുവശത്ത് പതിനെട്ടു കൊല്ലങ്ങൾക്കു മുമ്പ് വനം അതിഗഹനമായിരുന്നു. കോൽബാംഗയുടെ അതിർത്തിയിലുള്ള ഒരു മലമുകളിൽ ഒരു ചെറിയ കുടിൽ വെച്ച് ഗോസായി* ജാതിയിലുള്ള ഒരു കർഷകൻ താമസിക്കുന്നുണ്ട്. വൃദ്ധനായ ഗോസായി മലമുകളിൽതന്നെ നെല്ല് വൃത്തിയാക്കി എടുക്കുന്നു. അവിടെനിന്നു നോക്കിയാൽ ചുറ്റുമുള്ള സുന്ദരദൃശ്യം കാണാം. വളരെ അടുത്തായിതന്നെ പർവതങ്ങൾ നീണ്ടു കിടക്കുന്നു. പർവ്വത ശൃംഗങ്ങൾ അടുത്തു കാണാം. സഭ്യതയുടെ അടയാളങ്ങൾ കുറേശ്ശെ കണ്ടുതുടങ്ങി.

ഘിൻഡുങ്ങ് എന്നുപേരുള്ള സ്ഥലത്ത് എക്സ്പോർട്ട് ചെക്കിങ്ങ് ആപ്പീസിന്റെ മുന്നിൽകൂടി ഏതാനും ആൺകുട്ടികൾ സ്കൂൾ വിട്ട് വരുന്നു. അവരെ അടുത്തേക്കു വിളിച്ചു. അവർ മനോഹർപൂരിലെ യു.പി. സ്കൂളിൽ പഠിക്കുന്നവരാണ്. ആറ് നാഴിക ദൂരത്തുള്ള കോൽബാംഗ ഗ്രാമത്തിൽനിന്ന് എന്നും മനോഹർപൂരിലേക്ക് പഠിക്കാൻ നടന്നെത്തുന്നു.

മനോഹർപൂരെത്തി. വളരെ അകലെ തീവണ്ടിയുടെ പുക കണ്ടപ്പോൾ സന്തോഷം തോന്നി. കൊയിന നദി കടന്ന് മനോഹർപൂരിലെ അങ്ങാടി സ്ഥലത്തെത്തി. ചായക്കട, ഭക്ഷണസാധനങ്ങൾ വില്ക്കുന്ന കടകൾ. എന്തൊരാശ്ചര്യകരമായ സാധനങ്ങൾ! കണ്ണട വെച്ച ഒരാൾ കൈയിൽ വടിയുമായി നടക്കുന്നു. ഇതും ഒരു പുതിയ ദൃശ്യമായിരുന്നു.

എട്ടൊമ്പതു ദിവസം കൊടുംകാനനത്തിൽ കൂടി സഞ്ചരിച്ചശേഷം ഗഭീരമായ വിജനതയ്ക്കു വിരാമമിട്ട് 'കാഴ്ചപീടിക' എന്ന സ്ഥലമുണ്ട്. അവിടെ കാശ് കൊടുത്താൽ സിഗരറ്റ്, ചായ എന്നിവ വാങ്ങിക്കാം. പോസ്റ്റാഫീസുണ്ട്. ഇഷ്ടംപോലെ എഴുത്തുകളയയ്ക്കാം. എല്ലാംചേർന്ന് ഒരു പുതിയ അനുഭവം പോലെ തോന്നി.

മനോഹർപൂർ ബംഗ്ലാവ് സ്റ്റേഷനടുത്തുള്ള ഒരു മലമുകളിലാണ്. ഏതാണ്ട് അഞ്ചുമണിക്ക് ഞങ്ങൾ അവിടെ എത്തി. ഈ മലയുടെ മുകളിൽനിന്ന് ചുറ്റുമുള്ള എല്ലാ ദൃശ്യങ്ങളും കണ്ട് ആസ്വദിക്കാം. മറ്റു പർവ്വതനിരകളും ഉന്നതശൃംഗങ്ങളും കാണാം. സൂര്യൻ അസ്തമിക്കാനൊരുങ്ങുകയാണ്. ഞാൻ ബംഗ്ലാവിന്റെ മുറ്റത്തുനിന്ന് ചിന്തിച്ചു. ഈ

*ഗൗരാംഗന്റെ ഭക്തരായ സന്ന്യാസിമാർ.

ശൈലാരണ്യത്തിന്റെ നടുവിൽ എവിടെയാണ് ശിശിരം പെയ്യുന്ന ജലഭൂമിയും ഗുഹയും! ആ ദുർഗമപ്രദേശത്തിൽ എവിടെയാണ് അപൂർവ്വ സുന്ദരമായ ടോയേബു വെള്ളച്ചാട്ടം! വന്യമൃഗങ്ങളുടെ കാലടിപ്പാടുകൾ കാണാൻ കഴിയുന്ന തേക്കിൻകാടെവിടെ!

വനത്തിന്റെ ദൈവമായ മാറാങ്ങ് ബോംഗയ്ക്ക് അനേകം പ്രണാമങ്ങൾ!

ഇന്നു രാവിലെ എണീറ്റ് നടക്കാനിറങ്ങി. ഒരു ബംഗാളിയുടെ മുഖം കണ്ടിട്ട് ഏറെ നാളായി. മനോഹർപൂരിലെ അങ്ങാടിയിലേക്ക് പോകുംവഴി സുധീർ ഘോഷ് എന്നൊരാളുടെ വീട്ടിലേക്ക് കയറി. അദ്ദേഹം ഖുൽനയിൽ നിന്നാണ്. അവിടെ ഇരുന്ന് സാരെന്റാ വനത്തിന്റെ കഥകൾ പറഞ്ഞു. സന്തോഷിച്ചു. അദ്ദേഹം ചായ തന്നു. ഊണുകഴിക്കാനും പറഞ്ഞു. നല്ല ഒരു മാന്യൻ. തിരിച്ചുവന്ന് ചായ കുടിച്ചശേഷം 'ദേവയാൻ' എഴുതാനാരംഭിച്ചു.

മിസ്റ്റർ സിഹ്ന ആപ്പീസിന്റെ കാര്യങ്ങൾക്കായി പോയി. റേഞ്ച് ആപ്പീസറുടെ പേര് സുലേമാൻ കാർകാട്ട. 'ഹോ' ക്രിസ്ത്യാനിയാണ്. പുറത്ത് വെയിലുകൊണ്ടിരുന്ന് ഞാൻ ഏറെ നേരം എഴുതി. പിന്നെ എണീറ്റ് വെയിലത്തിരുന്നുകൊണ്ടുതന്നെ മേലെല്ലാം എണ്ണ പുരട്ടി. ബാരക്പൂരിലെ നദീതീരത്തിന്റെ ഓർമ്മകൾ മനസ്സിലേക്കു വന്നു. ഇപ്പോൾ കൊച്ചുകൊച്ച് 'എഡാഞ്ചി'പൂക്കൾ വിരിഞ്ഞുനില്ക്കുന്നുണ്ടാവും. ഫണിക് ചെറിയച്ഛൻ പുകയില ചവച്ചുകൊണ്ട് വർത്തമാനം പറയുന്നു. ഭക്ഷണത്തിനുശേഷം അല്പനേരം വിശ്രമിച്ചു. ഉറങ്ങിപ്പോയി. പെട്ടെന്ന് ഉണക്കമുണർന്നു. ശ്യാമാചരൺ ചേട്ടന്റെ അനുജത്തി പുൻടിചേച്ചിയെ സ്വപ്നത്തിൽ കണ്ടു. ഒരു അമ്മയെപോലെ ശ്രദ്ധിക്കുന്നു. കല്യാണിയെപ്പറ്റി ചിന്തിച്ചു. ഇപ്പോൾ എന്തു ചെയ്യുകയാവും?

പുറത്തേക്ക് നോക്കി. മലമുകളിലും മലയോരത്തും നിൽക്കുന്ന സാലവൃക്ഷങ്ങളിന്മേൽ വെയിൽ വീഴുന്നുണ്ട്. പോക്കുവെയിൽ.

പെട്ടെന്ന് ഓർമ്മയിലേക്കു വന്നത് ബാസാൻ ഗ്രാമത്തിലെ മോഹിനി ചെറിയച്ഛന്റെ ചണ്ഡീമണ്ഡപമാണ്. അവിടെ ആരുണ്ടാവും ഇപ്പോൾ? അവർ എന്തു ചെയ്യുകയാവും? മുരാതിപൂരിലെ അമ്മാമന്റെ വീട്ടിലെ മുഖം ളിലെ മട്ടുപ്പാവ് - ശൈശവത്തിലെ ലീലാഭൂമി. കോലാമോച. മാവിൻ ചുവട്. ഇന്നും ആ അമ്മാമന്റെ വീടിനു പിറകിലെ മുളങ്കാടുകൾ അത്യന്തം രഹസ്യമായി തോന്നുന്നു. ബാരാക് പൂരിലെ പുളിമരച്ചുവട്ടിലെ ഞങ്ങളുടെ വീടിന്റെ മതിലിനു പിറകിലേക്കും ഇതേവരെ പോയിട്ടില്ല. ഞങ്ങളുടെ ഗ്രാമത്തിലെ നിരവധി തോട്ടങ്ങളിലേക്കും വളപ്പുകളിലേക്കും ഞാനൊരിക്കിലും പോയിട്ടില്ല.

ഒരു മലമുകളിലേക്ക് കയറി. വെയിൽ പതിക്കുന്ന ഒരു കല്ലിന്മേൽ ഇരുന്നു. ബംഗ്ലാവിന്റെ നേരെ പിറകിലാണ് മലയുടെ ഏറ്റവും ഉയരമുള്ള ഭാഗം. കുറച്ച് ഇറങ്ങിച്ചെന്നാൽ അവിടെയാണ് ബംഗ്ലാവ്. ഒരു മിനിറ്റു കൊണ്ട് മലമുകളിലെത്തി. മുന്നിൽ സാരെന്റാ വിസ്തൃതമായി പരന്നു കിടക്കുന്നു. കോൽഹാൻ ശൈലമാലയും കാണാം. ആങ്കുയ മോഹ ഖനി മലമുകളിൽ വനത്തിന്റെ നടുവിലായി ചുവപ്പുനിറത്തിൽ കാണാം. സാരെന്റാ പർവ്വതമാലയും ഷോട്ടനാഗ്പൂരിലെ സമതലവും ചേരുന്നിട ത്തുള്ള സാരെന്റാ ടണലിന്റെ മധ്യത്തിൽ കൂടി ബംഗാൾ നാഗ്പൂർ റെയിൽവേ ലൈൻ തെക്കുപടിഞ്ഞാറുനിന്ന് വന്ന് വടക്കുകിഴക്കു ഭാഗത്തേക്ക് പോകുന്നു. ഈ പർവ്വതമാലയ്ക്കപ്പുറത്ത് വളരെ അകലെ യായി ഘാട്ട്ശില. അവിടെയാണ് കല്യാണി വസിക്കുന്നത്. പിന്നേയും വളരെ ദൂരെ മറുവശത്തായി ബാരക്പൂർ.

ഞങ്ങളുടെ മുറ്റത്ത് നിഴൽ വീഴാൻ തുടങ്ങി. കുടിലിന്റെ അരികിലെ മണ്ണ് ജലഭൂമിയാണ്. അവിടെ നെല്ക്കൃഷി ചെയ്യുന്നു. മുക്കുവന്മാരും നില മുഴുന്നു, കൃഷിപ്പണി ചെയ്യുന്നു. അവരുടെ ഓർമ്മ മനസ്സിലേക്കു വന്നു. ആ മലയിലെ വനമധ്യത്തിൽ എവിടെയോ ഉള്ള ഗുഹ എവിടെയാവാം! അവിടെ എവിടെയോ ആണല്ലോ 'ടോയേബു' വെള്ളച്ചാട്ടം. അതിസുന്ദര മായ ദൃശ്യം! കടുവയുടെ കാലടിപ്പാടുകൾ വരച്ചു വെച്ചപോലെ പതിഞ്ഞു കിടക്കുന്ന തേക്കുമരക്കാടുകൾ, കൊയിന നദിയിൽ മുങ്ങിക്കിടക്കുന്ന പാറകൾ! എത്ര എത്ര മന്ദാരപ്പൂക്കൾ! വിശ്വഭഗവാന്റെ ഉപാസന ഈ വിധം സ്ഥാനങ്ങളിലാണ് സംഭവ്യവും സാർത്ഥകവും.

ചായ കുടിച്ചശേഷം നടക്കാനിറങ്ങി. ഗിരീൻബാബുവിനെ കണ്ടു. ദേവീ ബാബുവിന്റെ ഭാര്യയുടെ അച്ഛനാണ്. വളരെ നാളുകൾക്കു മുമ്പേ പോസോയിത സ്റ്റേഷനിൽ വെച്ച് തമ്മിൽ കാണുകയുണ്ടായി. ഇദ്ദേഹം എന്നെ വനങ്ങൾ കാണിച്ചുതരും എന്ന് ഒരുകാലത്ത് ധാരണയുണ്ടായി രുന്നു. ഹരജീവൻ പാഠക് ഇവിടത്തെ ലക്ഷങ്ങളുടെ അധിപതിയായ മരം വ്യവസായം നടത്തുന്ന ആളാണ്. നല്ല വണ്ണമുള്ള തടികൾ - സാലവൃക്ഷ ത്തിന്റേതുതന്നെ. വഴിനീളെ ബഹുദൂരം വീണുകിടക്കുന്നുണ്ട്. വൃക്ഷങ്ങൾ നശിപ്പിക്കുന്ന ഈ വ്യവസായം എനിക്കൊരിക്കലും ഇഷ്ടപ്പെടാൻ കഴി ഞ്ഞില്ല. എനിക്കത് ഒരുതരം പ്രാണിഹത്യയായി തോന്നുന്നു. ഈവിധം മരം ചെത്തി വീഴ്ത്തുന്നതുകൊണ്ട് വനസൗന്ദര്യം നശിപ്പിക്കുകയാണ്. അരണ്യത്തിന്റെ സൗന്ദര്യത്തിന് ഹാനി വരുത്തുന്നു. അതിലേറെ വലിയ കാര്യം - ബി.ടി.ടി. കമ്പനി വനം വെട്ടിവെളുപ്പിച്ച് നേടുന്ന പണമെല്ലാം ഇംഗ്ലണ്ടിലേക്ക് അയയ്ക്കുന്നു. നമ്മുടെ നാട്ടുകാരൻ ഹരജീവൻപാഠക് അതിന്റെ ഒരു ചെറുഓഹരി അനുഭവിക്കുന്നു എന്നത് ശരിതന്നെ.

കൊയിന, കോയൽ നദികളുടെ സംഗമസ്ഥാനം കാണാൻ പോയി. നേരം ഏറെയായി. അവിടെ വലിയൊരു ക്രിസ്ത്യൻ മിഷൻ നദീതീര ത്തായി കണ്ടു. കുറച്ചകലെ നൃസിംഹദാസ സന്ന്യാസിയുടെ ആശ്രമം. അവിടേക്ക് ചെന്നു. അത്യധികം ശാന്തപൂർണമായ സ്ഥാനം! തെക്കൻ

കോയലിന്റെ തീരത്താണിത്. ചെറിയ അമ്പലമുണ്ട്. അതിൽ നരസിംഹ ദേവന്റെ പ്രതിമയുണ്ട്. സന്ന്യാസിയുടെ ഒരു ശിഷ്യൻ മൊഹാന്തൊ സന്ന്യാസി മരിച്ചിട്ട് ഒന്നൊന്നരക്കൊല്ലമായി. ആരാ ജില്ലയിലെ ഒരു പണ്ഡിറ്റ്ജി അവിടെ ഉണ്ടായിരുന്നു. വളരെ വിനയമുള്ള പാവമായ ഒരു മനുഷ്യൻ. ഹരജീവൻ പാഠകിനെ വളരെ അധികം ബഹുമാനിച്ചു.

-വരൂ യജമാനേ, ഇരിക്കൂ യജമാനേ....

പണ്ഡിറ്റ്ജിയെ ഇത്രയധികം ഇഷ്ടപ്പെടാൻ കാര്യം എന്താണ്?

-സാധുജി ഉണ്ടായിരുന്നപ്പോൾ എല്ലാവരും കുറച്ച് ഭയപ്പെട്ടാണ് പെരുമാറിയിരുന്നത്. എന്നാലും അദ്ദേഹം നല്ല മനുഷ്യനായിരുന്നു.

പണ്ഡിറ്റ്ജി വീണ്ടും വീണ്ടും പുകഴ്ത്തിപ്പറയുന്നത് ലക്ഷം സമ്പാദിച്ച ധനികനായ ഹരജീവൻ പാഠകനിയേയും മൊഹാന്തൊജിയേയും ആയിരുന്നു എന്നും സന്ധ്യാസമയത്ത് പണ്ഡിറ്റ് ആശ്രമത്തിൽ വരുമായിരുന്നു. പൂജയ്ക്കുശേഷം പ്രസാദം കഴിക്കും.

നൃസിംഹദാസ സന്ന്യാസിയുടെ ഇഷ്ടദേവത ശിവന്റെ ശിലാമൂർത്തിയാണ്. അദ്ദേഹം എല്ലാം പണ്ഡിറ്റ്ജിക്ക് കൊടുത്തുപോയി എന്നു പറയുന്നു. നല്ല സുഗന്ധം വരുന്നു. പൂക്കളുടെ സുഗന്ധം. ചമ്പകം, മുല്ല, മാവ്, ദാരുചീനി, ഏലം എന്നിവയെല്ലാം ആ തോട്ടത്തിലും വളപ്പിലും ഞങ്ങൾക്ക് പഴവും തീർത്ഥവും പ്രസാദമായി തന്നു. പാൻജെറി എന്നൊരു സാധനവും തന്നു. ഇതിനുമുമ്പ് ഒരിക്കലും കഴിച്ചിട്ടില്ല. അരിപ്പൊടിയും പഞ്ചസാരയും കൂട്ടിക്കലർത്തിയതാണ്. എല്ലാംകൊണ്ടും ആശ്രമം എനിക്ക് വളരെ ഇഷ്ടപ്പെട്ടു.

വീട്ടിൽ തിരിച്ചെത്തിയപ്പോൾ രാത്രി എട്ട് മണി. മന്മഥച്ചേട്ടന് ഇന്ന് എന്റെ എഴുത്ത് കിട്ടിയിരിക്കും. കല്യാണിക്കും കിട്ടിയിട്ടുണ്ടാവും. മന്മഥച്ചേട്ടന്റെ വീട്ടിലെ പുറത്തെ മുറിയിൽ എല്ലാവരും ഇരുന്ന് സംസാരിക്കുന്നുണ്ടാവും. കതകടച്ച് മുറിക്കകത്തിരുന്ന് എഴുത്തു വായിക്കുകയാവും.

ഇന്നു രാവിലെ എണീറ്റ് വെയിലത്തിരുന്ന് 'ദേവയാൻ' കുറച്ചുകൂടി എഴുതി. അതിനുശേഷം കോൽബോംഗയിലേക്കുള്ള വഴിയിൽ കൂടി കുറച്ചുദൂരം ചെന്ന് 'പാഞ്ചെ മഗുട്' എന്നൊരു ഗ്രാമത്തിലെ മലയുടെ മുകളിൽ കയറി കുറച്ചുനേരം ഇരുന്നു. സുലേമാൻ കാർകാട്ടയും മിസ്റ്റർ സിഹ്നയും ഗ്രാമത്തിലെ താമസസ്ഥലങ്ങളുടെ കണക്കെടുക്കാൻ പോയി. ആ നേരത്ത് ഞാൻ അടുത്തുള്ള മലയിൽ ഒരു വൃക്ഷച്ചുവട്ടിൽ ഇരുന്നു. മുന്നിൽ അതിമനോഹരമായ ദൃശ്യം. നിരകളായി നീണ്ടുകിടക്കുന്ന നീലമലകൾ. ഒരു മരം കണ്ടു. ചമ്പകമരം പോലെയുണ്ട്. പക്ഷേ, ഒരു ചെറുക്കൻ പറയുന്നു അതിന്മേൽ പൂക്കളുണ്ടാകാറില്ല എന്ന്. ചെറുകായകൾ മാത്രം ഉണ്ടാകുന്നു. അതായത് Mendcandiafexertal ആ വൃക്ഷങ്ങൾ ഈ പ്രദേശത്ത് സർവത്രയുണ്ട്. കാണാൻ ചമ്പകമരം തന്നെ. ഞാൻ

ചോദിച്ച ആൺകുട്ടിയുടെ പേര് ദിവാകരദാസ് എന്നാണ്. ഹിന്ദിയിൽ സംസാരിക്കുന്നു. നെയ്ത്തുകാരുടെ ജാതി. ഈ നാട്ടിൽ ഹിന്ദുവാണെങ്കിൽ നെയ്ത്തുകാരാണ്. അല്ലെങ്കിൽ ഗോസായി ആവും. ബാക്കിയുള്ളവരെല്ലാം 'ഹോ' ജാതിക്കാരും 'മുണ്ഡ'കളുമാണ്. എല്ലാവരും 'ഹോ' ഭാഷ തന്നെ പറയുന്നു. പഠിപ്പുള്ളവർ ഹിന്ദിയും. ആ പയ്യന് ജോലി വേണം. എക്സ്പോർട്ട് കവലയിൽ ഗാർഡ് ആകണമെന്ന് ആഗ്രഹം. ഞാൻ അവന് ജോലി കൊടുക്കാൻ വേണ്ടി പറഞ്ഞു. അവനത് കിട്ടിയാൽ എനിക്ക് പരമാനന്ദമായി.

കോൽബോംഗയിലെ ഗോസായിയുടെ വീട് ആ മലമുകളിലാണ്. വനത്തിലേക്ക് പ്രവേശിച്ച് വളരെ ദൂരം യാത്ര ചെയ്തു. അന്ന് നദീതീരത്തിരുന്ന് ചായ കുടിച്ച പാറമുകളിലെ സ്ഥാനം - അതിന്റെ പേര് രസകരമാണ് - 'മഹാദേവശാൽ'. അതും കടന്നുപോയിട്ടാണ് വനത്തിൽ പ്രവേശിച്ചത്. കനത്ത ലതകൾ തൂങ്ങിക്കിടക്കുന്ന വനവീഥിയിൽ രണ്ടു ചെറിയ പുഴ കടന്നു. വലിയ വലിയ കരിങ്കൽപാറകളിന്മേൽകൂടി കളകളാരവം മുഴക്കി അവ ഒഴുകിപ്പോകുന്നു. പ്രഭാതത്തിൽ എത്രതരം പക്ഷികളുടെ കൂജനം! വനത്തിന്റെ പലവശത്തുനിന്നുമായി കേൾക്കാൻ കഴിയുന്നു. എന്നിട്ടും എത്ര നിശ്ശബ്ദമാണ് ഈ കാനനം. ഇതേപോലെ തന്നെ സാരെന്റായിലെ കൊടുംവനങ്ങളിലും. മനോഹരപൂരിലെ സ്റ്റേഷനിൽനിന്ന് അഞ്ചുനാഴിക മാത്രം അകലെയാണെങ്കിലും എന്തൊ നിബിഡമായ വനം! ഫലഭൂമിയിൽ ഇത്തരം വനം മറ്റെവിടേയുമില്ല.

തിരിച്ചുവരുംവഴി കൊയിന നദീതീരത്തെ എക്സ്പോർട്ട് ആപ്പീസിൽ കയറി കാര്യം അന്വേഷിക്കാൻ നേരം വൈകി. വീട്ടിൽ തിരിച്ചെത്തി കുളിച്ച് കുറച്ചുനേരം വിശ്രമിച്ചു. മലമുകളിലെ ബംഗ്ലാവിന്റെ പിറകിൽ പോക്കുവെയിലുംകൊണ്ട് കുറച്ചുനേരം ഇരുന്നു. നേരിയ മഞ്ഞനിറം കലർന്ന വെയിൽ. ചുറ്റും നീല പർവതശൃംഗങ്ങൾ. ഒന്നിനുപുറകെ ഒന്ന് എന്ന വിധത്തിൽ എത്ര തരംഗങ്ങൾ സൃഷ്ടിച്ചുനില്ക്കുന്നു.

വലതുവശത്ത് ഒരു വലിയ പർവതം. നല്ല ഉയരം. ഓരങ്ങളിൽ ചുവന്ന ലോഹപ്രസ്തരങ്ങൾ പുറത്തേക്ക് തള്ളിനില്ക്കുന്നു. ഇതാണ് 'ചിഡിയ ഖനി'. ബംഗാൾ സ്റ്റീൽ കമ്പനി അവിടെ നിന്ന് ഈ ലോഹപ്പാറകൾ വെട്ടിയെടുത്ത് കൊച്ചു റെയിൽപാത വഴി മനോഹരപൂരിലെ സ്റ്റേഷനിലെത്തിക്കുന്നു. എന്തെല്ലാം കാര്യങ്ങൾ ഓർമ്മ വന്നു! വെയിൽ ഇപ്പോൾ പർവ്വതശ്രേണികൾക്കു മുകളിൽ മാത്രം.

എത്ര ദൂരെയാണ് കല്യാണി! എന്തു ചെയ്യുകയാവും! അവളെ ഓർത്ത് മനസ്സ് വ്യാകുലമായി. ഇനിയും അഞ്ചു ദിവസം കഴിഞ്ഞു കിട്ടിയാൽ മതി. ഗൗരിയെക്കുറിച്ച് ഓർത്തു. ഇന്ന് നവംബർ 21. കഴിഞ്ഞ ഒരു 20-ാം തിയ്യതി ശ്രീഗോപാൽ മല്ലിക്ക് ലേനിൽ വെച്ചാണ് ആദ്യമായി കണ്ടത്. "ജൊതൊബാർ ആലോ ജൊലാതെ ജായി" എന്ന ഗാനത്തിന്റെ ഓർമ്മ ഉദ്വേഗഭരിതനാക്കുന്നു. ഈ സമയത്താണ് അവൾ മരിച്ചു പോയത്.

ഇന്ന് ഗോപാൽ നഗറിലെ ചന്തദിവസം പഞ്ചമാസ്റ്റർ വഴുതനങ്ങ വില്ക്കുന്നുണ്ടാകും. മനൊ ചെറിയച്ഛന്റെ കടയിൽ നല്ല തിരക്കുണ്ടാവാം. നിഴൽ വിരിച്ച സന്ധ്യാസമയത്തെ വനവീഥി. കൊച്ചുകൊച്ചു 'ഏഡാഞ്ചി' പൂക്കൾ വിരിഞ്ഞുനില്ക്കുന്നുണ്ടാകും. 1935-ൽ ഇന്നത്തെ ദിവസം അശുതോഷ് ഹാളിൽ കവി 'നോഗുചി'യുടെ പ്രസംഗം കേട്ടു. ഗ്രാമത്തിലെ പാവങ്ങൾ ഇന്നും നദീതീരത്ത് കായയും വഴുതനങ്ങയും കൃഷി ചെയ്യുന്നുണ്ടാവാം. വയലിൽ ഉഴുതുന്നുണ്ടാവാം. പശുക്കളെ മേക്കുന്നുണ്ടാവാം. നാടുവിട്ട് കാട്ടിലെത്തിയാൽ തന്റെ ഗ്രാമത്തെക്കുറിച്ചുള്ള ഓർമ്മ കൂടുതലായിവരുന്നു. കല്യാണിക്ക് നാട്ടിലേക്ക് പോകണമെന്നുണ്ട്. അവളെ കൊണ്ടുപോകണം.

വൈകുന്നേരം മിസ്റ്റർ സിഹ്നയും ഞാനും ഹരജീവൻ പാഠക്കും ആശ്രമത്തിലേക്ക് പോയി. ധാരാളം ലതകളും ചെടികളും ഫലപുഷ്പങ്ങളുള്ള മരങ്ങളും ഉള്ള സുന്ദരമായ സ്ഥലം. നദീതീരത്ത് ജനശൂന്യമായ സ്ഥലത്തുള്ള ഈ കുടിലിനകത്ത് വിശ്രമത്തിനായി ഒരു വേദിപോലെ കെട്ടിയിട്ടിരിക്കുന്നു. പൂക്കളുടെ സുഗന്ധം, മൈലാഞ്ചി പൂ മണം. പവിത്രമായ തപോവനത്തിന്റെ ശാന്തമായ പരിവേഷം. തനി ഭാരതീയ സംസ്കാരത്തിന്റെ പ്രതിരൂപം. നൃസിംഹദാസ സന്ന്യാസിയുടെ സമാധി പൂക്കൾ കൊണ്ട് അലങ്കരിച്ചുവെച്ചിരിക്കുന്നു. അവിടെ ശിഷ്യനിരുന്ന് കഞ്ചാവ് വലിക്കുന്നു. സന്ധ്യാസമയം. നദീതീരത്ത് ഒരു വള്ളിക്കുടിലിൽ ശിവന്റെ അമ്പലം. മനസ്സ് സ്വയം അന്തർമുഖിയായി മാറുന്നു. അത്രയ്ക്ക് പ്രേരകമാണ് പരിസരം. ഞങ്ങൾ സാധുവിന്റെ അരികിൽ ഇരുന്നു. അദ്ദേഹം ചെറിയ വിരിപ്പിലിരുന്ന് തുളസീദാസന്റെ രാമായണം വായിക്കുന്നു. അഷ്ടഗന്ധം പുകയ്ക്കുന്ന പാത്രത്തിൽ കനലുകൾ പ്രകാശിക്കുന്നുണ്ട്. അദ്ദേഹമാണ് ഇപ്പോഴത്തെ മൊഹാന്തൊ.* അവിടെ നിന്നെണീറ്റ് ഞങ്ങളെല്ലാവരും സുധീർ ചാറ്റർജിയുടെ വീട്ടിലേക്ക് പോയി. സുധീർബാബു വളരെ നല്ല മനുഷ്യനാണ്. ഞങ്ങൾ ചെന്നതിൽ അത്യന്തം സന്തോഷിച്ചു. ചായ തന്നു. ധാരാളം വെറ്റില മുറുക്കാൻ വേണ്ടതും സിഗരറ്റും കൊണ്ടുവെച്ചു. സരസനായി സംസാരിക്കുന്നു. ഞങ്ങളുടെ നാട്ടിലേതുപോലെയുള്ള ഉച്ചാരണശൈലി. അദ്ദേഹം പറഞ്ഞു,

-ഒന്നിച്ചിരുന്ന് ഭക്ഷണം കഴിക്കണമെന്ന് നല്ല ആഗ്രഹമുണ്ടായിരുന്നു. അത് സാധിച്ചില്ല.

ദയവുണ്ടായി എല്ലാവരും ഇവിടേക്ക് വന്നുവല്ലോ.

വളരെ ദൂരംവരെ അദ്ദേഹവും ഹരജീവൻ ബാബുവും വേറൊരു ചെറുക്കനും കൂടെ വന്നു. സുധീർബാബുവിന് പാനിതരിന്റെ കഥകളും അറിയാം. ഞങ്ങളുടെ വീട്, അതായത് എന്റെ ഭാര്യയുടെ അച്ഛന്റെ വീട്.

എന്താ പറഞ്ഞത് 'പാന്തർ' എന്നോ! എന്റെ അച്ഛൻ ഉച്ചരിക്കാറുള്ളതുപോലെ. എത്രകാലത്തിനുശേഷമാണ് തന്റെ ഗ്രാമത്തിലെ ഭാഷയും ഉച്ചാരണവും കേൾക്കാൻ കഴിഞ്ഞത്!

ജയ് വിശ്വനാഥാ! വിശ്വദേവന് ജയം!

---

* മഠാധ്യക്ഷൻ

രാവിലെ മനോഹരപൂരിൽനിന്ന് ഇവിടെ എത്തും. ഹരജീവൻ പാഠക്കും സുധീർബാബുവും ഇവിടേക്ക് വരുമോ ആവോ. മനോഹരപൂരിലേക്കും വരുമോ? ബംഗ്ലാവിന്റെ പിറകിലുള്ള പർവ്വതത്തിനുമുകളിൽ കയറി ഇരുന്നു. അവിടെ കിഴക്കോട്ടു നോക്കി ഇരുന്നുപോയി.

ഊണുകഴിഞ്ഞ് ഉച്ചതിരിഞ്ഞശേഷം കാറിൽ പോകണം, കോൽ ബോംഗയിലേക്കുള്ള വഴിയിൽകൂടി പോയി പോംഗയിലെത്തും. ഒരിടത്ത് ഫോറസ്റ്റ് ഗാർഡ് ഞങ്ങളെ അതിഭയാനകമായ മുൾമരങ്ങൾ നിറഞ്ഞ വഴിയിൽകൂടി കൊണ്ടുപോയി. മുളങ്കാടുകൾ കാണിച്ചുതരാൻ മലയുടെ മറുവശത്തുള്ള ലുബഡ നാലവാലിയിലേക്കാണ് പോയത്. വളരെ കഷ്ടപ്പെട്ട് അവിടെ എത്തിയതും വനമധ്യത്തിൽ താഴ്‌വാരത്തേക്ക് നോക്കി ഇരുന്നു. മിസ്റ്റർ സിഹ്ന, റേഞ്ചർ സുലേമാൻ കാർകാട്ട, ഫോറസ്റ്റർ എന്നിവരെല്ലാം താഴോട്ടിറങ്ങിപ്പോയി. സുലേമാൻ ഹിന്ദിയിൽ പറഞ്ഞു,

-വളരെ കുത്തനെയുള്ള താഴ്‌വരയാണ്. അത്ര എളുപ്പത്തിൽ നിങ്ങൾക്ക് ഇറങ്ങാനാവില്ല.

ഞാൻ ഒരിടത്തുതന്നെ ഇരുന്ന് പർവ്വതശ്രേണിയുടെ ശോഭ നോക്കി ആസ്വദിക്കുകയായിരുന്നു. എനിക്കും പിടിവാശി കയറി. അവർ ചെയ്യുന്നത് എനിക്കും ചെയ്യാൻ കഴിയും. ഈ വാശി കാരണമാണ് സാരെന്റാ പർവ്വതാരണ്യത്തിനു നടുവിലുള്ള അതിസുന്ദരവും അതിമനോഹരവുമായ ഒരു സ്ഥാനം ആവിഷ്കരിക്കാനായത്.

മിസ്റ്റർ സിഹ്ന പറഞ്ഞു,

-വരൂ, വരൂ. നോക്കൂ. എന്തൊരു സീനറിയാണെന്ന് നോക്കൂ. ഞാൻ ചെന്ന് നോക്കിയതും ആശ്ചര്യപ്പെട്ടുപോയി. നാല്പതടി ദൂരം ഇറങ്ങിയതേയുള്ളൂ. അവിടെ ഇരുന്നു കണ്ടതിനേക്കാൾ അതിശയകരമായ കാഴ്ച. ഒരു വലിയ കരിങ്കല്ല് വായുവിൽ ഞാന്നുകിടക്കുന്നു. അതിനു താഴെ കല്ലുകളുടെ പടവുകൾ വെറും നൂറ്റമ്പതോളം അടി ദൂരം. അതിനുശേഷം തൊള്ളായിരം അടി കുത്തനെയുള്ള ഇറക്കം. കല്ലെറിഞ്ഞു നോക്കി. നാലഞ്ചു സെക്കന്റിനുശേഷം അത് താഴെ വീണ ശബ്ദം, ആദ്യം നിലം പതിച്ച ശബ്ദം കേട്ടു. അതിനുശേഷം ഭയങ്കര ശബ്ദമുണ്ടാക്കി ഉരുണ്ടുപോകുന്നപോലെ. പിന്നെ അതലത്തിലെ ഗുഹയിലേക്കോ അളയിലേക്കോ വീണ ശബ്ദം. തല കീഴ്പോട്ടാക്കി നോക്കാൻ ധൈര്യമില്ല. തല തിരിഞ്ഞുവീഴുമോ എന്ന ഭയം. അത്തരം കുത്തനെയുള്ള താഴ്‌വാരത്തിലെ തലത്തിലാണ് മുളങ്കാടുകൾ. വേറെയും വിവിധതരം വൃക്ഷങ്ങളുടെ ചെറുതോപ്പുകൾപോലെ കാണുന്നുണ്ട്.

ഞങ്ങൾ നില്ക്കുന്ന ഈ പർവ്വതത്തിന്റെ ഉയരം ഏതാണ്ട് 2226 അടി. നൂറ്റമ്പത് അടിയും കൂടി കയറിയാൽ പർവ്വതത്തിന്റെ മുകളിലെത്തുമായിരുന്നു. അത്രയധികം ഉയരത്തിൽ ഞങ്ങൾ കയറി എത്തിയിരിക്കുന്നു! നേരെ മുന്നിൽ മറ്റൊരു മലയുടെ മുകൾഭാഗം കാണാനുണ്ട്. ഏതാണ്ട് 1656 അടി ഉയരമുള്ള മലയുടെ മുകൾഭാഗം. തൊണ്ണൂറ് അടി താഴെ

കുത്തനെ ഇറക്കം. ഇറക്കത്തിലേക്ക് വളരെ നേരിയ വഴിയിൽകൂടി പോകണം. വലതുവശത്തേക്ക് ചരിഞ്ഞുപോകുന്നു. മുന്നിലെ താഴ്‌വാരത്തിൽ പച്ചനിറത്തിലുള്ള കാടു നിറയെ പോത്തിന്റെ രോമംപോലെ ഇലകളോടുകൂടിയ വൃക്ഷങ്ങൾ നിറഞ്ഞു നില്ക്കുന്നു. വൃക്ഷങ്ങളുടെ തലപ്പുകൾ മാത്രം കാണാൻ കഴിയുന്നു. അവയ്ക്കപ്പുറം ശ്രേണികളായി പർവ്വതം ഉയർന്നുപോകുന്നു. സമുദ്രത്തിലെ തരംഗമാലകൾ പോലെ. ഞങ്ങളുടെ Vantage Point വളരെ താഴെയാണ്. ഇരുഭാഗത്തേക്കായി ശൈലശ്രേണികൾ നീണ്ടുനീണ്ടുപോകുന്നു. അവസാനം കാണാനാകാത്തവിധം നീണ്ടുകിടക്കുന്നു.

ഇടതുഭാഗത്ത് പലയിടത്തും പാറകൾ പുറത്തേക്ക് തള്ളിനില്ക്കുന്നുണ്ട്. ഒരു ഇടുക്കിൽനിന്ന് ഒരു വടവൃക്ഷം വളർന്നുനില്ക്കുന്നു. പലയിടത്തും അങ്ങനെ ഓരോ തരം വൃക്ഷങ്ങൾ കാണാനുണ്ട്. മിക്കവാറും ശൂന്യതയിൽ ആറാടിനില്ക്കുന്നവയും ഉണ്ട്. വളരെ വളരെ താഴെ ഒരു കൂവളമരം. ഞങ്ങൾക്ക് വലതുഭാഗത്തായി മനോഹരപൂരിലെ പട്ടണത്തിന്റെ ദൃശ്യം, അവിടെയുള്ള ചെറുവീടുകൾ ഇവിടെനിന്നു കാണുമ്പോൾ തീപ്പെട്ടികൾ പോലെയുണ്ട്. കോൽബോംഗ പർവതം സമതലഭൂമിവരെ എത്തിച്ചേരുന്നതും ഇത്ര ദൂരെനിന്ന് കാണാം. വനഭൂമി മുഴുവനും മയിലിന്റെ കേകാരവത്താൽ നിനാദിതമാകുന്നുണ്ട്. അത് താഴെയുള്ള കാട്ടിൽനിന്നാണ് വരുന്നത്. വിജനമായ ഗഹനാരണ്യം. ഉച്ചനേരത്തെ നീലാകാശം. അതിദൂരത്തിൽ അടിവാരത്തിൽകൂടി ഒരു നേരിയ മലമ്പുഴ ഒരു കറുത്ത കിടങ്ങുപോലെ മാത്രം കാണുന്നു. നെല്ലിമരവും മുളങ്കൂട്ടങ്ങളും നിറഞ്ഞ അനാവൃതമായ, കല്ലുകൾ തള്ളിനിൽക്കുന്ന മലയോരം. എത്രയോ ലതകൾ, മുള്ളുള്ള ലതകൾ, ശൂന്യതയിലേക്ക് വളർന്നുവലുതായി നില്ക്കുന്ന മരങ്ങൾ, മുന്നിൽ തൊട്ടാവാടിയുടേതുപോലെയുള്ള പൂക്കളുള്ള ചെടികൾ. എല്ലാം ചേർന്ന ഈ പർവ്വതസാനു ഒരു വിഖ്യാതചിത്രകാരന്റെ കരകൗശലമേറിയ ചിത്രം പോലെ. എന്തൊരു മനോഹര ദൃശ്യമാണ് കണ്ണുകൾക്കു മുന്നിൽ! നേരിട്ട് കണ്ടില്ലെങ്കിൽ അതിന്റെ മഹനീയത വ്യക്തമാവുകയില്ല. അതിന്റെ ഗാംഭീര്യവും ഭയവും വിസ്മയവും സൗന്ദര്യവും വർണിക്കാനാവില്ല. അധികം താഴെയല്ലാതെ മുളങ്കാട്ടിൽ പക്ഷികൾ! അവ കൂട്ടംകൂട്ടമായി പറന്നുയരുന്നു. ഈ സ്ഥാനം മനോഹർപൂരിൽ നിന്ന് ഒമ്പതു നാഴിക അകലെയാണ്.

വളരെ കഷ്ടപ്പെട്ട് മുൾച്ചെടികളിൽകൂടി നടന്ന് ഞങ്ങൾ കാറിനടുത്തെത്തി. വഴികാട്ടി കൂടെ ഇല്ലെങ്കിൽ ആ സ്ഥലത്തുകൂടി വഴിതെറ്റാതെ തിരിച്ചെത്തുക എന്നത് സാധ്യമല്ല. ഫോറസ്റ്റ് റേഞ്ചർ വഴിതെറ്റി മറ്റൊരു വഴിക്ക് പോയി. ഞങ്ങൾ വേറൊരു വഴിയിൽ കൂടി നടന്നു. ഇറങ്ങുന്നു, ഇറങ്ങിപ്പോകുന്നു, പക്ഷേ, വഴി കണ്ടെത്തിയില്ല. മുൾമരങ്ങൾ എല്ലായിടത്തും, താഴെ മുൾച്ചെടികളും. മുള്ളുകൊണ്ട് കാലുകളിൽ ധാരാളം കീറലും പോറലും കിട്ടി. ഈ സ്ഥാനത്തേക്ക് ആരും ഇതേവരെ വന്നിട്ടില്ല എന്നു തീർത്തുപറയാം.

മിസ്റ്റർ സിഹ്ന ഈ വഴിക്ക് വന്നത് 1925, നവംബർ മാസത്തിലാണ്. ഇതേപോലെ കോൾബോംഗയിൽനിന്ന് സൈക്കിൾ വഴി എത്ര ദൂരം മുന്നോട്ട് നടന്നാലും ഈ ഘോരവനത്തിന്റെ രൂപം കാണുമ്പോൾ ഇത് ട്രോപ്പിക്കൽ ഫോറസ്റ്റാണ് എന്നു തോന്നിപ്പോകുന്നു. ഈ വഴിയിൽ കൂടി ഒരു യുവാവ് എങ്ങനെ ഒറ്റയ്ക്ക് വന്നു എന്ന് ചിന്തിച്ചുപോയി. അന്ന് 'നവവിവാഹിത'നായിരുന്നു. വഴിയുടെ പോക്ക് കണ്ട് ഭയന്ന് വിൽ എഴുതി വെക്കാൻപോലും വിചാരിച്ചുവത്രെ. ഓരോയിടങ്ങളിൽ നാലു വശത്തു നിന്നും കാട് കനത്ത് കൂട്ടിപ്പിടിച്ചു നിൽക്കുകയാണ്. അരുവിയിലെ വെള്ളം കുടിച്ച് മുമ്പോട്ട് നടന്നു പോംഗോയിൽ എത്തി. ഒരിടത്ത് അരുവി വീതി കൂടിയതാണ്. ധാരാളം പാറക്കല്ലുകൾ.

അവസാനം ഞങ്ങൾ തുറന്ന സ്ഥലത്തെത്തിച്ചേർന്നു. കടുകിന്റെ വയലിൽ പൂക്കൾ വിരിഞ്ഞുനില്ക്കുന്നതു കണ്ടപ്പോൾ മനുഷ്യവാസം സമീപത്തുണ്ടാകുമെന്ന് വിചാരിച്ചു. ഇവിടെ ബി.ടി.ടി. കമ്പനിയുടെ മരം അറക്കുന്ന സ്ഥലമായിരുന്നു. സ്ഥലത്തിന്റെ പേര് പോംഗ എന്നായി. ഇന്നേക്ക് നാല്പത്-അമ്പത് കൊല്ലങ്ങളായി ഈ ബ്രിട്ടീഷ് കമ്പനി ഇവിടെയുള്ള കാടുകളിലെ വൃക്ഷങ്ങളെല്ലാം മുറിച്ച് കയറ്റി അയയ്ക്കുകയായിരുന്നു. സിംഹഭൂമിയിലെ വനമെല്ലാംതന്നെ സ്വന്തം പിടിയിലാക്കിയിരുന്നു. ഇപ്പോൾ ഇതിന്റെ ഷെയർഹോൾഡർമാരിൽ പാർലമെന്റിലെ അംഗങ്ങൾ പോലും ഉണ്ട്. ഒരു വലിയ കയ്യാലപോലെയുള്ള കെട്ടിടത്തിലാണ് ഇവരുടെ ഫോറസ്റ്റ് മാനേജർ മിസ്റ്റർ ലക്നർ താമസിക്കുന്നത്. ക്ലാർക്കുമാർക്ക് താമസിക്കാൻ മാടങ്ങൾ ഉണ്ട്. ഒന്നോ രണ്ടോ ബംഗാളി പെൺകുട്ടികളെ കണ്ടതുപോലെ തോന്നി. തീർത്തുപറയാനാവില്ല.

പിന്നെയും ഏതാനും നാഴിക മുന്നോട്ട് പോയി. ഉസുരിയ എന്ന സ്ഥലത്തെത്തി. മിസ്റ്റർ സിഹ്ന 1925-ൽ താമസിച്ചിരുന്ന വീട് തേടിച്ചെന്നപ്പോൾ അവിടെ ആരും താമസിക്കുന്നില്ല എന്നു കണ്ടു. പക്ഷേ, അതിസുന്ദരമായ സ്ഥാനം. വലിയ ഒച്ചവെച്ചുകൊണ്ട് ഉസുരിയ എന്നൊരു നദി ഒഴുകിപ്പോകുന്നുണ്ട്. ധാരാളം കല്ലുകൾ ഉണ്ട്. നല്ല വീതിയുള്ള നദി. ഒരു വശത്ത് സുന്ദരമായ വനം. ധാരാളം വൃക്ഷങ്ങൾ. കല്ലുകൾകൊണ്ടുള്ള ഉയർന്ന നദീതീരം. ഉച്ചതിരിഞ്ഞതും നിഴലുകൾ നീണ്ടുതുടങ്ങി. വെയിലിന്റെ നിറം മഞ്ഞയായി മാറുന്നു. പാനിതറിലെ മൂന്നുനിലയുള്ള വീടിന്റെ മുകൾവശം ഇവിടെനിന്ന് കുറേശ്ശെ കാണാം. വളരെ നേരം നദീതീരത്തിരുന്നു. കളകളാരവം ഈ വനശ്രീയുടെ നിത്യസംഗീതംപോലെ. ഭാരതത്തിൽ ആദ്യമായി വേദഗാഥകൾ ഉദാത്തസ്വരത്തിൽ ഉയർന്നപ്പോൾ ഈ ഉസുരിയ നദിയും ഒപ്പം താളംവെച്ച് സംഗീതം പൊഴിച്ചിരിക്കണം. അത് അതിപ്രാചീനകാലത്ത്. വേദങ്ങൾ രചിച്ച ഋഷിമാരുടെ പ്രപിതാമഹന്മാരുടെ ശൈശവത്തിലും ഈ ഒഴുക്ക് വനമധ്യത്തിൽ കൂടി വനത്തിലെ പെൺകുട്ടികളുടെ ഉത്സാഹഭരിതമായ പദധ്വനികൾക്കൊപ്പം നൃത്തംവെച്ച് തുടർന്നിരിക്കണം. ഇന്നത്തേതുപോലെ അന്നും ഇരുകരകളിൽ പവിഴമല്ലിയും മന്ദാരവും പൂത്തുനിന്നിരിക്കണം. പാറക്കല്ലുകൾക്കിടയിൽ കൂടി

എത്രയെത്ര വേറെ ചെടികൾ പൂക്കളുള്ളവയും ഇല്ലാത്തവയും ആയി കാറ്റിലുലഞ്ഞ് നിന്നിരിക്കണം! ശരത്തിലും ഹേമന്തത്തിലും പ്രഭാതങ്ങളിൽ ഭൂതലം നിറയെ വീണുകിടക്കുന്ന പൂക്കൾ വിരിച്ചിട്ടിരിക്കണം! ഇന്നും അതേപോലെ തുടരുന്നു. എത്രഎത്ര തവണ ചന്ദ്രനുദിച്ചു. ഈ ശൈലാരണ്യത്തിൽ എക്കാലവും പക്ഷികൾ പാടിയിരിക്കണം. ആത്മാവിനെ ഉണർത്തുന്ന ജീവനെ ഭ്രാന്തുപിടിപ്പിക്കുന്ന കുഹു കുഹു ധ്വനി ഇന്നും മത്തുപിടിപ്പിക്കുന്നു. അതേ ലതകളിൽ, അവയുടെ ചെറുപല്ലവങ്ങളിന്മേൽ മഞ്ഞവെയിൽ വീണ് സൗന്ദര്യം വർധിപ്പിക്കുന്നു. എന്തൊരു ശാന്തി! എന്തൊരു നിശ്ശബ്ദത! ചളിയില്ല, പൊടിപടലമില്ല. കരിങ്കൽ തീരവും പാറകൾ വിരിച്ചിട്ടിരിക്കുന്ന നദീഗർഭവും. ഇവിടെയൊക്കെ അല്ലാതെ മറ്റെവിടെ തപോവനങ്ങൾ ഉണ്ടാകും!

ഇതിന്നരികിലാണ് വനവിഭാഗത്തിന്റെ സംരക്ഷണയിലുള്ള പ്രിസർവേഷൻ പ്ലോട്ടിൽ 180–ഉം ഇരുന്നൂറും വർഷങ്ങൾ പഴക്കമുള്ള സാലവൃക്ഷങ്ങൾ കണ്ടു. എന്റെ മുത്തച്ഛൻ അന്ന് ബാലനായിരിക്കുന്നതിനു മുമ്പ് ഈ വൃക്ഷങ്ങൾ കൊച്ചുതൈകളായിരിക്കണം ഈ വനങ്ങൾ കാണാൻ ഭാഗ്യമില്ലാത്തവർക്ക് ഋഷിമാരുടെ ഉപനിഷത്തുകളിലെ മന്ത്രം 'ജോ ഔഷധീഷ്ഠയോ വനസ്പതീഷ്ഠ" മനസ്സിലാവുകയില്ല. ആ മന്ത്രങ്ങളുടെ മർമ്മം അറിയണമെങ്കിൽ ഈ വനഭൂമി സന്ദർശിക്കുകതന്നെ വേണം.

സന്ധ്യക്കു മുമ്പായി ഞങ്ങൾ അസാധാരണസുന്ദരമായ വനവീഥിയിൽ കൂടി 'ഘോട്ടനാഗുബ'യിലെത്തി. ആദ്യം മുന്നിൽ കാണുന്നത് ഉയരത്തിലുള്ള പർവ്വതം. ആദ്യം വിചാരിച്ചത് സലാചിയിലെ ചാഡിയ ഖനി മലയാണെന്നാണ്. ചുവന്ന കല്ലുകൾ മുഴച്ചുനില്ക്കുന്ന സ്ഥലം. മനോഹർപൂരിലെ ബംഗ്ലാവിന്റെ മലമുകളിൽനിന്ന് കാണാൻ കഴിഞ്ഞതുപോലെയുള്ള ദൃശ്യം. എത്ര സുന്ദരമായ സ്ഥലം. സ്റ്റേഷനിൽനിന്ന് ഇരുപത് നാഴിക ദൂരെ. ചുറ്റും വനവും മലകളുംകൊണ്ട് ചുറ്റപ്പെട്ടത്. എന്നാലും ഒരു വന്യഗ്രാമമുണ്ട്. അവിടെ ബാജര, കടുക് എന്നിവ കൃഷി ചെയ്യുന്ന വയലുകളുണ്ട്. പോംഗയിൽനിന്ന് ഘോട്ടാനാഗരവരെയുള്ള വഴി അത്യന്തം മനോഹരമാണ്. ഒരു വശത്ത് വലിയ വലിയ കരിങ്കൽ പാറകൾ. വിജനമായ ഗഹനമായ വനത്തിൽകൂടിയുള്ള വഴിയിൽ ഓരോ പദം വെക്കുമ്പോഴും സൗന്ദര്യഭൂമി സൃഷ്ടിച്ചുകൊണ്ട് കുതിച്ചൊഴുകുന്ന ഉസുരിയ നദി.

ഇടത്തോട്ട് നോക്കിയാലും കനത്ത കാടുതന്നെ. ആ 'ഡികെൻഡ്രാം' ലതയുടെ വലിയ വലിയ ഇലകൾ മരത്തിന്റെ മുകളിലേക്ക് പടർന്നെത്തിയിരിക്കുന്നു. മുകളിലെത്തിയ ലത നിരാലംബയായി നാലുവശത്തേക്കും തൂങ്ങിനില്ക്കുന്നു. ഉസുരിയ നദിയുടെ ഇരുവശത്തെ വൃക്ഷങ്ങളിന്മേലും ഈ വിധം വളർന്നുയർന്നുപോകുന്ന ലതകൾ അവയുടെ ഇലകളുടെ ഭാരം വഹിച്ച് കാറ്റിൽ ഉലയുന്നു. വെളുത്ത പല്ലവങ്ങൾ കണ്ടാൽ പൂക്കളാണെന്ന് തോന്നും. ഗുഹാപർവ്വതത്തിനു മുകളിൽ വെയിൽ ചുവന്നു

തുടങ്ങി. ഒരു വശത്തുനിന്ന് മറുവശത്തേക്ക് ഞങ്ങൾ എത്തിയിരിക്കുന്നു. ഈ മലയ്ക്കപ്പുറത്തെത്തിയാൽ കുത്തനെയുള്ള വഴി. മേലോട്ട് ബുദ്ധിമുട്ടി കയറിയത് വനമധ്യത്തിൽ കൂടിയുള്ള ആറ് ആറര നാഴിക മാത്രം. അതൊഴിവാക്കി കാറു പോകുന്ന വഴിയാണെങ്കിൽ ഇരുപത്തിരണ്ട് നാഴിക നീളമുണ്ട് റോഡ് യാത്ര. അപ്പോൾ ഞാൻ ചോദിച്ചു,

-അങ്ങനെയാണെങ്കിൽ ശശാങ്ക് ദാബുരു ഇവിടെനിന്ന് എന്തുകൊണ്ട് കാണാൻ കഴിയുന്നില്ല? മുവ്വായിരം അടി ഉയരമുള്ള പർവ്വതമാണ്. അന്ന് അവിടെനിന്ന് നോക്കിയപ്പോൾ ഈ ഛോട്ടാനഗരം കണ്ടു. ഇപ്പോൾ എന്തുകൊണ്ട് അങ്ങോട്ട് കാണാൻ കഴിയുകയില്ല? സമതലമായ വനത്തിലൂടെ പർവ്വതം നടന്നുകടന്നപ്പോൾ അതേ പർവതത്തിന്റെ ഒരു ഉന്നത ശൃംഗമാണ് ശശാങ്ക് ദാബുരു എന്ന് മനസ്സിൽ ഉറപ്പിച്ചു.

സന്ധ്യയായപ്പോൾ ഒരു അരുവിയുടെ തീരത്ത് ഇരുൾനിറഞ്ഞ നിബിഡവനത്തിൽ കുറച്ചുനേരം ഇരുന്നു. ഗ്രാമത്തിൽ നിന്ന് കുറച്ചകലെയാണ് ഈ സ്ഥലം. സാരെന്റായിലെ എല്ലാ സ്ഥലങ്ങളും അതിമനോഹരമാണ്. ആയിരമായിരം ബ്യൂട്ടി സ്പോട്ടുകൾ പലയിടത്തായി പരന്നുകിടക്കുന്നു. എത്രയെന്ന് തിട്ടമായി പറയാനാവില്ല. എല്ലാ സ്ഥാനങ്ങളും അതിസുന്ദരമായിത്തന്നെ തോന്നി. ഈ ബ്യൂട്ടി സ്പോട്ടുകൾക്കിടയിൽ നമ്മൾ നമ്മെത്തന്നെ മറന്നുപോകുന്നു. വൃക്ഷങ്ങൾക്കു മുകളിൽ ഇരുണ്ട ആകാശത്തിൽ നക്ഷത്രങ്ങൾ മിന്നിപ്രകാശിക്കാൻ തുടങ്ങി. കാട്ടാനകളെയാണ് ഓർത്തുപോയത്. എങ്ങാൻ അവ അവിചാരിതമായി മുന്നിലെത്തിയാലോ? വേഗം തിരികെ പോന്നു.

നല്ല തണുപ്പ്. തീയിനടുത്തിരുന്ന് തീ കാഞ്ഞ് ശാരദാനന്ദൻ രചിച്ച രാമകൃഷ്ണന്റെ ജീവചരിത്രം വായിച്ചു.

ഇന്നു രാവിലെ വളരെ നേരത്തെ തന്നെ എണീറ്റു. സൂര്യൻ ഉദിച്ചിട്ടില്ല. നല്ല തണുപ്പ്. ചായ കുടിച്ച് വെറുതെ ഇരിക്കയായിരുന്നു. ഇരുന്ന് എഴുതാൻ തുടങ്ങി. കുറച്ചു കഴിഞ്ഞപ്പോൾ സാലായിയിലേക്കുള്ള വഴിയിൽകൂടി അഞ്ചു നാഴിക പോയി. ഇടത്തോട്ട് തിരിഞ്ഞ് വനത്തിന്റെ ഓരത്തിൽ തന്നെയുള്ള ഹേന്ദേസിരി പാഠക്ജിയുടെ saw mill കാണാൻ പോയി. മരമറക്കുന്ന കമ്പനിയുടെ അരികിൽ കൂടി ഒരു അരുവി ഒഴുകിപ്പോകുന്നുണ്ട്. വിജനമായ വനം വളഞ്ഞുനില്ക്കുന്ന മറ്റൊരു ബ്യൂട്ടിസ്പോട്ട്. അതിനുനടുവിൽ ഈ ചെറിയ അറവുകമ്പനി. ഒരു മലയുടെ മുകളിൽ ഉടമസ്ഥനു താമസിക്കാൻ ചെറിയ ബംഗ്ലാവ് പണിതിട്ടുണ്ട്. മണ്ണുകൊണ്ടുള്ള നിലം, ചാണകം മെഴുകി ഇട്ടിരിക്കുന്നു. ഇവിടെ ഇരുന്ന് എഴുതാനും വായിക്കാനും നല്ല സുഖമാണ്. എത്രനേരം വേണമെങ്കിലും ചെയ്തുകൊണ്ടിരിക്കാം.

നേരം ഒരു മണിയായപ്പോൾ തിരികെപ്പോന്നു. തേൻതാരി കടവിലേക്ക് ചെന്ന് കൊയിന നദിയുടെ അക്കരെ പോകാൻ കഴിയുമോ എന്നു നോക്കി

വന്നു. കൊയിന നദിയെ ഇടയ്ക്കെല്ലാം കാണാൻ കിട്ടുന്നുണ്ട്. ഓരോ ബംഗ്ലാവിൽ താമസിക്കുമ്പോഴും കാണാൻ കഴിയുന്നു. തിരിൽ പോസിയിൽ വെച്ചു മാത്രം കണ്ടില്ല. അതിമനോഹരമായ ഒരു ശോഭ യാണ് ഈ നദിക്ക്. തേൻതാരിഘാട്ടിലും അതേ മനോഹാരിത. വലിയ വലിയ പാറക്കല്ലുകൾകൊണ്ട് കെട്ടിനിർത്തിയിരിക്കുന്ന തീരഭൂമി. ഇരു വശത്തും വൃക്ഷലതാദികൾ വളർന്നുനില്ക്കുന്നു. ഒരിടത്ത് ഞാൻ അന ങ്ങാതെ ഇരുന്നു.

റേഞ്ച് ആപ്പീസർ പറയുകയായിരുന്നു, ഷോട്ടാനാഗര എന്ന പേരിൽ ഒരു ലോഹം കൊണ്ടുള്ള ഢോലക്ക് വനമധ്യത്തിൽ കിടപ്പുണ്ടത്രേ, പ്രാചീനകാലത്ത് മനുഷ്യചർമ്മംകൊണ്ടാണത്രെ അത് ഇരുവശത്തും കെട്ടിയിരുന്നത്. നല്ലപോലെ കൊട്ടുകയും ചെയ്യാറുണ്ട്.

വരുംവഴിക്ക് കാറിന്റെ സ്പ്രിങ്ങ് പൊട്ടി. നേരം രണ്ടുമണി. തിരിച്ചെ ത്തിയശേഷം കുളിച്ച് ആഹാരം കഴിച്ച് കുറച്ചുനേരം വിശ്രമിച്ചു. 'ദേവ യാൻ' എഴുതി. അപ്പോഴേക്കും നേരം മങ്ങി. പെട്ടെന്ന് നാലുവശവും മല കളാൽ ചുറ്റപ്പെട്ട സ്ഥാനത്ത് അതിശയകരമായ ഒരു ശോഭ കാണാൻ കഴിഞ്ഞു. കുറച്ചു ദൂരം നടക്കാൻ പോയി. നേർവഴിയിൽകൂടി തന്നെ പോയി. ധാരാളം പുല്ലുകൾ നിറഞ്ഞ ഒരു കുന്നിന്മേൽ കയറാൻ പോയ പ്പോൾ വസ്ത്രത്തിന്മേൽ മുഴുവൻ ആ പുല്ലിന്റെ വിത്ത് പറ്റിപ്പിടിച്ചു. ഇയ്യാൻപുല്ലിന്റേതുപോലെ.

ബംഗ്ലാവിന്റെ പിറകിലുള്ള ചെറിയ കുന്ന്. അവിടെ ഒരു കല്ലിന്മേൽ സന്ധ്യമയങ്ങുംവരെ ഇരുന്നു. ആകാശത്ത് നക്ഷത്രങ്ങൾ ഉദിക്കാൻ തുടങ്ങി. ഫൂൽഡുങ്ങ്രിയിൽ അന്ന് കണ്ടതുപോലെ. പശ്ചിമാകാശത്തിൽ മലകൾക്കപ്പുറവും നീണ്ടുകിടക്കുന്ന അസ്തദിഗന്തത്തിന്റെ ആഭ വ്യക്ത മായി കാണുന്നുണ്ട്.

അസംഖ്യം നക്ഷത്രമയമായ ബ്രഹ്മാണ്ഡം! അനന്തസൃഷ്ടി! മനസ്സ് കേന്ദ്രീകരിച്ചിരുന്ന് യോഗാസനം ചെയ്തുകൊണ്ട് വിശ്വസ്രഷ്ടാവിന്റെ കഴിവിനെക്കുറിച്ച് ചിന്തിക്കുന്നവർ, ഈതരം സന്ധ്യകളിൽ ഇത്തരം വന നിബിഡതയുടെ ശാന്തപവിത്രതയിൽ തികച്ചും യോഗികൾ തന്നെ. അവരെപ്പറ്റി കൂടുതൽ പറയാനാവില്ല. എന്നാലും എന്റെ മനസ്സ് നിറഞ്ഞു വരുകയാണ്. ആ മഹാനായ വിശ്വദേവനെ മനസ്സുകൊണ്ട് പ്രാർത്ഥിച്ചു പോയി. ഞാനറിയാതെ എന്റെ തലകുനിഞ്ഞു. അകലെയുള്ള കൊച്ചു ഗ്രാമമായ ബാരക്പൂരിൽ നദീതീരത്ത് നിഴൽ വിരിച്ചുകഴിഞ്ഞു. ദൂര ത്തുള്ള തുറന്ന സ്ഥലത്തും സമയം മങ്ങിവരുന്നു.

ലീച്ചിമരച്ചുവട്ടിലെ ക്ലബ്ബിൽ മന്മഥച്ചേട്ടനും യതീൻചേട്ടനും രസകര മായ സംഭാഷണത്തിൽ മുഴുകിയിരിക്കയാവും. ഘാട്ട്ശിലയിൽ കല്യാണി സന്ധ്യാദീപം കൊളുത്തി എല്ലാവശത്തേക്കും കാണിക്കുകയാവും. എത്ര നാളായി കല്യാണിയെ കണ്ടിട്ട്!

ജീവിതത്തിൽ എന്തെല്ലാം അദ്ഭുതരഹസ്യങ്ങൾ! എത്രയെത്ര വിചിത്രമായ പരിവർത്തനങ്ങൾ! കർമ്മകോലാഹലമയമായ നാഗരിക ജീവിതം നയിക്കുന്ന മനുഷ്യന് തന്നെ മനസ്സിലാക്കാൻ അവസരം കിട്ടുന്നില്ല. ഇത്തരം സ്ഥാനങ്ങളിൽ ഈ സമയങ്ങളിൽ ജീവിതത്തെപ്പറ്റിയും ജീവനെപ്പറ്റിയും വിശകലനം ചെയ്ത് ചിന്തിക്കാൻ എത്രപേർക്ക് കഴിയുന്നുണ്ട്? ഈ നിസ്തബ്ധമായ ഗഭീരവനപ്രാന്തങ്ങൾ, ഈ ശൈലമാലകൾ, തലയ്ക്കുമീതെ അഗണ്യം നക്ഷത്രദളങ്ങൾ, സന്ധ്യാസമയത്തിന്റെ മായ, പ്രകാശം പരത്തുന്ന ചക്രവാളരേഖ, വൃക്ഷശീർഷങ്ങൾ, പർവ്വത ശിഖരങ്ങൾ, ചീവീടിന്റെ കരച്ചിൽ ഇവയെല്ലാംതന്നെ മനസ്സിനെ അന്തർമുഖമാക്കുവാൻ സഹായിക്കുന്നു.

ഇന്ന് തണുപ്പ് കുറവാണ്. മലമുകളിൽ വളരെ നേരം ഇരുന്നു. പിന്നീട് അന്ധകാരം ഘനീഭവിച്ചുതുടങ്ങി. ബംഗ്ലാവിൽ മേശക്കരികിലിരുന്ന് മിസ്റ്റർ സിഹ്ന എഴുതുന്നത് എനിക്കു കാണാൻ കഴിയുന്നുണ്ട്. ആനയുടേയും കടുവകളുടേയും ഭയം ഇവിടെ അത്രയ്ക്കില്ല. മിസ്റ്റർ സിഹ്ന വിളിച്ചു,

–ചേട്ടാ?

ഞാൻ മറുപടി പറഞ്ഞു,

–ദാ, വരുന്നു.

ഇന്നു രാവിലെ എണീറ്റ് ഞങ്ങൾ കാറിൽ യാത്രചെയ്ത് സലായി ബംഗ്ലാവിലേക്ക് വന്നു. വഴിക്ക് ചേരാട്ട നാഗരഗ്രാമം കടന്നുപോന്നു. ഒരു വള്ളിക്കൂട്ടത്തിൽ രണ്ട് ഢോലു*കൾ കിടക്കുന്നതു കണ്ടു. ഒരെണ്ണം ഒരടി വ്യാസമുള്ളതും മറ്റേത് രണ്ടര അടി വ്യാസത്തിലുള്ളതുമാണ്. ഈ വനത്തിൽ ഒരു രാജാവുണ്ടായിരുന്നു. പേര് അഭിരാമ ടുങ്ങ്. അന്ന് ഇവിടെ വീടുണ്ടായിരുന്നു. ചെറിയ മദ്ദളങ്ങൾ മനുഷ്യരുടെ തൊലി ഉപയോഗിച്ച് ഉണ്ടാക്കപ്പെട്ടിരുന്നു. അവ ആളുകൾ വായിക്കാറുമുണ്ട്.

സലായി ബംഗ്ലാവ് നല്ല സുന്ദരമായ സ്ഥലത്താണ് പണിതിരിക്കുന്നത്. ഇടതുവശത്ത് വളരെ അടുത്തായി കനത്ത വനാവൃതമായ പർവ്വതമാല, രണ്ടായിരം അടി ഉയരം. ബംഗ്ലാവിന്റെ മുന്നിലും അതേപോലെ, മുന്നിലുള്ള പർവ്വതത്തിന്റെ ഓരങ്ങളിൽ വലിയ വലിയ പഞ്ഞിമരങ്ങൾ. തടിയുടെ വ്യാസം പത്തടിയോളം വരും. അവയ്ക്കു പിന്നിൽ ധാരാളം വനവൃക്ഷങ്ങൾ. നടരാജന്റെ താണ്ഡവ നൃത്തഭംഗിയിൽ കൊമ്പുകൾ ഇളകുന്നു. ഈ വൃക്ഷങ്ങൾ വനത്തിന് കൂടുതൽ ഭംഗി നല്കുന്നതായി തോന്നി. പ്രഭാതത്തിലെ ശിശിരം തങ്ങിനില്ക്കുന്ന, ഇറ്റിറ്റുവീഴുന്ന വനസ്ഥലിയിൽ എത്രതരം പക്ഷികളും അവയുടെ വിവിധ കൂജനങ്ങളും! വരാന്തയിൽ കസേരയിലിരുന്ന് ശ്രദ്ധിച്ച് കേട്ടു. ടുങ്ങ്, ടുങ്ങ്, ടുങ്ങ് എന്ന് ഒരു പക്ഷി ശബ്ദിക്കുന്നു. മറ്റൊരു പക്ഷി വളർത്തുതത്തയെപ്പോലെ എന്തോ ആവർത്തിച്ച് പറയുന്നു. എല്ലാം ചെവിടോർത്ത് കേട്ടു. എത്ര പക്ഷികളും അവയുടെ കളതാനവുമാണ് ആസ്വദിക്കാൻ ലഭിക്കുന്നത്!

* നീളത്തിലുള്ള മദ്ദളം

ഇടതുഭാഗത്തെ നല്ല ഉയരമുള്ള പർവതത്തിന്റെ ഓരത്ത് വളരെയധികം പാറകൾ തുറന്നുകിടക്കുന്നു. നല്ല തണുത്ത കാറ്റ് വീശുന്നുണ്ട്. പർവതത്തിന്മേൽ കുറേശ്ശെ മൂടൽമഞ്ഞും പൊതിഞ്ഞുനില്ക്കുന്നു. അധികവും താഴെ ഭാഗത്താണ്. അതിനാൽ ആരോ തീകത്തിച്ചതിന്റെ പുകയാണ് കാറ്റിൽ ഉയരുന്നത് എന്നു തോന്നും. പർവതത്തിന്റെ ഇടതുവശത്തെ കൊയിന നദി അടിവാരത്തുകൂടി ഒഴുകിപ്പോകുന്നു. ഓരോ അടിയിലും സൗന്ദര്യം പൊഴിയുന്ന ഭൂമി സൃഷ്ടിച്ചുകൊണ്ട് പോകുന്നു. ട്രോളിയിൽ കൂടി പോകുമ്പോൾ കനത്ത വനത്തിന്റെ വലതുവശത്ത് രണ്ടിടത്ത് അതിസുന്ദരമായ നദീഗർഭം കണ്ണിൽപെട്ടു. മറുകരയിൽ കോംപ്രറ്റാംലതകൾ നിറയെ പൂക്കളുമായി അരണ്യാനിയെ കൂടുതൽ സുന്ദരമാക്കി മാറ്റുന്നു. എന്തൊരു ഗഭീര ശോഭ!

സിംഹഭൂമിയും സാരെൻ്റായിലുമുള്ള വനാന്തരാളത്തിൽ എത്ര സ്ഥാനത്താണ് ഇത്തരം സൗന്ദര്യം വഴിഞ്ഞൊഴുകുന്ന ഭൂസ്ഥാനം ഭഗവാൻ സൃഷ്ടിച്ചിരിക്കുന്നത്! ഒരിക്കലും കൃപണത കാണിക്കാതെ വനഭൂമിയെ സുന്ദരമാക്കി വെച്ചിരിക്കുന്നു! ധനികനായ ദാതാവിനെപ്പോലെ വാരിക്കോരി ദാനം ചെയ്തിരിക്കയാണ് വനസൗന്ദര്യം.

ഇതേവഴിക്ക് ട്രോളിയിൽകൂടി തിരികെ വരുമ്പോൾ സന്ധ്യക്കു മുമ്പുള്ള നിറം കലർന്ന വെയിൽ പുരണ്ട പർവതത്തിന്റെ ഓരം, അവിടെയുള്ള വനാനിയുടെ തലപ്പുകൾ, മുന്നിൽ കാണുന്ന ലോഹഖനികൾ, അനാവൃതമായി രക്തവർണം പൂശിയ ലൗഹപ്രസ്തരങ്ങൾ, പർവതമുകളിൽനിന്ന് ഞാന്നുകിടക്കുന്ന ലതകൾ, പൂക്കൾ നിറഞ്ഞ ദേവകാഞ്ചനങ്ങൾ, മയിലിന്റേയും വേഴാമ്പലിന്റേയും കൂജനങ്ങൾ കൊണ്ട് മുഖരിതമായ, പ്രതിധ്വനിക്കുന്ന അരണ്യങ്ങൾ! പിന്നേയും എത്ര എത്ര അപൂർവ ദൃശ്യങ്ങൾ കാണാൻ കഴിഞ്ഞു! ഏതോ പേരറിയാത്ത വനപുഷ്പത്തിന്റെ സുഗന്ധം അപരാഹ്നത്തിലെ മന്ദമാരുതനിൽകൂടി അനുഭവിച്ചറിയുന്നു. സിഹനയോട് ചോദിച്ചു,

–എന്തിന്റെ സുഗന്ധമാണ് ഈ തണുത്ത കാറ്റിൽകൂടി വരുന്നത്?

റേഞ്ച് ആപ്പീസർ സുലേമാൻ കാരക്കട്ടെയും ട്രോളിയിലുണ്ടായിരുന്നു. അദ്ദേഹത്തിനും മനസ്സിലാക്കാൻ കഴിഞ്ഞിരുന്നില്ല.

ആംകുയ ജംഗ്ഷനിൽനിന്ന് ചിഡിയ മൈൻസ് വരെ ഒരു ലൈൻ പോകുന്നു. മറ്റൊന്ന് ദുയിയാ മൈൻസിലേക്കും. ഈ രണ്ടു ഖനികളും ബംഗാൾ അയേൺ ആന്റ് സ്റ്റീൽ കമ്പനി വക ഖനികളാണ്. മനോഹർപൂരിൽനിന്ന് ഈ പതിനഞ്ചു നാഴിക ദൂരം കൊടുംവനത്തിൽ കൂടിയും കനത്ത പർവതത്തിൽ കൂടിയും ചെറിയ ചെറിയ റെയിൽപാളങ്ങൾ തയ്യാറാക്കിയിരിക്കുന്നു. ഈ പർവതങ്ങളും ലോഹപ്പാറകൾ നിറഞ്ഞവയാണ്. അതിൽനിന്ന് ore എടുത്തു കൊണ്ടുപോകാൻ വേണ്ടി മനോഹർപൂർ റെയിൽവേ സൈഡിങ്ങ്. കൊൽക്കത്തയിലെ എത്രപേർ ഈ സുന്ദരമായ റെയിൽപഥത്തെക്കുറിച്ച് അറിയുന്നുണ്ടാവും!

ആംകുയ ജംഗ്ഷനിൽ ഒരു സലൂൺ കണ്ടു. അതിലേക്ക് ചിഡിയ മൈൻസിലെ വലിയ സായ്പ് മിസ്റ്റർ മെറിഡിത്ത് പോകുന്നു. ആ മനുഷ്യനോട് സംസാരിക്കാനായി ചെന്നു. അദ്ദേഹം പറയുന്നു, ചിഡിയയിൽ ഫുട്ബോൾ കളിയുണ്ട്, ടെന്നിസുണ്ട്, റേഡിയോയും ഉണ്ട് എന്ന്. കൊച്ചുതീവണ്ടിയിൽ യാത്ര ചെയ്തു. വനപഥത്തിൽ കൂടി പോകുന്നു. ഇടതുവശത്തെ ഹാമ്ശാഡ നദി മർമ്മരശബ്ദമുണ്ടാക്കി വനപഥത്തിനൊപ്പം ഒഴുകിപ്പോകുന്നു. അത് ഒഴുകിച്ചെന്ന് കൊയിനയിലേക്ക് ചേരുന്നുണ്ട്. ചിഡിയയിൽ എത്തിയപ്പോൾ മുന്നിലെ വളരെയധികം ഉയരമുള്ള പർവതത്തിന്റെ ഓരത്തിൽകൂടി റെയിൽപാളം പർവതശിഖരംവരെ കയറിപ്പോകുന്നതായി കണ്ടു. നല്ല കനമുള്ള ഇരുമ്പുകമ്പികൾകൊണ്ട് മലയോരം ബന്ധിച്ചിരിക്കുന്നു. ചുവന്ന മണ്ണുപുരണ്ട 'ഹോ' കൂലിക്കാർ സ്ത്രീകൾ എല്ലായിടത്തും പണിയെടുക്കുന്നുണ്ട്. മേലോട്ട് കയറുമ്പോൾ നല്ല രസംതോന്നി. ഇത്തരം skip വഴി ഒരിക്കലും യാത്ര ചെയ്തിട്ടില്ല. എന്നാൽ ഭയവും തോന്നുന്നുണ്ടായിരുന്നു. കല്യാണി ഒരിക്കലും യാത്ര ചെയ്തിരിക്കയില്ല. അവൾ അത്രയ്ക്ക് ഭീരുവാണ്. മുകളിലെത്തിയശേഷം താഴോട്ട് നോക്കി. എത്ര മനോഹരമായ സമതലഭൂമിയാണ് കാണാൻ കഴിഞ്ഞത്. 1430 അടി മുകളിൽനിന്ന് താഴെ നോക്കുമ്പോൾ നല്ല ഉയരമുള്ള കെട്ടിടത്തിന്റെ മുകളിൽനിന്ന് നോക്കുന്നപോലെ അനുഭവപ്പെട്ടു. ഈ വക ദൃശ്യങ്ങളുടെ രമണീയത നേരിട്ടുകണ്ടാൽ മാത്രമേ അറിയാനാവുകയുള്ളൂ.

ഈ ലോഹപ്പാറകൾ നിറഞ്ഞ വിശാല പർവ്വതമാല ലേദാബുരു, അജിതാബുരു, ബുദ്ധാബുരു എന്നീ മൂന്നുപേരുകളാൽ അറിയപ്പെടുന്നു.

ഏറ്റവും ഉയരത്തിലുള്ള ഈ ബുദ്ധാബുരുശിഖരത്തിന്റെ ഉയരം 2700 അടിയാണ്. യാതൊരു മറവും കൂടാതെ തുറന്നുകിടക്കുന്ന ലോഹപ്രസ്തരങ്ങൾ പതിനഞ്ചു നാഴിക ദൂരം മനോഹർപൂരിലെ ബംഗ്ലാവിൽനിന്ന് കണ്ടിരുന്നു. സൃഷ്ടിയുടെ ആദിമയുഗത്തിൽ ഇത്രയും ലോഹം ഭൂമിയുടെ ഉഷ്ണസ്രാവങ്ങളിലെ ധാതുക്കളിൽനിന്ന് തയ്യാറാക്കപ്പെട്ടതാവാം. അതോ ഭൂമിഗർഭത്തിൽനിന്ന് താനേ ഉയർന്നൊഴുകി വന്നതാണോ, ആർക്കറിയാം? ഈ സ്ഥാനത്തുനിന്ന് എല്ലായിടത്തേക്കും നോക്കിവരുമ്പോഴേക്കും തലതിരിയാൻ തുടങ്ങുന്നു. ഇതെന്തൊരു മഹാശക്തിയാണ്. ഏത് മഹാദേവതയാണ് ഇത്ര വലിയ വസ്തുപിണ്ഡങ്ങൾ തന്റെ വെറുമൊരു ലീലാച്ഛലത്താൽ സൃഷ്ടിച്ചത്! ഏതു ശക്തിയുടെ സഹായത്താലാണ് ഇവയെല്ലാം ഈവിധം സജ്ജീകരിച്ചുവെച്ചിരിക്കുന്നത്! ഏതൊരു ഭൂതത്ത്വവിദഗ്ധരും വിസ്മയിച്ച് സ്തബ്ധരായി നോക്കിനില്ക്കുകയേയുള്ളൂ.

ഞങ്ങൾ നടന്നുകൊണ്ടിരുന്നു. 'അങ്കുയ 29' എന്ന് പേരെഴുതിവെച്ചിരിക്കുന്ന വനവിഭാഗത്തിൽകൂടിയാണ് യാത്ര. ഒരു വെള്ളച്ചാട്ടം അടുത്തെവിടെയോ ഉണ്ടത്രെ. ഖനികൾ ഉള്ളത് മലകളുടെ മറുവശത്താണ്.

ഖനികളിൽ പണിനടക്കുന്നുണ്ട്. ഞങ്ങൾക്കു മുന്നിൽ നാനൂറും അഞ്ഞൂറും അടി ഉയരത്തിലേക്കു കുത്തനെയുള്ള റെയിൽപാളത്തിൽ കൂടി skip കയറുകയാണ്. കൂടുതൽ ഉയരങ്ങളിലുള്ള ശിഖരത്തിലേക്ക്. ചെമന്ന ലോഹക്കല്ലുകളുടെ പൊടിപുരണ്ട 'ഹോ' കൂലിക്കാരായ സ്ത്രീകൾ ചിരിച്ചും സംസാരിച്ചും ജോലി ചെയ്തുകൊണ്ടിരിക്കുന്നു. ഇവർക്കിടയിൽ പലരും നല്ല സുന്ദരികളാണ്.

ഒന്നര മൈൽ ദൂരം ഖനിയിലെ ജോലികൾ കണ്ടുകൊണ്ട് നടന്ന ശേഷം ഞങ്ങൾ വനത്തിലേക്ക് പ്രവേശിച്ചു. ഇവയെല്ലാം റിസർവ്ഡ് ഫോറസ്റ്റുകളാണ്. വേഴാമ്പലിന്റെ കരച്ചിൽ വനത്തിനുള്ളിൽ നിന്ന് കേൾക്കാം. മുള്ളുകളുള്ള ഒരുതരം ഫലം. ഏതാണ്ടിതുപോലെയുള്ള കായും പഴങ്ങളുമാണ് ടോയേബുവിലേക്ക് പോകുമ്പോൾ വസ്ത്രങ്ങളിന്മേൽ പിടിച്ച് ഞങ്ങളെ കഷ്ടത്തിലാക്കിയത്. അവ ഇവിടേയും പറ്റിപ്പിടിച്ചു. അതിദുർഗമമായ വഴി. ഒരു ചോലയുടെ ഓരത്തിൽ കൂടി നടന്നു. അതിന്റെ ഓരങ്ങൾ അതേ ലോഹപ്പാറകൾകൊണ്ട് കെട്ടിയിരിക്കുന്നു. ജലത്തിൽ കൂടി ചെറുകല്ലുകൾ ഒഴുകിപ്പോകുന്നുണ്ട്. ഫോറസ്റ്റ് ഗാർഡിനോട് ചോദിച്ചു,

-വെള്ളച്ചാട്ടം എത്ര ദൂരെയാണ്?

-ഒരു നാഴിക.

പിന്നെ പറയുന്നു,

-ഒന്നര നാഴിക.

വഴി കൂടുതൽ വിഷമം പിടിച്ചതാകുമ്പോൾ പറയും,

-ഇനി രണ്ട് ഫർലോങ്ങ്...

താഴോട്ട് ഒഴുകുന്ന കാട്ടരുവിയിലെ കല്ലുകൾ നിറഞ്ഞ ജലപഥം ഭേദിച്ച് മറുകരയിൽ കൂടി ഞങ്ങൾ ഇറങ്ങി. ചുറ്റും ശ്രദ്ധിച്ചുനോക്കി. ഉയരത്തിലുള്ള തൃണങ്ങളും വിവിധ വൃക്ഷങ്ങളും. വടവൃക്ഷവും ശിവവൃക്ഷവും (Sterculia Urens) വ്യക്തമായി കണ്ടു. വിവിധതരം ഇലകളുള്ള ലതകൾ, കാട്ടുജാതിയിൽപെട്ട അശ്വഗന്ധവും കാട്ടുചേമ്പും വേറെയും എന്തെല്ലാം! ഒരിടത്ത് മലയോരത്തുനിന്ന് വലിയ പാറകൾ പുറത്തേക്ക് തള്ളിനിൽക്കുന്നു. അരുവിജലം വീണ് ഒരിടത്ത് ചെറിയ കുളം. അതും കല്ലുകൾക്കു മുകളിൽ. ഒരു ചെറിയ ഗുഹയും കാണുന്നു.

ഒരിടത്ത് എത്തിയപ്പോൾ ഫോറസ്റ്റ് ഗാർഡ് പറഞ്ഞു,

-ഇനിയും മൂന്ന് ഫർലോങ്ങ്.

അവിടെവെച്ച് അതിശയകരമായ ഒരു കാര്യം സംഭവിച്ചു. പെട്ടെന്ന് അരുവി നാല്പതടി ഉയരത്തിൽ നിന്ന് കുത്തനെ വീഴുന്നു. വീഴുന്നിടത്ത് അഗാധമായ ഒരു കിടങ്ങുപോലെ. അവിടെനിന്ന് കൂടുതൽ താഴ്ചയിലേക്ക് ഒഴുകിപ്പോകുന്നു. വളരെ ദൂരെ വെള്ളം ഒഴുകിച്ചെന്ന് താഴോട്ടു

വീഴുന്ന ശബ്ദം വ്യക്തമായി കേൾക്കാൻകഴിഞ്ഞു. അതിഗഹനമായ വന മധ്യത്തിൽ നിന്നാണ് ശബ്ദം വരുന്നത്.

അദ്ഭുതകരം, ഗാംഭീര്യം നിറഞ്ഞത് എന്നൊക്കെ വിശേഷിപ്പിച്ചാലും ഈ ദൃശ്യത്തിന്റെ വർണനയാവില്ല. വാക്കുകൾക്കപ്പുറമാണ് ഇവിടത്തെ കാഴ്ചകൾ! ഇനിയും മൂന്നു ഫർലോങ്ങ് മുന്നോട്ടുപോയാൽ തിരികെ പോരാൻ സാധിക്കയില്ല എന്നു മനസ്സിലായി. ചിഡിയ ഖനിയുടെ skip ട്രോളി നിന്നുകഴിഞ്ഞിരിക്കും. പിന്നെ ദുർഗമമായ വനപഥം നടന്നു പോകാൻ ആർക്ക് കഴിയും?

ഫോറസ്റ്റ് ഗാർഡ് പറഞ്ഞു,

-വെള്ളച്ചാട്ടം ശരിക്കും കാണണമെങ്കിൽ ഇനിയും ഇറങ്ങിപ്പോകണം. മൂന്നു ഫർലോങ്ങ് പോയാൽ കാണാം.

മൂന്നുമണി ആയിക്കഴിഞ്ഞു. 'ആംകുയ 29' വെള്ളച്ചാട്ടം മനസ്സിൽ തന്നെ ഇരിക്കട്ടെ! 1760 അടി ഉയരമുള്ള പർവതശിഖരത്തിന്റെ അടിവാരത്തി ലേക്ക് ഈ മലയരുവി ഒഴുകി വീഴുന്നു. മാപ്പു നോക്കി സുലേമാൻ കാർക്കട്ട പറഞ്ഞു,

-ഇവിടെ 1760 അടി ഉയരത്തിലാണ്!

അവിടെ ഇരുന്ന് ടിഫിൻ പാത്രം തുറന്ന് പൂരി, കട്ലെറ്റ്, പഴം എന്നിവ ഭക്ഷിച്ചു. ഉണങ്ങിയ ചുള്ളികൾ കത്തിച്ച് ഗാർഡ് ചായ ഉണ്ടാക്കി. എരുമ പ്പാലിൽ വെണ്ണ കട്ടകൂടിയതിനാൽ വെണ്ണച്ചായ കുടിച്ചു.

എല്ലാം കഴിച്ച ഉടനെ അതേ വനപഥത്തിൽകൂടി തിരികെ യാത്ര യായി. എന്തൊരു നിശ്ശബ്ദത. വിജനമായ വനം തന്നെ വനം! ഇതെല്ലാം നേരിട്ട് കണ്ടനുഭവിച്ചാലല്ലാതെ ഈ സ്ഥാനങ്ങളുടെ ഗാംഭീര്യം ആസ്വദിക്കാനാവില്ല. പറഞ്ഞു മനസ്സിലാക്കുവാൻ സാധ്യമല്ല. സാരെന്റാ അരണ്യത്തിന്റെ അന്തരാളത്തിൽ ആയിരമായിരം സൗന്ദര്യഭൂമികൾ അവിടവിടെയായി ചിന്നിച്ചിതറിക്കിടക്കുന്നു. വനം കാണാനായി ആഫ്രിക്ക യിലേക്ക് പോകണമെന്ന് ഞാൻ ആഗ്രഹിച്ചിരുന്നു.

അതാ വീണ്ടും അതേ മുൾക്കായകൾ. ഈ നാട്ടിൽ അതിന്റെ പേര് 'മിൻഡൊഡാജോട്ടെ' എന്നാണ്. വസ്ത്രങ്ങളിന്മേൽ അവ പറ്റിപ്പിടിച്ചതിനാൽ വസ്ത്രം ഭാരമുള്ളതായിത്തീർന്നു. മേലോട്ട് കയറുകയാണ്. കയറി ക്കൊണ്ടിരിക്കുന്നു. കയറാനുള്ള പാർവത്യപഥം അതിദുർഗമമാണ്. വളരെ കഷ്ടപ്പെട്ട് കാലടികൾ വെച്ചു. ഒപ്പം കിതയ്ക്കാനും തുടങ്ങി. കക്-കക് എന്ന് ശബ്ദം വെച്ച് വിചിത്രവർണങ്ങളുള്ള കാട്ടുകോഴികൾ ഓടിപ്പോകുന്നു.

ഖനിയിലേക്കെത്തി. സമതലപ്രദേശത്തിന്റെ അതിസുന്ദരമായ ദൃശ്യം. തുറന്നുകിടക്കുന്ന ലൗഹപ്രസ്തരങ്ങളോടുകൂടിയ ശൈലഗാത്രത്തിന് എന്തൊരു ഗാംഭീര്യം. ഭീമദർശനം പോലെ.

ഒരു വശത്ത് ധാരാളം ക്വാർട്ട്സൈറ്റ് കല്ലുകൾ പുറത്തേക്ക് തള്ളിനില്ക്കുന്നു. അവ വളരെ ഉയരത്തിലാണ്. താഴെ അരുവിയുടെ ഇരുവശത്ത് വളരെയധികം സ്ഥലങ്ങളിൽ ആശ്ചര്യകരമായി അത്തരം കല്ലുകൾ കണ്ടു. Skipൽ കൂടി ഒരു 'ഹൊ' തരുണി വരുന്നുണ്ടായിരുന്നു. വളരെ ശാന്തഭാവത്തിൽ തന്നെ ഇരിക്കുന്നു. Skipൽ കയറാത്തവർ ആദ്യം കയറുമ്പോൾ ചിലർക്ക് ബോധക്കേടുപോലും വരുമത്രെ! ഞങ്ങൾ ഇറങ്ങി. ചെമന്ന പൊടിപുരണ്ട ഏതാനും കൂലി പെൺകുട്ടികൾ അടുത്തുനിന്ന് നോക്കി. പിന്നെ എഞ്ചിൻ ഡ്രൈവറോട് വിളിച്ചുപറഞ്ഞു,

–നില്ക്കൂ, നില്ക്കൂ.

ഇറങ്ങുമ്പോൾ താഴോട്ട് നോക്കിയതും ഭയം തോന്നി. ഏതോ നരകത്തിലേക്ക് ഇറങ്ങിപ്പോകയാണെന്നപോലെ. കല്ലിനെ കെട്ടിനിർത്തിയിരിക്കുന്ന ഇരുമ്പ് ചങ്ങലകൾ അഴിഞ്ഞുവീണാൽ ഒപ്പം ഞങ്ങളും തകർന്നു തരിപ്പണമായതുതന്നെ. ട്രോളിയിൽ അസാധാരണ സുന്ദരമായ വനപഥത്തിൽ കൂടി ഞങ്ങളെല്ലാവരും പോന്നു. എന്തൊരു തണുത്ത കാറ്റ്! വനത്തിന്റെ സുഗന്ധം കാറ്റിൽ നിറഞ്ഞുനില്ക്കുന്നു. ഇരുവശത്തും വനങ്ങളിൽ ധാരാളം ദേവകാഞ്ചനങ്ങൾ (Bohinia Purpuria) പൂ നിറഞ്ഞ് നില്ക്കുന്നു. വേഴാമ്പലുകൾ വനത്തിനുള്ളിലിരുന്ന് കൂകുന്നുണ്ട്. എല്ലായിടത്തും വൃക്ഷത്തലപ്പുകളിൽ സൂര്യകിരണങ്ങൾ തടവിനില്ക്കുന്നു. ഇടത്തുവശത്ത് കൊയിന നദി. അതിനക്കരെ പർവതമുകളിൽ വെയിൽ പുരണ്ട വൃക്ഷങ്ങളുടെ മുകൾഭാഗം.

സാലായി ബംഗ്ലാവ് മൂന്നുനാഴിക അകലെ. അവിടെയാണ് ഞങ്ങളുടെ കാറ്.

അതാ മുന്നിലായി ദുയിയ ഖനിയുടെ മുകൾഭാഗം കാണുന്നു! നല്ല ഹരിതനിറമാണ് ശൈലഗാത്രം, ചിലയിടത്ത് ചാരനിറമാണ്. ചുവന്ന ശക്തമായ തോളുകളോടുകൂടിയ ശിലാപർവതം.

ഈ വനത്തിൽ യാഗത്തിനുപയോഗിക്കുന്ന അത്തിമരവും പഞ്ഞിമരങ്ങളും മാവും പ്ലാവും ധാരാളമുണ്ട്. ചെരിപ്പിന്റെ ആകൃതിയിലുള്ള ഫലമുണ്ടാകുന്ന വൃക്ഷവും ലതകളും എല്ലായിടത്തുമുണ്ട്. ഇവ ബാരക്പൂരിലെ വനങ്ങളിലും കണ്ടിട്ടുണ്ട്. അപ്പോൾ ബാരക്പൂരിന്റെ ഓർമ്മ വന്നു.

ബംഗ്ലാവിന്റെ മുറ്റത്തും ചുറ്റുപാടും തണുപ്പോടുകൂടിയ അപരാഹ്നം എത്തിക്കഴിഞ്ഞു. 'ആൽകുഷി' ലതകൾ എത്ര ഇടത്താണ് തൂങ്ങിക്കിടന്ന് ആടുന്നത്. ഇന്ദുറായ് ഫണി ചെറിയച്ഛനോട് സംസാരിച്ചുകൊണ്ടിരിക്കുന്നു. എല്ലാം വ്യക്തമായി കാണാൻ കഴിയുന്നു!

സലായിയിൽനിന്ന് ഉടനെ തന്നെ കാറിൽ യാത്ര തിരിച്ചു. സുലേമാൻ കാർക്കാട്ടഭനനും ഞങ്ങൾ കാറിൽ കൂടെ കൊണ്ടുപോന്നു. സൈക്കിളിൽ ഈ സന്ധ്യയാവുന്ന സമയത്ത് സലായിയിൽനിന്ന്

ഷോട്ടനാഗഡ വരെ ഏഴര നാഴിക ഗഭീരവനത്തിൽകൂടി വരേണ്ടിവരും. ഈ സമയത്ത് ആനയുടെ ഭയം നല്ലപോലെയുണ്ട്. ഇടതുഭാഗത്ത് നല്ല ഉയരമുള്ള - ഏതാണ്ട് 200 അടി - പർവ്വതമാലകൾക്കു നേരെ നോക്കി ഇരുന്നു. കാറ് നല്ല വേഗത്തിൽ ഓടിച്ച് വന്ന് വനമധ്യത്തിലേക്ക് പ്രവേശിച്ചു. 'കോംപ്രിട്ടാം' ലതകൾ തൂങ്ങിക്കിടക്കുന്നു. അതിന്റെ വെളുത്ത ഇളംഇലകൾ കുറ്റിക്കാടുകളിലേക്ക് തൂങ്ങിനിന്ന് ആടുന്നു. ചിലപ്പോൾ ഉയർന്നുപോകുന്നു, ചിലപ്പോൾ താഴോട്ടേക്ക് വരുന്നു, ചിലയിടത്ത് കാട്ടാറുകൾ കടന്നുപോകേണ്ടിവരുന്നു. ഇടതുവശത്തെ പർവ്വതം അധികഭാഗവും തുറന്ന സ്ഥലമാണ്. ദൂരെ ദൂരെയായി ഓരോ വൃക്ഷം. ഈ സന്ധ്യാസമയത്ത് എന്തുകൊണ്ടോ കല്യാണിയുടെ ഓർമ്മ മനസ്സിനെ അലട്ടുന്നു. ഒരുപക്ഷേ, നാളെ കാണാൻ കഴിയും.

വളരെ വളരെ ദൂരെ ഇച്ഛാമതിയുടെ തീരത്ത് ഒരു മൂന്നുനില വീട്. ഏറ്റവും മുകളിലെ മുറിയിൽ ഇപ്പോൾ ആരുമില്ല. ഉണ്ടായിരുന്ന ആൾ വളരെ കാലം മുമ്പേ എങ്ങോട്ടോ പോയി. ഗൗരി! അവളുടെ ഓർമ്മയും ഇന്ന് ഈ സന്ധ്യാസമയത്ത് മനസ്സിലേക്കു വരുന്നു. ഈ നേരത്താണ് അവൾ മരിച്ചത്. ഇരുപതു വർഷങ്ങൾക്കു മുമ്പ്. ഈശ്വരൻ അവളുടെ ആത്മാവിന് ശാന്തിനല്കട്ടെ!

ഇരുവശത്തും വനസന്ധ്യയുടെ അന്ധകാരം നിബിഡമായി തീരുന്നതു കാണാം. അന്ന് കണ്ട ചെറിയ അരുവിയും ഇപ്പോൾ കടന്നുപോന്നു. അതിന്റെ തീരത്തെ ലതാകുഞ്ജം, രാജാ അഭിരാമ ടുങ്ങിന്റെ കുടിൽ വീണുകിടക്കുന്നു!

രാത്രി ഏറെ ആയിരിക്കുന്നു. ഞാൻ പുറത്തേക്ക് വന്നു. ആകാശത്തേക്കു നോക്കി. നക്ഷത്രങ്ങൾ യഥാർത്ഥ വൈരക്കല്ലുകൾപോലെ മിന്നിത്തിളങ്ങുന്നു.

ഗുയാർ പർവ്വതത്തിനു മുകളിൽ ഒരു നക്ഷത്രം തുടുത്ത് പ്രകാശിക്കുന്നു. ഇടയ്ക്ക് മങ്ങിയും ഇടയ്ക്ക് മിന്നിയും ജ്വലിക്കുന്നതുപോലെ. ആകാശത്തിലിത്രയും നക്ഷത്രസമൂഹം കൊൽക്കത്തയിൽ ഒരിക്കലും കാണാൻ കഴിഞ്ഞിട്ടില്ല. ഘാട്ട്ശിലയിൽപോലും കണ്ടിട്ടില്ല എന്നു പറയാം.

ഒരു സാരെന്റാ ദർശനം കൊണ്ടുതന്നെ ഞാൻ അത്യന്തം മുഗ്ധനായിരിക്കുന്നു. സിംഹഭൂമിയുടെ സന്ദർശനവും അത്യന്തം സന്തുഷ്ടനാക്കി. അനന്തബ്രഹ്മാണ്ഡത്തിൽ ഇത്തരം എത്രയെത്ര സുന്ദരമായ സ്ഥാനങ്ങൾ കിടക്കുന്നുണ്ടാകും! അവിടത്തെ ആകാശത്തിലും എത്രയെത്ര നക്ഷത്രങ്ങളുടെ വിചിത്രധാര! ആത്മാവിന്റെ ഗതിപഥത്തിൽ അവയോടൊപ്പവും ദേവലീലകൾ ഉണ്ടായിരിക്കാം. വിസ്മയിച്ച് സ്തബ്ധനായി പോകുക തന്നെ. വനപർവതങ്ങളുടെ മുകളിൽ കാണുന്ന അനന്തബ്രഹ്മാണ്ഡത്തിന്റെ വൈചിത്ര്യമയമായ ദൃശ്യങ്ങൾ ആ മഹാന്റെ സ്മരണ മാത്രം മനസ്സിലേക്ക് കൊണ്ടുവരുന്നു.

രാവിലെ എണീറ്റപ്പോൾ എങ്ങും മൂടൽമഞ്ഞ് നിറഞ്ഞുനില്ക്കുന്നതായി കണ്ടു. വെളുത്ത പുകപോലെ അത് താഴ്വാരത്തിൽനിന്ന് ഉയർന്നുവരുന്നു. ഗുയാർ പർവ്വതമാകെ മൂടിക്കഴിഞ്ഞു. നല്ല തണുപ്പ്. പർവതത്തിന്റെ ഓരത്തിലും താഴെയുമുള്ള വൃക്ഷങ്ങളും മഞ്ഞുമൂടി നില്ക്കുന്നു. സൂര്യൻ പതുക്കെ ഉദിക്കുന്നു. സൂര്യദേവനെ പ്രണമിച്ചു.

ഇന്ന് ഇവിടെനിന്ന് പോകും. സാരെന്റാ അരണ്യത്തിനോട് ഇന്ന് വിട പറയും. ഹേ സുപ്രാചീന വനമേ, എന്റെ പ്രണാമങ്ങൾ! അസംഖ്യം വിസ്മയങ്ങളുടെ സൗന്ദര്യഭൂമി നിന്നിൽ ആയിരമായിരം വർഷങ്ങളായി ഒളിഞ്ഞുകിടക്കുന്നുണ്ടായിരുന്നു. ആരും അവ കാണാനെത്തിയില്ല. എനിക്കതെല്ലാം കാണാൻ കഴിഞ്ഞതിൽ അത്യന്തം തൃപ്തിയുണ്ട്. ഞാൻ ധന്യനായി എന്നു പറയാം. പതിനാറു ദിവസങ്ങളായി വനപുഷ്പങ്ങളുടെ സുഗന്ധം അനുഭവിക്കുന്നു. ഓരോ വനത്തിലും എത്ര വനവിഹംഗങ്ങളുടെ കളകൂജനങ്ങൾ കേട്ട് എന്റെ ചെവിയും മനസ്സും കുളിർത്തു! നഗരത്തിലെ കോലാഹലങ്ങൾക്കുശേഷം ഇവിടെ കേട്ടതിനും കണ്ടതിനും കിട്ടിയ ആനന്ദത്തിനും എന്റെ പ്രത്യേക പ്രണാമങ്ങൾ! എത്ര മന്ദാരങ്ങൾ എത്ര എത്ര മറ്റനവധി വന്യപുഷ്പങ്ങൾ, മയിലിന്റെ കേകാധ്വനി, വെള്ളച്ചാട്ടത്തിന്റെ ശബ്ദം, ജനങ്ങളില്ലാത്ത വനം. രഹസ്യമയമായ ഗുഹകൾ, വനലതകളുടെ ആശ്ചര്യകരമായ മനോഹാരിത, വേഴാമ്പലുകളുടെ കർക്കശസ്വരം, ബാർക്കിങ്ങ് ഡിയറുകളുടെ അപൂർവമായ കുരയ്ക്കുന്നതുപോലെയുള്ള ഒച്ച, കാട്ടുകുരങ്ങന്മാരുടെ വിളികൾ - ഇന്നലെ ആംകുയ വെള്ളച്ചാട്ടമുള്ള വനത്തിൽ കേട്ടതുപോലെ - ആശ്ചര്യകരമായ മനോഹരമായ ശൈലമാലകൾ, ലോഹപ്രസരങ്ങൾ നിറഞ്ഞ വിശാലമായ ഖനികൾ - ഇവയെല്ലാം കാണാനും കേൾക്കാനും ആസ്വദിച്ചനുഭവിക്കാനുമുള്ള ഭാഗ്യം എത്രയോ ദുർലഭമാണ് എന്ന് എനിക്ക് അറിയാൻ കഴിഞ്ഞു. അതിനാൽ എന്നെ ഇവിടേക്ക് കൊണ്ടുവന്ന ഭഗവാന് നൂറ് പ്രണാമങ്ങൾ!

രാവിലെ ചായ കുടിച്ചശേഷം കാറിൽ യാത്രയായി. ഗുയയിലേക്ക് പോകയാണ്. വഴിക്ക് ആഴമുള്ള അരുവികൾ കടന്നുപോകണം, അതിനാൽ സാമാനങ്ങൾ കൂലിക്കാരെക്കൊണ്ട് എടുപ്പിച്ചു. ഞങ്ങൾക്കും കാറ് വിട്ട് നടക്കേണ്ടിവന്നു. അരുവിയുടെ ഓരത്തുകൂടി പോരുമ്പോൾ ഞങ്ങളുടെ പാചകക്കാരനായ വിരശ കുറച്ചു മുന്നിലായി പോകുന്നുണ്ട്. കാർഡിനൽ ഉൽസിയുടെ കാര്യം ഓർമ്മ വന്നു. ഇന്ന് വനമധ്യത്തിൽ കൂടി കാറ് ഓടുന്നു. ഞാൻ ചിന്തിച്ചുകൊണ്ടിരുന്നു. നാനൂറ് നാഴിക യാത്ര ചെയ്ത് ചായിബാസയിലെത്തി തീവണ്ടി കയറിയാൽ ഒരുപക്ഷേ ഇന്നു രാത്രിതന്നെ വീട്ടിലെത്താൻ കഴിഞ്ഞേക്കാം. ഇന്ന് ഈ വഴിയിൽകൂടി പോകുമ്പോൾ അത്യന്തം ആനന്ദം അനുഭവപ്പെടുന്നു. തേൻതാരി കടവിൽ എത്തി കൊയിന നദി കടന്നു. കടവിൽ അഞ്ചെട്ട് കൂലിക്കാർ കാറ് തള്ളിക്കൊണ്ടുപോകാൻ കാത്തുനില്ക്കുന്നുണ്ടായിരുന്നു.

നിബിഡമായ വനത്തിൽകൂടി പോകുമ്പോൾ അന്ന് ഞങ്ങളെത്തിയ കുമ്ഡിപഥത്തിന്റെ തിരിവിലെത്തി. ബരായിബുരുർ എന്നു പേരുള്ള ഗ്രാമം. 'കാരോ' നദിയുടെ തീരത്താണത്. അതു കടന്നുപോന്നു. ഗുയ യിലെത്തി. മിസ്റ്റർ രാംസ്ബിഹാരി ഗുപ്തയുടെ വീട്ടിലെത്തിയപ്പോൾ അവിടെ മഹിളാസമിതിയുടെ പ്രസിഡണ്ട് ആശാദേവിയും വേറെ ഏതാനും സ്ത്രീകളും എന്നെ കാണാൻ വന്നിരിക്കുന്നു. മിസ്സിസ് ഗുപ്ത നാനാവിഭവങ്ങളൊരുക്കി ഭക്ഷണം തന്നു. വളരെ നാളുകൾക്കുശേഷം സഭ്യലോകത്തിലെത്തിയപോലെ തോന്നി.

ഞങ്ങൾ മൂന്നുമണിക്ക് കാറിൽ യാത്രയായി. സാരായി ബുരുവിലെ കാരോ നദി കടന്ന് ജാമ്ദാരിലേക്കുള്ള വഴിയിൽകൂടി ഹാട്ട്ഗാമാരിയയി ലേക്ക് പോയി. ജഗന്നാഥപൂരിലെ ചന്ത കൂടിയിരിക്കുന്നത് കണ്ടപ്പോൾ എനിക്ക് ഓർമ്മ വന്നു. ഇന്നവിടെ ചന്ത ദിവസമാണ്; ഗോപാൽപൂരിൽ. പഞ്ചാ മാസ്റ്റർ കിണറ്റിൻകരയിലിരുന്ന് വഴുതിനങ്ങ വില്ക്കുന്നു. വെയി ലിന് ചുവപ്പുനിറം കൂടി വരുന്നു. പിറകോട്ട് നോക്കുമ്പോൾ കേവുൻഝർ രാജ്യത്തെ മലകളും വനവും കാണാൻ കഴിഞ്ഞു. ഇടതുവശത്ത് കോൽ ഹാൻ, സാരെന്റായിലെ ശൈലമാല. ഹാട്ട്ഗാമാരിയയിൽ പരേശബാബു വിന്റെ ആപ്പീസിൽ ഇരുന്ന് ഞങ്ങൾ ചായ കഴിച്ചു. അതിനുശേഷം കേന്ദു ഫോസി സ്റ്റേഷനിൽ തീവണ്ടി കയറാനായി എത്തി. ഞാൻ ഇവിടെനിന്ന് നേരിട്ട് ഘാട്ട്ശിലയിലേക്ക് പോകും. ഇന്നുതന്നെ പോകണം എന്ന് മനസ്സി ലതിയായ ഉൽക്കണ്ഠ. മണീന്ദ്രനദിയുടെ പൗത്രൻ വന്ന് സംസാരിച്ചു. ഇവിടെ ചൈന മണ്ണിന്റെ - പോർസ്ലേൻ - ഖനിയിൽ മാനേജരാണ്. അദ്ദേഹത്തിന് എന്റെ 'ആദർശഹിന്ദു ഹോട്ടൽ' പുസ്തകം വളരെ ഇഷ്ട പ്പെട്ടുവത്രെ.

തീവണ്ടിയിൽ കയറി. 'ഇന്റർക്ലാസ്' എന്ന് എഴുതിയിരിക്കുന്നുണ്ട്. പക്ഷേ, സെക്കന്റ് ക്ലാസാണ്. ഇപ്പോൾ മനസ്സ് വിശ്രാന്തിയിലാണ്. വിവേകാനന്ദന്റെ "ഭക്തിയോഗം" വായിച്ച് യാത്ര തുടർന്നു. ഇടയ്ക്ക് ജനാലയിൽകൂടി ചാരനിറമാർന്ന ആകാശവും ചക്രവാളവും നോക്കി ചിന്ത യിൽ മുഴുകി. ചന്ത പിരിഞ്ഞതിനാൽ ആളുകളെല്ലാം വീടുകളിലേക്ക് പോകുന്നു. ലീച്ചിമരച്ചുവട്ടിൽ ആളുകൾ വട്ടംകൂടി ഇരുന്ന് സംസാരി ക്കുന്നു. ചായിബാഡാ സ്റ്റേഷനിൽവെച്ച് വിരശയെ വീണ്ടും കണ്ടു. ഓർ ഡർലി മുറിയിലേക്ക് വന്ന് സലാം ചെയ്ത് വല്ലതും കിട്ടാനായി കൈ നീട്ടി.

വളരെ വൈകിയാണ് വണ്ടി ഠാറ്റയിൽ എത്തിയത്. റാഞ്ചി എക്സ്പ്രസ്സ് പോയിക്കഴിഞ്ഞു. രാത്രി മുഴുവൻ വെയിറ്റിങ് റൂമിൽ കാത്തിരുന്നു. നൈഹാട്ടിയിലെ ഒരു ഗാർഡ് ഇവിടെ എന്തോ കാര്യത്തിനു വന്നിരിക്കുന്നു. ആ ഗാർഡിനോട് രാത്രിയിൽ സംസാരിച്ച് നേരം കളഞ്ഞു. രണ്ടു ചെറുക്ക ന്മാർ എന്നെ തിരിച്ചറിഞ്ഞതിനാൽ എനിക്കിരിക്കാൻ സ്ഥലമുണ്ടാക്കി തന്നു.

രാത്രി അവസാനിച്ചു. ആറുമണിക്ക് വണ്ടിവന്നു. നല്ല തണുപ്പ്. ഉറക്കം തൂങ്ങി തൂങ്ങി ഘാട്ട്ശിലയിലെത്തി. മനസ്സ് നിറയെ ആനന്ദം. പതിനാറ് ദിവസത്തിനുശേഷം വീട്ടിൽ തിരിച്ചെത്തുകയാണ്. നെയ്യും കുന്തിരിക്കവും കൈയിൽ തൂക്കിപ്പിടിച്ച് കൊണ്ടുവന്നിട്ടുണ്ട്. കല്യാണിക്ക് നെയ്യ് കണ്ടതും വളരെ സന്തോഷം. ഞാൻ വീട്ടിലെത്തിയതിൽ എല്ലാവരും അത്യന്തം സന്തോഷിച്ചു. ശാന്തൻ ബോംബെയിൽനിന്ന് എത്തിയിട്ടുണ്ട്. പ്ലാറ്റ്ഫോമിൽ വെച്ച് കണ്ടു. പുൻടുവിന്റെ വീട്ടിലേക്കു പോയി.

ഉഷയുടെ എഴുത്ത് കാശ്മീരിൽനിന്ന് വന്നിരിക്കുന്നു. അജിത്ബാബു ചട്ടഗ്രാമത്തിലെ രാംഗാ മാദ്രിയിൽ നിന്ന് എഴുത്തയച്ചിരിക്കുന്നു. എല്ലാം കിട്ടി, വായിച്ചു.

അടുത്ത ദിവസം സന്ധ്യക്ക് ശചീനിന്റേയും ഫണിയുടേയും കൂടെ ഇരുന്ന് അരി വറുത്തത് തിന്നുകയായിരുന്നു. സാരെന്റായിൽ എത്ര എത്ര നല്ല സ്ഥലങ്ങൾ കണ്ടു എന്നതിന്റെ ഒരു ലിസ്റ്റ് തന്നെ അവരോട് പറഞ്ഞു. ഏറ്റവും ആദ്യം ഖുമ്ഡിയിലെ കൊയിനാനദി. 2-ശരാങ്ങ് ദാബുരു, 3-ഥൽകോബാദ് ബംഗ്ലാവ്, 4-ജാതി-സിറാങ്ങ് (Matrork), 5-ഭാൻഗാവ് - ബൊനായി സീമ വരെ, 6-ബാരുഡേര, 7-വനശ്രീ ബാബുഡേരയിൽനിന്ന് സാമട്ടയുടെ വഴിത്തിരിവുവരെ, 8-ഹേന്ദേകുലി ക്യാമ്പ്, സാമ്ട്ടാനാലയുടെ ലൂപ്പ്, 9-ശിശിർദാ ജൊലയും ഇരുഗുഹകളും, 10-ഥൽകോബാദ് ബംഗ്ലാവിൽനിന്ന് വനപഥത്തിൽകൂടി കൊയിനാ നദി, അടുത്തുതന്നെയുള്ള നീരഭൂമിയിലെ വനത്തിലെ കൊയിനയുടെ ലൂപ്പ്, 11-ടോയേബു ജലപ്രപാതം, അങ്ങോട്ടുള്ള വഴി, വെള്ളച്ചാട്ടം വരെയുള്ള വനപഥം. 12-ബിറ്റ്കേൽസോയ ഗ്രാമം, അവിടേക്കെത്താനുള്ള വഴി, 13-മഹാദേവശാൽ അരുവിയും കോൽബോംഗ ഗ്രാമവും, 14-നൃസിംഹദാസ ബാബാജിയുടെ ആശ്രമവും മനോഹരപുരും, 15-ഹേന്ദേസിരി, 16-ഛോട്ടാനാഗര ബംഗ്ലാവ്, 17-സാലായി ബംഗ്ലാവ്, 18-സാലായിയിൽനിന്ന് ആങ്കുയയിലേക്കു പോകുന്ന വഴിയും അരികിലുള്ള കൊയിനാനദിയുടെ പാഷാണഗർഭയും, 19-ചിഡിയാഖനി, 20-Lyall's look-out, രാംദാന്തനിലെ മുൾനിറഞ്ഞ ലതകൾ മറിച്ചുകടന്ന വഴി, 21-ഉസുരിയ അരുവി, 22-വലിയ വലിയ സാല വൃക്ഷങ്ങളുടെ പ്രിസർവേഷൻ പ്ലോട്ടുകൾ, 23-ആങ്കുയ വെള്ളച്ചാട്ടം, 24-ജലസേചന പദ്ധതി, 25-ബഡാനാഗരയും ഛോട്ടാനാഗരയും, രണ്ട് ആശ്രമങ്ങൾ, അഭിരാമ ടുംഗ് രാജാവിന്റെ തകർന്ന മന്ദിരം, 26-പോംഗ - 1925-ൽ മിസ്റ്റർ സിഹ്ന താമസിച്ച കുടിൽ.

ഏറെ ദിവസമായി എന്തെങ്കിലും എഴുതിയിട്ട്. ഇന്നലെ സന്ധ്യക്ക് ഇന്ദുബാബുവിന്റെ കാറിൽ ധൽഭൂമഗഡിൽനിന്ന് തിരിച്ചുവന്നു. ജനുവരി അഞ്ചാം തിയ്യതിയും ഒരിക്കൽ പോയിരുന്നു. ആ സ്ഥലം എനിക്ക് വളരെ ഇഷ്ടപ്പെട്ടു. തുറന്ന സ്ഥലം. അവിടവിടെയായി വൈക്കോൽ മേഞ്ഞ

വീടുകൾ വരിവരിയായി നില്ക്കുന്നു. ഏറോഡ്രോമിലെ ആളുകളുടെ വാസസ്ഥലങ്ങളാണ്.

സാലവൃക്ഷങ്ങൾ, മഹുവ*, മഹുൽ, നെല്ലി എന്നീ മരങ്ങൾക്കു പുറമെ വിദേശത്തുനിന്ന് കൊണ്ടുവന്നുപിടിപ്പിച്ച പൂമരങ്ങളോ ഫലവൃക്ഷങ്ങളോ കണ്ടില്ല. ഓടുമേഞ്ഞ വലിയ വീടുകളും വിരലിലെണ്ണാവുന്ന അത്ര.

ഇടതുവശത്ത് ചുറ്റും ദൂരെയായി 'ചാർചാക്കി'യിലെ വനമാണ് കാണുന്നത്. ഉണങ്ങിയ സാലവൃക്ഷത്തിന്റെ ഇലകൾ കൂടിക്കിടക്കുന്നതിന്റെ മണം, നല്ല പ്രകാശമുള്ള വെയിൽ എല്ലാം ചേർന്ന് ഇസ്മയിൽപൂരിനെ ഓർമ്മിപ്പിച്ചു. ചാർചാക്കി വനവും അതിമനോഹരമാണ്. അന്ന് രാത്രിയിൽ നിലാവ് ഉദിച്ചപ്പോൾ ഒരിടത്തും വീടോ കുടിലുകളോ കാണാൻ കഴിഞ്ഞിരുന്നില്ല. അത്രയധികം വിശാലമായ തുറന്ന സ്ഥലം മായാമയമായി തോന്നി. എപ്പോഴെങ്കിലും വരാന്തയിലോ മുറിയിലോ ഇരുന്ന് പുറത്തേക്ക് നോക്കുമ്പോൾ ഭാല്കി പർവ്വതമാണ് കാണാൻ കഴിയുന്നത്. അതിന്റെ പശ്ചാത്തലത്തിൽ നിൽക്കുന്ന വരിവരിയായ സാലവൃക്ഷശ്രേണിയും കാണാം. തലേന്ന് മഴ പെയ്തതു കാരണം ദൃശ്യം കൂടുതൽ മനോഹരമായി. നീലനിറമായി മാറിവരുന്ന ശൈലമാലകൾ. ഇവിടെ കൊൽക്കത്തക്കാർ വന്ന് വീടുകൾ പണിയുകയാണെങ്കിൽ ആ പരിഷ്കാരികൾ വീടിന് 'സന്ന്യാസിവാസ' മെന്നോ 'വനവീഥി' എന്നോ 'ഹിൽവ്യൂ' എന്നോ ഒക്കെ പേര് വെച്ചിരിക്കാം. 'ഫോറസ്റ്റ് സൈഡ്' എന്ന വീടും ഉണ്ടാക്കാം. ബാലിഗഞ്ജിലെ ഫാഷനിൽ മുന്നിൽ വലിയ വരാന്ത, അതിന് ചില്ലുകൊണ്ടുള്ള ജനാല, ലതകളുടെ ആകാരത്തിലുള്ള റേലിങ്ങ്, ലോഹംകൊണ്ടുള്ള ആധുനിക ഗേറ്റ് എല്ലാം ചേർന്ന് പട്ടണം വന്നുകഴിഞ്ഞാൽ പിന്നെ ഇവിടത്തെ ചുവന്ന മണ്ണോ, ചുവന്ന മണ്ണുപുരണ്ട സാന്താൾ പെൺകുട്ടികളേയോ സ്ത്രീകളേയോ രൗദ്രസ്നാതമായ ദിഗന്തങ്ങളോ കണ്ണിൽപ്പെടുകയില്ല. നഗരത്തിന്റെ അനുകരണം മാത്രം കാണാം. മറ്റൊരു ബാലിഗഞ്ജൊ മറ്റേതെങ്കിലും പട്ടണമായോ മാറിയിരിക്കുന്നതായിമാത്രം കാണാം. അങ്ങനെ പ്രകൃതിസൗന്ദര്യം നഷ്ടപ്പെട്ടവയാണല്ലോ ദേവഘർ, മധുപൂർ, ശീമുൽതൊല എന്നിവയെല്ലാം. ഝാഡഗ്രാമത്തിലും ഇതേ നഷ്ടം ഭാഗികമായി വന്നുചേർന്നിട്ടുണ്ട്.

അരി, നെല്ല് എന്നിവ സംഭരിക്കാനായി ബാരക്രപൂരിലേക്ക് പോയിരുന്നു. ഗുട്കെയുടെ കൂടെ റാഞ്ചി പാസഞ്ചറിലാണ് പോയത്. പോകുന്നതിനു മുമ്പ് ദ്വിജബാബുവിന്റെ വീട്ടിൽ ഇരുന്ന് വേദാന്തത്തെപ്പറ്റിയും ബ്രഹ്മവാദത്തെപ്പറ്റിയും വളരെനേരം ചർച്ചകൾ നടന്നു. തിരിച്ചുവന്ന ശേഷം കാണുകയുണ്ടായില്ല. കൊൽക്കത്തയിൽ എത്തിയശേഷം രമേശ് ഘോഷാലിന്റെ വീട്ടിലേക്കു പോയി. 'താൽനവമി' എന്ന പുസ്തകത്തെപ്പറ്റി അന്വേഷിച്ചു. അവിടെ Indian Arts and Letters എന്നൊരു പത്രം

* ഇരിപ്പ

കണ്ടു. അതിൽ എന്റെ കഥ വന്നിരിക്കുന്നു. എന്നെപ്പറ്റി എഴുതിയിരിക്കുന്നു. അന്നുതന്നെ മൂന്നുമണിക്കുള്ള വണ്ടിക്ക് വനഗ്രാമത്തിലെത്തി സ്നേഹിതന്റെ വസതിയിൽ താമസിച്ചു. ടരു അവിടെത്തന്നെയുണ്ട്. രാത്രിയിൽ നല്ല തണുപ്പ്. ലീച്ചിമരച്ചുവട്ടിൽ മനോജ് ബാബു, യതീൻ ചേട്ടൻ, മന്മഥച്ചേട്ടൻ എന്നിവരൊത്ത് വളരെനേരം സംസാരിച്ചു. മീത്തെ വന്നു, 'സ്വപ്ന വാസുദേവ്' ഇഷ്ടപ്പെട്ടു എന്നു പറഞ്ഞു. ഇരുട്ടത്ത് ഞാനും മനോജ് ബാബുവും മീത്തെയുടെ കൂടെ സുരേനിന്റെ വീട്ടിലെത്തി. രാത്രി വളരെ വൈകിയ നേരത്ത് സന്തു വന്നു. എത്ര നേരം സംസാരിച്ചു എന്നറിയില്ല. പ്രത്യേകിച്ച് സാരെന്റായിലെ വനയാത്രയെപ്പറ്റി.

രാവിലെ എണീറ്റ് നൽകു കൊണ്ടുവന്ന കേക്കും പേസ്ട്രിയും ചായയോടൊപ്പം കഴിച്ചു.

മീതെയുടെ വീട്ടിൽ ഉച്ചയ്ക്ക് ഊണുകഴിച്ചശേഷം ഗൗരിയും മീതെയുമായി ഭാഗവതത്തിലെ അംശങ്ങൾ ചർച്ച ചെയ്തു. അതിനുശേഷം ബാരക്പൂരിലേക്ക് പോയി. മുരിങ്ങയുടെ പൂക്കളുടെ മണം എല്ലായിടത്തും. ഇന്ദുവിന്റേയും ശ്യാമചരൺചേട്ടന്റേയും വീട്ടിലിരുന്ന് ഏറെ നേരം സംസാരിച്ചു. അടുത്തദിവസം നദിയിൽ കുളിച്ചപ്പോൾ എന്തൊരു തൃപ്തി, എന്തൊരു ആനന്ദം! ഉറങ്ങി എണീറ്റശേഷം റാന്തൽ കൈയിലെടുത്ത് ഇന്ദുറായിയുടെ കൂടെ പലതും പറഞ്ഞുകൊണ്ട് അങ്ങാടിയിലേക്ക് പോയി. കുട്ടിക്കാലത്ത് അമൃത ചെറിയച്ഛനെ കാണാറുള്ളത് ഓർത്തു. കൊച്ചുകൊച്ചു 'ഏഡാഞ്ചി' പൂക്കളുടെ സുഗന്ധം. ഒരുതരം മുള്ളുകൾ നിറയെയുള്ള ലതകളിന്മേലും നിറയെ പൂക്കൾ - അവയുടെ സുഗന്ധവും വായുവിൽ നിറഞ്ഞുനില്ക്കുന്നു. വഴി നടക്കുന്നിടത്തെല്ലാം മുരിങ്ങപ്പൂവിന്റെ മണം കാറ്റിൽകൂടെ വരുന്നു.

വൈകുന്നേരം മല്ലമാസ്റ്ററുടെ വീട്ടിലേക്ക് പോയി കുറച്ചുനേരം ഇരുന്നു. സ്ത്രീകൾ, കുട്ടികൾ വന്നു, നന്നിമാസ്റ്റർ വന്നു, ശശധര മുഹുരി (ഗുമസ്തൻ)യും വന്നു. അവരോട് സാരെന്റാ വന വിവരം വിസ്തരിച്ചു. ചായ കുടിച്ച് സന്ധ്യമയങ്ങുംമുമ്പേ തിരിച്ചുപോന്നു. യുഗൾ മൊയര (മധുരപലഹാരമുണ്ടാക്കി വില്ക്കുന്നവൻ)യുടെ കടയിൽനിന്ന് നാലണ കൊടുത്ത് ഒരു 'ലെഡികെനി' (ഗുലാബ്ജാമൂൻ പോലെയുള്ള മധുര പലഹാരം) കഴിച്ചു. വേറെയും ചിലത് കഴിച്ച് വെള്ളം കുടിച്ചു. ചില ഓർമ്മകൾ മനസ്സിലേക്ക് ഇരമ്പി വന്നു.

കാലം 1937. പാറ്റ്നയിൽ ഒരു മീറ്റിങ്ങിന് പോയിരുന്നു. ശിവപ്രിയ ബന്ദ്യോപാധ്യായയുടെ വീട്ടിൽ വെച്ചാണ്. ഗംഗയുടെ തീരത്തിരുന്ന് മണൽ കൂമ്പാരത്തിനുനേരെ നോക്കി. മോസാർട്ടിന്റെ സംഗീത തരംഗങ്ങളിൽ ലയിച്ചു ലയിച്ച്... ആ ദിനങ്ങൾ അതീതത്തിന്റെ മൂടൽമഞ്ഞിൽ മറഞ്ഞ് അവ്യക്തമായിത്തീരുന്നു. എവിടെയാണിന്ന് ഖുക്കു!

പിറ്റേന്ന് അടുത്ത മൈതാനത്തിലേക്ക് നടക്കാൻ പോയി. ചുറ്റും ഓരോ മരങ്ങളിലും കായ്കൾ പഴുത്തുനില്ക്കുന്നു. അത്തിപ്പഴങ്ങൾ. മനസ്സിലേക്ക് ഓർമ്മകൾ കൊണ്ടുവരുന്നു. 1904-ലെ സരസ്വതീപൂജ. എന്റെ ശൈശവ കാലം. കുലിയിലെ വനങ്ങളിലും തുറന്ന സ്ഥലത്തും വൃക്ഷങ്ങൾ നിറഞ്ഞുനില്ക്കുന്നു. അവിടവിടെയായി കുറ്റിക്കാടുകൾ. എന്തൊരു വിചിത്രശോഭ! പേരമരച്ചുവട്ടിലിരുന്ന് ഭഗവാനെക്കുറിച്ച് ചിന്തിച്ചു. സായിബാബലയുടെ തണലിലെ കടവിൽ 'ആമ'കളെ പിടിക്കുന്നു. മറുകരയിൽ പോയി കുളിച്ചു. അതിനുശേഷം ബുധോഘോഷിന്റെ കയ്യാലയിലേക്ക് പോയി. അവിടെയാണ് നെല്ല് ചേറ്റി വൃത്തിയാക്കി കെട്ടിവെക്കുന്നത്. ഹരിപദചേട്ടന്റെ വീട്ടിലേക്ക് തൊപ്പി ധരിച്ച ഒരാൾ പോകുന്നു. വിളിച്ചുകൊണ്ടുവന്ന് അടുത്തിരുത്തി. കുറച്ചുകഴിഞ്ഞ് ഈ മനുഷ്യനോട് പലതും സംസാരിച്ചുകൊണ്ട് നടന്നു. ചന്തസ്ഥലത്തെത്തി. ധാരാളം ജനങ്ങൾ - അവരോടെല്ലാം ഒന്നും രണ്ടും പറഞ്ഞ് വായ കഴച്ചുതുടങ്ങി.

ധാരാളം കൊമ്പും ചില്ലകളുമുള്ള മാവിൻചുവട്ടിൽ ചെറുകുറ്റിക്കാടുകൾ വീണുകിടക്കുന്ന കരിയിലകൂമ്പാരം. അവിടെ ഒറ്റയ്ക്കിരുന്ന് വനപുഷ്പങ്ങളുടെ സുഗന്ധം മണത്തുകൊണ്ട് മിക്കവാറും മധ്യാഹ്നങ്ങളിൽ എത്രയെത്ര ചിന്തകൾ. പക്ഷികളുടെ വിവിധ കൂജനങ്ങൾ. ഭഗവാൻ ദാനം ചെയ്തതുപോലെ ചിലയിടത്ത് അമ്പഴങ്ങൾ വീണുകിടക്കുന്നു. ആ മഹാനെ സ്തുതിച്ചുകൊണ്ട് താനെ വരികൾ ഉരുവിടും. ഞാൻ തന്നെ മനസ്സിലെഴുതുന്ന വരികൾ..

"തവ ആസൻ പാ താ എ വന്തലെ..."

(സ്വന്തം ഇരിപ്പിടം ഒരുക്കിയ ഈ വനതലങ്ങളിൽ..)

അധികം വരികളൊന്നുമില്ല. ഈണം പകരാനൊന്നും അറിയില്ല. എന്നാലും അതേ വരികൾ വീണ്ടും വീണ്ടും പാടുമായിരുന്നു.

മറ്റൊരു സംഭവം. ഉച്ചതിരിഞ്ഞ് ഉറക്കമുണർന്നതും ബറോജ് പോത്തയിലെ മുളങ്കാടുകളിലേക്ക് നടക്കാനിറങ്ങി. എവിടേയും ഉണങ്ങിയ മുളയിലകൾ. പെട്ടെന്ന് ഒരു അപൂർവ്വ ദൃശ്യം. സിന്ദൂരം തൊടുവിച്ചപോലെയുള്ള മാങ്ങകൾ ഉണ്ടാകുന്ന മാവിന്നരികിൽ ഒരു ചെറിയ മുരിങ്ങമരം. ഒരു കൊമ്പിന്മേൽ ഒരു പരുന്ത് ഇരിക്കുന്നു. അതിനുമുകളിൽ നീലാകാശം. ഏതോ ചിത്രകാരൻ വരച്ചുവെച്ചതുപോലെ സുന്ദരമായ ചിത്രം! എത്ര നേരം അതുതന്നെ കണ്ട് മുഗ്ദ്ധനായി നിന്നു എന്നറിയില്ല. അവിടെ നിന്ന് കാല് നീങ്ങുന്നില്ല. തിരിച്ചുപോന്നു.

ഇന്ദുവിനോടൊപ്പം ബാരിക്കിന്റെ വീട്ടിലേക്കു പോയി. വീട് ചാൽകിയിലാണ്. സൂര്യൻ അസ്തമിക്കാറായി. ഞാൻ അവരുടെ മുറ്റത്ത് കാളവണ്ടിയിൽ ഇരുന്ന് പുകവലിക്കുകയായിരുന്നു. ഹുക്ക കൈയിൽ തന്നെ പിടിച്ചിരിക്കുന്നു. അതിനുശേഷം നല്ല വഴിയിൽ കൂടി മുചിപാഡയിലെ 'സജീന' പാലത്തിന്മേൽ ചെന്നിരുന്നു. ഇന്ദു പറഞ്ഞ പല കഥകളും കേട്ടു.

ടാറ്റാനഗറിൽ എവിടെയോ ഒരിടത്ത് സമ്മേളനം. സാരെന്റാ വനാന്തരങ്ങളും ശൈലശ്രേണികളും എവിടെ! ചാൽകി ഗ്രാമവും ഗ്രാമീണഗൃഹത്തിന്റെ മുറ്റത്തെ കാളവണ്ടിയിലിരുന്ന് ഹുക്ക വലിക്കുന്നതും എവിടെ!

അടുത്ത ദിവസം വൈകുന്നേരം ബാരിക്കിന്റെ വീട്ടിലേക്ക് പോകുന്നതിനുമുമ്പ് പ്രമോദിന്റെ അച്ഛനെ ചെന്നു കണ്ടു. സംസാരിച്ചു. പുക വലിക്കാൻ തന്നു. അന്നം എന്നൊരു പെൺകുട്ടിയുടെ ഭർത്താവിന്റെ അച്ഛനാണ്. ബന്ധുക്കളെക്കുറിച്ച് നിരവധി നിന്ദ പറഞ്ഞു. പനി പിടിച്ചുകിടക്കുന്ന തന്നെ ആരും നോക്കാനില്ല എന്ന ആവലാതികൾ. ബാരിക്കിന്റെ വീട്ടിൽ ചെന്ന് കുറച്ച് ഉറക്കെതന്നെ സംസാരിച്ചു. നെല്ലും മറ്റും തരാത്തതിനെപ്പറ്റി ശകാരിച്ചു.

അവിടെനിന്ന് അതിസുന്ദരമായ വനപഥത്തിൽ കൂടി നടന്നുപോരുമ്പോൾ മുൾച്ചെടികളിലേയും ലതകളിലേയും പൂക്കളുടെ സുഗന്ധം അനുഭവിച്ചു. നദീതീരത്ത് ചെന്നിരുന്നു. നാരായണഘോഷിന്റെ വഴുതനങ്ങക്കൃഷിത്തോട്ടത്തിൽ.

അവിടെ ഞാനും കല്യാണിയും കഴിഞ്ഞ കൊല്ലം കളച്ചീര പറിക്കാനായി വന്നിരുന്നു. പിന്നീട് തീരത്തുകൂടി മൈതാനത്തിലേക്ക്. വെയിൽ നിറം മാറി ചുവന്ന നിറമായിരിക്കുന്നു. പഞ്ഞിമരങ്ങളിലും പൂക്കൾ കാണാനുണ്ട്. തണുപ്പുകാലം ഇനി അധികമില്ല. അത്തിക്കായകൾ പഴുക്കാൻ തുടങ്ങി. ഏറെയും താഴെ വീണുകിടക്കുന്നു. കുറച്ച് പറിച്ചുതിന്നു. ഇന്ദുറായിയുടെ മക്കൾക്കുവേണ്ടി കുറച്ച് പറിച്ചും പെറുക്കിയും കൊണ്ടുവന്നു. തിരിച്ചുപോകുമ്പോൾ അന്ധകാരം നിറഞ്ഞ സന്ധ്യാസമയത്ത് ഞങ്ങളുടെ കടവിൽ ചെന്നുനിന്നു.

മറുകരയിൽ ആകാശത്ത് ഒരു നക്ഷത്രം മാത്രം ജ്വലിച്ചുകൊണ്ടിരിക്കുന്നു. 1934-ലെ ക്രിസ്തുമസ് മുടക്കത്തിന് എത്തിയപോലെ. ഖുക്കു എന്നും സന്ധ്യക്ക് സ്ലേറ്റും പെൻസിലും പുസ്തകവും കൊണ്ടുവന്ന് എന്റെ അടുത്ത് പഠിക്കാനിരിക്കും. ഞാൻ മൺവിളക്കിന്റെ മങ്ങിയ വെളിച്ചത്തിൽ 'ദൃഷ്ടിപ്രദീപ്' എഴുതിക്കൊണ്ടിരിക്കും.

ശ്യാമചരൺ ചേട്ടന്റെ വീട്ടിലിരുന്ന് സംസാരിച്ചശേഷം തിരികെ പോരുമ്പോൾ അവരുടെ വീടിന്റെ പിറകുവശത്തെ വഴിയിൽകൂടി പോന്നു. ഞങ്ങളുടെ പഴയ സ്വന്തം വീടിന്റെ മുന്നിൽ കൂടി തിരിച്ചെത്തി. കുട്ടിക്കാലത്ത് നടന്നുപോകാറുള്ളതുപോലെ, അന്ന് അമ്മയുണ്ടായിരുന്നു, അച്ഛനുണ്ടായിരുന്നു. ഞങ്ങളുടെ പഴയ തറവാട് സ്വന്തം തന്നെ ആയിരുന്നു. അതെല്ലാം എത്രയോ കാലം മുമ്പുള്ള കഥകൾ!

അടുത്ത ദിവസം വീണ്ടും രാവിലെ ആ വലിയ മാവിൻചുവട്ടിൽ ഉണങ്ങിയ ഇലകൾക്കു മീതെ തൂവാല വിരിച്ച് ഇരുന്നു. വനമധ്യത്തിലിരുന്ന്

കാട്ടുപക്ഷികളുടെ കാകളി കേൾക്കാനുള്ള പ്രത്യേക സുഖം എങ്ങനെ വർണിക്കാൻ! ജീവിതത്തെ ഗഭീരമായി കാണുവാനും മനസ്സിലാക്കാനും തോന്നുകയാണ്. പ്രത്യേകിച്ച് ഈ വിജനതയിലിരിക്കുമ്പോൾ.

"ആനന്ദ ദ്ധ്യേവ ഖൽവിമാണി സർവ്വാണി

"ഭൂതാനി ജായന്തേ..." എന്ന ഉപനിഷത്തിലെ വാണിയുടെ സാർത്ഥകതയും സഭ്യതയും ഇവിടെ ഇരിക്കുമ്പോൾ നല്ലപോലെ മനസ്സിലാക്കാൻ കഴിയുന്നു.

അങ്ങാടിയിൽ പോയി. പനഞ്ചക്കര വാങ്ങി. തിരിച്ചുവന്നു. അന്നത്തെ സന്ധ്യയിൽ അസാധാരണമായ ഒരഭിജ്ഞത ഉണ്ടായി. ഇത്രയും നാളത്തെ അനുഭവങ്ങളേക്കാൾ അപ്പുറമായിരുന്നു അത്. സന്ധ്യക്ക് വനപ്രാന്തത്തിൽ 'ക്ഷീരപുളി' മരച്ചുവട്ടിൽ പിറകുവശത്തായി ഒറ്റക്കിരിക്കയായിരുന്നു. മുന്നിൽ ലതാഗുൽമങ്ങൾ പൂ നിറഞ്ഞുനില്ക്കുന്നു. 'സായിബാബല' മരത്തിന്റെ മുകൾഭാഗമെല്ലാം പൂനിറഞ്ഞു നില്ക്കുന്നതിനാൽ എങ്ങും സുഗന്ധം പരന്നിരിക്കുന്നു. വനപുഷ്പങ്ങൾ വേറെയും പരിമളം പകരുന്നുണ്ട്. പക്ഷികളുടെ കൂജനം. സന്ധ്യയുടെ അന്ധകാരം എവിടേയും പരന്നിറങ്ങിവരുന്നു. വനഭൂമി എല്ലായിടത്തും സ്വപ്നം പുരണ്ടുനില്ക്കുന്നു. എത്ര മനോഹരമായ മധു പകരുന്ന സന്ധ്യ!

കല്യാണി പറയാറുണ്ട്, മാൻകു, ഇവിടെ ഇരിക്കാം!

ഈ വനഭൂമിയിൽ...

ഈ സന്ധ്യാസമയത്ത് എന്തുകൊണ്ടോ എല്ലാം ഓർമ്മവന്നു. കണ്ണുകളിൽ അസീമമായ നിർഭരത നിറഞ്ഞുനില്ക്കുന്ന ദൃഷ്ടി!

അടുത്ത ദിവസം കാളവണ്ടിയിൽ കൊൽക്കത്തയിലെത്തി. തിനു സ്റ്റേഷനിൽ വന്നിരുന്നു. ചേമ്പ്, മത്തങ്ങ എന്നിവയെല്ലാം അവന്റെ ചേട്ടന്റെ ഭാര്യയുടെ അച്ഛന് എത്തിക്കാനായി എന്നെ ഏല്പിക്കാനാണ് വന്നത്. ഇടയിൽ ഒരു ഗ്രാമത്തിലെ സ്റ്റേഷനിൽ വെച്ച് മഹീതോഷ്ചേട്ടനെ കണ്ടു. വളരെ കാലങ്ങൾക്കുശേഷം കൊൽക്കത്തയിൽനിന്ന് ആംതൊലയിലേക്ക് പോയി. ഭാര്യയുടെ അച്ഛന്റെ വീടവിടെയാണ്. ജാംഗി പാഡ സ്കൂളിൽ ജോലി ചെയ്തിരുന്ന കാലത്ത് ഗൗരി മരിച്ചുപോയി. ആ സങ്കടം നിറഞ്ഞ കാലത്തിന്റെ ഭാവം ഇന്നും അവിടത്തെ വൃക്ഷങ്ങളിലും അന്തരീക്ഷത്തിലും പുരണ്ടിരിക്കുന്നു. അതേവഴിയിൽ കൂടി ഇത്രയും കാലത്തിനു ശേഷം വീണ്ടും ഭാര്യയുടെ പിതാവിന്റെ വീട്ടിലേക്ക് പോകുകയാണ്! വളരെ ആശ്ചര്യകരമായി തോന്നുന്നു, അല്ലേ?

കൊൽക്കത്തയിൽ വെച്ച് ഇത്തവണ രണ്ടുപേരെ വളരെ കാലങ്ങൾക്കുശേഷം കണ്ടു. ഖേലാത് സ്കൂളിലെ പണ്ടത്തെ ഹെഡ്മാസ്റ്റർ ക്ലാറിഡ്ജ് സായ്പ് ആണ് ഒരാൾ. അദ്ദേഹം ഇപ്പോൾ യഹൂദാ സ്കൂളിലെ ഹെഡ്മാസ്റ്ററാണ്. അതും സൗബാജാറിൽ. ഇദ്ദേഹത്തിനെകുറിച്ചാണ്

''അനുവർത്തൻ' എന്ന കഥയിലെ ക്ലാർക്ക് വെൽ സായ്പിന്റെ കഥാസൃഷ്ടി. പിന്നെ കണ്ടത് ഭഗൽപൂരിലെ അംബികാനാഥഘോഷിനെ.

വളരെ വളരെ നാളുകൾക്കുമുമ്പ് ഭഗൽപൂരിൽനിന്ന് ദേവ്ഘർ വരെ ഞങ്ങൾ ഒരുമിച്ച് നടന്നുപോയിരുന്നു. "അഭിയാത്രികി"ൽ ഈ വിവരം എഴുതിയിട്ടുണ്ട്. അംബികയ്ക്ക് ഒരു കോപ്പി 'അഭിയാത്രിക്' സമ്മാനിച്ചു. അദ്ദേഹത്തെ പതിന്നാല്-പതിനഞ്ചു വർഷങ്ങൾക്കുശേഷമാണ് കാണുന്നത്. പക്ഷേ, ഇപ്പോഴും കാണാൻ അതേപോലെ ഇരിക്കുന്നു.

ഇന്ന് എല്ലാവരുംകൂടി നാല് കാളവണ്ടിയിൽ വനപഥത്തിൽ കൂടി ധാരാഗിരിക്ക് പോയി. വഴിയത്രയും എത്രമാത്രം ആഹ്ലാദിച്ചാണ് പോയത് എന്ന് എങ്ങനെ വർണിക്കാൻ! കാശിദാ കഴിഞ്ഞാൽ ചുവന്ന ആമ്പൽപ്പൂക്കൾ വിരിഞ്ഞുനില്ക്കുന്ന വലിയ ഒരു തടാകം. അതിന്റെ പേര് ട്യാങ്ങ് ജോഡ്. അതു കഴിഞ്ഞുപോയാൽ ധവളിവനം. പിന്നെ ബുരുഡി ഗ്രാമം. ഗ്രാമം കടന്നാൽ ബുരുഡി കടത്ത് അഥവാ പാസ്സ്. അടുത്തത് ബാഡാഡേരാ ഗ്രാമം. നാലുവശത്തും വനം. വനം നിറഞ്ഞ താഴ്‌വാരം ചുറ്റി കിടക്കുന്നു. അവിടെ മുകുൽബാബുവിന്റെ മേലധികാരി ഒരു ഭംഗിയുള്ള ഒരു വീട് വെച്ചിട്ടുണ്ട്. ഗിരീശിന്റെ വീട് കണ്ടപ്പോൾ അവിടെ താമസിക്കണമെന്ന് മോഹം തോന്നി. ഈ വിജനമായ വനാവൃത താഴ്‌വാരം! എത്ര മനോഹരം! ഈ വീടിന്റെ മുന്നിൽകൂടി മുകുൽബാബു വെട്ടിത്തെളിച്ച വഴി മലമുകളിലേക്ക് പോകുന്നു. നിലാവ് പൊഴിയുന്ന രാത്രികളിലും നിഴൽ വിരിച്ച പ്രഭാതങ്ങളിലും ഈ വഴിയരികിൽ കാട്ടുനെല്ലിയും മാവും പിയാളവും പുളിമരവും തളിർത്തു നില്ക്കുമ്പോൾ ഇതിലേ നടക്കുവാൻ എന്തു സുഖമായിരിക്കും. എത്ര മനോഹരമായ ദൃശ്യമായിരിക്കും മുന്നിൽ! ഒരു ദിവസം പോകണം. രമാപ്രസന്നനും ഗൗരിയും ഇവിടെ വരുമ്പോൾ വരണം.

ഞങ്ങൾ പാസു കടന്നുപോയത് നടന്നുതന്നെയാണ്. എല്ലാവരേയും കാളവണ്ടികളിൽ നിന്ന് ഇറക്കി. ഈ വഴിക്ക് ഒരു നിഗൂഢമായ വന്യസൗന്ദര്യമുണ്ട്. ഇടതുവശത്ത് കുത്തനെ ഉയർന്നുപോകുന്ന മലയോരം മതിലുപോലെ നില്ക്കുന്നു. വലതുവശത്ത് അറുനൂറ്. എഴുനൂറ് അടി താഴെയുള്ള കിടങ്ങ്. അതിന്റെ അടിവാരത്തിൽകൂടി ഒരു നദി കുത്തി ഒഴുകിപോകുന്നു. നദിയുടെ പേര് അറിയില്ല. നദി വളഞ്ഞും തിരിഞ്ഞും ഒഴുകിപ്പോകുന്നു. ഇരുകരയിലും ധാരാളം വൃക്ഷലതാദികൾ. ലതകളുടെ ഇലകൾ വളരെ വലുത്. വനപുഷ്പങ്ങൾക്കിടയിൽ കൊച്ചുകൊച്ചു നീല പൂക്കൾ. ഇന്റീജോഫേര പൂക്കളും വിടർന്നുനില്ക്കുന്നു. ഇടതുവശത്ത കന്മതിലുപോലെയുള്ള മലയോരത്തും വൃക്ഷങ്ങൾ ധാരാളമുണ്ട്. അതിന്മേൽനിന്ന് കാട്ടുപക്ഷികളുടെ കാകളികൾ ഉയരുന്നു.

പാസ് കടന്നശേഷം വാസസ്ഥലമുള്ള താഴ്‌വരയിലെത്തി. മുകുൽ ചക്രവർത്തിയുടെ പ്രധാന ജോലിക്കാരൻ ഗിരീശ് താമസിക്കുന്ന ചെറുകുടിലും മുകിലിന്റെ വീടും കണ്ടു. ഗിരീശ് അതിരാവിലെ എണീറ്റ്

വനത്തിലേക്ക് പോകും. മരം വെട്ടിക്കാനും അവ അറുപ്പിക്കാനും മേല്നോട്ടം വഹിക്കണം. അതെല്ലാം വണ്ടികളിൽ കയറ്റി ഘാട്ട്ശില സ്റ്റേഷനിലെത്തിക്കണം. വനത്തിലെ വൃക്ഷങ്ങൾ മുറിച്ച് ജീവിതം നയിക്കുന്ന ആൾ വനലക്ഷ്മിയെ തലതാഴ്ത്തി വന്ദിക്കുന്നുണ്ടാകുമോ?

മണി ഒന്നരയായപ്പോൾ ഞങ്ങൾ ധാരാഗിരിയിലെത്തി. കൂടെ വളരെയധികം പെൺകുട്ടികൾ ഉണ്ടായിരുന്നു. സ്ത്രീകളും എല്ലാവരും വലിയ വലിയ വീടുകളിലെ ഭാര്യമാരും പെൺമക്കളുമാണ്. ഒരിക്കൽ ആരോ ഒരാൾ പറഞ്ഞു, ഈ സ്ഥലം അതിസുന്ദരമാണ് എന്ന്. എത്ര അതിശയകരമായ ആശ്ചര്യഭരിതമായ സ്ഥലമെന്നെല്ലാം അഭിപ്രായപ്പെട്ടു. ഒന്നുമില്ല. വെറും പണം മാത്രമുണ്ട്. കാണാനുള്ള കണ്ണുകളില്ല. ഓരോ സ്ത്രീകളുടെ കൈകളിന്മേൽ എത്രയധികം സ്വർണവളകൾ. കാതിൽ കാതിപ്പൂവ്, ഞാത്ത് എന്നിവ. എന്തെല്ലാം അലങ്കാരങ്ങൾ. എത്തിയതും ഓരോരുത്തരുടെ വക താക്കീതുകൾ, അവിടേക്കു പോകരുത്, ഇവിടേക്കു പോകരുത്. തണുപ്പേല്ക്കും, അസുഖം വരും എന്നീ പ്രയാസങ്ങൾ! ഒരാളുടെ വക വിളിച്ചുകൂവൽ. "നോക്കൂ നോക്കൂ, ബോക്ക എവിടെപ്പോയി, വേഗം കണ്ടുപിടിക്കൂ...." ബോക്ക എന്നത് ഒരു നായയുടെ പേരാണ്. ഇത്രയും മനോഹരമായ വനത്തിന്റെ നേർക്കോ മലഞ്ചെരിവുകളുടെ നേർക്കോ ഒന്ന് നോക്കാൻപോലും ആർക്കും സമയമില്ല. ആരും ആ വശത്തേക്ക് തിരിഞ്ഞുനോക്കിയില്ല. ഞാനും പ്രഭാതും അത്യന്തം മുഗ്ധരായി കണ്ടാസ്വദിച്ച് ഇരുന്നു. ഏറെനേരം ഇരുന്നുപോയി. 'ഖിച്ചുഡി' തയ്യാറാകുന്നു. വടവൃക്ഷച്ചുവട്ടിൽ ഡോ.രക്ഷിതും ഞാനും പ്രഭാതകിരണനും 'ഖിച്ചുഡി' ഭക്ഷണം കഴിച്ചു. പിന്നീട് ശീട്ട് കളിയും ധാരാളം വർത്തമാനങ്ങളും. നേരം വൈകിവരുന്നതോടൊപ്പം നീണ്ടുവരുന്ന നിഴലുകൾ നിറഞ്ഞുവന്നപ്പോൾ ഞങ്ങൾ മലമുകളിൽ നിന്നിറങ്ങി.

ഇന്നലെ വൈകീട്ട് 'ദുബല ബേഡ' എന്ന സ്ഥലത്തെത്തി. ഹലുദ് പുക്കൂരിൽ നിന്നാണ് വന്നത്. രാത്രി കഴിച്ചുകൂട്ടിയത് ടാറ്റാനഗറിൽ മിസ്റ്റർ വർമ്മയുടെ വീട്ടിലായിരുന്നു. വളരെ പേർ കാണാൻ വന്നിരുന്നു. രാത്രി ഒന്നര മണിവരെ 'ദേവയാൻ" പുസ്തകത്തെപ്പറ്റി ചർച്ചകൾ നടന്നു. സുശീൽബാബുവിന്റെ കാറിൽ അതിരാവിലെ ആറുമണിക്ക് സ്റ്റേഷനിലെത്തി. ഹലുദ് പുക്കൂർ സ്റ്റേഷനിൽ ഇറങ്ങി. ഒരു മാർവാഡിയുടെ കടയിൽനിന്ന് ചായ കുടിച്ചു. ഒപ്പം കുറച്ച് ഭക്ഷണവും. ബാറോജ് സാബിന്റെ ലോറി കാത്തുനിന്നു. ബാറോജ് സാബിന്റെ ആളുകൾ പറഞ്ഞത്, രാത്രി മഴ ധാരാളം പെയ്തതിനാൽ ആ വഴിക്ക് ലോറി വരാൻ വളരെ വിഷമമാണെന്നാണ്. ദുബലസേല ഇവിടെനിന്ന് പതിനാറു നാഴിക ദൂരെയാണെന്ന് പറയുന്നതു കേട്ടു. മേഘം നിറഞ്ഞ ആകാശം. ആകെ നല്ല തണുപ്പും. ഞാനും മിസ്റ്റർ വർമ്മയും നടക്കാൻ തുടങ്ങി.

ചരൽ വിരിച്ച വഴി വളരെയേറെ ദൂരം വരെ നീണ്ടുകിടക്കുന്നു. ചില വളവും തിരിവുകളുമുണ്ട്. അകലെ അകലെയായി നീല ശൈലമാല.

വനങ്ങളുടെ അരികിലേക്ക് ഈ വഴി എത്തുന്നുണ്ട്. ഇതാണ് റായിരക്ഷാപുരത്തിലേക്കുള്ള വഴി. ഇതിൽകൂടി പോയാൽ ബാരിപദയിൽകൂടി ബാലേശ്വരത്തിലേക്കും കട്ടക്കിലേക്കും എത്താം. ഞങ്ങൾ വനത്തിനു നേരെ നടന്നു. ശൈലമാലകൾക്കിടയിലുള്ള താഴ്‌വരയിൽ ധാരാളം വൃക്ഷച്ഛായകളുള്ള ദുബലബേഡ ഗ്രാമം. അവിടെ നിന്നാണ് 'വെലേഡിയം ഓർ' കൊണ്ടുവരുന്നത്.

ആദ്യം ഒരു നദി. നഡസ നദി. വഴിയുടെ ഇരുവശത്തും കരിങ്കല്ലുകൾ മാത്രമായ മലകൾ. കൽക്കരിയുടെ സ്തൂപംപോലെ തോന്നും. ഈ മലകളെല്ലാം ഫലവത്തല്ലാത്തതിനാൽ വൃക്ഷലതാദികളൊന്നുംതന്നെയില്ല ചില മലകളിന്മേൽ ഒന്നോ രണ്ടോ ശിവവൃക്ഷം തല ഉയർത്തി നിൽക്കുന്നുണ്ട്.

ഹാണ്ടിയാലി എന്ന ഒരു ഗ്രാമത്തിലെ ഒരു വീട്ടിൽനിന്ന് ശംഖു വിളിക്കുന്നതു കേട്ടു. ഒരു ചെറുക്കനോട് ചോദിച്ചു,

-അവരുടെ വീട്ടിൽ ശംഖു വിളിക്കുന്നതെന്തിനാ?

-സത്യനാരായണ പൂജയാണ്.

-എന്തു ജാതിക്കാരാണ് അവർ?

-മഹാറാണാ.

-അതെന്തു ജാതിയാണ്?

-ജോതിഷികൾ.

-ബ്രാഹ്മണരാണോ?

-അതെ. അതുതന്നെ.

ഇവിടത്തുകാർക്ക് ശരിക്ക് അതെ എന്നു പറയാനറിയില്ല. 'ഒയി' എന്നേ പറയുകയുള്ളൂ.

ഈ ഗ്രാമത്തിന്റെ താഴെക്കൂടി ചെറിയൊരു പുഴ ഒഴുകുന്നു. ഹാണ്ടിയാലി എന്നു പേരുള്ള മലയാറ്. നടന്നുകൊണ്ടുതന്നെ ഞങ്ങൾ അക്കരെ എത്തി. വഴിനടക്കാൻ ഈ പ്രഭാതസമയത്ത് എന്തൊരു സുഖം! എന്തൊരാനന്ദം!

മേലെയുള്ള ഭൂവിഭാഗം തുറന്നുകിടക്കുന്ന സ്പേസ് സമുദ്രംപോലെ തോന്നി. ഇവിടെ ഇടയ്ക്കിടയ്ക്ക് കൊച്ചു കൊച്ചു ഗ്രാമങ്ങളുണ്ട്. ചെറുതും വലുതുമായ കരിങ്കൽമലകളും. പ്ലാശ്, മഹുൽ, ശിവവൃക്ഷം തുടങ്ങിയ മരങ്ങൾ; സാലവൃക്ഷങ്ങൾ അത്രയ്ക്ക് കാണുന്നില്ല.

ഒരിടത്ത് വഴിയോരത്തെ ഒരു വൃക്ഷച്ചുവട്ടിലെ വലിയൊരു കല്ലിന്മേൽ ബംഗാളിയിൽ എഴുതിവെച്ചിരിക്കുന്നു.

മൃത്യുബാഢേര സർദാർ

സാങ്ങ്ചാകഡി വർഷം 1949.

ഈ ഗ്രാമത്തിലെ ബാഢേര സർദാറിനെ അമരനാക്കാൻ വേണ്ടി ഒരുക്കിയ കബർ.

ഈ ഗ്രാമം കടന്നുപോയതും മറ്റൊരു നദി. പേര് ലുപുങ്. കുറച്ചകലെ തന്നെ അതേപേരുള്ള ഗ്രാമം. വഴിയോരത്ത് നിറയെ മാവുകൾ. എല്ലാം നിറയെ പൂത്തുനില്ക്കുന്നു. മാമ്പൂക്കളുടെ സുഗന്ധം എങ്ങും നിറഞ്ഞു നില്ക്കുന്നു. ഒരു മാവിൻതൈ കണ്ടു. അതിന്മേലും മാമ്പൂക്കൾ മൊട്ടിട്ടു നില്ക്കുന്നു. നദീതീരത്ത് വളരെ വലിയതും പഴക്കവുമുള്ള അർജുനമരം (നീർമരുത്). അതിന്റെ തണലിൽ മാമ്പൂക്കളുടെ മണമാസ്വദിച്ചുകൊണ്ട് കുറച്ചുനേരം ഇരുന്നു.

നേരം ഏറെയായി. വഴിനടന്ന് നടന്ന് വിശപ്പും തോന്നിത്തുടങ്ങി. കയരാസായി ഗ്രാമത്തിന്നരികിൽ കരിങ്കൽ മലയുടെ താഴെയായി ഒരു അത്തി മരം. ഒരു ബദരി മരത്തിന്മേൽ ധാരാളം ബദരിപ്പഴങ്ങൾ. അവ പറിക്കാനായി അടുത്തേക്കു ചെന്നു. ആ വഴിക്ക് ഏതാനും ആൺകുട്ടികൾ സ്കൂളിലേക്ക് പോകുന്നു. കയരാസായി ഗ്രാമത്തിൽ ഒരു പാഠശാല വഴിവക്കത്ത് കണ്ടതായി ഓർത്തു. ഞങ്ങൾ അവരുടെ പേര് ചോദിച്ചു. ഒരുവൻ പറഞ്ഞു,

-ദിവാകരൻ താംതി (നെയ്ത്തുകാരൻ).

മറ്റൊരുവൻ പറഞ്ഞു,

-ധനുർധർ ബാസ്കേ.

-എന്താണ് ജാതി?

-ബാസ്കെ ജാതി.

ആ നേരത്ത് കുറേശ്ശെ മഴ പെയ്യാൻ തുടങ്ങി. ഞങ്ങളുടെ മുന്നിൽ വലതുവശത്തായി ജോജുഡി ശിഖരം കണ്ടു. ഉയരം 2000 അടി. അകലെ നാരദശിഖരം - 1706 അടി ഉയരം. മുന്നിലുള്ള മലമുകളിലാണ് മയ്യൂർ ഭജ്ജ്. വളരെയധികം കാട്ടാനകൾ ആ മലകളിലുണ്ട്. നേരം വൈകും മുമ്പേ ദുബലബേഡയിലെത്തിയാൽ രക്ഷപ്പെട്ടു. കൊയാലി ഗ്രാമത്തിലെത്തിയപ്പോൾ ഒരു മണിയായി. ഒരു കുംഭാരന്റെ വീട്ടിൽ മഴയിൽനിന്ന് രക്ഷനേടാൻ ആശ്രയം കിട്ടി. മണ്ണുകൊണ്ടുള്ള ചുമരും ഓടിട്ട മേല്പുരയും. പെൺകുട്ടികളുടേയും സ്ത്രീകളുടേയും കൈകളിൽ വെള്ളി ആഭരണങ്ങൾ. നെറ്റിയിൽ സിന്ദൂരപ്പൊട്ട്. സംസാരിക്കുന്നത് ബംഗാളി തന്നെ. പക്ഷേ, കലർപ്പുള്ള തരം. ഒറിയ ഭാഷയുടെ ഭാവം. അവർ ഞങ്ങൾക്ക് പൊരി എണ്ണപുരട്ടി ഉപ്പുചേർത്ത് തിന്നാൻ തന്നു.

പെട്ടെന്ന് ഒരു വൃദ്ധനായ ഒഡിയ ബ്രാഹ്മണൻ വന്ന് ഭിക്ഷ യാചിച്ചു. പേര് ബായിധർ മിശ്ര. വീട് പുരിക്കടുത്തുള്ള മാലതീപാതപ്പൂരിൽ. പന്ത്രണ്ടു വയസ്സുള്ള മകൻ വീട്ടിൽനിന്ന് ഭിക്ഷ യാചിക്കാൻ ഇറങ്ങിയിട്ട് മൂന്നു മാസമായി. അവനിപ്പോൾ സിംഹഭൂമിയിലെത്തിയിട്ടുണ്ട് എന്ന് വിവരം കിട്ടി. അതിനാൽ ബായിധർ മകനെ തേടി ഇറങ്ങിയിരിക്കയാണ്. ഹലുദ് പുക്കൂർ സ്റ്റേഷനിലേക്കിറങ്ങി ഗ്രാമം തോറും അലയുകയാണ്. അയാൾ ഒഡിയ ഭാഷയിൽ പറഞ്ഞുകൊണ്ടിരുന്നു,

-ഇന്നലെ രാത്രി ഒരു മണ്ടലിന്റെ വീട്ടിൽ താമസിച്ചു. എന്തൊരു കാറ്റും മഴയുമായിരുന്നു. ഒരുപിടി ചോറ് വെച്ചുണ്ണാൻ കഴിഞ്ഞില്ല. രാത്രി ഒന്നും കഴിച്ചില്ല.

ഞങ്ങൾ ആ ബ്രാഹ്മണന് കുറച്ച് കാശും പൊരിയും കുറച്ച് എണ്ണയും കൊടുത്തു. എണ്ണ ഒരു മുളവടിക്കുള്ളിൽ നിറച്ചു.

എത്ര സുന്ദരനായ ബ്രാഹ്മണൻ!

-വടിക്ക് വടി! കുഴലിന് കുഴലും.

ബ്രാഹ്മണൻ അതിസന്തുഷ്ടനായി പോയി.

ഞങ്ങൾ മഴനിന്നശേഷം കോയാലിയിൽനിന്ന് പുറപ്പെട്ടു. ഗുരബ നദി കടന്നു. രാഖാ മൈനിനടുത്തുള്ള അതേ ഗുരബനദി. ഇവിടെയുള്ള ഛാത്ന മലയിൽ നിന്ന് ഉദ്ഭവിക്കുന്നു. പിന്നെ കാട്ടിൽ കൂടിയുള്ള വഴി നടന്ന് ഹരിന ഗ്രാമത്തിലെത്തി. മഹാദേവ് എന്ന സ്ഥാനത്തെത്തി. ഈ വനത്തിന്റെ മധ്യത്തിലായി. ഒരു പൊളിഞ്ഞുവീണ അമ്പലമുണ്ട്. ചുറ്റും വടവൃക്ഷം, നെല്ലി, പ്ലാശ്, കൂവളം എന്നിവ. മനുഷ്യൻ നട്ടുപിടിപ്പിച്ച വന മല്ല, സ്വയം ഉണ്ടായതാണ്. ദേവസ്ഥാനത്തിനു ചുറ്റുമായതിനാൽ ആരും വെട്ടിയിട്ടില്ല. അവിടെ കുറച്ചുനേരം വിശ്രമിച്ചശേഷം വീണ്ടും പുറപ്പെട്ടു. വഴിനടക്കാനുള്ള ആനന്ദം ഒരു ലഹരിയായി മാറുന്നു. ബാഹ്യലോകത്തെ ആസ്വദിക്കാൻ കഴിയുന്ന മനസ്സ് എപ്പോഴും അതിലാനന്ദിക്കയല്ലാതെ ഒരിക്കലും ക്ഷീണിക്കാറില്ല. ഗുരബനദി കടന്നതിനുശേഷം വീണ്ടും ഒരു ചെറുപുഴ കണ്ടു. അതു കടന്നപ്പോൾ ബെഗ്നാഡി ഗ്രാമം. അടുത്ത മല യുടെ ഓരത്ത് ഖാരിയ ജാതിക്കാർ കൃഷിപ്പണി ചെയ്യുന്നു. ധാരാളം സ്ഥലത്തെ പുല്ലും ഉണങ്ങിയ ചെടികളും ഒന്നിച്ചുകൂട്ടിയിട്ടിരിക്കുന്നു. ഒഴിഞ്ഞ സ്ഥലം ചുവന്ന നിറമായി കാണുന്നു. ബെഗ്നാഡി ഗ്രാമത്തി ന്നരികിൽ കൂടിയാണ് വഴി പോകുന്നത്. വഴിയുടെ ഇരുവശത്തും മുള ങ്കാടുകളും പുളി, മഹുവ (ഇരിപ്പ), നീർമരുത് (അർജുനമരം) ധാരാളം നില്ക്കുന്നുണ്ട്. അവിടെ സ്ത്രീകളേയും പെൺകുട്ടികളേയും കണ്ടു. നെറ്റിയിൽ സിന്ദൂരം, സാരി ഉടുത്തിരിക്കുന്നു. അവിടെത്തന്നെ നെയ്തെടുക്കുന്ന കനത്ത വസ്ത്രമാണ്. രണ്ടാക്കി മടക്കി ധരിച്ചിരിക്കുന്നു. ഹോ അഥവാ സാന്താൾ ജാതിക്കാരെപോലെ വേഷം.

അനവധി തക്കാളി വയലുകൾ കണ്ടു.

ഒരു വൃദ്ധൻ എരുമകളെ മേക്കുന്നു. ചോദിച്ചു,

-ദുബലാബേഡ എത്ര ദൂരെയാണ്?

-അടുത്തുതന്നെ മാഗ്രു. പിന്നെ തൊട്ടടുത്തത് നേംഗാം. നേംഗാമിൽനിന്ന് അടുത്തതു തന്നെ ദുബലാ ബേഡ.

ഒരു പുതിയ വാക്ക് പഠിച്ചു. 'ഭിഡാഭിഡി', എന്നുവെച്ചാൽ അടുത്തത് എന്നർത്ഥം. പതിന്നാല് നാഴിക നടന്നുകഴിഞ്ഞു. വിശപ്പും ദാഹവും നല്ല പോലെയുണ്ട്. അത്തരം സ്ഥിതിയിൽ ഇവരുടെ ഈ വാക്ക് കേട്ടപ്പോൾ

ആശ്വാസം തോന്നി. പക്ഷേ, ഇവർ മൂന്നുനാഴിക ദൂരത്തിനും അടുത്തു തന്നെ എന്നു പറയും. ഒരു പർവ്വതം കാണിച്ചുകൊണ്ട് പറഞ്ഞു,

–ആ പർവ്വതം കാണുന്നില്ലേ, അതിനെ ചുറ്റി പോകണം.

അങ്ങോട്ട് നല്ലപോലെ നോക്കി. വളരെ മനോഹരമായി തോന്നി. മൂന്നു വശത്തും പർവതശിഖരങ്ങൾ. ഏതാണ്ട് അർദ്ധചന്ദ്രാകൃതിയിൽ. വളരെ ദൂരെത്തന്നെയാണ്. ജോജുഡി ശിഖരത്തിന്റെ ഭാഗം ഇപ്പോൾ കാണാൻ കഴിയുന്നില്ല. വളരെ പിറകിലായി നാരദപീക്ക്. അത്ര തെളിഞ്ഞല്ലാതെ മാത്രം കാണാൻ കഴിയുന്നു. പടിഞ്ഞാറെ ആകാശത്ത് വെയിൽ തെളിഞ്ഞുകാണാം. എന്നാൽ ഇടതുഭാഗത്തെ മലപ്രദേശങ്ങളും ആട്ട്കുശി ശൈലമാലയും മൂടൽമഞ്ഞു നിറഞ്ഞുനില്ക്കുന്നപോലെ ദാർജിലിങ്ങിലെ മൂടൽമഞ്ഞുപോലെ. നല്ല തണുത്ത കാറ്റ് വീശുന്നു. മലയുടെ വശത്തുനിന്നാണ് കാറ്റു വരുന്നത്.

വഴിയുടെ ഒരുവശത്ത് സാലവൃക്ഷങ്ങളും കേരുവനവും. വലിയ വലിയ പാറക്കല്ലുകൾ സർവ്വത്രയുണ്ട്. മലകൾക്ക് നല്ല ഉയരമുണ്ട്. ഇടതു വശത്തെ പർവതശിഖരങ്ങൾ പോക്കുവെയിലിൽ അതിമനോഹരമായി കാണുന്നുണ്ടായിരുന്നു. ഏതാനും കാട്ടുജാതിക്കാരായ പെൺകുട്ടികൾ പഴുത്ത ബദരിപ്പഴങ്ങൾ തിന്നുകൊണ്ട് പോകുന്നു. നേരം അഞ്ചുമണി യായപ്പോൾ ദുബലബേഡ തമ്പിലേക്കെത്തി. മലയുടെ അടിവാരത്തിലെ വനം അവിടെ അവസാനിച്ചിരിക്കുന്നു. തമ്പു കെട്ടിയിരിക്കുന്നത് അവിടെ യാണ്.

മിസ്റ്റർ ബരോജ് മിസ്റ്റർ സിഹനയുമായി സംസാരിച്ചുകൊണ്ടിരിക്കുന്നു. പറഞ്ഞു,

–വഴിയിൽ മഴ കാരണം വെള്ളമുള്ളതുകൊണ്ട് കാറ് കൊടുത്ത യയ്ക്കാൻ സാധിച്ചില്ല. ഇപ്പോൾ അയയ്ക്കാൻ പോകയായിരുന്നു.

ചായയും കൂടെ കഴിക്കാനുള്ളതും കിട്ടിയപ്പോൾ പ്രാണൻ തിരിച്ചു കിട്ടിയപോലെ തോന്നി.

രാത്രിയിൽ കുറേശ്ശെ നിലാവ് ഉദിച്ചു. തമ്പിനുപിറകിലെ പർവ്വതസാനു വിലെ വനങ്ങളുടെ ശോഭ ഒന്നു വേറെ തന്നെയായിരുന്നു. കേരു വൃക്ഷവും ബദരിയും ശിവവൃക്ഷവും നെല്ലിയും വേപ്പും കോംപ്രിട്ടാം ലതകളും നിറഞ്ഞ വനം. കുറച്ചൊരു വൈചിത്ര്യമെന്നപോലെ വലിയ വലിയ സാലവൃക്ഷങ്ങളുടെ വനവും കണ്ടപ്പോൾ അത്രയ്ക്ക് ചേരുന്ന തായി തോന്നിയില്ല.

മിഠായി പുഴയുടെ മറുകരയിൽ ലഖായിഡി ഗ്രാമം. അവിടെ ഖാഡിയ ജാതിക്കാരാണ് വാസം. നിലാവുള്ള രാത്രിയിൽ അവർ മാദർ (മദ്ദളം പോലെ നീണ്ട വാദ്യം) വായിച്ചു രസിക്കുന്നു. തികച്ചും വന്യമാണ് ഈ ഭാഗമെന്നും ഇവിടെ കാട്ടാനകളുടെ ശല്യം ധാരാളമുണ്ടെന്നും ബരോജ്

പറഞ്ഞു. കഴിഞ്ഞ കൊല്ലം അടുത്ത ഗ്രാമമായ കേരു കോയ ഗ്രാമത്തിൽ ഒരാളെ കാട്ടാന കൊന്നുവത്രെ.

എന്തൊരു വനശോഭ! നിലാവ് പതിയുന്നത് താഴ്‌വരയുടെ മറുഭാഗത്താണ്. വനമാലാഖകളുടെ രാജ്യമാണോ എന്നു തോന്നിപ്പോകും. തമ്പിന്റെ പിറകിലെ താഴ്‌വരയിൽ പവിഴമല്ലി വൃക്ഷങ്ങൾ ധാരാളമുണ്ട്. ശരത്കാലത്ത് അവയുടെ പൂക്കൾ സുഗന്ധം പരത്തുമായിരുന്നു. രാത്രിയിലെ നേരിയ തണുപ്പുള്ള കാറ്റിൽ ആ മണം ഒഴുകിവരും.

ഇങ്ങനെ എഴുതിക്കൊണ്ടിരിക്കുമ്പോൾ അതാ പർവ്വതങ്ങളുടെ മുകളിൽ മേഘപുഞ്ജങ്ങൾ നിറഞ്ഞുവരുന്നു. തമ്പിന്റെ കതകിനിടയിൽകൂടി വൃക്ഷങ്ങൾ എത്ര സുന്ദരമായി കാണപ്പെടുന്നു. ഗ്രീക്ക് ചരിത്രകാരൻ ഹിറോഡോട്ടസിന്റെ ഒരു വാചകം മനസ്സിലേക്കെത്തി.

> "A Nations history has three states
> Success then as a consequence of
> Success, arrogance and injustice;
> then as a consequance of these, downfall."

ഇന്നലെ മുഴുവൻ ദിവസവും മഴ കാരണം തമ്പിൽതന്നെ ഇരുന്നു. ഒരിടത്തേക്കും ഇറങ്ങാൻ കഴിഞ്ഞില്ല. തമ്പിന്റെ പിറകിൽ ചില ചില ചെറു മരങ്ങൾ. ഒരു താത്തിരി വൃക്ഷത്തിന്മേൽ വസന്താഗമനത്തെക്കുറിച്ചു കൊണ്ട് ആദ്യപുഷ്പങ്ങൾ ചുവന്ന് വിരിഞ്ഞുനില്ക്കുന്നു. മലയുടെ അടിവാരത്തിലും ഇടയ്ക്കിടയ്ക്കെല്ലാം വലിയ വലിയ പാറക്കല്ലുകൾ കാണാം. അവയിലേതിന്മേൽ വേണമെങ്കിലും സൗകര്യമായി ഇരുന്ന് ചിന്തിക്കയോ എഴുതുകയോ ചെയ്യാം. പക്ഷേ, ഇപ്പോൾ മഴ പെയ്ത് നനഞ്ഞുകിടക്കുന്നു.

സന്ധ്യക്ക് ബറോജിന്റെ ബംഗ്ലാവിലേക്ക് നടക്കാനിറങ്ങി. അവിടെ കുറച്ചുനേരം ഇരുന്നു. പൂർവാകാശത്തിൽ മലകൾക്കിടയിലെ മേഘശകലങ്ങൾക്കിടയിൽകൂടി പൂർണചന്ദ്രനുദിക്കുന്നതു കണ്ടു. മിസ്സിസ് ബറോജ് കാട്ടാനകളുടെ കഥകൾ പറഞ്ഞു. ഒരു കപ്പ് കൊക്കോ കുടിക്കാൻ തന്നു. അത് ഈ തണുപ്പുള്ള സന്ധ്യയിൽ വളരെ സുഖം നല്കി. അത് കുടിച്ചുകൊണ്ട് കാട്ടാനയുടെ മാത്രമല്ല മത്തുപിടിച്ച് നടക്കുന്ന കരടികളുടെ വിവരണങ്ങളും കേട്ടു. പോയ വർഷത്തിൽ മാഗഡു ഗ്രാമത്തിനടുത്ത ഒരു വഴിയിൽ വയറുനിറയെ മഹുവ (ഇരിപ്പ)യുടെ പൂക്കൾ തിന്ന് നല്ലപോലെ ലഹരി കയറിയ കരടി ആടി ആടി നടന്നുവരുന്നത് കണ്ടത്രേ.

ഭയങ്കര മഴ. കാറ്റും കോളും ആരംഭിച്ചപോലെ. രാത്രി മുഴുവനും ഒരേ മഴ.

ഇന്നു രാവിലെയും മഴ പെയ്യുന്നുണ്ട്. നേരം പുലർന്നുവരുന്നതോടൊപ്പം ആകാശം തെളിയാൻ തുടങ്ങി. വൈകുന്നേരം ഞങ്ങൾ മാഗഡു,

ചേങ്ങ്ശം എന്നീ ഗ്രാമങ്ങളിൽ ചുറ്റിക്കറങ്ങാൻ ഇറങ്ങി. വലതുവശത്തെ വളരെ ഉയർന്ന മലകളുടെ അരികിൽക്കൂടി ആസാൻ പഡാശി വനത്തിന്റെ തണലിൽ നീണ്ടുകിടക്കുന്ന വഴി. വനത്തിൽ പിയാള മരങ്ങൾ നിറയെ പൂത്തുനില്ക്കുന്നു. കാറ്റിൽ മാമ്പൂക്കളുടേയും പിയാളപൂക്കളുടേയും സുഗന്ധം നിറഞ്ഞുനില്ക്കുന്നു. കറുത്ത സ്തൂപങ്ങൾക്കു മുകളിൽ ടെരി വനം. ഇടതുഭാഗത്ത് പോട്ടരി, കുന്ദുർകോട്ട മലകൾ. അവിടെ ഒരു സ്വർണഖനി ഉണ്ടായിരുന്നുവത്രെ. ബില്ലിങ്ങ് ഹാം എന്ന സായ്പിന്റേതായിരുന്നു. ഇപ്പോൾ ആ ഖനിയിൽ ജോലി ഒന്നുമില്ല. അടച്ചുപോയെന്ന് കേൾക്കുന്നു. ആ മലയുടെ മുകളിൽ കൂടി അസ്തമയ ആകാശത്തിന്റെ കീഴിലാണ് മയൂർഭഞ്ജിലേക്ക് പോകുന്ന വഴി. ഞങ്ങൾ തിരിച്ചെത്തിയപ്പോൾ പകൽ അധികം ബാക്കിയില്ല. സന്ധ്യയാകാൻ തുടങ്ങി. വലതുവശത്തെ ശൈലസാനുവിലെ ഗഹനമായ വനത്തിൽനിന്ന് കാട്ടുനായ്ക്കൾ കുരയ്ക്കുന്നതു കേട്ടു.

രാത്രിയിൽ സുന്ദരമായ നിലാവ്. ഞങ്ങൾ തമ്പിന്റെ പിറകിലെ ശൈലശ്രേണികളിലൊന്നിലെ ഒരു വലിയ പാറക്കല്ലിന്മേൽ രാത്രി രണ്ടു മണി വരെ ഇരുന്ന് തീകാഞ്ഞ് പല കഥകളും പറഞ്ഞു. കരടിയുടേയും കാട്ടാനയുടേയും ഭയത്താലും തണുപ്പു കാരണവും തീ കത്തിച്ചിടുന്നത് അത്യാവശ്യമായിരുന്നു. ഇന്നു രാവിലെ തന്നെ ഞങ്ങൾ കണ്ടുവന്നതാണ്. ഒരു സാന്താൾ യുവാവിന്റെ കണ്ണ് കരടി പിഴുതെടുത്തു. മാഗ്ഡു ഗ്രാമത്തിലാണുണ്ടായത്. അവിടെനിന്ന് ദുബലാ ബേഡയ്ക്കു പോകുന്ന വഴിയിലെ കാടിനരികിൽ വെച്ച് സംഭവിച്ചു. ദുബലാ ബേഡയിലേക്ക് നടന്നുപോകുകയായിരുന്നു. അതേസമയത്ത് കരടി മഹുൽമരത്തിൽ നിന്നിറങ്ങിയതും ഈ സാന്താൾ യുവാവിന്റേ മേൽ ചാടിവീണു. ഇരുവരും പരസ്പരം അടിയും ഇടിയും ഉണ്ടായി. പക്ഷേ, അതിന്റെ ഫലമായി ലഖന് ഒരു കണ്ണ് നഷ്ടപ്പെടേണ്ടിവന്നു. മിനിയാന്ന് രാത്രി ബറോജ് സായ്വിന്റെ കോഴിക്കൂട്ടിലേക്ക് പുലി കടന്നുവന്നു. രാവിലെ, വന്നതിന്റെ അടയാളം കണ്ടു. ഇതെല്ലാം കേട്ടശേഷം വിജനമായ സ്ഥലത്ത് പാറപ്പുറത്ത് അർദ്ധരാത്രിയിൽ ഞങ്ങൾ മൂന്നുപേർ തനിച്ചിരുന്നപ്പോൾ ഞങ്ങളുടെ മനസ്സിലും ഭയമില്ലായിരുന്നു എന്നു പറഞ്ഞാൽ മുഴുവനും സത്യമാവില്ല.

എല്ലാ ആപത്തുകളേയും അവഗണിക്കാനും ഓർക്കാതിരിക്കാനും തക്കവിധം അപൂർവമായിരുന്നു നിലാവിന്റെ ശോഭ. മലകൾക്കു മുകളിൽ അനവധി സാലവൃക്ഷങ്ങൾ. വേറെയും കാട്ടുമരങ്ങൾ. കാട്ടുപവിഴമല്ലിയും odina wodier എന്ന മരങ്ങളും കൂവളവും ഗൊളാഗൊളിയും കാട്ടുതുളസിയും നിലാവിൽ കുളിച്ചുനില്ക്കുന്നു. Adina Cordifolia എന്നൊരു തരം വൃക്ഷങ്ങളും ഇടയിലുണ്ട്. രാത്രിയുടെ ഏകാന്തതയിൽ വെണ്ണിലാവിൽ തെളിഞ്ഞുനില്ക്കുന്നു. മുന്നിലെ താഴ്വരയും അപ്പുറത്തെ ആട്കുശി – പോട്ടര പർവ്വതങ്ങളിലെ വനത്തിനു മീതെയും ചന്ദ്രിക പൊഴിഞ്ഞ്

ഒരു മായാലോകം തന്നെ സൃഷ്ടിച്ചിരിക്കുന്നു. രാത്രിയിൽ ആരുമില്ലാത്ത സമയത്ത് വനദേവികളും ദേവന്മാരും നിശ്ശബ്ദമായ കാലടികൾ വെച്ച് നടക്കുന്നുണ്ടോ എന്നു തോന്നും. അവരുടെ മുഖത്തു നിന്നുയരുന്നില്ലേ. വിശ്വത്തിന്റെ അധിദേവതക്കുള്ള നീരവജയഗാനങ്ങൾ! ഈ വനത്തിൽ ഈ ഒരു പർവ്വതമൊഴികെ ബാക്കി എല്ലായിടത്തും അധികവും പവിഴമല്ലികൾ തന്നെയാണ്. വിവിധ ലതകളും പ്ലാശ്, പിയാളം, ഇരിപ്പ, നീർമരുത്, വടവൃക്ഷം, കദംബം എന്നീ വൃക്ഷങ്ങളുമുണ്ട്. റോഹാൻ മുള (soymida Feterifuga) വലിയ ഇലകളുള്ള ചിനഡ് ലത എന്നിവയും കാണുന്നുണ്ട്. ചിലയിടങ്ങളിൽ ഏതാനും വൃക്ഷങ്ങൾ കൂട്ടിപ്പിണഞ്ഞ് ഒന്നിച്ചു നില്ക്കുന്നു. മനുഷ്യർ ഒരുക്കിയ ഉദ്യാനങ്ങൾ ഒഴികെ മറ്റെല്ലായിടത്തും അരണ്യത്തിന്റെ പ്രകൃതിഭംഗി ഒന്നു വേറെയാണ്. ചിലയിടത്ത് ഒരേ വൃക്ഷങ്ങൾ തന്നെ ധാരാളം വളർന്നുനില്ക്കുന്നു. സാലവൃക്ഷങ്ങളാണെങ്കിൽ അവ മാത്രം. നീർമരുതും അതേപോലെ കൂട്ടമായി നില്ക്കുന്നുണ്ട്.

ഇന്നു രാവിലെ തമ്പിൽനിന്ന് പുറപ്പെട്ട് ദുബലാബേഡ ഗ്രാമത്തിൽകൂടി പോയി മലമുകളിലേക്ക് കയറി. അതിസുന്ദരമായ വനവീഥി, ഘാട്ട് ശിലയിൽനിന്ന് പതിനാറ് നാഴിക ദൂരം കാണും. അകലെ ദാൽകി പർവ്വതശ്രേണി കാണാൻ കഴിയുന്നുണ്ട്. ഇപ്പോൾ സമയം അഞ്ചരമണി. ഇവിടെ ഇരുന്ന് ചായയും ലഘുഭക്ഷണവും കഴിച്ചു. ദൂരത്തുള്ള ശൈലമാലകളും മുന്നിലെ സമതലപ്രദേശവും മൂടൽമഞ്ഞിൽ നിറഞ്ഞുനില്ക്കുന്നു. ഒരു വലിയ വൃക്ഷത്തണലിൽ ഇരുന്ന് മുന്നോട്ടു നോക്കിയപ്പോൾ ഹിമാലയത്തിലെ ഏതോ മലങ്കാട്ടിലാണോ ഇരിക്കുന്നത് എന്നു തോന്നിപ്പോയി. വലിയ ഇലകളുള്ള മുളകൾ, സോന്താള വൃക്ഷങ്ങൾ എന്നിവ കാണാൻ കഴിയുന്നുണ്ട്. തലേദിവസം രാത്രി തമ്പിനു വെളിയിൽ കരിങ്കല്ലിന്മേൽ എത്രനേരമാണ് ഇരുന്നത്. നല്ല നീല നിറമുള്ള ആകാശം. ആകാശത്തിനു കീഴിൽ സാലവൃക്ഷങ്ങളും മറ്റു നിരവധി വൃക്ഷങ്ങളും നില്ക്കുന്നതു കാണാൻ ഒരു പ്രത്യേക ഭംഗിയുണ്ടായിരുന്നു. കാണേണ്ട കാഴ്ചതന്നെ.

ഒരു വലിയ കല്ലിന്മേൽ ഏറെ നേരം കിടന്നു. ഇളംവെയിലുമുണ്ടായിരുന്നു. വെയിലിൽ കുളിച്ചുനില്ക്കുന്ന വനങ്ങളുടെ സൗന്ദര്യം അതിയായ ആനന്ദം മനസ്സിലുണർത്തി. എത്രനേരം അങ്ങനെ ഇരുന്നു, കിടന്നു എന്നൊന്നുമറിയില്ല. വാസ്തവത്തിൽ ഇത്രയധികം സൗന്ദര്യത്തിന്റെ അനുഭൂതി മനസ്സിൽ ഉൾക്കൊള്ളാൻ പ്രയാസപ്പെട്ടു. ഹൃദയം കുളിർക്കേ ഭഗവാന്റെ ശില്പരചനയുടെ മാഹാത്മ്യം നോക്കി ഇരുന്നു.

വൈകുന്നേരം ഞങ്ങൾ ഘാട്ട് ദുയാർ എന്നു പേരുള്ള മനോഹരമായ ഒരു സ്ഥലത്തേക്ക് പോയി. തമ്പിൽനിന്ന് നാല് നാഴിക ദൂരെയായി മുസാവനിയിലേക്ക് പോകുന്ന വഴിയിലാണ്. പോകുന്ന വഴിക്ക് രണ്ട് സാന്താള ഗ്രാമമുണ്ട്. ഛാത്നകോട്ട, രാംഗാമാട്ടിയ എന്നാണ് ഗ്രാമങ്ങളുടെ പേര്. സാന്താളരുടെ മൺവീടുകൾ കാണേണ്ടതുതന്നെയാണ്. എല്ലായിടത്തും

നല്ല വൃത്തിയായി മെഴുകി മിനുക്കി വെച്ചിരിക്കുന്നു. ചുമരുകളിന്മേൽ ചുവന്നതും കറുത്തതുമായ മണ്ണുകൊണ്ട് ചിത്രങ്ങൾ വരച്ചിരിക്കുന്നു. അൽപന (അരിമാവുകൊണ്ടണിയുന്ന ചിത്രങ്ങൾ) ചെയ്യുംപോലെ പക്ഷികളും വൃക്ഷങ്ങളും വരച്ചുവെച്ചിട്ടുണ്ട്. ഘാട്ട് ദുയാർ എന്ന ഗ്രാമത്തിൽ ഇരുവശത്തുനിന്നും മലകൾ ചാഞ്ഞിറങ്ങിവന്നിരിക്കുന്നു. നടുവിൽ ഏതാനും സ്ഥലം സമതലമാണ്. അതിന്റെ ഒരു ഭാഗത്ത് ഒരു മലയാറ് വലിയ പാറകളിന്മേൽകൂടി ഒഴുകിവരുന്നു. ഇരുഭാഗത്തും ഗഹനമായ വനങ്ങൾ. പുഴയുടെ ഇടയിലും ഉയർന്നുനില്ക്കുന്ന വലിയ പാറകളുണ്ട്. ഇടവിട്ട് ഇടവിട്ട് അവ വന്നുവീണ് കിടക്കുകയാണ്. ചിലവയ്ക്ക് ഏതാണ്ട് ആറടിയും നൂറ്റമ്പതടിയും ഉയരമുണ്ട്. ഈ പാറകൾ ഒന്നിനുമീതെ ഒന്നായി അവ അടക്കിവെച്ചപോലെയുണ്ട്. ജലനിരപ്പിനടിയിൽ രണ്ടു ഗുഹകളുണ്ടത്രെ. കഴിഞ്ഞ കൊല്ലം വരെ ഒരു കുടുംബം അതിൽ താമസിച്ചിരുന്നു എന്നു കേൾക്കുന്നു. 'ഖാഡിയ' എന്ന വർഗക്കാർ.

ഞങ്ങൾ തിരിച്ചു പോരുമ്പോൾ നേരം സന്ധ്യയായിരുന്നു. മുന്നിൽ ഇരുൾനിറഞ്ഞ രാത്രി. പലയിടത്തും വെള്ളത്തിലെ പാറക്കല്ലുകൾ കാണാൻ കഴിയാത്തതിനാൽ ഇടയ്ക്കെല്ലാം തടഞ്ഞുവീണുകൊണ്ട് മുന്നോട്ടുപോയി. വഴിയും നിരപ്പല്ലായിരുന്നു. പക്ഷേ, താരങ്ങൾ നിറഞ്ഞ ആകാശം അതിന്റെ മുഴുവൻ മഹിമയോടും കൂടി കാണാൻ കഴിഞ്ഞപ്പോൾ എല്ലാ വിഷമങ്ങളും മറന്നു. ബാറോജ് സായ്പിന്റെ വീട്ടിൽ രാത്രിഭക്ഷണം കഴിക്കണമെന്ന് പറഞ്ഞുവെച്ചിരുന്നു. രാത്രി എട്ടരമണി ആയപ്പോഴാണ് ഞങ്ങൾ തമ്പിലെത്തിയത്. രാത്രിഭക്ഷണം കഴിച്ച് തിരിച്ചു വന്നപ്പോൾ പതിനൊന്നുമണി. ബാറോജ് സായ്പ് ചോദിച്ചു,

-സന്ധ്യക്ക് മുന്നിലെ മലകളിൽനിന്ന് പുലിയുടെ ശബ്ദം കേട്ടില്ലേ? ആറര മണിസമയത്ത് നല്ലപോലെ കേട്ടിരുന്നു.

ഇന്നു രാവിലെ എണീറ്റ് ചായകുടിച്ച് മിഠായി പുഴയുടെ അടുത്തുള്ള ചുകലു-ബാഗാൽ ഗ്രാമത്തിലേക്ക് 'ഖാഡിയ' ജാതിക്കാരെ കാണാൻ പോയി. ദുബല ബേഡയ്ക്കുശേഷം കുറച്ചുപോയാൽ വഴി മലമുകളിലേക്ക് കയറിപ്പോകുന്നു. കൊടുംവനത്തിൽ കൂടിയാണ് വഴി പോകുന്നത്. ഒരു വലിയ മരത്തിന്റെ കൊമ്പിന്മേൽ രണ്ട് പരുന്തുകൾ ഇരിക്കുന്നു. കയറി കയറിനടന്ന് കാലുകൾ വേദനിക്കാൻ തുടങ്ങി. വേഗം ഒരു വലിയ കല്ലിന്മേൽ ഇരുന്നു. മലയുടേയും സമതലത്തിന്റേയും നടുവിലായി ഒരു വലിയ മഹുവ (ഇരിപ്പ) മരം ഉയർന്നുനില്ക്കുന്നു. പ്രകൃതിചൈതന്യത്തിന്റെ നിപുണത ഈ വക സ്ഥലങ്ങളിൽ എത്രത്തോളം അനുഭവിക്കാനും ആസ്വദിക്കാനും കഴിയുന്നുവോ അത്രയ്ക്കൊന്നും കൊൽക്കത്തയിലോ ടാറ്റാ നഗറിലോ ഇരുന്ന് ലഭിക്കുക സാധ്യമല്ല. ടാറ്റാനഗർ എന്ന് എന്തുകൊണ്ട് ഓർത്തു? സിംഹഭൂമിയിലെ ഒരു തമ്പിൽ ഇരുന്നുകൊണ്ട് ടാറ്റാനഗറിനെക്കുറിച്ച് ഓർക്കാതിരിക്കുന്നത് അന്യായമാവില്ലേ? ഉയരങ്ങളിലേക്കു പോകുന്ന വഴിയിൽകൂടി ഞങ്ങൾ നടക്കുകയാണ്. കാട്ടുമുളകൾ,

നെല്ലി, ഇരിപ്പ എന്നീ നാനാവൃക്ഷങ്ങൾ കാണാനുണ്ട്. ചിലയിടത്ത് കുന്നിക്കുരുക്കൾ നിറഞ്ഞുനില്ക്കുന്ന കുറ്റിക്കാടുകൾ കണ്ടു. മഞ്ഞനിറത്തിലുള്ള പൂക്കളുള്ള പുല്ലുകൾ ധാരാളമുണ്ട്. തണുത്ത കാറ്റ് വീശുന്നുണ്ട്. ആകാശത്ത് കറുത്ത മേഘങ്ങൾ കൂടിവരുന്നു.

മലയുടെ മുകളിലേക്കെത്തി. അവിടെ രണ്ട് ഖാഡിയ ജാതിക്കാരുടെ വീടുകൾ. അവിടത്തെ കുട്ടികൾ ഞങ്ങളെ കണ്ടതും ഓടിപ്പോയി. ഞങ്ങൾ അവിടെനിന്ന് ടുകലു ബാഗാലിന്റെ വീട്ടിലേക്കു പോയി. മൺചുമരുകളും വൈക്കോൽ മേഞ്ഞതുമായ വീട്. ചുറ്റും അതിവിചിത്രമായ ദൃശ്യം. ഷില്ലോങ്ങ് അല്ലെങ്കിൽ കാർസിയാങ്ങ് എന്നിവിടങ്ങളിലെ ധനികരുടെ വീട് ഇവിടെയെങ്ങാനും ഉണ്ടായിരുന്നെങ്കിൽ എത്ര അഭിമാനകരമായിരുന്നു. ടുകലുവിന്റെ മകൻ ആനന്ദപൂരിലെ സ്കൂളിൽ പഠിക്കുന്നു. ഇന്നലെ രാത്രി ടുകുലുവിന്റെ ഒരു പശുവിനെ മുന്നിലെ മലയിൽ മേയുമ്പോൾ പുലി പിടിച്ചുവത്രെ! ഒന്നും ബാക്കിവെക്കാതെ മുഴുവനും തിന്നുവോ എന്ന് ഞങ്ങൾ ചോദിച്ചു. അവൻ പറഞ്ഞു,

–വാക്കർ തല കൊണ്ടുപോയി. ബാക്കിയുള്ളത് ഡുങ്ങ്രിനിൽ വെച്ചിട്ടുണ്ട്.

ഈ മലയുടെ പേര് ചരായിമല എന്നാണ്. 2106 അടി ഉയരമുണ്ട്. ഹിമാലയത്തിലേതുപോലെയാണ്. ചുറ്റും കാണുന്ന പ്രകൃതിഭംഗി. വിട്ട് വിട്ട് ഗ്രാനൈറ്റിന്റെ ബോൾഡറുകൾ കാണുന്നു. ഇടയിൽ കിടങ്ങുകളുണ്ട്. മൂന്നുനാല് ഝാവു വൃക്ഷം, കാട്ടുമുളകൾ, കൂട്ടിനാരുമില്ലാത്ത ഒരു ഇരിപ്പമരം. മുൻവശത്തെ പ്രകൃതി ഇവിടെനിന്നു നോക്കുമ്പോൾ അതിമനോഹരമായി കാണുന്നു.

ഒരു സാന്താൾ പുരുഷൻ കൈയിൽ അമ്പും വില്ലുമായി വന്നിരിക്കുന്നു. പേരു ചോദിച്ചപ്പോൾ പറഞ്ഞില്ല. വീണ്ടും ഓരോന്നു ചോദിച്ചപ്പോൾ അവന്റെ വീട് രാംഗാമാട്ടിയ ഗ്രാമത്തിലാണെന്നറിഞ്ഞു. രണ്ടു കൂട്ടുകാരും കൂടെ വന്നിട്ടുണ്ട്. തലേന്ന് പുലിപിടിച്ച പശുവിന്റെ ബാക്കി തേടി എടുത്തുകൊണ്ടുപോകണം. ഈ ഗ്രാമം മലയുടെ ഏറ്റവും ഉയർന്ന സ്ഥലത്തായതുകൊണ്ടാണ് തേടാൻ എത്തിയിരിക്കുന്നത്. ഞങ്ങളുടെ കൂടുതൽ ചോദ്യങ്ങൾക്ക് ഉത്തരം നല്കാൻ അവർക്ക് സമയമില്ല.

ഞങ്ങൾ കുറച്ചുകഴിഞ്ഞപ്പോൾ ഗ്രാനൈറ്റ് മലയുടെ മുകളിൽ ചെന്നിരുന്നു. അപ്പോൾ മൂന്നുപേർ – സാന്താൾ അല്ലെങ്കിൽ 'ഹോ' ജാതിക്കാരായ അവർ താഴെയുള്ള വനത്തിൽ ഉണങ്ങിയ സാലമരത്തിന്റെ ഇലകളുടെ കൂമ്പാരത്തിനു മുകളിൽകൂടി കശകശ കശകശ ശബ്ദമുണ്ടാക്കി നടക്കുന്നു. തലേദിവസത്തെ പുലിപിടിച്ച പശുവിന്റെ ബാക്കി ഭാഗമെവിടെയെന്ന് തേടുകയാണ്. മണിക്കൂറിലധികം പരതിനോക്കിയശേഷം അവരുടെ പരിശ്രമം സഫലമായി. ഞങ്ങളിരിക്കുന്ന മലയേക്കാളും ഉയരമുള്ള മറ്റൊരു മലയോരത്തുകൂടി മുളയിൽ കെട്ടിയ പശുവിന്റെ ശവം ചുമലിൽ വെച്ചുകൊണ്ട് പോകുന്നതായി കണ്ടു.

ഞങ്ങൾക്കുള്ള ചായയും ലഘുഭക്ഷണവും ദുബലാബേഡയിൽ നിന്ന് ഈ സമയത്ത് എത്തി. ചായ കുടിച്ചതും ഞങ്ങൾ യാത്രയായി. താഴെ ഇറങ്ങിയപ്പോൾ ഒരു ഖഡിയക്കാരുടെ കുടിൽ കണ്ടു. അതിനകത്തേക്ക് ഞങ്ങൾ കടന്നുനോക്കി. മുഷിഞ്ഞ പുല്ലുപായ, ഏതാനും മൺപാത്രങ്ങൾ, ചുരയ്ക്കത്തൊലി കൊണ്ടൊരു വിശറി, ഉണങ്ങിയ ഇലയുടെ കോണാകൃതിയിൽ ഒരു പൊതി, ഒന്നോ രണ്ടോ ഉണങ്ങിവരണ്ട പീച്ചിങ്ങ, ചെറിയ ഉരൽ എന്നിവ മാത്രമാണ് അവരുടെ ആകെയുള്ള ലൗകിക സമ്പത്ത്.

ടുക്‌ലു ബാഗാൽ പറഞ്ഞു,

-ആനയെ പേടിച്ച് രാത്രിയിൽ ഞങ്ങൾ പുറത്താണ് ഉറങ്ങുക പതിവ്. അല്ലെങ്കിൽ അവ വീട് തകർത്തുകളയും.

-ആന വന്നാൽ നിങ്ങൾ എന്താണ് ചെയ്യാറുള്ളത്?

-ആനയെ പന്തം കത്തിച്ച് ഓടിക്കും.

ഈ ഗ്രാമത്തിന്റെ പേര് ഗാമിർകോച. വൈകുന്നേരമാകുംമുമ്പേയുള്ള മഞ്ഞവെയിലിൽ, ഈ വനവും പർവതവും ദൂരദൂരങ്ങളിൽ കാണുന്ന ശൈലമാലകളും ഗ്രാനൈറ്റ് ശിഖരങ്ങളും അരണ്യാവൃതമായ സാനുപ്രദേശങ്ങളും താഴെയുള്ള സമതലഭൂമിയുടെ കുറേശ്ശെയായി കാണാൻ കഴിയുന്ന ഭാഗങ്ങളും ചേർന്ന ഈ ഭൂവിഭാഗം കണ്ടപ്പോൾ, മനസ്സിൽ തോന്നിയത് എന്താണെന്നല്ലേ, നഗരത്തിൽ സുഖവാസമനുഭവിക്കുന്ന ധനികരേക്കാൾ ഒരുപക്ഷേ, അതിദരിദ്രരാണെങ്കിൽപോലും ഈ ഖഡിയ ആദിവാസികൾ എത്ര ഭാഗ്യവാന്മാരാണ് ഇത്തരമൊരു പരിവേഷത്തിൽ ജീവിക്കുവാൻ സാധിക്കുന്നതിൽ.

ദാർജിലിങ്ങ്, കാർഡിയാങ്ങ്, ഷില്ലോങ്ങ് എന്നിവയേക്കാൾ ഒരുവിധത്തിലും താഴ്ന്നതല്ല ഇവരുടെ വീടുകളുടെ മുറ്റം മുതൽ ചുറ്റുമുള്ള വനപാർവത്യദൃശ്യങ്ങൾ വരെ. ഏതു ഭാഗത്തേക്ക് തിരിഞ്ഞാലും, മുന്നിലെ മയൂർഭഞ്ജിനുനേരെയാവട്ടെ, ഇടതുവശത്തെ ഭാൽകി-മുസാവനിയുടെ നേർക്കാവട്ടെ, പിറകെ പിറകെയായി ശൈലമാലകൾ ഒന്നിനുമീതെ ഉയരത്തിൽ നില്ക്കുന്നു. എല്ലാം ജലസ്പർശമുള്ള മൂടൽമഞ്ഞു കാരണം അവ്യക്തമാണ്. ചിലവ മഞ്ഞനിറത്തിലാണെങ്കിൽ ചിലവയുടെ മീതെ മേഘാവൃതവും മേഘത്തിന്റെ നിഴൽ പതിയുന്നവയായും കാണുന്നു. മറ്റു ചിലയിടങ്ങളിൽ മൂടൽമഞ്ഞിന്റെ പുകപോലുള്ള ആവരണം. ഇവയെല്ലാം കണ്ടാസ്വദിച്ചുകൊണ്ട് വനപഥത്തിൽകൂടി ഇറങ്ങി.

സന്ധ്യയാകാറായി. തമ്പിലേക്ക് തിരിച്ചെത്തി. കുറച്ചുകഴിഞ്ഞതും മുന്നിലെ പർവ്വതത്തിൽനിന്ന് പുലിയുടെ ഹുങ്കാരം. രണ്ടുമൂന്നുതവണ കേട്ടു. കുറച്ചുകഴിഞ്ഞപ്പോൾ ബറോജ് സായ്പ് തമ്പിലേക്ക് വന്നു. പറഞ്ഞു,

-ഇന്നലെയും ഈ തരത്തിലുള്ള ശബ്ദം കേട്ടു, റോയൽ ബംഗാൾ ടൈഗറല്ലാതെ മറ്റുള്ളവയൊന്നും ഇത്തരം 'ഹുങ്കാരം' പുറപ്പെടുവിക്കില്ല.

വിജനമായ വനം, മല എന്നിവയുടെ ഓരത്ത് തമ്പിൽ കഴിയുമ്പോൾ ഇത്തരം ശബ്ദങ്ങൾ കേട്ടാൽ ഭയം തോന്നുകയില്ല എന്നു പറയാനാവില്ല.

ബറോജ് തുടർന്നു പറഞ്ഞു,

-അറിയാമോ, ഖഡിയ ജാതിക്കാർ ഒരുനേരം മാത്രമാണ് ഭക്ഷണം കഴിക്കുന്നത്. വേനൽക്കാലത്ത് പ്രത്യേകിച്ചും. മറ്റൊന്നും കിട്ടാനില്ല. കൂലിപ്പണി ചെയ്യുന്ന ഖഡിയ പെൺകുട്ടികളും സ്ത്രീകളും വൈകുന്നേരം ജോലിക്ക് കിട്ടിയ കാശുംകൊണ്ട് പോയി. പിറ്റേ ദിവസം അവർ പേടിച്ചു പേടിച്ച് വന്ന് ചോദിക്കുന്നു, വീണ്ടും ജോലി തുടരുംമുമ്പേ അവർക്ക് കൈയിൽ പണംവെച്ചു കൊണ്ടിരിക്കാൻ ഭയം തോന്നുകയാണെന്ന് തോന്നി,

-എന്താ ഈ പണമെല്ലാം ഞങ്ങളുടേതാണോ?

-അതെ.

-എത്രയുണ്ട്?

-രണ്ടു രൂപ. എണ്ണി നോക്കാനറിയില്ലേ?

-ഇല്ല, അറിയില്ല.

എത്ര പാവങ്ങളാണ്, എന്തുമാത്രം ദരിദ്രരാണ്, പക്ഷേ, എത്ര സരള മനസ്സ്?

രാത്രി പത്തുമണി. ഡയറി എഴുതിക്കൊണ്ടിരിക്കെ തമ്പിനു പുറത്തേക്കുവന്ന് നോക്കി. കൃഷ്ണപക്ഷത്തിലെ തൃതീയയുടെ ചന്ദ്രന്റെ പാളി ആകാശത്ത് എത്തിക്കഴിഞ്ഞു. പിൻവശത്തെ സാനുപ്രദേശത്തിൽ എന്തെല്ലാം വൃക്ഷങ്ങൾ! അത്ര പ്രകാശമില്ലാത്ത നിലാവിൽ അവയെല്ലാം എത്ര സുന്ദരം! മായാമയമായ അപരൂപദർശനം. വീതി കുറഞ്ഞ താഴ്വാരമത്രയും നനുത്ത നിലാവിൽ കൂടുതൽ പ്രകാശിച്ചുനില്ക്കുന്നു. എത്ര നേരം ആ മനോഹാരിതയിൽ മുഴുകിനിന്നു എന്നറിയില്ല. ഇടയ്ക്ക് താരങ്ങൾ ജ്വലിക്കുന്ന ആകാശത്തേക്ക് നോക്കും. ഉടനെ താഴെ വെണ്ണിലാവിൽ കുളിച്ചുനില്ക്കുന്ന വനവൃക്ഷങ്ങൾക്കുനേരെ നോക്കിനില്ക്കും.

ഇന്നു രാവിലെ ചായ കുടിച്ച് തമ്പിൽ നിന്നിറങ്ങി. മലമുകളിലേക്ക് കയറി അതേ പാറക്കല്ലിന്മേൽ ഇരുന്നു. ഇപ്പോൾതന്നെ ഇന്നുതന്നെ ഈ സുന്ദരമായ വനഭൂമിയോട് വിടപറഞ്ഞ് പോകുകയാണ്. എന്നിനി വരും ആർക്കറിയാം! വെയിൽ പതുക്കെ എത്തിനോക്കാൻ തുടങ്ങി. ഈ മലമുകളിൽ അധികവും ഉണങ്ങിയ മരങ്ങളാണ്. പവിഴമല്ലിക്കാടും ഉണങ്ങി. മറ്റു പല കുറ്റിച്ചെടികളും ഉണങ്ങിയവയാണ്. [illegible] മരംപോലെ കാണുന്നു എല്ലാം. ഉണങ്ങിയ കാട്ടുതുളസിക്കാട് ഇലകളില്ലാത്ത കൂവളങ്ങൾ,

ഉണങ്ങി ഇലകൊഴിഞ്ഞ ഗോൾഗൊളി ചെടികളിൽ മഞ്ഞപ്പൂക്കൾ വിടർന്നുനില്ക്കുന്നുണ്ട്. കറുത്ത കല്ലുകൾക്കിടയിലെല്ലാം ഉണങ്ങിയ വൈക്കോൽപോലെ ആയ പുല്ലുകൾ. വേറെ ഏതോ ഒരുതരം മുൾച്ചെടികളും എല്ലായിടത്തും ഉണങ്ങിക്കിടക്കുന്നു. എന്നാലും ഈ കറുത്ത പാറകൾ നിറഞ്ഞ, ഇലകൾ കൊഴിഞ്ഞ മരങ്ങളോടുകൂടിയ ഈ വനം എത്രമാത്രം മനോഹരമായിരിക്കുന്നു. ഈശ്വരന്റെ ആശ്ചര്യകരമായ ശില്പകല അതിന്റെ മുഴുവൻ മനോഹാരിതയോടെ ഇവിടെ മനസ്സിനെ ആകർഷിച്ചു കൊണ്ട് നില്ക്കുന്നു.

മണി പതിനൊന്നായപ്പോൾ കാറിൽ നിന്നിറങ്ങി ആദ്യമായെത്തിയത് മഹാദേവശാലയിൽ. വനനികുഞ്ജത്തിന്റെ അന്തരാളത്തിൽനിന്ന് കോകിലത്തിന്റേതുപോലെയുള്ള കാകളി. വേറെയും പക്ഷികളുടെ കൂജനങ്ങൾ. എത്രയോ വർഷങ്ങൾ പഴക്കമുള്ള കാളിയുടെ കല്പ്രതിമ. വൈക്കോൽ - ഉണങ്ങിയ പുല്ലുതന്നെ - മേഞ്ഞ കുടിലിൽ ശിവലിംഗം പ്രതിഷ്ഠിച്ചിരിക്കുന്നു. ഒരു കുഴിയിൽനിന്ന് തലഭാഗം മാത്രം കാണാൻ കഴിയും. എവിടെനിന്നോ മാമ്പൂക്കളുടെ മണം കാറ്റിൽകൂടി വരുന്നുണ്ട്. എല്ലാം ചേർന്ന് പ്രാചീനകാലത്തെ മുനിമാരുടെ തപോവനം പോലെ. മേഘമേദുരമായ പ്രഭാതം. ഈ സ്നിഗ്ധാകാശത്തിന്റെ കീഴിൽ എത്ര മനോഹരമായ ചിത്രമാണ് വരച്ചുവെച്ചിരിക്കുന്നത്! ഇനിയും കുറെനേരം കൂടി ഇരിക്കാൻ ആഗ്രഹിച്ചെങ്കിലും സമയമില്ല.

മഹാദേവശാലയിൽനിന്ന് ഇറങ്ങിയപ്പോൾ ബറോജ് സായ്പ് അദ്ദേഹത്തിന്റെ കാറിൽ തിരിച്ചുവരുന്നു. ഞങ്ങളെ കണ്ടപ്പോൾ കാർ നിർത്തി. ബറോജ് പറഞ്ഞത് ഈ സ്ഥലത്തിന് ഏറെ കാലപ്പഴക്കമുണ്ടെന്നാണ്. മറ്റു പല കഥകളും അറിയാമെന്നും പറഞ്ഞു. അദ്ദേഹത്തിനോട് വിട പറഞ്ഞശേഷം ഞങ്ങൾ വീണ്ടും കാറിൽ കയറി. കോയാലി ഗ്രാമത്തിൽ അന്നത്തെ അതേവീട് കണ്ടു. അന്ന് അവിടെ ഇരുന്ന് പൊരി തിന്നത് ഓർത്തു.

പിന്നെ ഹലുദ് ഫുക്കുർ എന്ന സ്ഥലവും കടന്നുപോന്നു. കാലികാപൂരിലെ റേഞ്ച് ആപ്പീസിലെ മിസ്സിസ് വർമ്മയെ കണ്ടു. കാപഡഗാദി ഘാട്ടിലെ ദൃശ്യം അതിസുന്ദരംതന്നെ. ഇരുവശത്ത് മലകളും വനങ്ങളും. ഇടതുവശത്ത് ഒരു മലയരുവി ഒഴുകിപ്പോകുന്നു. മുന്നിലെ മലകളിൽ കഴിഞ്ഞതവണ ഞങ്ങൾ ഒരുകൂട്ടം ആനകളെ കണ്ടു എന്ന് മിസ്റ്റർ സിഹ്ന ഓർത്തു. ഭൂതങ്ങളുടെ വാസസ്ഥലംപോലെ മിസ്റ്റർ സായിയാരുടെ ബംഗ്ലാവ്. രാഘാ മൈനിലാണത്. ഒരു ബദരിമരത്തിൽനിന്ന് മൂത്തു പഴുത്ത ബദരി പഴം പറിച്ചുതിന്നു. ക്ലബ്ബ് ബിൽഡിങ്ങിന്റെ പിറകിലാണത്.

വീട്ടിലെത്തി. ചായ കുടിച്ചു. നുട്ടു, ഉമ, മകന്റെ ഭാര്യ എല്ലാവരേയും കൂട്ടി ബുറുഡി രാസാഡേര മലഞ്ചരിവിലേക്ക് വനമധ്യത്തിൽ കൂടി കാറോടിച്ച് പോയി. നല്ല ഹിൽപാസ് ആണ് അവിടെ. സന്ധ്യയുടെ അന്ധകാരം ഇറങ്ങി വരുന്ന കാഴ്ച വനങ്ങൾക്കുമീതെ ചുറ്റും കണ്ടുതുടങ്ങി.

ഇടയിലെ വിടവിന്റെ താഴ്ച 500–600 അടി കാണും.

അവിടെ വളരെ ആഴത്തിൽ കുത്തിയൊഴുകുന്ന നദി. അതേ അർത്ഥം വരുന്ന 'ഖർസുതിനദി' എന്നാണ് ഇവിടത്തെ ഭാഷയിൽ അതിന്റെ പേര്. ഞങ്ങൾ അതിന്റെ മുകളിലാണ് നീങ്ങുന്നത്. മറുഭാഗത്തെ പർവതങ്ങളിൽ നിന്ന് മയിലിന്റെ കേകാശബ്ദം കേൾക്കുന്നുണ്ട്. നേരം സന്ധ്യയായി, ഞങ്ങൾ മുകളിൽനിന്ന് ഇറങ്ങി സാലവൃക്ഷങ്ങളുടെ വനമധ്യത്തിൽക്കൂടി യാത്ര ചെയ്യുകയാണ്. നുട്ടുവിനോട് പാട്ടുപാടാൻ മിസ്റ്റർ സിഹ പറഞ്ഞു. കനത്ത ഇരുട്ടിൽ ഞങ്ങൾ ഇറങ്ങിനിന്ന് പാട്ടുകേട്ടു. അതിനുശേഷം യാത്രതുടർന്നു. ഡാക് ബംഗ്ലാവിലെത്തി ഞങ്ങൾ മൂന്നു പേർ ചായ കുടിച്ചു.

അടുത്ത ദിവസം സന്ധ്യക്ക് ബങ്കിം ബാബുവിനെ രാജബാഡിയിൽ കാണണം. ഹരിയാന ഗ്രാമത്തിലെ ഗഭീരവനത്തിൽ മഹാദേവ ശാലയുള്ളിടത്ത് അന്തരീക്ഷം ഒരു സുന്ദരമായ തപോവനംപോലെയാണ്. എന്നാൽ അവിടേക്ക് വരുന്നവർക്ക് ഇരിക്കാൻതക്ക സ്ഥലമൊന്നുമില്ല. തകർന്നുകിടക്കുന്ന അമ്പലത്തിന്റെ കേടുതീർത്ത് പുതുക്കേണ്ടത് അത്യാവശ്യമെന്ന് തോന്നി. ഗവണ്മെന്റിനോട് പറഞ്ഞ് ചെയ്യിക്കണമെന്ന് മിസ്റ്റർ സിഹയോട് പറഞ്ഞു.

ദുബലബേഡ എവിടെ, ഘാട്ട് ശില എവിടെ! ഈ ബാരക്പൂരും എവിടെ! ഒരു ദിവസത്തിൽ തന്നെ എവിടെനിന്ന് എവിടെവരെ എത്തി! ചാകഡി ഗ്രാമത്തിലെ വസേയ സർദാറിന്റെ സ്മാരകശിലയും ചരായിപർവതത്തിന്റെ ശിഖരവും എല്ലാം എവിടെ! ദോകാസാൽഗ വനങ്ങൾ എവിടെ!

ഇന്ന് ബാരക്പൂരിലെ മാമ്പൂക്കളുടെ സുഗന്ധം കലർന്ന അപരാഹ്നത്തിലെ നേരിയ കാറ്റ് വീശുമ്പോൾ ജനാല തുറന്ന് പുറത്തേക്ക് നോക്കി. മുന്നിലെ ഖുഡിമാദിലെ മുളങ്കാടിനു മുകളിൽ വിളർത്ത വെയിൽ കോകിലങ്ങളും മറ്റു പലതരം പക്ഷികളും ഒന്നിച്ച് ശബ്ദിക്കുന്നു. ഞാൻ ഒരു മുറിയിലിരുന്ന് എഴുതുകയാണ്.

ഉണങ്ങിയ മുളയിലകൾ വീണുകിടക്കുന്ന നടവഴിയിൽ വൈകുന്നേരത്തിന്റെ നിഴൽ കൂടിക്കൂടി വരുന്നു. മുറ്റത്ത് ധാരാളം ചെണ്ടുമല്ലിപ്പൂക്കൾ വിരിഞ്ഞുനില്ക്കുന്നു. ഞാനിരുന്ന് എഴുതി. കല്യാണി ഫികിർചാന്ദിന്റെ വീട്ടിലേക്ക് പോയിരിക്കയാണ്. അവിടെ നവവധുവിന്റെ 'സൗദാത്' (നവവധു ആദ്യം പാകംചെയ്ത് ഒരുക്കുന്ന സദ്യ) ക്ഷണം കിട്ടിയതനുസരിച്ച് ഊണു കഴിക്കാൻ പോയിരിക്കയാണ്. മാനു, നഗേൻ എന്നിവരുടെ ഭാര്യമാരോടൊപ്പം പോയി. ഈ വിധം നിറഞ്ഞുനില്ക്കുന്ന പരിപൂർണ വസന്തത്തിൽ ബാരക്പൂരിലേക്ക് വരാൻ കഴിഞ്ഞത് തികച്ചും സൗഭാഗ്യം തന്നെ. എന്തൊരു സുഗന്ധമാണ് വായുവിൽ! മുളങ്കൂട്ടങ്ങളുടെ തണലിൽ നിറയെ വാടിവീണ ചെണ്ടുമല്ലിപ്പൂക്കളും മുളയിലകളും. നേരിയ

തണുപ്പുള്ള കാറ്റിൽ മാമ്പൂക്കളുടെ മണവുംകൂടി ആകുമ്പോൾ, ഒപ്പം വിവിധ പക്ഷികളുടെ കൂജനവും കലരുമ്പോൾ അന്തരീക്ഷം എത്രമാത്രം ആസ്വാദ്യകരം! ഇപ്പോൾ തോന്നുകയാണ്, എല്ലാം കലർന്ന ഈ സമയത്ത് എന്തോ ഒന്ന് സംഭവിക്കാൻ പോകുന്നു എന്ന്. ഇത്തരം ദിനങ്ങളുടെ അവസാനത്തിൽ ബൃഹത്തരവും മഹത്തരവുമായ എന്തോ ഒന്ന് പ്രതീക്ഷിക്കുകയാണ്. എന്റെ കുട്ടിക്കാലത്ത് ഇത്തരം അവസരങ്ങളിൽ മനസ്സിന് അകാരണമായ ഒരുല്ലാസം അനുഭവപ്പെടാറുണ്ട്.

ഇന്നലെ വൈകുന്നേരം അവിടത്തെ മൈതാനസ്ഥലത്തേക്ക് വരുമ്പോൾ പെട്ടെന്ന് വന്നെത്തിയത് ശാംഖാരി കുളത്തിന്റെ അടുത്തുള്ള മുളങ്കാട്ടിലാണ്. സന്ധ്യയായതും ആകാശത്തിൽ നക്ഷത്രങ്ങൾ ഉദിക്കാൻ തുടങ്ങി. ശുക്ലപക്ഷത്തിലെ പഞ്ചമിനാളത്തെ ചന്ദ്രൻ തെളിഞ്ഞ് പ്രകാശിക്കുന്നു. സായാഹ്ന വായുവിൽ മാമ്പൂക്കളുടെ സുഗന്ധം നിറഞ്ഞുനില്ക്കുന്നു. എത്രകാലമായി ഈ മുളങ്കാട്ടിലേക്ക് വന്നിട്ട്? അതും കുളത്തിന്റെ മറുവശത്തെ കരയുടെ അടുത്തുള്ള വഴിയിൽ കൂടി. കഴിഞ്ഞ മുപ്പത് മുപ്പത്തിരണ്ടു വർഷങ്ങൾക്കുമുമ്പേയുള്ള ബാല്യകാലദിനങ്ങളിൽ മാത്രം വന്നിട്ടുള്ള വഴിയാണ്. വിശ്വസ്രഷ്ടാവിന്റെ അപൂർവമായ സൃഷ്ടിയാണല്ലോ ഈ ഭൂമി. ആ ശില്പിയുടെ കരങ്ങൾ തന്നെ ഭൂമിയിലെ വസന്തവും മനുഷ്യമനസ്സും സൃഷ്ടിച്ചിരിക്കുന്നു. ഞാനിവിടെ വന്നില്ലെങ്കിൽ എല്ലാം നേരിൽ കണ്ടാസ്വദിച്ചിരുന്നില്ലെങ്കിൽ മറ്റാരാണ് ഇതെല്ലാം ആസ്വദിച്ചിരിക്കുക! മനുഷ്യമനസ്സിൽകൂടിയാണല്ലോ ആ മഹാശില്പി തന്റെ സൃഷ്ടികളുടെ ലീലാരസം ആസ്വദിപ്പിക്കുന്നത്! അതിനു കഴിയുന്നവരും ശില്പകല ആസ്വദിക്കാനുള്ള മനസ്സുള്ളവരും തികച്ചും ധന്യരാണ്. എന്തുകൊണ്ടെന്നാൽ അവരുടെ കണ്ണുകളിൽ കൂടി അവർ ഈശ്വരസൃഷ്ടിയെ വേണ്ടപോലെ അറിയിക്കുന്നു. കലാകാരന്റെ ദൃഷ്ടി ഈശ്വരദൃഷ്ടിയാണ്, അത്തരം ആസ്വാദകമനസ്സ് ഈശ്വരമനസ്സാണ്. ഒരു നിമിഷംകൊണ്ട് വിശ്വം മുഴുവനും സൃഷ്ടിക്കാൻ കഴിയുന്നതാണല്ലോ ഈശ്വരന്റെ ആ മനസ്സും ദൃഷ്ടിയും.

നദീതീരത്തെ ഫണി ചക്രവർത്തിയുടെ നിലത്തിൽ നിറയെ പഞ്ഞിമരങ്ങൾ പൂത്തുനില്ക്കുന്നതിന്റെ വിചിത്രമായ ശോഭ. ഉച്ചനേരത്ത് നീലാകാശത്തിനുകീഴെ ഭൂമിയെ പുതപ്പിച്ചുകിടക്കുന്ന അതേ പൂക്കൾ. കുളിക്കാൻ പോകുമ്പോൾ ആ പൂവിരിച്ചിട്ടിരിക്കുന്ന മനോഹരദൃശ്യം കാണാം. അവിടെനിന്ന് കണ്ണെടുക്കാൻ തോന്നുകയില്ല. അത്രയും ഉയരത്തിലുള്ള പൂക്കളിന്മേൽ ഇന്നലെ രണ്ട് പൂമ്പാറ്റകൾ പറന്നുകളിക്കുന്നതു കണ്ടു. പൂപ്പയിലെ ജീവിതം അവസാനിപ്പിച്ച് ഭംഗിയുള്ള ചിത്രശലഭത്തിന്റെ ആകൃതിയിൽ രൂപമെടുക്കുന്നു. ആകാശത്തിനു കീഴിൽ എവിടേയും സ്വതന്ത്രമായി പറന്നുനടക്കാനുള്ള അധികാരം കൈവശപ്പെടുത്തിയിരിക്കുന്നു. ചുവന്ന നിറത്തിലുള്ള പൂക്കൾ നിറഞ്ഞുനില്ക്കുന്ന മരങ്ങൾ,

നീലാകാശം, പറന്നുകളിക്കുന്ന ചിത്രശലഭങ്ങൾ. അവയുടെ വിവിധ നിറങ്ങൾ എല്ലാം ചേർന്ന് ഒരു വലിയ ദാർശനികഗ്രന്ഥം പോലെയുണ്ട്. അത് എല്ലാവർക്കും വായിക്കാൻ കഴിയുന്നതരം ഭാഷയിലല്ല എഴുതിയിരിക്കുന്നത്. എല്ലാവർക്കും വായിച്ചാലും മുഴുവൻ മനസ്സിലാക്കാനും കഴിഞ്ഞെന്നു വരില്ല. ഗഭീരമായ ദാർശനിക ശാസ്ത്രമാണ് രചിക്കപ്പെട്ടിരിക്കുന്നത്. ആത്മാവിന്റെ അമരത്വത്തിന്റെ ഗോപ്യസത്യം. സൃഷ്ടികർത്താവിന്റെ കർമ്മശക്തിയുടെ എഴുതപ്പെടാത്ത ചരിത്രം. അങ്ങനെ എന്തെല്ലാം അതിൽ ഉൾപ്പെടുത്തിയിരിക്കുന്നു! അത് ആ ഭാഷ അറിയുന്നവർക്കു മാത്രം മനസ്സിലാകും.

ഇന്നലെ ഉച്ചയ്ക്ക് ഛിർതടാകത്തിന്റെ മറുകരയിലുള്ള വഴിയിൽക്കൂടി ശംഖാരിപുക്കൂരിൽകൂടി പോയി കുളിക്കുന്നതിന് കുറച്ചുനേരംമുമ്പ് അവിടെ ഇരുന്നു. അവിടെ നിന്നെണീറ്റ് മുളങ്കാടിന്റെ താഴെഴൂടി, നിറയെ മുളയിലകൾ വീണുകിടക്കുന്ന വഴിയിൽക്കൂടി നടന്നു. കുളത്തിന്റെ അടുത്തൊരിടത്ത് എത്തി അവിടെനിന്നു. എങ്ങും കാട്ടുപൂക്കളും ചെണ്ടുമല്ലി പൂക്കളും നിറഞ്ഞുനില്ക്കുന്ന വനം. കാറ്റിൽ അവയുടെ ചവർപ്പു രസം കലർന്ന സുഗന്ധം അനുഭവപ്പെടുന്നു. അവിടെനിന്നുകൊണ്ട് തുറന്ന സ്ഥലത്തേക്ക് നോക്കാൻ ശ്രമിച്ചപ്പോൾ അതേ പഞ്ഞിമരങ്ങൾ, പൂക്കൾ നിറഞ്ഞുനില്ക്കുന്ന ദൃശ്യം. ആ സൗന്ദര്യത്തിൽ ഞാൻ അഭിഭൂതനായി നിന്നുപോയി. കണ്ണുകൾ മറ്റൊരിടത്തേക്ക് മാറ്റാനാകുന്നില്ല. അതോടൊപ്പം ഒരു ആധ്യാത്മിക അനുഭൂതിയും ഉണ്ടായി. അത് അത്രയ്ക്ക് സ്പഷ്ടവും പ്രത്യക്ഷവുമായിരുന്നു. ആ കാര്യം ഇവിടെ എഴുതിവെക്കുന്നതിന്റെ കാരണവും മറ്റൊന്നല്ല, ആ തരം ദുർല്ലഭങ്ങളായ അനുഭൂതികൾ. അവ്യക്തമായി പോകുമ്പോൾ ഈ ഏതാനും വരികൾ വായിക്കുമ്പോൾ തലേന്നാളത്തെ അനുഭവങ്ങളും അനുഭൂതികളുടെ വാണിയും മനസ്സിലേക്ക് താനേ സ്പഷ്ടമായി പ്രത്യക്ഷപ്പെട്ടുവരുന്നതാണ്.

അനുഭൂതിയുടെ ഒന്നാമത്തെ കാര്യം ഇതാണ്. മനസ്സിനുള്ളിൽനിന്ന് ആരോ പറയുന്നു - ഇനി ഭയം ഇല്ല!

എന്തിന്റെ ഭയം? മറ്റൊന്നിന്റേതുമല്ല. മൃത്യുവിന്റേതോ ശങ്കയുടേതോ ഭയം കൂടാതെ ഭഗവാൻ യുഗയുഗാന്തരങ്ങളായി കല്പം മുതൽ കല്പാന്തരം വരെ എന്റേയും നിന്റേയും കൈ പിടിച്ച് നടത്തുന്നു. ആനന്ദത്തിന്റേയും സ്നേഹത്തിന്റേയും സ്നിഗ്ധധാരയിൽകൂടി പോകുന്നു. സകല ജന്മ-മരണങ്ങൾക്കുമപ്പുറത്തേക്ക് അദ്ദേഹം കൊണ്ടുപോകുകയാണ്. ജരയില്ല, മരണമില്ല. ഇതേപോലെ എത്ര എത്ര പൂക്കൾ സുഗന്ധം വിതരണം ചെയ്യുന്നതാണ്! അനാഗതമായ ജീവിതനാളുകൾക്കിടയിൽ എത്ര ഗ്രാമങ്ങളിൽ എത്ര എത്ര മാതാപിതാക്കളുടെ സ്നേഹാദരങ്ങൾകൊണ്ട് പരിവേഷിതമാകും! എത്രയോ ഭാവിരാത്രികളിൽ വെണ്ണിലാവ് ഉജ്ജ്വലമാക്കും, എത്രയോ ആയുഷ്കാലങ്ങളിൽ കോകിലങ്ങൾ കൂവും, ചുവന്ന

പഞ്ഞിപ്പൂക്കൾ വിടർന്നുകൊണ്ടിരിക്കും! ജീവിതത്തിന്റേയും ജനനത്തിന്റേയും അനന്തകാലസഖാവായി, കൂട്ടുകാരനായി ഭഗവാൻ ഒപ്പമുള്ളപ്പോൾ എന്തിന് ഭയം? അനശ്വരനാണ് നീ, നമ്മൾ ഈശ്വരന്റെ ചിരകാല ലീലാസഹചരന്മാരാണ്, അദ്ദേഹം നമ്മളുടേയും. എന്തൊരുജ്ജ്വലഭാവം, എത്രമാത്രം ഉച്ഛ്വലരസം, എങ്ങും ആനന്ദത്തിന്റെ പ്രവാഹം!

എല്ലാം എഴുതിവെക്കുന്നു. മറ്റാരെങ്കിലും ഇത് വായിക്കയാണെങ്കിൽ ആരായാലും അവർക്ക് ഈ നിശ്ശബ്ദവാണിയുടെ ഗഭീരത മനസ്സിലാക്കാൻ കഴിയുമെന്ന് ആഗ്രഹിക്കുന്നു. അവരുടെ ജീവിതത്തിനും ഈ അമൃതിന്റെ അന്വേഷണമോഹം ഉണ്ടായിവരട്ടെ! വിജയയുക്തമാവട്ടെ ഈ മാമ്പൂക്കളും മറ്റു കാനനപുഷ്പങ്ങളും ചൊരിയുന്ന സൗരഭ്യത്തിൽ ഈ കാനനത്തിലെ ശാന്തമധ്യാഹ്നങ്ങൾ!

രാവിലെ ശംഖാരി കുളത്തിന്റെ കരയിൽ മുളങ്കൂട്ടത്തിൽ നിന്ന് വീണുകിടക്കുന്ന ഉണങ്ങിയ മുളയിലകൾക്കു മീതെ ഇരിക്കുകയായിരുന്നു. ഈ മുളങ്കാടിന്റെ തണലിലും ധാരാളം കാട്ടുചെണ്ടുമല്ലിപ്പൂക്കൾ വിടർന്നു നില്ക്കുന്നു. മാമ്പൂക്കളുടെ മണംകൊണ്ട് മദിരമായ കാറ്റ്. പലയിടത്തായി പഞ്ഞിമരങ്ങളുടെ പൂക്കൾക്കും എന്തൊരു ഭംഗി! മാവിൻ തോപ്പിലെ പൂക്കളുടെ ഭാരത്താൽ തലകുനിഞ്ഞുവരുന്ന ശാഖാ പ്രശാഖകയുടെ നേർക്ക് ഒന്നും മിണ്ടാതെ നോക്കിയിരുന്നു. വാനമ്പാടികൾ പാടുന്നുണ്ട്, ചൂടുള്ള മണ്ണിന്റെ മണം ഉയരുന്നുണ്ട്. ഉണങ്ങിയ മുളയിലകൾ കാറ്റിൽ വട്ടം തിരിഞ്ഞ് പറന്നുകളിക്കുന്നുണ്ട്. എല്ലാം ബാല്യകാലത്തിൽ സംഭവിക്കാറുള്ളതുപോലെ. ഈ ചെണ്ടുമല്ലിപ്പൂക്കളുടെ മണം മനസ്സിൽ ഒരു പ്രത്യേക ആനന്ദം ഉളവാക്കുന്നുണ്ട്. ത്രിനയനി അമ്മായി (അച്ഛന്റെ സഹോദരി) യുടെകൂടെ കഴിഞ്ഞ കളിവീടിന്റെ മധുരമധ്യാഹ്നങ്ങളുടെ ഓർമ്മകൾ മനസ്സിലേക്ക് വരുന്നു. മുപ്പതു വർഷം മുമ്പ് കഴിഞ്ഞ അതീതഫൽഗുന മാസദിനങ്ങളുടെ ഓരോ ഓർമ്മയും ഈ പൂമണത്തിൽകൂടി കുറച്ചുകുറച്ച് വ്യക്തമായും ചിലതെല്ലാം വളരെ സ്പഷ്ടമായും തിരികെ വരുകയാണ്.

ഞാനറിയാതെ ഒരു മുളമരത്തിന്മേൽ ചാരി ഇരുന്ന് ആശ്ചര്യത്തോടെ വെയിൽ തൂകുന്ന തുറന്ന സ്ഥലത്തേക്ക് നോക്കി. അങ്ങനെ ഏറെനേരം നോക്കി ഇരുന്നുപോയി.

ഉച്ചയ്ക്ക് 'അധിനിസങ്കേത'ത്തിന്റെ ഒരധ്യായം എഴുതി. കല്യാണി പുറത്തേക്ക് പോയിരിക്കയാണ്. അടുത്ത ഇടവകയിൽ 'പാഞ്ചിയുഗിനി' കാളീദേവിയുടെ അമ്പലത്തിലേക്ക് മനുവിന്റേയും വൃദ്ധയായ അമ്മായിയുടേയും കൂടെപോയി.

ഇന്നലെ പാഞ്ചി വന്നു. വളരെനേരം പലതും സംസാരിച്ചു. കുറച്ചു ദിവസങ്ങൾക്കുമുമ്പ് ഹോളി ദിവസം റേഡിയോവിൽ ഒരു പ്രസംഗം ചെയ്യാനായി കൊൽക്കത്തെയ്ക്ക് പോയിരുന്നു. അവിടെ സുനീതിബാബു, മിസ്റ്റർ സിങ്

എന്നിവരെ കണ്ടു. ഇന്നലെ ജഗോ, ഫുച്ചോ എന്നിവരോടൊപ്പം ബേലേഡാങ്ങയിലേക്ക് ഒരു മുൾമരത്തിന്റെ കൊമ്പ് കൊണ്ടുവരാൻ പോയി. ഘോഷിന്റെ വീടിന്റെ പിറകിൽ എത്ര എത്ര ചെണ്ടുമല്ലി പ്പൂക്കളാണ്! അവയിൽ നിന്ന് എന്തൊരു കനത്ത പൂമണമാണ് വരുന്നത്! എന്തുകൊണ്ട് ഈ പൂക്കളും അവയുടെ സുഗന്ധവും എന്നെ മതിമറപ്പിക്കുന്നു എന്ന് എനിക്കുതന്നെ അറിയില്ല. ഇത്രയും ആ പൂക്കളുടെ മണം മറ്റെവിടേയും അനുഭവപ്പെട്ടിട്ടില്ല. സിനിമയും നാടകവും കാണുമ്പോഴുള്ള ആനന്ദമെവിടെ? ഇവിടെ എന്തുകൊണ്ട് ഈശ്വരനെക്കുറിച്ച് ഇത്രയധികം ചിന്തിച്ചുപോകുന്നു! വീണ്ടും അതേ പൂക്കളുടെ മണം. അവ കൂട്ടമായി നില്ക്കുന്നതിന്റെ ഭംഗി! ഇതൊക്കെ കാണാനായി ആരും എത്തുന്നില്ലല്ലോ എന്നതാണ് ദുഃഖവാർത്ത.

കുറച്ചു ദിവസങ്ങളായി ഗണിയുടേയും സയാരാമന്റേയും കേസിന്റെ വിചാരണ നടക്കുകയാണ്. ഗ്രാമമംഗള സമിതിയുടെ സഭയിലാണ് അത്. ഇന്നലെ രാത്രിയും *ചഡക് തൊലയിൽ സഭകൂടി. ഈ ഗ്രാമത്തിൽ വഴക്കുകൾ ഒരിക്കലും അവസാനിക്കില്ല. എത്രത്തോളം അത് അവസാനിപ്പിക്കാൻ ശ്രമിക്കുന്നുവോ അത്രയും അധികമാവും. ഇന്നലെ വൈകുന്നേരം കുടിലുണ്ടാക്കുന്ന സ്ഥാനത്ത് ചെന്നിരുന്നു. ഉണങ്ങിയ ലതകൾ, ഇലകൾ, മരം, കമ്പുകൾ, മൾബറി പഴങ്ങൾ എന്നിവയുടെ മണം. നല്ല സുഖം തരുന്ന മണമാണത്. ഈ കരയിലെ തുറന്ന ഒരിടത്തിരുന്ന് ഒരു പ്രതിമയുടെ ആകൃതി മനസ്സിൽ രൂപീകരിക്കാൻ ശ്രമിച്ചു. ആരും അടുത്തില്ല. സമിതിയുടെ സഭയ്ക്കുമുമ്പായി ഗിരീൻചേട്ടന്റെ വീട്ടിൽ വെച്ച് ദേവപ്രയാഗിനെക്കുറിച്ച് സംസാരിച്ചു. അധികവും ഭക്ഷണസാധനങ്ങളെപ്പറ്റി തന്നെ. പാല് വറ്റിച്ചതുകൊണ്ട് ലഡ്ഡു ഉണ്ടാക്കി പാണ്ഡകൾക്ക് തിന്നാൻ കൊടുത്ത വിവരങ്ങൾ.

ഇന്ദുവിന്റെ വീട്ടിൽ വെച്ച് സുവർണപൂരിലെ ദാസു ബാബുവിനെപ്പറ്റി ഇന്ദു പറഞ്ഞു,

ദാസു ബാബു പറയുമത്രെ, മറ്റെന്ത് കഴിക്കാനാണ് ഇക്കാലത്ത്? ഒരു രഘു മത്സ്യത്തിന്റെ തലവറുത്തത്, നല്ല പശുവിൻ നെയ്യ്, ഇതായിരുന്നു എന്നത്തേയും ഭക്ഷണം.

ചഡക് തൊലയിൽ സഭ നടക്കുന്നു. മസൂർ പരിപ്പിന്റെ കൃഷിയിൽ എത്ര പരിപ്പ് തട്ടിച്ചു എന്നതിനെകുറിച്ചാണ് തർക്കം. ഭയങ്കര തർക്കമായി. സയാരാം പറയുന്നു,

രണ്ടര മന്ന് മസൂർ ഡാൽ.

തർക്കം തുടർന്നു.

---

* ചൈത്രസംക്രാന്തിനാൾ ശിവഭക്തരായ സന്ന്യാസിമാർ തൂങ്ങി കറക്കുന്നതിന് നാട്ടുന്ന മരക്കാൽ.

അർധരാത്രിയിൽ ഭയങ്കര മഴ. കല്യാണി വിളിച്ചുപറഞ്ഞു,

-അതേയ്, ജനാല അടയ്ക്കൂ. അല്ലെങ്കിൽ പൊളിഞ്ഞുവീഴും.

ഉറക്കത്തിൽ ഭയപ്പെട്ട് പറയുകയാണ്.

ഇന്നലേയും വൈകുന്നേരം കാറ്റും മഴയും ധാരാളം. രാധാ വല്ലഭന്റെ മകളുടെ ഭർത്താവ് കേഷ്ടോ(കൃഷ്ണൻ)യുടെ വീട്ടിൽ സന്ധ്യക്കുശേഷം ഉപനിഷത്തിന്റേയും ഗീതയുടേയും വ്യാഖ്യാനം പറയലുണ്ട്. വളരെ യധികം പേർ കേൾക്കാൻ വന്നിട്ടുണ്ട്. സതീശ് ഘോഷ്, മതിചേട്ടന്റെ മകൻ ലളിത്, ലാൽ മോഹൻ, ഫണി ചെറിയച്ഛൻ, ഗജൻ, ഫകീർചാന്ദ് എന്നിവരെല്ലാം എത്തിയിട്ടിട്ടുണ്ട്. ശാന്തിപൂരിലെ ഒരു അദ്വൈത വംശജനായ ഗോസ്വാമി മഹാശയനും വന്നിരിക്കുന്നു.

ലാൽമോഹന്റെ വീടിന്റെ പിൻവശത്തെ വഴിയിൽകൂടി ഞാൻ രാവിലെ പോയി. ജീവിതത്തിൽ ഒരിക്കലും ആ വഴിക്ക് പോയിട്ടില്ല. പുതിയതാണെന്നു തോന്നി. ബാരക്പൂരിലും അത്തരം പുതിയ പലതും കാണാനിടയായി. ഒരിക്കലും കാണാത്തവ. രാത്രി പതിനൊന്നു മണിക്ക് തിരികെ പോന്നു. രാത്രിയിലാണെങ്കിൽ ഇടിവെട്ടും തോരാത്ത മഴയും. കല്യാണി ഉറക്കത്തിൽ ഞെട്ടി എണീറ്റുകാണും.

ഈ പുസ്തകത്തിൽ വളരെ നാളുകൾക്കുശേഷം 'വനഗ്രാമം' സംബന്ധിച്ച് എഴുതുകയാണ്. അഞ്ചു വർഷങ്ങൾക്കുശേഷം വീണ്ടും വന്യഗ്രാമത്തിൽ താമസിക്കുകയാണ്. ജാഹ്നവിയുടെ വീടിന്റെ അടുത്തുതന്നെ.

പഴയകാലങ്ങളിലെന്നപോലെ വീണ്ടും രാവിലെ എണീറ്റ് ഖയരാമാരിയിലേക്ക് നടക്കാൻ പോയി. അവിടത്തെ വൃക്ഷങ്ങൾക്കിടയിലിരുന്ന് പല്ലു തേച്ചു. പഴയ നാളുകൾ ആവർത്തിക്കപ്പെടുന്നതിൽ ഒരു പുതിയ ആനന്ദമുണ്ട്. ഘാട്ട്ശിലയിലെ വനമധ്യത്തിലുള്ള തടാകത്തിൽ രാവിലെ കുളിക്കാൻ പോകാറുള്ളത്, നാക്ടിടാണ്ടേയിലെ വനങ്ങൾ, വൈശാഖം ഒന്നിന് ബർകേല പർവ്വതശ്രേണികളുടെ മുന്നിൽ ഉള്ള ഭവാനിസിങ്ങിന്റെ വീടിന്റെ മുറ്റത്തിരുന്ന് ചായകുടിക്കൽ, ബോറൊ നദിയിൽ എല്ലാവരും കൂടിയുള്ള കുളി, -എല്ലാവരും എന്നുവെച്ചാൽ ഹർദയാൽ, ഞാൻ, ഭവാനി, സുബോധ് ഘോഷ്, യോഗീന്ദ്രസിഹന എന്നിവർ. അതിലെല്ലാം എന്തൊരു സുഖം, എത്ര ആനന്ദം! ഒരു വർഷമായി. ചായിബാസായിലെ വീടുകൾ ഇപ്പോഴും ഓർമ്മയുണ്ട്. കോൽഹാൻ പാർക്ക്, മാഠാമലയിലെ ബംഗ്ലാവ് എല്ലാംതന്നെ ഓർമ്മവരുന്നു. ചരായി പർവതത്തിന്റെ ശിഖരപ്രദേശങ്ങൾ എവിടെ! അവിടെ നിന്നെല്ലാം പോന്ന് വന്യഗ്രാമങ്ങളിലെ വീടുകൾ! യതീൻചേട്ടന്റെ വീട്ടിലും മന്മഥച്ചേട്ടന്റെ വീട്ടിലും ഒന്നിച്ചുള്ള സല്ലാപം.

യൂണിവേഴ്സിറ്റിയിലെ പുസ്തകങ്ങൾ നോക്കിയശേഷം എണീറ്റു. സാമാനങ്ങൾ വാങ്ങാൻ ഇറങ്ങി. അക്കരെ ചന്തയിൽനിന്ന് ശർക്കര വാങ്ങി, കൽക്കരിയുടെ കടയിൽനിന്ന് കരി വാങ്ങിച്ചു. ഇന്നലെ കേപ്ടൻ

ചൗധുരിയുടെ കാറിൽ വിശ്വനാഥിനേയും യതീൻചേട്ടനേയും കൂട്ടി ബേനാപോൾ എന്ന സ്ഥലത്തെ ഹരിദാസ് ഠാക്കൂറിന്റെ മൈതാനത്തിലേക്ക് പോയി. അഞ്ചു കൊല്ലം മുമ്പ് ഒരിക്കൽ ഇവിടെ വന്നിട്ടുണ്ട്. ബുദ്ധദേവ ബാബുവിനോടൊപ്പം. ഇന്ന് ശുക്ലപക്ഷത്തിലെ ചതുർദ്ദശി. അമ്പലത്തിനുമുന്നിൽ സിമന്റിട്ട മുറ്റത്തിരുന്ന് ഞങ്ങൾ ഹരിദാസിന്റെ കഥകൾ കേൾക്കുകയാണ്. നിലവിളക്കിന്റെ വെളിച്ചത്തിൽ വിശ്വനാഥ് വായിക്കുന്നു. ആകാശത്തിൽ ചന്ദ്രനുദിച്ചുവരുന്നു.

അമ്പലത്തിനുചുറ്റും കനത്ത കാട്, എങ്ങും ശാന്തമായ നിശ്ശബ്ദത. എല്ലാം എനിക്ക് എന്തോ വളരെ ഇഷ്ടപ്പെട്ടു. ഹീര നർത്തകിയുടെ പ്രതിമയ്ക്കുമുന്നിൽ അഞ്ചു തിരിയിട്ട വിളക്കുകൊണ്ട് പൂജ ചെയ്യുന്നതുകണ്ട് ഞാൻ അതിശയിച്ചു. വിസ്മയത്തോടെ ചിന്തിച്ചു. ആരുടെ കൃപ കൊണ്ടാണ് ഒരു പതിതഭദേവിയായി മാറിയത്! ആ മഹാനായ വിശ്വപാലകനും വിശ്വസ്രഷ്ടാവുമായ ഭഗവാനല്ലാതെ ഇത്രയധികം കൃപ മറ്റാർക്കുണ്ടാകും! ഒരു വൃദ്ധ പ്രണമിച്ചശേഷം പറയുന്നു, ജീവൻ തന്നെ ശിവൻ എന്ന്. ഈ വൃദ്ധയും അസാധാരണയായ ഒരു സ്ത്രീയാണ്. പതിനാറ് കൊല്ലമായി ഇവിടെ വരുന്നുവത്രെ! *1310-ൽ ഈ അമ്പലം പണിതു. ഭോലാനാഥ ഗോസ്വാമി എന്ന ഒരു സാധകഭക്തൻ മാമുദ്കാട്ടിയിലെ അദ്ദേഹത്തിന്റെ വീട്ടിൽ വെച്ച് ക്ഷേത്രം പുനർനിർമ്മാണം ചെയ്യണമെന്ന് സ്വപ്നം കണ്ടു. ഈ സ്ഥലത്തെ നായെബ് മഹാശയന്റെ സഹായത്തോടെ വനം വെട്ടി തെളിയിക്കുമ്പോൾ ഒരു തുളസീവനവും എട്ട് ഇഷ്ടികകളും ലഭിച്ചു. അന്ന് ഇവിടെ പുലികളുടെ കൂടായിരുന്നു.

ഇതെല്ലാം പറയുന്ന വൃദ്ധയും ഒരു വിചിത്രസ്ത്രീതന്നെ ആയിരുന്നു. വൈഷ്ണവധർമ്മം അവരുടെ അസ്ഥിയിലും മജ്ജയിലും പ്രവേശിച്ചിരിക്കുന്നു. "തൃണാദപി സുനീചേൻ" എന്ന വാക്കുകളുടെ യഥാർത്ഥസത്യം അവരെല്ലാംതന്നെ മുറുകെപ്പിടിച്ചിരിക്കുക മാത്രമല്ല, പാലിക്കയും ചെയ്യുന്നുണ്ട്.

ഇന്നു വൈകുന്നേരം അഞ്ചുമണിക്ക് കേപ്റ്റൻ ചൗധുരിയുടെ കാറിൽ ബാരക്പൂരിലേക്ക് പോയി. മീത്തെ, മന്മഥച്ചേട്ടൻ, യതീൻചേട്ടൻ എന്നിവർ കൂടെയുണ്ട്. കേപ്റ്റൻ ചൗധുരി 'പഥേർ പാഞ്ചാലി'യുടെ നാട് കാണണമെന്നാഗ്രഹിച്ചു. ബകുൽ തൊല, സൽതെഖാക്കിതൊല, ഛിരെപുക്കൂർ, പണ്ടത്തെ സ്വന്തം വീട്, ബറോജ് പോത്ത, ഹരിറായിയുടെ പാഠശാല - എല്ലാം കാണിച്ചുകൊടുത്തു. എല്ലാം കണ്ടപ്പോൾ അദ്ദേഹം അത്യധികം സന്തോഷിച്ചു. പിന്നെ ഫണി ചെറിയച്ഛന്റെ വീട്ടിലെത്തിയപ്പോൾ അവിടെ 'ചഡക്കി'ന്റെ ഒരുക്കങ്ങളാണ്. അതിന്റെ ഒരു ചടങ്ങാണ് 'ശയാൽ ഖാട്ട'. രാമനവമി മുതൽക്ക് തുടങ്ങുന്നു. ശരിയായ 'ചഡക്' ഉത്സവദിനം

* വംഗവർഷം

ആകുംവരെ ഓരോ പരിപാടികൾ ഉണ്ട്. ശിവപൂജയും തുടർന്ന് ഉത്സവ ദിനവും പശുക്കളുടെ ഓട്ടമത്സരവും. ചഡക്കിന്റെ മരംവെട്ടുന്നതും ഒരു ചടങ്ങാണ്. തമാശകളികളും നാടകവും.

പ്രധാന ചടങ്ങുകൾക്ക് സന്ന്യാസിമാർ തന്നെ പങ്കെടുക്കുന്നു. കുട്ടികൾക്ക് എന്തൊരാനന്ദം. എത്ര ഉത്സാഹത്തോടെ അവർ എല്ലാം ആസ്വദിക്കുന്നു. എനിക്കും ഉണ്ടായിരുന്നു. പക്ഷേ, ഇന്ന് അത്രയ്ക്ക് രസകരമായി തോന്നുന്നില്ല. മീന, കേത്തോ എന്നിവരെല്ലാം ഇരുന്ന് കാണുന്നുണ്ട്. ചഡക് മരം തീർച്ചയാക്കി അത് വെട്ടിക്കൊണ്ടുവന്നുകഴിഞ്ഞു. അത് കുഴിച്ചിടുന്നിടത്ത് എത്തിയിരിക്കുന്നു. അതിനായി പ്രത്യേക വേദിയും ചുറ്റുപുറവും ഉണ്ട്. പൊളിഞ്ഞുവീണ കുടിൽ കണ്ടപ്പോൾ കേപ്റ്റൻ ചൗധുരിക്ക് കാണിച്ചുകൊടുത്തു. എന്റെ ബാല്യകാലത്ത് ആരെല്ലാം ഗ്രാമത്തിൽ വന്നാലും അവരെ ഈ കുടിൽ കാണിച്ചുകൊടുക്കും. രാമപദിനേയും വാമൻദാസിനേയും കാണിച്ചുകൊടുത്തിട്ടുണ്ട്. ഇന്നും കാണിക്കുന്നു. എത്രയോ വർഷങ്ങൾക്കുശേഷം. ആ വഴിയിൽക്കൂടി ഞങ്ങൾ മൊല്ലാഹാട്ടി, ബേലേഡാങ്ങ, നതിഡാങ്ങ എന്നീ സ്ഥലങ്ങളിലേക്ക് പോകുന്ന വഴിയിലെത്തി. വളരെകാലത്തിനുശേഷം ഏതാണ്ട് അഞ്ചാറുകൊല്ലംവരെ ഈ മൊല്ലാഹാട്ടിയിലേക്ക് വന്നിട്ടില്ല. ഡാക് ബംഗ്ലാവിൽ മദാമ്മയുടെ സംസ്കാരസ്ഥാനം കണ്ടു. സായ്പന്മാരുടെ നീലം ഫാക്ടറിയുടെ അവശിഷ്ടങ്ങൾക്കുമീതെ കൂടി മിക്കവാറും ഇരുളാൻ തുടങ്ങിയ സന്ധ്യാസമയത്ത് നടന്നുവന്നു. എവിടെ അന്നത്തെ ലാൽമുറ, ഫാൽമാൻ സായ്പുമാരുടെ അധികാരം, എവിടെ വലിയ ഗർവും മേധാവിത്വവും കാണിച്ചുനടന്നിരുന്ന മദാമ്മമാർ! മഹാകാലത്തിന്റെ അന്ധകാരം ആകാശത്തിലുയർത്തിയ കൊമ്പുവിളിയിൽ എല്ലാം അവസാനിപ്പിച്ചു.

സന്ധ്യക്ക് തിരികെ പോന്നു. മാൽപാഡക്കടുത്തുവെച്ച് ഹരിപദ ചേട്ടനെ കണ്ടു. തിരിച്ചെത്തി രാത്രിയിൽ എല്ലാവരുംചേർന്ന് ഏറെ നേരം സംസാരിച്ചിരുന്നു.

ഇന്നലെ സാമട്ടായിലേക്ക് ക്ഷണം സ്വീകരിക്കാനായി സതീനാഥമിത്രയുടെ വീട്ടിലേക്കു പോയി. ഏതാണ്ട് ഒരു മാസമായി ഈ പുസ്തകത്തിൽ ഒരക്ഷരമെഴുതിയിട്ട്. ഇതിനിടയ്ക്ക് എന്റെ ഭാര്യ ഒരു മരിച്ച പെൺകുട്ടിയെ പ്രസവിച്ചു. അവളുടെ ശരീരത്തിന് തീരെ സുഖമില്ലാതായി. ഈ കാരണങ്ങൾകൊണ്ട് കുറെനാളായി എഴുതാൻ സാധിച്ചില്ല.

ഇന്നലെ സാമട്ടായിലേക്ക് പോകുംവഴി ഉലുസിയിൽ പോയി. കേപ്റ്റൻ ചൗധുരിയുടെ കാറിൽ തന്നെയാണ് പോയത്. ഉലുസിയാണ് മധുകാനന്റെ വീട്. ജ്യേഷ്ഠമാസത്തിലെ പ്രഭാതം, സുഖകരമായ ഒരു കാറ്റ് വീശിയടിക്കുന്നു. ഒരു ബംഗ്ലാവിന്റെ ചുറ്റുപാടും. എവിടേയും നാനാവിധ പൂക്കളുടെ സുഗന്ധത്താൽ സുരഭിലമായിരിക്കുന്നു. കൂവളത്തിന്റെ

പൂക്കൾ, മൾബറിയുടെ കൊച്ചുപൂക്കൾ. വഴിയുടെ ഇരുവശത്തും പൂക്കൾ നിറഞ്ഞ കർണികാരങ്ങൾ പൂക്കളുടെ ഭാരംകൊണ്ട് തല ചായ്ച്ചു നില്ക്കുന്നു.

എത്രയോ കാലങ്ങൾക്കുമുമ്പ് മധുകാൻ മരിച്ചുപോയി. ഇന്ന് അദ്ദേഹത്തിന്റെ കാടു നിറഞ്ഞുകിടക്കുന്ന സ്ഥലം കാണാൻ നൂറുകൊല്ലങ്ങൾക്കു ശേഷമാണ് ഞങ്ങൾ എത്തിയത്. ഞങ്ങൾ ഈ ഗ്രാമത്തിലെ കവിയുടെ ജീവിതകാലം കഴിച്ചുകൂട്ടിയ സ്ഥാനത്താണ് നില്ക്കുന്നത്. കോകിലവും വാനമ്പാടിയും അവയുടെ ഗാനങ്ങൾ തുടരുന്നു. 'സ്വർഗം തുറന്നിട്ടു' എന്നു വിളിച്ചുകൂവുന്ന പക്ഷിയുടെ കൂജനം തെളിഞ്ഞുകേൾക്കാം. ഒരു വൃദ്ധ വെള്ളവുംകൊണ്ട് പോകുന്നു. അവർ മധുകാനന്റെ വംശത്തിൽപ്പെട്ട ഒരു സ്ത്രീയാണ്. അവരോട് മധുകാനന്റെ പാട്ട് പാടികേൾപ്പിക്കാൻ ഞങ്ങൾ അപേക്ഷിച്ചു. ഞങ്ങളെ അവരുടെ വീട്ടിലേക്ക് കൊണ്ടുപോയി.

ഞങ്ങൾ ചോദിച്ചു,

-മധുകാനന്റെ പുസ്തകം ഇവിടെ ഉണ്ടോ?

-ഉവ്വ്, ഉണ്ടല്ലോ.

എന്നു പറഞ്ഞ് വേഗം രണ്ടു പുസ്തകം കൊണ്ടുവന്നു. 1274-ൽ മധുകാനന്റെ മരണം. ആ സമയത്തെ പുസ്തകം. അദ്ദേഹം മദ്യപിച്ച് കിടക്കുമായിരുന്നു. ആ നേരത്ത് എന്തെല്ലാം പറയുമോ, അതെല്ലാം ഗുമസ്തന്മാർ എഴുതിയെടുക്കുമായിരുന്നു. ഒരു വൃദ്ധൻ മധുസൂദനന്റെ ഒരു പാട്ട് പാടി.

അവിടെനിന്ന് പന്ത്രണ്ടു മണിയായപ്പോൾ സാമട്ടയിലേക്ക് വന്നു. രാധാനാഥച്ചേട്ടനും ബ്രജ് എന്നിവരും ഉണ്ടായിരുന്നു. ഡാക് ബംഗ്ലാവിലേക്ക് എനിക്കായി കാർ അയച്ചിരിക്കുന്നു. 'രണ്ട് ഉറങ്ങുന്ന സുന്ദരമുഖങ്ങളുടെ ചിത്രം' എന്നെ മറ്റൊരു ചിത്രത്തെപ്പറ്റി ഓർമ്മിപ്പിച്ചു.

അവരുടെ വീടിനുമുന്നിൽ താഴെയായി കപ്പപ്പായൽ നിറഞ്ഞ ബവ്യാതന അഥവാ വേത്രവതി നദി ഒഴുകിപ്പോകുന്നു. ഒരുകാലത്ത് അതിൽ കൂടി സ്റ്റീമർ പോയിരുന്നത്രെ. വൈകീട്ട് നാഭാരൺ ഡാക് ബംഗ്ലാവിലേക്ക് തിരിച്ചെത്തി. വിജയനേയുംകൂട്ടി ചന്ത കാണാൻ പോയി. വേത്രവതി നദിയിലെ പാലത്തിന്മേൽ ഇരുന്നപ്പോൾ ഭഗവാനെക്കുറിച്ച് ഒരു അദ്ഭുതകരമായ അനുഭൂതി ഉണ്ടായി. ആ ഉറങ്ങുന്ന രണ്ടു സുന്ദരമുഖങ്ങളുടെ ചിത്രം!

കുറച്ചു ദിവസമായി നല്ല ചൂടുള്ളതായി തോന്നി. ഇന്നലെ മന്മഥച്ചേട്ടന്റെ വീട്ടിൽ നിന്ന് തിരിച്ചുവരുമ്പോൾ പെട്ടെന്ന് കാറ്റ് നിലച്ചു. വല്ലാത്ത ഉഷ്ണം അനുഭവപ്പെട്ടു. ഈ സമയത്ത് മുറിക്കകത്ത് കൊതുവലയ്ക്കുള്ളിൽ എങ്ങനെ ഉറങ്ങാനാവും എന്ന് വിചാരിച്ചു. വീടെത്തിയതും

ആകാശത്ത് മേഘം നിറഞ്ഞു. പെട്ടെന്നൊരു മഴ പെയ്തു. ഇടിവാൾ മിന്നുന്നുണ്ട്. ഉടനെ നനഞ്ഞ മണ്ണിൽനിന്ന് പുതുമണ്ണിന്റെ മണം ഉയർന്നു. കല്യാണി പറഞ്ഞു,

-നല്ല മഴ പെയ്യും.

പക്ഷേ, മഴ അധികമൊന്നും ഉണ്ടായില്ല. അര മണിക്കൂറോളം പെയ്ത ശേഷം മഴ നിന്നു.

നല്ലപോലെ പ്രഭാതമായിട്ടില്ല. വൈശാഖ് പാസഞ്ചർ ഭുവനേശ്വരത്തെത്തി നിന്നു. ഇരുട്ടിൽ ഇറങ്ങിച്ചെന്ന് വണ്ടിക്കാരന് കൂലി കൊടുത്ത് പറഞ്ഞു വിട്ടശേഷം മഹാദേവബാബുവിനെ കൊണ്ടുപോയി തീവണ്ടിയിൽ കയറ്റി. ഇരുട്ടിൽകൂടി വണ്ടി പോകുന്നു. ഇരുവശത്തും കാഞ്ഞിരത്തിന്റെ കാടുകൾ. കുറച്ചുകഴിഞ്ഞപ്പോൾ നേരം വെളുത്തു. വണ്ടിക്കാരൻ പറഞ്ഞു,

-ഈ നാല കഴിഞ്ഞാൽ ഒരു നാഴികപ്പുറത്താണ് ഉദയഗിരി ഖണ്ഡഗിരി.

കുറച്ചുകഴിഞ്ഞതും വെളുത്ത ജെയിൻ മന്ദിരം മുന്നിൽ മലയ്ക്കുമുകളിൽ കാണാൻ കഴിഞ്ഞു. കാളവണ്ടി മിക്കവാറും മലയുടെ അടിവാരത്തിൽ എത്തിക്കഴിഞ്ഞു. സമയം നോക്കി, അഞ്ചര മണി.

മനോഹരമായ ചുറ്റുപാട്. മണ്ണിന്റെ നിറം ചുവപ്പ്. വലിയ വലിയ പാറകൾ കരിങ്കല്ലുകൊണ്ടുള്ള മുറ്റംപോലെ. വഴിയോരത്ത് ഒരു ജൈൻ ധർമശാല. താഴെ ദൂരത്തുനിന്നുതന്നെ മലയോരത്തെ വലിയ വലിയ തൂണുകൾ കണ്ടിരുന്നു. വളരെ നാളുകൾക്കു മുമ്പ് നിർമ്മൽബസുവിന്റെ ഫോട്ടോ ആൽബത്തിൽ ഉദയഗിരിയിലെ ഈ ഗുഹകളുടെ ഫോട്ടോകൾ കണ്ടിരുന്നു. അതുപോലെ തന്നെയുണ്ട് ഇവയും.

പക്ഷേ, മലമുകളിൽ കയറി നാലുവശത്തേക്കും നോക്കിയപ്പോൾ ഈ രണ്ടു ഗിരികളുടേയും പ്രകൃതിസൗന്ദര്യത്തെപ്പറ്റി ഇതേവരെ ആരും പറഞ്ഞുകേട്ടിട്ടില്ലല്ലോ എന്നുതോന്നി. മലമുകളിൽ കല്ലുകൊണ്ടുള്ള സമതലം ഒരു വേദിപോലെയുണ്ട്. ചുറ്റുമുള്ള വനങ്ങളിൽ നിരവധി പക്ഷികൾ കൂകുന്നു. കാട്ടുമുല്ല പൂത്തുവിടർന്ന് കാറ്റിൽ സുഗന്ധം പരത്തുന്നു. മേഘമേദുരമായ ആകാശം.

വളരെ ദൂരത്തും ചെറുചെറു മലകൾ ധാരാളം. എത്രയോ മുനികളുടേയും ഋഷികളുടേയും തപസ്യാപൂതമായ മനോരമസ്ഥാനങ്ങൾ! 'വ്യാഘ്രഗുംഫാട്ടി' അതിമനോഹരം. ഒരു വ്യാഘ്രത്തിന്റെ മുഖം പാറയിൽനിന്ന് വെട്ടിയെടുത്തിരിക്കുന്നു. ഒരു വലിയ പാറയിന്മേൽ ഞങ്ങൾ ഏറെനേരം ഇരുന്നു. പിന്നെ ഇറങ്ങിപ്പോന്നു.

ഒരു വൃദ്ധ ധർമശാലയ്ക്കരികിൽ ഒരു വീട്ടിൽ ഇരിക്കുന്നു. പറഞ്ഞു,

-ഞാൻ അച്ചാറും പൊരിയും വില്ക്കുന്നുണ്ട്.

ഞാൻ ചോദിച്ചു,

–ഇലഞ്ഞിപ്പഴത്തിന്റെ അച്ചാറുണ്ടോ?

–ഉണ്ട്.

അതു കൊണ്ടുവന്നു. ഉപ്പുപുരട്ടി ഉണക്കിയ പഴങ്ങളാണ്. അതിനെ എങ്ങനെ അച്ചാർ എന്നു പറയും! അത് വാങ്ങിയില്ല.

ഖണ്ഡിഗിരിയുടെ മുകളിലേക്ക് കയറി. അവിടെ നിന്ന് ഇറങ്ങുമ്പോൾ കാണുന്ന വനദൃശ്യം അതിമനോഹരം. ഡാക് ബംഗ്ലാവിലെത്തി. ഭക്ഷണം കഴിക്കാനിരുന്നു. ആ നേരത്ത് നല്ല കാറ്റും മഴയും വന്നു. കാറ്റിന് നല്ല തണുപ്പ്. ജൈൻ ധർമ്മശാലയിൽ ചായ വില്ക്കുന്നുണ്ട് എന്നറിയാമായിരുന്നില്ല. ചിലർ ചായ കുടിക്കുന്നതു കണ്ടപ്പോൾ ചെന്നു. ചായ കുടിച്ചു.

ഭുവനേശ്വരത്തേക്ക് വീണ്ടും കാളവണ്ടിയിൽ യാത്രയായി. ഇരുവശത്തും കാഞ്ഞിരവനംതന്നെ. മറ്റൊരു വൃക്ഷം കണ്ടു. പേര് മഹീവൃക്ഷം. ആദ്യം കണ്ട കാട്ടുമുല്ലപ്പൂവിന്റെ പേര് 'അന്ധികലി' എന്നാണത്രെ. ഇവിടെ ആ പൂക്കൾ ഭക്ഷിക്കുകയും ചെയ്യുന്നു.

എത്രയോ ദൂരംവരെ എത്തുന്ന ദൃഷ്ടി! സ്പേസിന്റെ സമുദ്രത്തിൽ വിദൂരത്തെ ഭുവനേശ്വര മന്ദിരത്തിന്റെ ചൂഡ താണുപോകുംപോലെ. മണ്ണിന്റെ നിറം ചുവപ്പുതന്നെ. കല്ലും കമ്പിയുംകൊണ്ടും കെട്ടിയിരിക്കുന്നു വഴിയെല്ലാം. വണ്ടി ഓടുമ്പോൾ ചക്രങ്ങൾ അവയിന്മേൽ തട്ടി ചാടിച്ചാടി പോകുന്നു.

ഭുവനേശ്വരത്തിലെത്തിയതും വിശ്വനാഥപാണ്ഡയുടെ പിടിയിൽപ്പെട്ടു. ബിന്ദു സരോവരത്തിന്റെ അരികിൽനിന്ന് ഞങ്ങളെ കൊണ്ടുവന്ന് ഒരു സത്രത്തിൽ താമസിപ്പിച്ചു. ഗൗരികുണ്ഡിൽ ഞങ്ങളെ കുളിക്കാൻ കൊണ്ടുപോയി. കുളിച്ചശേഷം ദൂധ്കുണ്ഡിലെ ജലം കുടിപ്പിച്ചു. പിറകോട്ട് തിരിഞ്ഞതും പാണ്ഡകളുടെ ഒരു സൈന്യംതന്നെ വളഞ്ഞു. ഒരു വിധം അവരിൽനിന്ന് രക്ഷപ്പെട്ട് സത്രത്തിലെത്തി. ഉച്ചഭക്ഷണം കഴിച്ചു. പിന്നെ മന്ദിരം കാണാനിറങ്ങി. വളരെ കാലത്തെ ആനന്ദച്ഛന്ദങ്ങളെല്ലാം കല്ലിന്റെ രൂപത്തിൽ ഇവിടെ ഈ അമ്പലത്തിന്റെ ഹൃദയത്തിൽ ഒതുക്കി വെച്ചിരിക്കയാണ്. ഒരു നർത്തകിയുടെ വിഗ്രഹത്തിന്റെ ത്രിഭംഗദേഹവും കൈമുദ്രകളിലെ സുഷമയും ഒരു ലിറിക് കവിത കല്ലിൽ കൊത്തിവെച്ചിരിക്കുന്നതുപോലെ. കാഞ്ഞിരക്കാടുകളിൽ അതീതകാലത്തിന്റെ ചരിത്രം മറഞ്ഞുകിടക്കുകയാണ്.

സ്റ്റേഷനിലേക്ക് തിരിച്ചുപോരുമ്പോൾ ഭിക്ഷക്കാരുടെ കൂട്ടം കാളവണ്ടിയുടെ പിറകെ ഓടി ഓടിവരുന്നുണ്ട്. ഭിക്ഷ യാചിക്കുന്ന വാക്കുകൾ ഉറക്കെ ഉച്ചരിച്ചുകൊണ്ട് മിക്കവാറും സ്റ്റേഷൻവരെ ഞങ്ങളെ പിന്തുടർന്നു. തീവണ്ടി വരാൻ വൈകി. സമുദ്രത്തിൽ നിന്നുള്ള കാറ്റ് ഊക്കിൽ വീശുന്നുണ്ട്. ഞങ്ങൾ പ്ലാറ്റ്ഫോമിൽ കിടന്നു. നാലുമണിക്ക് വണ്ടിവന്നു. അതാ അതിദൂരത്തിൽ ഉദയഗിരി, പിന്നെ ഖണ്ഡഗിരി, ജെയിൻ മന്ദിരം അതിനു മുകളിൽ...

വണ്ടി ഓടിത്തുടങ്ങി. സ്റ്റേഷനിലേക്കു വരുന്ന സമയത്ത് കാളവണ്ടിക്കാരൻ ഖുർദ റോഡിന്റെ വശത്ത് രണ്ട് ചുവന്ന കല്ലുകൾ മാത്രമായ പർവതം കാണിച്ചുതന്നിരുന്നു. അതിനുമുകളിൽ രണ്ടു വൃക്ഷങ്ങൾ. ആ പർവതം അടുത്തുവന്നുതുടങ്ങി. ഖുർദറോഡ് സ്റ്റേഷനിൽ, പോയവർഷത്തിൽ "ഡിറ്റക്ടീവ്' എന്ന നാടകത്തിലഭിനയിച്ച് പേരു നേടിയ ഇന്ദുബാബു വന്നു. കുറച്ചുനേരം സംസാരിച്ചു. വീണ്ടും മാലതീ പാത്പൂരിലെ തെങ്ങിൻതോപ്പ്. ന്യൂ ഹെസ്രായിഡിഡിന്റെ വിശാലമായ ചിത്രംപോലെ.

പുരി സ്റ്റേഷനിൽനിന്ന് തിരിച്ചുവരുമ്പോൾ വനഗ്രാമത്തിലെ ഹരിബാബുവും മകൻ വാമനനേയും കാണുകയുണ്ടായി. ഞങ്ങൾ സത്രത്തിൽ സാമാനങ്ങൾ വെച്ച് ജഗന്നാഥമന്ദിരത്തിലേക്ക് ദർശനത്തിനായി പോയി. ഭഗവാന്റെ പ്രത്യേക വേഷം കണ്ടു. അമ്പലമുറ്റത്തുള്ള തറയിന്മേൽ നല്ല കാറ്റുകൊണ്ടുകൊണ്ട് സുമഥബാബുവുമായി വളരെനേരം സംസാരിച്ചു. കഴിഞ്ഞ വർഷവും ഈ വർഷവും. മന്ദിരത്തിന്റെ ചുറ്റും പല സ്ഥലത്തായി മതഗ്രന്ഥങ്ങൾ വായിക്കുന്നവർ ഇരിക്കുന്നുണ്ട്. കേൾക്കാൻ ഉത്സാഹത്തോടെ ഓരോരുത്തർക്കുമുന്നിലും ഭക്തരുടെ കൂട്ടം. ഓരോ പീടികയിലും കയറിയിറങ്ങി സുമഥബാബു ഭക്ഷണത്തിനു വേണ്ടത് വാങ്ങിച്ചു. രാത്രി ഒമ്പതുമണി ആയപ്പോൾ തിരിച്ചുപോന്നു. ഒരുമിച്ച് ഭക്ഷണം കഴിക്കാനിരുന്നു. ഗൗരീശങ്കർ, സുമഥബാബു, മഹാദേവബാബു. ഭക്ഷണം കഴിഞ്ഞതും രാത്രിയിൽ തന്നെ പോയി.

നീലസമുദ്രം! വീണ്ടും കേൾക്കുന്നു മദിച്ചുവരുന്ന തിരമാലകൾ ഉയർത്തുന്ന നീലസമുദ്രത്തിന്റെ ഗർജ്ജനം!

രാവിലെ എണീറ്റതും ആദ്യം ഹരിച്ചേട്ടന്റെ വീട്ടിലേക്കു പോയി. മകൻ വാമനൻ പറഞ്ഞു,

അദ്ദേഹം പുറത്തേക്കു പോയി എന്ന്. പോയ വർഷത്തിൽ കണ്ട, മണലോരത്തിന്റേയും രണ്ടു വലിയ സാലവൃക്ഷങ്ങളുടേയും അരികിൽ കൂടി എത്ര തവണ സന്ദർശിച്ച അതേ ശ്രീകൃഷ്ണവിഗ്രഹം വീണ്ടും ചെന്നു കണ്ടു. പുരുഷോത്തമമഠത്തിലെ സ്വാമിജിയുടെ ധർമ്മോപദേശം കേട്ടു. തിരിച്ചുപോരുംവഴി ഭൂപേൻ സന്യാലിന്റെ വീട്ടിലേക്കു പോയി. അദ്ദേഹത്തിന്റെ ഭാര്യ ചായയും പലഹാരവും കഴിപ്പിച്ചിട്ടേ എന്നെ വിട്ടുള്ളൂ.

നല്ല വെയിൽ. സത്രത്തിലേക്ക് എത്തിയതും ഭയങ്കര വിശപ്പ്. ഒരു മണിയായി. മൂന്നുമണിയായി, എവിടെ മഹാപ്രസാദം!

ഇപ്പോൾ വരും ഇപ്പോൾ വരും എന്ന് കാത്തു, എവിടെ? ഒന്നും കിട്ടിയില്ല. വീരേൻ റായ് വന്നു.

ഞങ്ങൾ ഭക്ഷണം കഴിച്ച് പലതും പറഞ്ഞുകൊണ്ടിരുന്നു. ജന്നലയിൽകൂടി നോക്കി. ഇടതുവശത്തെ ജനാലയിൽകൂടി തിരയടിക്കുന്ന നീല

സമുദ്രം കാണാം. വലതുവശത്തെ ജന്നലയിൽകൂടി ജഗന്നാഥമന്ദിരത്തിന്റെ ഉയരത്തിലുള്ള ചൂഡ നല്ലപോലെ കാണാം. ഇവ രണ്ടുമാണ് പുരിയിലെ മുഖ്യവസ്തുക്കൾ.

"ആരെ വേണ്ടെന്നുവെക്കണം

ആരെ തന്റേതാക്കിവെക്കണം

ആരും വേണ്ടാത്തവരല്ലല്ലോ...!"

വൈകുന്നേരം ഹിരൺമയ ബന്ദ്യോപാധ്യായ, വാജിദ് ആലിഷാ, അമിയ ചക്രവർത്തി എന്നിവരെ കണ്ടശേഷം സമുദ്രതീരത്ത് വളരെ നേരം ഇരുന്നു. കൂടെ ഹരിച്ചേട്ടനും വീരേൻബാബുവുമുണ്ട്. നിലക്കടല തിന്നുകൊണ്ട് നിലാവെളിച്ചത്തിരുന്ന് ഏറെ നേരം സംസാരിച്ചു.

അവിടെ നിന്നെണീറ്റ് സത്രത്തിലെത്തിയപ്പോൾ 'ദേശ്' വാരികയുടെ പത്രാധിപർ ബങ്കിം സെൻ മതത്തിനെകുറിച്ച് പ്രസംഗിക്കാൻ പോകുന്നു എന്നറിഞ്ഞു. ഹരിച്ചേട്ടനേയും കൂട്ടി ആ സഭയിൽ ചെന്നിരുന്നു.

രാത്രി ഏറെയാകുംവരെ വെണ്ണിലാവിന്റെ ശോഭയിൽ തിളങ്ങുന്ന സമുദ്രത്തിന്റെ ഭംഗി മട്ടുപ്പാവിൽ നിന്ന് നോക്കി ആസ്വദിച്ചു.

ജഗദ്ബന്ധു ആശ്രമത്തിലെ സ്വാമിജിയും ഒരു ശിഷ്യനും വന്നു. കുറെ നേരം സംസാരിച്ചു. അദ്ദേഹം ഒരു പുസ്തകം തന്നു. പ്രഭു ജഗദ്ബന്ധുവിന്റെ ജീവചരിത്രം. പുരിയിൽ ഒരു കാര്യത്തിന് നല്ല സൗകര്യമുണ്ട്. എപ്പോഴും ഈശ്വരചർച്ച ചെയ്യാൻ ആരെയെങ്കിലും കിട്ടും. രാത്രി ഏറെ ആയെങ്കിലും ഉറക്കം വരുന്നില്ല. ചൂടില്ല. സമുദ്രത്തിൽനിന്നു വീശുന്ന കാറ്റുണ്ട്. രാത്രി തീരാറായപ്പോൾ നല്ല തണുപ്പ് ആരംഭിച്ചു.

രാവിലെ എണീറ്റ് ഹരിദാസമഠത്തിലേക്ക് പോയി. 'മലയാവാസ'മെന്ന ഒരു വീട്ടിൽ ഹരിച്ചേട്ടന്റെ കൂടെ ചായ കുടിച്ചു. ഇനിയും പ്രസാദം എത്തിയിട്ടില്ല. എല്ലാവരും എന്തുകൊണ്ടിനിയും എത്തിയില്ല എന്ന് അന്വേഷിക്കുന്നുണ്ട്. ബനാറസ് ഹിന്ദു യൂണിവേഴ്സിറ്റിയിലെ ഒരധ്യാപകൻ അധികം തേടുന്നുണ്ടായിരുന്നു. ആനന്ദബജാറിൽനിന്ന് പ്രസാദം വാങ്ങിച്ചു കഴിച്ചു. പുരിയിലെ പാത്രക്കടയിൽനിന്ന് ഒരു മൊന്ത വാങ്ങി. പായിക് പാഡയിലെ രാജഗൃഹത്തിൽ സഭ കൂടി. ഹിരൺമയ ബന്ദ്യോപാധ്യായയും അമിയ ചക്രവർത്തിയും ഉണ്ടായിരുന്നു. നല്ല തെളിഞ്ഞ നിലാവ് ഉദിച്ചിരിക്കുന്നു. സുഖമയബാബുവിന്റെ വീട്ടിൽ ചായ കുടിക്കാൻ പോയി നിരാശപ്പെടേണ്ടി വന്നു. ആ നേരത്ത് കനത്ത മഴ. രാത്രിയുടെ അവസാനത്തിൽ ഫോസ്ഫറസ്സിന്റെ പ്രത്യേക ദീപ്തിയോടെ തിരമാലകൾ ജ്വലിക്കുന്നപോലെ, അന്ധകാരത്തിൽ പ്രകാശിക്കുന്നപോലെ. കിടക്കയും സാമാനവും ചുമലിലേറ്റി സ്റ്റേഷനിലെത്തി. അതിരാവിലെ തീവണ്ടി വിട്ടു.

ദിവസം മുഴുവൻ വണ്ടിയിൽ. ഇടയ്ക്ക് നല്ല തിരക്ക് കയറിവരും. വേഗം ഇറങ്ങിപ്പോകയും ചെയ്യും. കട്ടക്ക് സ്റ്റേഷനിൽ ഏതാനും രാഷ്ട്രീയ

തടവുകാർ ഇറങ്ങി. ഇവർ ബഹരംപൂരിലെ ജയിലിൽനിന്ന് വിട്ടുപോരുന്നവരാണ്. ഒരാളുടെ പേര് കൃഷ്ണചന്ദ്രഘോഷ്. ഒമ്പതുതലമുറയായി. ഒഡീഷ്യയിൽ കഴിയുന്നവരാണ്. ആദ്യം ബംഗ്ലാദേശിലായിരുന്നു വീട്.

ഭദ്രക് സ്റ്റേഷനിലിറങ്ങി പൈപ്പിലെ വെള്ളത്തിൽ കുളിച്ചു. നേരം മൂന്നരമണി. ധാൻമണ്ഡൽ സ്റ്റേഷനുശേഷം മലകൾ തന്നെ. അടുത്തും അകലേയും. മണ്ണിന്റെ നിറം ചുവപ്പ്. ധാരാളം കള്ളിച്ചെടികൾ കാടുപിടിച്ചു നില്ക്കുന്നു. ചെങ്കുറുഞ്ഞിക്കാടുകൾക്കും എന്തൊരു ഭംഗി! യാജ്പൂർ റോഡിന്നരികിൽ എത്തിയപ്പോൾ ചക്രധരപൂരിന്റെ സമാന്തരരേഖയിലെത്തിയപോലെ തോന്നി. അപ്പോൾ ഒരാൾ പറഞ്ഞു.

-ഇവിടെ നിന്ന് ചായിബാസ-ചക്രധർപൂർ റോഡ് പോകുന്നുണ്ട്, അതാനോക്കൂ, ആ വഴി.

കുറച്ചുകഴിഞ്ഞപ്പോൾ വൈതരണി നദി കടന്നു. സന്ധ്യക്കു മുമ്പായി സുവർണരേഖയും കടന്നുപോയി. ഈ ലൈനിൽ ഉള്ള അവസാനത്തെ വലിയ നദി ഇതാണ്. ആദ്യം സുവർണരേഖ, പിന്നെ വൈതരണി, ബ്രാഹ്മണി, മഹാനദി. അതിനുശേഷം 'കാട്ജൂഡി' നദി. വേറെ നദികൾ ഈ ഭാഗത്തില്ല. ബാക്കിയുള്ളതെല്ലാം വളരെ ദൂരെയാണ്. ഗോദാവരി എത്തുന്നത് രാജമാഹേന്ദ്രിയിൽ.

ഖഡാപൂർ സ്റ്റേഷനിൽ വണ്ടി എത്തിയപ്പോൾ രാത്രി പതിനൊന്നു മണി. മേചേദാ സ്റ്റേഷനിൽ എത്തിയപ്പോൾ മഴപെയ്തു. അതിരാവിലെ വീണ്ടും മഴ. സാത്തരാഗാച്ഛി സ്റ്റേഷനെത്തിയിരുന്നു. നന്നിയെ കാണാമെന്നുവെച്ച് ഈ സ്റ്റേഷനിൽ ഇറങ്ങി.

പുരിയിൽനിന്ന് തിരിച്ചെത്തിയത് വെള്ളിയാഴ്ച. ഉടനെ ഗോപാൽ നഗറിലേക്കു പോയി. ഹാജാരി പ്രാമാണിക്കിന്റെ സഹോദരപുത്രൻ വിവാഹിതനാകുന്നു. ക്ഷണമനുസരിച്ച് പോയി. ശശിയുടെ ഗുമസ്തനും ഞാനും വീടിന്നകത്ത് ഇരുന്നു. ജിതേൻ ദഫാദാർ പറഞ്ഞു,

-അതെങ്ങനെ? പുരിയിലേക്ക് പോയ ആൾ ഇവിടെ? യാത്ര എങ്ങനെയുണ്ടായിരുന്നു, പണം പങ്കിട്ടെടുത്ത യാത്രയിൽ താങ്കൾ ഉണ്ടായിരുന്നില്ലേ?

ഇവരുടെ വിചാരം ഞാൻ എത്രയോ നാളുകളായി പുരിയിലായിരുന്നുവെന്നാണ്.

*'സൗഭാത്ത്' സദ്യ ഭകമമായി. നല്ലപോലെ എല്ലാം കഴിച്ചു. പൂരി, പുലാവ്, മത്സ്യം കൊണ്ട് കാലിയ, മത്സ്യത്തല ചേർത്ത കറി, ചട്ട്ണി, തൈര്, പായസം, സന്ദേശം, രസഗൊള, മാമ്പഴം, ചക്കപ്പഴം എന്നിവയെല്ലാം.

ഹാജാരി പറഞ്ഞു,

* നവവധു ആദ്യം പാചകം ചെയ്യുന്ന സദ്യ

-വരന്റെ പാർട്ടിയിൽ കൊണ്ടുപോകണമെന്ന്

വലിയ ആഗ്രഹമുണ്ടായിരുന്നു.

ഞാൻ ഖേദം പ്രകടിപ്പിച്ചു,

-ഞാൻ പുരിയിലായിരുന്നു, എന്തു ചെയ്യാം.

ഭക്ഷണത്തിനുശേഷം ഡേക്കേൻ പണ്ഡിറ്റ്, മല്ല എന്നിവരോടൊപ്പം പുറത്തു വന്നിരുന്ന് നാട്ടുവിശേഷങ്ങൾ പറഞ്ഞു. സ്കൂൾ ജോലിക്കുള്ള അപ്പോയിന്റ്മെന്റ് ലെറ്റർ തന്നു. ജൂൺ ഇരുപത്താറിന് ജോലിക്കു ചേരണം. എനിക്ക് ഒട്ടും ആഗ്രഹമില്ല. പക്ഷേ, അവർ വിടില്ല. എന്തു ചെയ്യും!

ബഹാദൂറും ഞാനും മൂന്നുമണിക്ക് നടന്നുപോന്നു.

ഇന്നലെ ബേനാപോളിലെ ആബാലുർ ഹരിദാസഠാക്കൂറിന്റെ വീട്ടിലേക്ക് പോയി. കാഷ്ടൻ ചൗധുരി ആളെ അയച്ച് എന്നെ വിളിപ്പിച്ച് കൂടെ കൊണ്ടുപോയി. അദ്ദേഹത്തിന്റെ ജീപ്പ് ഇന്നലെ കൊൽഹത്തെയ്ക്ക് കേടു തീർക്കാൻ അയച്ചിരിക്കയാണ്. അതാണ് ഇന്ന് എന്നെ കൂടെ കൊണ്ടുപോയത്. ആശ്ചര്യമെന്നു പറയട്ടെ! ഇന്നു ഭദ്രനും ബാലേശ്വരത്തുനിന്ന് ബേനാപോളിലേക്ക് പോകുന്നു. പുരിയിൽ വെച്ച് ഈ മഹാപുരുഷന്റെ സമാധി കണ്ടതാണ്. ഇന്ന് ജസ്സോർ ജില്ലയിലെ ഒരു കുഗ്രാമത്തിൽ മുളങ്കാടുകൾ ചുറ്റിക്കിടക്കുന്ന ക്ഷയിച്ച സ്ഥലത്ത് അദ്ദേഹത്തിന്റെ സാധൻ സ്ഥാനം നേരിൽ കണ്ടു.

സന്ധ്യയായി. ചന്ദ്രനുദിച്ചു. പൂജ തുടങ്ങിയിരിക്കുന്നു. മൂടിക്കെട്ടിയ അന്തരീക്ഷം. നല്ല ഉഷ്ണം തോന്നുന്നു. എന്നാലും ഈ പവിത്രതപോവനം വളരെ ഇഷ്ടപ്പെട്ടു. ജസ്സോർ ജില്ലയുടെ ഗൗരവമാണിത്. എത്രയോ മഹാനായ മഹാപുരുഷൻ ഒരിക്കൽ ഈ സ്ഥലത്ത് ജനിച്ചു. ഇവിടത്തെ ജലവും വായുവും അനുഭവിച്ച് വളർന്നു വലുതായി. നദിയയിലെ ശ്രീചൈതന്യ മഹാപ്രഭുവിനെപ്പോലെ. അതേസമയത്ത് അടുത്തുള്ള ജില്ലയിൽ ഹരിദാസഠാക്കൂറും.

സന്ധ്യക്കുശേഷം തിരിച്ചുചെന്ന് ലീച്ചിയുടെ തണലിൽ നിലാവെളിച്ചത്തിലിരുന്നു. കൂടെ മീതെ, യതീൻചേട്ടൻ, ശിവേൻചേട്ടൻ എന്നിവരുമുണ്ട്. രസകരമായി സംഭാഷണം തുടർന്നു.

ഗോപാൽനഗറിൽ നിന്ന് മൈതാനത്തിലേക്കുള്ള വഴിയിൽക്കൂടിയാണ് എന്നും പോക്കും വരവും. പാടങ്ങളിൽ ശരത്കാലവിളവ്. ഓരോ നെൽച്ചെടിയിന്മേലും കതിരിന്റെ കനത്ത ഭാരം. വൃക്ഷങ്ങളിന്മേൽ ലതകൾ വളർന്ന് കാടായി നില്ക്കുന്നു. പക്ഷികളുടെ കൂജനം. ഇവയെല്ലാം ആസ്വദിച്ചുകൊണ്ട് വൈകുന്നേരം സ്കൂളിൽനിന്ന് തിരിച്ചുവരുന്നു. അന്ന് മേഘാവൃതമായ സന്ധ്യ. നദിയിൽ കുളിക്കാനിറങ്ങി. നല്ലപോലെ സന്ധ്യയാവാൻ അധികംനേരം ബാക്കിയില്ല. നോക്കെത്താവുന്നിടത്തോളം നോക്കിക്കൊണ്ടിരുന്നു. പച്ചനിറഞ്ഞ പാടങ്ങൾക്കുമീതെ മേഘം നിറഞ്ഞ ആകാശം ഇറങ്ങിവരുന്നപോലെ. എന്നെ ഏറ്റവുമധികം മുഗ്ധനാക്കിയ

ദൃശ്യം മറ്റൊന്നായിരുന്നു. അകലെ മുൾമരങ്ങൾക്കിടയിൽ മിന്നാമിനുങ്ങുകൾ മിന്നിമിന്നിക്കൊണ്ടിരിക്കുന്നു. രാത്രിയുടെ അന്ധകാരം ഇനിയും പരന്നിട്ടില്ല. എന്നാൽ ഈ മിന്നാമിനുങ്ങുകളുടെ കൂട്ടത്തിൽനിന്ന് നല്ല വെളിച്ചം പ്രകാശിക്കുന്നു. അതെന്തുമാത്രം ഒരപൂർവദൃശ്യമാണെന്ന് എങ്ങനെ പറയാൻ! ഓരോ രേണുക്കളിലും ബ്രഹ്മപ്രകാശം! കാണേണ്ടതുതന്നെ! ഒരേപോലെ എത്രനേരം നോക്കിനിന്നു എന്നറിയില്ല. ഇന്ന് ഈ ഗ്രാമത്തിന്റെ അഖ്യാതമായ നിഭൃതകോണിൽ ഈ മേഘാവൃതമായ സന്ധ്യാസമയത്ത് ഇത്ര മനോഹരമായ ദൃശ്യസൗന്ദര്യം ആരെങ്കിലും കാണുവാനായി കാത്തിരിക്കുന്നില്ല. വിശ്വശില്പിയുടെ ഓരോ രചനയും അവയുടെ പശ്ചാത്തലവും ഈ വിശ്വത്തിന്റെ എല്ലാ ഭാഗങ്ങളിലും മഹിമാമയമായി, അതിപവിത്രമായി നിലനില്ക്കുന്നു. അവയുടെ നീരവമായ ദേവവാണി കാറ്റിലും പൊടിപടലത്തിലും ഇലകളുടെ മർമ്മരങ്ങളിലും ഈ മിന്നാമിനുങ്ങുകളുടെ തെളിഞ്ഞും മങ്ങിയുമുള്ള വെളിച്ചത്തിലും എന്നെന്നുമുണ്ട്.

മേഘമേദുരമായ ദിനങ്ങൾ ബാരക്പൂരിൽ. അത്യധികം ഇഷ്ടപ്പെടുന്ന ദിനങ്ങൾ. കുറ്റിക്കാടുകളിൽ കാട്ടുപയറിന്റെ ലതകൾ നിറയെ കായും പൂക്കളുമായി നില്ക്കുന്നു. പൂക്കുലകൾ മുന്തിരിക്കുലകൾപോലെയുണ്ട്. ആ വശത്തെ കടവിൽ നദീജലം കലങ്ങിമറിഞ്ഞതായി കാണുന്നു. അതിലേക്ക് കാട്ടുപുല്ലിന്റെ തുമ്പുകൾ ചാഞ്ഞുനില്ക്കുന്നു. അതിലൊരു കുറ്റിക്കാട്ടിൽ നല്ല ഭംഗിയുള്ള വെളുത്ത നേരിയ സുഗന്ധമുള്ള പൂക്കൾ ധാരാളം വിരിഞ്ഞുനില്ക്കുന്നു. അവയ്ക്കടുത്തുതന്നെയാണ് കാട്ടുപയർ പൂക്കളും കാറ്റിലാടുന്നത്. ഏതാനും ദിവസങ്ങളായി ആ കരയിലേക്ക് എന്നും നടക്കാൻ പോകാറുണ്ട്. അതും അതിരാവിലെ. ആ പൂക്കളുടെ അരികിൽനിന്ന് പച്ചവിരിച്ചുകിടക്കുന്ന നെല്പാടങ്ങളിലേക്ക് നോക്കി നില്ക്കും. ഭഗവാന്റെ ആവിർഭാവം ഈ നവസുപ്രഭാതത്തിലെ സജല വർഷാശ്യാമളമായ വനനികുഞ്ജങ്ങളിലാണ്. ദൂരെ കാണുന്ന നീലദിഗന്തങ്ങളിലുണരുന്ന മേഘമായ പ്രഭാതങ്ങളിലാണ്. ഓരോരോ കൊമ്പിലുമിരുന്ന് പാടുന്ന പക്ഷികളുടെ കളകാകളികളിലാണ്!

കൊൽക്കത്തെയിൽ മെസ്സിൽ താമസിച്ച് സ്കൂൾ ജോലി ചെയ്യുമ്പോൾ മുഴുവൻ പതിമ്മൂന്നു വർഷങ്ങളിലും ബാരക്പൂരിലെ പ്രകൃതിയുടേയും വർഷസിക്തമായ ചെറുകാടുകളുടേയും വിരഹം എനിക്ക് എന്നുമെന്നും അസഹ്യമായിരുന്നു. ബാല്യകാലത്തിൽ എന്തെല്ലാം കളിച്ചിരിക്കുന്നു! കാളിയും ഭരതനും കചനും ചേർന്ന് കുറ്റിക്കാടുകളുടെ മറവിൽ വൃക്ഷത്തണലിൽ എത്ര കളിച്ചിരിക്കുന്നു! എന്തെല്ലാം പക്ഷികളുടെ ഗാനങ്ങൾ കേട്ടിരിക്കുന്നു! കയ്ക്കുന്ന കക്കരിപൂക്കൾ വടക്കുഭാഗത്തെ വനങ്ങളിൽ നിന്ന് പറിച്ചുകൊണ്ടുവരാറുണ്ട്. ശാംഖാരി കുളത്തിന്റെ കരയിലെ വൃക്ഷങ്ങളിന്മേൽ കയറി വളർന്നിരിക്കുന്ന വള്ളികളിൽ നിന്ന് കക്കരിക്ക പറിച്ചെടുക്കും. അന്നത്തെ രഹസ്യമയമായ വിചിത്ര ബാല്യമനോഭാവം, ആ

കാടുകൾക്കിടയിൽ കൂടിയുള്ള ഓടിക്കളി. അന്നതെല്ലാം വനത്തിലെ മാലാഖകളോടൊപ്പമുള്ള കളിയാണെന്ന് തോന്നിയിരുന്നു. ഈ ലോകത്തിനെക്കുറിച്ച് ഒന്നുമറിയാമായിരുന്നില്ല. അറിയാവുന്നത്, എവിടെ യാണ് തൊണ്ടിപ്പഴത്തിന്റെ പൂക്കൾ, കാട്ടുചീരകൾ പൂക്കളോടെ നില്ക്കു ന്നത് ഏതു കുറ്റിക്കാട്ടിനടുത്ത്, കക്കരിക്കപൂക്കളുടെ സുന്ദരമായ പൂക്കൾ വിടർന്നുനില്ക്കുന്നത് ഏതു മരങ്ങളിൽ കയറിപ്പോയിരിക്കുന്ന കക്കരി വള്ളികളിലാണ് എന്നൊക്കെ മാത്രം. വനദേവതകളുടെ കൂട്ടുകാരനായി രുന്നു അന്ന്. ലോകത്തിന്റെ പൊടിപടലം ഒട്ടുംതന്നെ മനസ്സിന്മേൽ തൊട്ടിട്ടില്ലായിരുന്നു. അസാധാരണമായ ഒരാനന്ദത്തിൽ മനസ്സ് ലഹരി കയറി മദിക്കുകയായിരുന്നു. വൃക്ഷങ്ങളിൽ നീണ്ട കുലകളായി മാലപ്പടക്കം പോലെ ഫലങ്ങൾ നിറഞ്ഞുനില്ക്കുന്നതു കാണുമ്പോഴുള്ള ആനന്ദം! ഈ വക കായ്കളൊന്നും തിന്നാൻ കൊള്ളുകയില്ല. പക്ഷികൾപോലും തിന്നാതെ ഒഴിവാക്കുന്നവ. അന്ന് നാവിന്റെ തൃപ്തിയോ കൊതിയോ ആയിരുന്നില്ല പ്രധാനം. അവയെ കാണുമ്പോഴുള്ള ആനന്ദം, അവകൊണ്ട് കളിക്കാവുന്നതാണ് എന്ന വിചാരം ഇതെല്ലാമായിരുന്നു. കളിക്കണം, സന്തോഷിക്കണം. ലീലയാണല്ലോ ഏറ്റവും വലിയ കാര്യം! ഷേക്സ്പിയ റിന് അറിയാമായിരുന്നു ഈ രഹസ്യം. അതല്ലേ അദ്ദേഹം "The Play is the thing "play" എന്നു പറഞ്ഞത്.

ലീല, ലീല! ലോകം ശാശ്വതമായ മാനവാത്മാവിന്റെ ലീലാഭൂമിയാണ്. ഇവിടെ അവർ വരുന്നത് കൊട്ടാരമുണ്ടാക്കി വസിക്കാനോ ബാങ്കിൽ വലിയ തുക സമ്പാദിച്ചുവെക്കാനോ റായ് ബഹദൂർ ആയി സാർ എന്ന വിളികേട്ട് വലിയ കാറിൽ സഞ്ചരിക്കാനോ ഇൻഷുറൻസ് കമ്പനിയുടെ ഡിറക്ടർ ആകാനോ ഒന്നുമല്ല. എല്ലാം അവരുടെ തെറ്റിദ്ധാരണയാണ്. വെറും മായ, മോഹം മാത്രം. തന്റെ നിജരൂപം എന്തെന്ന് മറന്നു പോകു ന്നതുകൊണ്ട് അങ്ങനെ ചെയ്യുന്നു.

അപ്പോൾ എന്താണ് പറഞ്ഞുവന്നത്. ആ ബാല്യകാലസഖാക്കൾ, ആ വനനികുഞ്ജം, പൂക്കൾ, ഫലങ്ങൾ, നദീതീരം, മുൾമരങ്ങൾ, കുന്നി മണിക്കാടുകൾ, സൂര്യാസ്തമയത്തിന്റെ പ്രകാശം പരക്കുന്ന മണൽ ത്തീരം, കുളത്തിന്റെ ഓളം വെട്ടുന്ന വെള്ളം, പിന്നേയും എന്തെല്ലാം! അവയെല്ലാം വിട്ട് കൊൽക്കത്തയിലെ വൃത്തിയില്ലാത്ത, തിരക്കുപിടിച്ച മെസ്സിലെ വൃത്തികെട്ട മുറിയിൽ താമസിച്ച് വിദ്യാഭ്യാസത്തിനും ജോലിക്കും വേണ്ടി കഴിയേണ്ടി വന്നതിൽ എന്തൊരു മാനസിക വിഷമമാണനുഭവിച്ച തെന്ന് എങ്ങനെ പറയാൻ! പ്രാണൻ തുള്ളുകയാണ്. നാട്ടിലേക്ക് തിരിച്ചു പോകുന്ന കാലം ഇനി ഒരിക്കലും വരില്ലെന്നുണ്ടോ എന്നു ഭയന്നു. ഗ്രാമ ത്തിൽ വർഷകാലം കഴിച്ചിട്ട് എത്ര നാളായി! ബാല്യദിനങ്ങൾക്കുശേഷം എന്നും സ്കൂൾ ബോർഡിങ്ങിലും കോളേജ് ഹോസ്റ്റലിലും മെസ്സിലുമായി ജീവിതം കഴിച്ചുകൂട്ടി. 1912 മുതല്ക്കേ തുടങ്ങിയതാണ്. ഒരിക്കലും ഇനി കളകളവിഞ്ഞൊഴുകുന്ന ഇച്ഛാമതിയുടെ തീരത്ത് കാട്ടുമരച്ചെടികൾ ക്കരികിലുള്ള തണലിൽ നദീജലത്തിലേക്ക് കാലിട്ട് ഇരിക്കാൻ കഴിയില്ലേ?

മനസ്സിനാനന്ദം പകരുന്ന ആ ദിനങ്ങൾ ഇനി വരില്ലേ? വനലതകൾക്കിടയിൽകൂടി വരുന്ന ഇലകളുടെ മർമ്മരം കേൾക്കുകയില്ലേ? കുളക്കോഴികളും ചെമ്പോത്തും ശബ്ദിക്കുന്നതെന്നിനി കേൾക്കും? ഇടപിണഞ്ഞു നില്ക്കുന്ന മുളങ്കൂട്ടങ്ങൾ വിട്ടകലാൻ ശ്രമിക്കുമ്പോഴുള്ള കടകട ശബ്ദം എപ്പോഴിനി കേൾക്കാനാകും?

എത്രയോ കാലങ്ങൾക്കുശേഷം ആ സ്വപ്നങ്ങൾ സാർത്ഥകമായി! ശ്യാമള ദിനരാത്രങ്ങളുടെ സ്വപ്നം, വർഷകാലത്തെ ജലമയമായ സാഹചര്യം ഈ സ്വപ്നങ്ങളാണ് വീണ്ടും സാർത്ഥകമാക്കിയത്.

ഇന്നും അതേപോലെ കാട്ടുപയറിന്റെ ലതകൾ ഇച്ഛാമതീതീരത്ത് കനത്ത് വളർന്നുനില്ക്കുന്നു. പക്ഷികളുടെ കൂജനവും അതേപോലെ. ലതാകരഞ്ചത്തിന്റെ മഞ്ഞപ്പൂക്കളുടെ സുഗന്ധം അതേപോലെ ഇന്നും കാറ്റിലൂടെ വരുന്നു. വിശ്വത്തിന്റെ അധിദേവത സത്യമെന്നതുപോലെ ഇവയും ശാശ്വതവും സുന്ദരവുമായ സത്യങ്ങളാണ്. ഒരിക്കലും മരിക്കുകയില്ല. ഓരോ ഋതുവിലും പുനരാവർത്തിക്കപ്പെടുന്നു. നവരൂപം ധരിച്ച് വീണ്ടും തിരിച്ചുവരുന്നു. യുഗായുഗങ്ങളായി ഈ ലീല തുടർന്നുപോകുന്നു.

"The play is the thing"

അടങ്ങാത്ത ആഗ്രഹം. ഒരു പുസ്തകം എഴുതിയാലോ? പേരിടും "ഇച്ഛാമതി" എന്ന്. വലിയ നോവലാവും. അതിൽ ഇച്ഛാമതിയുടെ തീരത്തെ ഗ്രാമങ്ങളിലെ അപൂർവജീവിതപ്രവാഹത്തിന്റെ ചരിത്രം മുഴുവനും ഉണ്ടാകണം. വനനികുഞ്ജങ്ങളുടെ മരണവും ജനനവും എത്ര സൂര്യോദയങ്ങളുടേയും സൂര്യാസ്തമയങ്ങളുടേയും മാത്രമല്ല മറ്റു പല ചരിത്രങ്ങളും അതിലുണ്ടായിരിക്കും.

ഇന്നലെ ജന്മാഷ്ടമിയുടെ മുടക്കദിവസം. കൊൽക്കത്തയിലേക്ക് പോയി. അതുൽകൃഷ്ണകുമാറിന്റെ കാറിൽ എല്ലായിടത്തും ചുറ്റിയലഞ്ഞു. വാണിറായിയുടെ വീട്ടിൽ പോയി. ഭേവേൻഘോഷ് റോഡിലെ മെസ്സിൽനിന്ന് പുത്രശോകമനുഭവിക്കുന്ന മാന്യനേയും കൂട്ടി ഒന്നുരണ്ടു സ്ഥലത്തേക്ക് കാറിൽ തന്നെ പോയി. കൊൽക്കത്തയിൽ അധികം ദിവസം താമസിക്കാനായില്ല. ഭഗൽപൂരിലേക്ക് പോയി.

ഇന്നലെ സ്കൂളിൽ നിന്ന് പാടത്തിന്റെ വക്കത്തെ റോഡിൽകൂടി തിരിച്ചുപോന്നു. കറുത്ത മേഘപടലം കൂട്ടംകൂട്ടമായി കുറ്റിക്കാടുകൾക്കു പിറകിലുള്ള ആകാശം നിറയെ കണ്ടു. ഒരു തൊണ്ടിപ്പഴത്തിന്റെ കനത്ത വള്ളിയും പച്ചിലകളും നിറഞ്ഞ കുറ്റിക്കാടുണ്ട് ഇവിടെ അടുത്ത്. വലിയ പുളിമരത്തിന്റെ മുകളിലേക്കുവരെ ലത പടർന്നുകയറി കടുംപച്ച നിറത്തിലുള്ള കാടായി നില്ക്കുന്നു.

സ്കൂളിലേക്കു പോകുമ്പോഴൊക്കെ ഈ കുറ്റിക്കാട് കാണാറുണ്ട്. മനസ്സിൽ ഈശ്വരനോട് പ്രാർത്ഥിക്കാറുണ്ട്, ഈ കുറ്റിക്കാടിനു മുകളിൽ വെളുത്ത പൂക്കൾകൊണ്ട് നിറച്ചുതരണേ എന്ന്. രണ്ടുനേരവും

സ്കൂളിലേക്ക് പോകുമ്പോഴും തിരിച്ചുവരുമ്പോഴും അവിടേക്ക് നോക്കാറുണ്ട്. ഹാ, പൂക്കൾ നിറഞ്ഞുനിന്നാൽ എന്തൊരു മനോഹര ദൃശ്യമായിരിക്കും എന്ന് മനസ്സിൽ വിചാരിക്കും. ഇന്നലെ റെയിൽവേ ലൈനിന്റെ ഓരത്തായി കാട്ടുചീര പൂത്തുനില്ക്കുന്നതുകണ്ടു. എന്നാൽ ഞങ്ങളുടെ ഗ്രാമത്തിലെ ഈ ചീരച്ചെടികളിന്മേൽ ഒരിക്കലും പൂക്കൾ ഉണ്ടാകുന്നതായി കണ്ടിട്ടില്ല. വിരിയുമായിരിക്കാം ഒരുപക്ഷേ, ശ്രാവണമാസം കഴിഞ്ഞാൽ പൂക്കൾ വിരിയും.

ഇന്ന് ഒരു കാട്ടുപൂച്ച കുറ്റിക്കാടിന്റെ ചുവട്ടിൽനിന്ന് കാലുമോഡലിന്റെ പാടത്തിലേക്ക് ഓടിപ്പോകുന്നതു കണ്ടു. വലിയ പൂച്ച. വാലിന്മേൽ വരകൾ ഉണ്ട്. ഞാൻ ആശ്ചര്യപ്പെട്ട് നോക്കിനിന്നുപോയി. ഒരേപോലെ ഏറെ നേരം നോക്കിനിന്നു. ശബ്ദം കേട്ടാൽ ഉടനെ വാല് പൊക്കി ഓടിപ്പോകും. കുറച്ചു നിമിഷങ്ങൾക്കുശേഷം അത് ഓടിപ്പോകയും ചെയ്തു. എങ്ങനെ ഞാനവിടെ ഉണ്ടെന്ന് അതിന് മനസ്സിലായി! ഒറ്റഓട്ടത്തിന് അത് വീണ്ടും കുറ്റിക്കാട്ടിൽ പോയൊളിച്ചു.

വീട്ടിലെത്തി. ചായ കുടിച്ചു. വരാന്തയിൽ ചാരുകസേരയിന്മേൽ ഇരുന്നു. മുളങ്കാടിനു നേരെയാണ് മുഖം. വിശ്രമിച്ചുകൊണ്ട് വായിക്കാൻ തുടങ്ങി. പ്രീസ്റ്റ്ലിയുടെ “Good Companions” വായിക്കയാണ്. ഏതാനും താളുകൾ വായിച്ചപ്പോഴേക്കും മഴ ഓടിയെത്തി. കനത്ത മഴ മുഴുവൻ രാത്രിയും പെയ്തു.

ഇന്ന് അതിരാവിലെ ഞാനും കല്യാണിയും നല്ല മഴയത്ത് പാടത്തിന്നടുത്തേക്ക് നടക്കാൻ പോയി. ശ്രാവണമാസത്തിലെ പെരുമഴ പെയ്യുന്ന പ്രഭാതം. വടക്കുവശത്ത് എന്തൊരു ശോഭ! വലിയ വലിയ പഞ്ഞിമരങ്ങൾക്കു മുകളിൽ കറുത്ത മേഘപടലം. എങ്ങും മഴവെള്ളംകൊണ്ട് നിറഞ്ഞു കിടക്കുന്നു. ഓരത്തുള്ള കുറ്റിക്കാടുകളിൽ gladislasily ചെടികൾ നിറയെ പൂത്തുനില്ക്കുന്നു. അവ ഒരു പ്രത്യേക വെളിച്ചം പരത്തുന്നു. വർഷകാലത്തിന്റെ തണുപ്പും ഈറനുമായ കാറ്റിൽ മുക്തിയുടെ സ്വപ്നലോകത്തിലേക്ക് മനസ്സ് പറന്നെത്തുകയാണ്. ഇതേപോലെ മഴ പെയ്യുന്ന ശ്രാവണനാളുകളിൽ മഴത്തുള്ളികൾ ഇറ്റിറ്റുവീഴുന്ന ഏഴിലംപാല വനങ്ങളിലും ഇതേ മുക്തി; മറ്റു വനപുഷ്പങ്ങൾ നിറഞ്ഞ വനങ്ങളിലെന്നപോലെ വാനമ്പാടികളുടേയും മീവൽപക്ഷികളുടേയും കളകൂജനം ശ്രവിക്കുമ്പോഴും ആ മുക്തിയുടേയും ലോകത്തിലെത്തുന്ന പ്രതീതി. ഇന്ന് നേരം വെളുക്കും മുമ്പേ കിടക്കയിൽ കിടക്കുമ്പോൾതന്നെ എത്ര മധുരമായാണ് കുയിലുകൾ പാടിയിരുന്നത്! മുട്ടുവരെ എത്തുന്ന കറുത്ത മേഘങ്ങൾക്കുകീഴെ നില്ക്കുമ്പോൾ ഋഷിവചനങ്ങൾ ഓർത്തുപോയി. എത്ര പവിത്രമായ ഗാഥ!

‘വിശ്വം സൃഷ്ടിച്ച് അതിനെ പാലിച്ച് പ്രളയത്തിൽ നശിപ്പിക്കുന്ന മഹാശക്തി എനിക്കെന്നും നിർമ്മലബുദ്ധി പ്രദാനം ചെയ്താലും!’

മുടക്കദിവസമാണ്. ദിവസം മുഴുവൻ മഴ പെയ്തില്ല. ഹാജാരി മുക്കുവത്തി രാവിലെ തന്നെ അന്നുപിടിച്ച മത്സ്യം കൊണ്ടുതന്നു. ഇപ്പോൾ

പുതുവെള്ളത്തിൽ ധാരാളം മത്സ്യങ്ങൾ കിട്ടും. റിട്ടെ, ബേലെ എന്നീ മത്സ്യങ്ങൾക്കു പുറമെ ചെമ്മീനും ധാരാളമുണ്ട്. റിട്ടെ മത്സ്യത്തിന് നല്ല സ്വാദുണ്ട്. അവയിൽ എണ്ണയും അധികമാണ്. ഈ മത്സ്യം ഇച്ഛാമതി നദിയിലല്ലാതെ മറ്റു നദികളിൽ കിട്ടാൻ പ്രയാസമാണ്. ഒരു സേറിന് ഒന്നര രൂപ. യുദ്ധത്തിനു മുമ്പ് അതിന്റെ വില സേറിന് അഞ്ചണയായിരുന്നു. ഇപ്പോൾ ഒന്നര രൂപയ്ക്കും കിട്ടാൻ വിഷമം. കല്യാണി ഈ പച്ച മത്സ്യംകൊണ്ട് നല്ല സ്വാദുള്ള കറിയുണ്ടാക്കും. ഇന്നും ഉണ്ടാക്കിയിരിക്കുന്നു. കൂടെ വെണ്ടക്കായ ഉപ്പേരി. ചൂടുള്ള ചോറ്. പന്ത്രണ്ടര മണി നേരത്ത് ഞാനും കല്യാണിയും നദിയിൽ കുളിക്കാനിറങ്ങി. നദീതീരത്ത് എത്ര കക്കരിച്ചെടികളാണ് കുറ്റിക്കാടുകൾ നിറയെ പടർന്നുകിടക്കുന്നത്! കരഞ്ചിയുടെ ഒരു സുഗന്ധപുഷ്പം പറിച്ച് കല്യാണിക്ക് കൊടുത്തു. അവളത് തലമുടിക്കെട്ടിൽ ചൂടി.

വൈകുന്നേരം ഹാബുവും ഫുച്കെയും കൂടി സുന്ദരമായ ആകാശത്തിന്റെ പ്രത്യേക നിറഭംഗിക്കു കീഴിൽ കൂടി നടന്നു. ബാവൊഡയിലെ നദീതീരത്തെ ആൽവൃക്ഷത്തിന്റെ തണലിൽക്കൂടി വറ്റിക്കിടക്കുന്ന തീരപ്രദേശത്തെത്തി. വളരെ നാളായി ഈ ഭാഗത്തേക്ക് വന്നിട്ട്. വഴിയുടെ ഇരുവശത്തും നിറഞ്ഞുനില്ക്കുന്ന മരതകപ്പച്ചയുടെ സുന്ദരദൃശ്യം. ബാവൊഡെയിൽ വെള്ളം വളരെ കൂടിയിരിക്കുന്നു. തീരത്തിനടുത്ത് നെൽപാടം. ഞാറുനട്ടുകഴിഞ്ഞ പാടത്തിൽ കൊക്കുകൾ ധാരാളം പറന്നു നടക്കുന്നുണ്ട്. മറുകരയിൽ അസ്തദിഗന്തത്തിന്റെ പശ്ചാത്തലത്തിൽ ചണക്കൃഷി ചെയ്യുന്ന പാടങ്ങൾ. ചണക്കൃഷി ചെയ്യുന്നവർ അതിൽ പണിയുന്നുണ്ട്. മാഡൽ-ഗാജിപൂരിലെ കാവരാജാതിക്കാർ പന്നികളെ കൂട്ടംകൂട്ടമായി കൊണ്ടുവന്ന് നദിയിലെ ചളിവെള്ളത്തിലേക്ക് അഴിച്ചുവിട്ടിരിക്കുന്നു. അവ ചളിനിറഞ്ഞ തീരങ്ങളിൽ മുഖം താഴ്ത്തി പുല്ല് കിഴങ്ങോടെ വലിച്ചെടുത്ത് തിന്നുന്നു. അവ മുത്തങ്ങ പുല്ലാണ്. അതിന്റെ വേരിന്റേയും കിഴങ്ങിന്റേയും മണം വരുന്നുണ്ട്.

നദിയുടെ തീരത്തേക്ക് അടുത്തുചെന്നപ്പോൾ ഫണി ചെറിയച്ഛനും ഇന്ദുറായിയും മത്സ്യംപിടിച്ച് തിരിച്ചുവരുന്നു. ഞങ്ങൾ ചോദിച്ചു,

–എന്താ കിട്ടിയത്?

അവർ കിട്ടിയത് കാണിച്ചുതന്നു. ഒന്നും ഇല്ല. ഏതാനും ഉണങ്ങിയ ചില്ലകൾ ശേഖരിച്ചിട്ടുണ്ട്. ഉണങ്ങിയ വടവൃക്ഷത്തിന്റെ ചില്ലകളും വേറെയും ഉണ്ട്. നടന്ന് നെൽപാടത്തിന്റെ അരികിൽകൂടിയുള്ള വഴിയിൽ നിവാരണന്റെ വഴുതനങ്ങത്തോട്ടത്തിനടുത്തെത്തി.

അവിടെ നദിയിലിറങ്ങി കുളിച്ചു. മാധവപൂരിലെ കൃഷിഭൂമിക്കു മുകളിലെ ആകാശത്തിന് എന്തൊരു ഭംഗിയുള്ള ഇന്ദ്രനീലനിറം! ഒരു പശ്ചാത്തലംപോലെ പഞ്ഞിമരം ദർഭപ്പുല്ലിന്റെ കാട്. പോരാത്തതിന് ശരത്കാല ധാന്യം വിളയുന്ന പാടങ്ങൾ. എല്ലാം ചേർന്ന് മായാമയമായി തോന്നി. നദീജലത്തിൽ ആ വിചിത്ര നീലനിറത്തിന്റെ പ്രതിബിംബം!

ചട്ടഗ്രാമത്തിൽനിന്ന് ഇന്നലെ രേണുവിന്റെ എഴുത്ത് കിട്ടി. ഇപ്പോഴും ബന്ധം തുടർന്നുപോരുന്നുണ്ട്. എത്രകാലമായി!

എവിടെ പോയി ഖുക്കു, എവിടെ സുപ്രഭ!

രണ്ടു ദിവസം മഴ തീരെ ഇല്ല. കൊടുംവെയിലിന് പൊള്ളുന്ന ചൂട്. വളരെ നാളുകൾക്കുശേഷം ഇന്നലെ നദീതീരത്തേക്ക് പോയി പട്പടിതൊലയിലേക്ക് നടക്കാനിറങ്ങിയതാണ്. വേഗം വെള്ളത്തിലേക്കിറങ്ങി കളച്ചീര ധാരാളം പറിച്ചെടുത്തു കൊണ്ടുവന്നു. എന്റെ കുട്ടിക്കാലത്ത് ഇവിടെ കൃഷിസ്ഥലമുണ്ടായിരുന്നു. നെല്ല് അളക്കാറുണ്ട്. പിന്നെ അത് മനുറായിയുടെ അധീനത്തിലായി. അവർ *'പടോൽ' കൃഷി ചെയ്തു. നദിയുടെ തിരിവിലുള്ള ഈ നിലത്തിന്റെ അപൂർവഭംഗി നഷ്ടപ്പെടുത്തി. കാട്ടുപയറിന്റെ വള്ളികൾ കാടുപിടിച്ച് വളർന്നുകിടക്കുന്ന കുറ്റിക്കാടുകളും നിഭൃതസ്വപ്നങ്ങൾ നിറഞ്ഞ വള്ളിക്കുടിലുകളും കയ്ക്കോട്ടിന്റെയും വെട്ടുകത്തിയുടേയും വായക്കധീനരായി. എല്ലാം അപ്രത്യക്ഷപ്പെട്ടു. എത്രയോ കാലമായി. എന്തിനിതു സംഭവിച്ചു? മനുറായിയുടെ മക്കളും കൊച്ചുമക്കളും 'പടോൽ' വറുത്തതും ഉപ്പേരിയും തിന്നണമെന്നതുകൊണ്ടോ? ഇന്ന് ആ കൃഷിയും ഇല്ല.

നദീതീരത്തുകൂടി ഒരു ചെറിയ ഞണ്ട് അരിച്ചുപോകുന്നു. മതിലിന്മേൽ കയറാൻ ശ്രമിക്കുന്നുണ്ട്. എന്തിനാണ്? അതിനെ കൊല്ലണോ? അടുത്തുചെന്നുനിന്നു. അക്കരെ ഇഷ്ടികനിറവും നല്ല സിന്ദൂരനിറവും കലർന്ന മേഘം സൂര്യകിരണങ്ങളുടെ പ്രകാശത്തോടെ പരന്നുകിടക്കുന്നു. ഏതോ ഒരനന്തപുരുഷൻ തന്റെ അതിദീർഘബാഹുക്കൾ നീട്ടിപ്പിടിച്ച് മുഴുവൻ വ്യോമരാശിയും ഭിക്ഷ യാചിക്കുംപോലെ. ആ ആദ്യന്തരഹിതനായ മഹാപുരുഷൻ ഏതുപോലെ സുന്ദരമായ ചെറുപുഷ്പങ്ങളിൽ വിരാജിക്കുന്നുവോ അതേപോലെത്തന്നെ ധാരണാതീതവിരാടത്വത്തിലും വിശാലതയിലും ഒരേപോലെ.

പുളിമരച്ചുവട്ടിലെ കടവിൽ നദിയിലേക്ക് തീരത്തുനിന്ന് ഞാന്നുകിടക്കുന്ന ലതകളിന്മേൽ വെളുത്ത പൂക്കൾ വിടർന്നുനില്ക്കുന്നു. കാട്ടുപയറിന്റെ പൂക്കളും കുലകളായി തൂങ്ങിനില്ക്കുന്നു. ഫലവും ഉലഞ്ഞാടുന്നുണ്ട്. ശ്രീ അരവിന്ദന്റെ വാക്കുകളിൽ "സച്ചിദാനന്ദൻ വല്മീകസ്തൂപത്തിലെന്നപോലെ സൂര്യമണ്ഡലത്തിലും..."

അദ്ദേഹം 'സൂര്യമണ്ഡല'മെന്നല്ല, മറിച്ച് "in the system of suns" എന്നാണ് പറഞ്ഞിരിക്കുന്നത്. അതായത് വിശാലമായ സൂര്യാകാരവും നക്ഷത്രസമൂഹങ്ങളും ഉൾക്കൊള്ളുന്ന വിശ്വം.

മുക്തി! മുക്തി! മനസ്സിന്റെ മുക്തി! ആത്മാവിന്റെ മുക്തി! ഈ സന്ധ്യാസമയത്ത് സീമയില്ലാത്ത ആകാശത്തിന്റെ ദിഗന്തലീനമായ നീണ്ട ബാഹുക്കൾ ഏതൊരു ദൈവത്തിന്റെ ചിത്രമാണോ മനസ്സിലേക്ക്

---

* ഒരു പച്ചക്കറി

കൊണ്ടുവരുന്നത്. ആ ദൈവത്തിനും അദ്ദേഹത്തിന്റെ സൃഷ്ടികളായ സർവ്വതിനും സ്വസ്തി. ആരാണ് മുക്തി നേടുന്നത്? എല്ലാവരും തുച്ഛമായ കാര്യങ്ങളിൽ വ്യത്യസ്തരായി കഴിയുന്നവരല്ലേ! അത്തരം ബദ്ധ ജീവികളേ, സന്ധ്യാസമയത്ത് ആകാശത്തിനു കീഴിൽ നിന്ന് മുക്തിയുടെ വാണി ശ്രദ്ധിച്ചു കേൾക്കൂ. ഒരൊറ്റ നിമിഷംകൊണ്ട് എല്ലാ ബാധ്യതകളിൽ നിന്നും അകന്നുപോകും. അമരത്വം പ്രാണനിലേക്കും മനസ്സിലേക്കും താനേ ഇറങ്ങിവരും.

ഇന്നലെ രാത്രിയിലെ ഉഷ്ണവും വിയർപ്പും കാരണം ഇന്ന് നദിയിൽ കുളിക്കാനിറങ്ങി. മറുകരയിലേക്ക് വെറുതെ നോക്കി. നവനീലമായ നീരദപുഞ്ജങ്ങൾ ചക്രവാളത്തിനടിയിൽനിന്ന് കൊടുങ്കാറ്റിന്റെ വേഗത്തിൽ ഈ കരയിലേക്ക് തള്ളിവരുന്നു. ഭഗവാന്റെ സ്നിഗ്ധ കരുണയെന്നപോലെ. ആരെങ്കിലും കൺമഷിപോലെ കറുത്ത മേഘത്തിന്റെ ഈ ദേശാടനയാത്ര കണ്ടിട്ടുണ്ടോ? മേഘമാലകൾ കുഴഞ്ഞുമറഞ്ഞ് നീങ്ങുന്ന അപൂർവദൃശ്യം. ഞാൻ ഓർത്തു, ഭഗൽപൂരിലെ ആജ്മാബാദിലെ ആപ്പീസിലായിരിക്കുമ്പോൾ ഒരു ഭാദ്രമാസത്തിൽ ഇതേപോലെ ഒരു ദൃശ്യം കണ്ടിരുന്നു. അതും ഒരു പ്രഭാതത്തിൽ തന്നെ. ബൻവാരി മണ്ടൽ പട്വാരിയെ വിളിച്ചു. വേഗം എല്ലാവരും ആ ദൃശ്യം ഒരുമിച്ച് കാണുകയുണ്ടായി. വേറെ ആരും അവിടെ ഉണ്ടായിരുന്നില്ല. ബൻവാരി ഒരു പ്രകൃതിരസികനാണെന്നതുകൊണ്ടല്ല വിളിച്ചത്, ഒരു നല്ല കാര്യം എല്ലാവരുമായി പങ്കിട്ട് ആസ്വദിക്കാമെന്നുവെച്ച് വിളിച്ചു എന്നു മാത്രം. ഞാനിന്നും ഓർക്കുന്നു. ബൻവാരി മേഘങ്ങളുടെ നേർക്ക് ഒരിക്കൽ നോക്കി എന്റെ നേരെ തിരിഞ്ഞ് പല്ലിളിച്ചുകാട്ടി പറഞ്ഞു,

–ഉം. നല്ലതാണ് ബാബുജി.

ഇത്രമാത്രം ചുരുങ്ങിയ ഒരു കമെന്റ് ചെയ്ത് ഈ ഭ്രാന്തൻ ബംഗാളിയുടെ അരികിൽകൂടി കച്ചേരിയിലേക്ക് നടന്നുപോയി. അവിടെ ചെന്നിരുന്ന് കണക്കുപുസ്തകത്തിൽ എഴുതാനാരംഭിച്ചു.

ഇന്ന് അതേ മേഘപുഞ്ജങ്ങളുടെ ദൃശ്യം കണ്ടപ്പോൾ എന്റെ കണ്ണുകൾ നിറഞ്ഞുവന്നതെന്തുകൊണ്ട് എന്നാർക്കെങ്കിലും പറയാനാകുമോ? ഈശ്വരന്റെ കാര്യമോർത്തതുകൊണ്ടാണോ കണ്ണുകൾ നിറഞ്ഞത്? ആ മഹാന്റെ അസീമ മഹിമയുടേയും ദയയുടേയും ഓർമ്മ വന്നതുകൊണ്ടുമാണോ?

ഒരുപക്ഷേ, അങ്ങനെയാവാം. എന്നാൽ അങ്ങേഅറ്റം അകാരണവുമാണ്.

എത്ര ചുട്ടുപഴുത്ത മരുഭൂമികളെപ്പറ്റി കേട്ടിരിക്കുന്നു! മാസങ്ങളോളം 120 അല്ലെങ്കിൽ 125 ഡിഗ്രി താപമാനത്തിൽ ഒരു തുള്ളി മഴപെയ്യുമെന്ന ഭാവനപോലും കൂടാതെ കഴിയേണ്ടിവരുന്ന സ്ഥലങ്ങളുമില്ലേ!

അതും ഭഗവാന്റെ ദാനംതന്നെ! എല്ലാ അവസ്ഥയിലും എല്ലാ നാടുകളിലും അദ്ദേഹത്തിന്റെ കരുണ ഏതുവിധമായാലും തലകുനിച്ച് കൈനീട്ടി സ്വീകരിക്കാനാകണമെന്നേ ആഗ്രഹമുള്ളൂ. പ്രകൃതിയുടെ നിയമങ്ങൾ കാരണമാണ് മേഘം ആകാശത്തിൽ ഒരുമിച്ചുകൂടുന്നത്, വായു സ്രോതമുണ്ടാകുന്നതും അങ്ങനെതന്നെ. ഹേ അനന്താ, ഹേ ദയാലു, ഹേ, അസീമനായ താങ്കളുടെ എത്ര എത്ര ദൂതന്മാർ ലോകത്തിൽ എവിടെയെല്ലാം പോകുന്നുവോ അവിടെയെല്ലാം, എല്ലാറ്റിന്റെ പിറകിലും താങ്കളുടെ പ്രകാശം മാത്രം, താങ്കളുടെ മഹത്തായ അഭ്യുദയം മാത്രം - ഈ സത്യത്തെ ഒരിക്കലും മറക്കാതിരിക്കണം. എല്ലാതരം ദാനത്തേയും അമൃതാണെന്നപോലെ കൈനീട്ടി സ്വീകരിക്കാൻ കഴിയണേ...

ഇന്ന് അതിരാവിലെ എണീറ്റു. മനസ്സിനതിയായ സന്തോഷം. ഒരുപക്ഷേ, നല്ല വെയിലുദിക്കുന്നതുകൊണ്ടാകാം. പട്പടിതൊലയിലെ നദീതീരത്തേക്ക് പോയി. കിഴക്കുഭാഗത്ത് ആകാശത്തിൽ കുറച്ച് മേഘമുണ്ടെന്നല്ലാതെ ബാക്കി ആകാശം വളരെ തെളിഞ്ഞുകാണുന്നു. കടവിൽ ഇറങ്ങി മുഖം കഴുകി മറുകരയിലെ ഭംഗി നോക്കി ആസ്വദിച്ചു. മുൾമരത്തിന്മേൽ കാട്ടുപയറ് പടർന്നുകയറി നിറയെ വെളുത്ത പൂക്കളുമായി നില്ക്കുന്നു. ചില പൂക്കൾ വ്യക്തമായി കാണാൻ കഴിയുന്നുണ്ട്.

ഒരു വഞ്ചി കരയ്ക്കടുത്തു. പുരവഞ്ചിയാണ്.

ഞാൻ ചോദിച്ചു,

-എവിടെ നിന്നു വരുന്ന വഞ്ചിയാണ്?

-ബാബു, ബാജിത്പൂരിൽനിന്ന്.

-അതെവിടെയാണ്?

-മാജൂദയുടെ വളരെ അടുത്ത്.

-എന്തു വാങ്ങാൻ വന്നു?

-ഗോപാൽനഗർ അങ്ങാടിയിൽനിന്ന് തുണി വാങ്ങിക്കാൻ വന്നതാണ്.

-എപ്പോൾ അവിടേക്കെത്തും?

-ഇന്ന് പന്ത്രണ്ടുമണിക്ക് വഞ്ചിവിട്ടാൽ നാളെ സന്ധ്യയോടുകൂടി ഞങ്ങളുടെ കടവിലെത്തുന്നതാണ്.

വീട്ടിലെത്തിയതും മഴ തുടങ്ങി. ഹായ്, എന്തൊരു തകർപ്പൻ മഴ! രണ്ടു മണിക്കൂർ തോരാത്ത കനത്ത മഴ. 'ഭന്ന' എന്നിവിടെ പറയും, എന്നു വെച്ചാൽ കോരിച്ചൊരിയുന്ന മഴ. ഹരിബോലയുടെ മകൻ നീലു വന്നു. നല്ല പാകം വന്ന തേങ്ങയും കൊണ്ടുവന്നിരിക്കുന്നു. നല്ല തരം തന്നെ. ഹാബു ഇരുന്ന് "ഊർമ്മിമുഖർ" വായിക്കാൻ തുടങ്ങി. നീലു വായിക്കുന്നത് "പഥേർ പാഞ്ചാലി".

ഇന്ന് വൈകീട്ട് പതിനൊന്നു മണിക്കുള്ള വണ്ടിക്ക് കൊൽക്കത്തയ്ക്ക് പോകുമായിരുന്നു. പക്ഷേ, എന്തൊരു മഴ! അതുമല്ല, ഉച്ചയ്ക്ക് ഗുരുദാസ ഘോഷിന്റെ മകന്റെ കല്യാണം കഴിഞ്ഞ് "സൗദാത്തി"ന് ക്ഷണമുണ്ട്. പ്രത്യേകിച്ച് പറഞ്ഞുപോയിരിക്കുന്നു. ചെന്നില്ലെങ്കിൽ ആവില്ല.

കല്യാണി അവിലും തൈരും മാങ്ങാത്തിരയും പഴവും ചേർത്ത് കൂട്ടിക്കുഴച്ച് കൊണ്ടുവന്നു. ഹാ! എന്തൊരു സ്വാദ്! ഈ സ്വാദ് കൊൽക്കത്തയിൽ കിട്ടുകയില്ല. വീട്ടിൽ ഉറവെച്ച തൈരുപോലും അവിടെ ഇല്ല. അപ്പോൾ ഇടിച്ച അവിലും എവിടെനിന്നുകിട്ടും കൊൽക്കത്തയിൽ? ഇവിടെ അറയിൽ കിടക്കുന്ന നെല്ലിന്റെ അവിലാണ്, എത്ര വേണമെങ്കിലും തിന്നാം.

ഇന്നലെ വൈകുന്നേരം നാലുമണി സമയത്ത് പറന്നുവന്ന നീലമേഘങ്ങളുടെ മടിയിൽ വെളുത്ത മേഘശകലങ്ങളുടെ കാഴ്ച, ഒപ്പം മേഘത്തിന്റെ നിഴൽ പതിയുന്ന നദിയുടെ വളവിലെ ദൃശ്യം, എല്ലാം എന്നെ അതീവ മുഗ്ധനാക്കി. ഇന്നലെ രാത്രി മുതൽ തുടങ്ങിയതാണ് കനത്ത മഴ. ഉറക്കത്തിനിടയിൽ മഴ പെയ്യുന്നതിന്റെ ഊക്കിലുള്ള ശബ്ദം അനുഭവപ്പെട്ടിരുന്നു. ഝം ഝം എന്ന താളം കേട്ടുകൊണ്ട് ഉറങ്ങി. ഇന്ന് രാവിലെ എണീറ്റ് നദീതീരത്തേക്ക് പോയി. കടവുവരെ നടന്നു. മനുറായിയുടെ പാടത്തിൽകൂടിയാണ് നടന്നത്. എങ്ങും വെള്ളം വെള്ളം. കുളം തടാകം നദിയുടെ വളവ് എല്ലായിടത്തും വെള്ളം ഓളംവെട്ടുന്നു. ഇച്ഛാമതി കര കവിഞ്ഞുകിടക്കുന്നു. വെളുത്തപൂക്കൾ നിറഞ്ഞ ലതകൾ കാറ്റിലുലയുന്നു. എന്തൊരു കാഴ്ച! എത്ര കാലമായി ഇതെല്ലാം കണ്ടിട്ട്! മഴ കോരിച്ചൊരിയുന്ന അന്ധകാരമയമായ പ്രഭാതം, നിറഞ്ഞൊഴുകുന്ന ഇച്ഛാമതി നദി.

മിർജാവു സ്ട്രീറ്റിലെ മൂന്നുനില കെട്ടിടത്തിന്റെ മൂന്നാംനിലയിൽ നിന്നുള്ള കാഴ്ച, താഴെ വഴിയിൽക്കൂടി മുട്ടുവരെ വെള്ളത്തിൽ കൂടി, ബ്രെഡ് വില്പനക്കാരൻ ഒരുതരം പ്രത്യേകസ്വരത്തിൽ വിളിച്ചുകൂവിക്കൊണ്ട് പോകുന്നു. "ബ്രെഡ് വേണോ, ബ്രെഡ്സ്റ്റ്, രണ്ടു പൈസക്ക് ബ്രെഡ്സ്റ്റ് വാങ്ങിക്കൂ, ബോംബെയിലെ ബ്രെഡ് വാങ്ങിക്കൂ, ബോംബെയിൽ നിന്നുള്ള ബ്രെഡ്സ്റ്റ്!"

വെള്ളം ഇരുവശത്തേക്ക് തള്ളിത്തെറിപ്പിച്ചുകൊണ്ട് ബസ് നീങ്ങുന്നു. കണ്ടാൽ തോന്നും സ്റ്റീമർ പോകയാണോ എന്ന്. ട്രാമുകൾ മൗലാലിയുടെ തിരിവിൽ വഴിമുടങ്ങി കിടക്കുകയാണ്. അതല്ലെങ്കിൽ രാത്രി മുഴുവൻ മഴ കാരണം ട്രാമുകൾ ഓടിച്ചിട്ടില്ല. ബാബുമാർ ആപ്പീസിലേക്ക് പായുന്നു. ഷൂസ്, ചെരിപ്പ് എന്നിവ പത്രത്തിൽ പൊതിഞ്ഞ് കക്ഷത്തുവെച്ച്, വസ്ത്രം മുട്ടുവരെ കയറ്റിപ്പിടിച്ച് ഓടുന്നു. ട്രാമിന്റേയും ബസ്സിന്റേയും ജനാലകളെല്ലാം അടച്ചിട്ടിരിക്കുന്നു. കുരങ്ങന്മാരെപ്പോലെ പറ്റിപ്പിടിച്ച് മനുഷ്യർ തൂങ്ങിക്കിടന്നുപോകുന്നു. അവയെല്ലാം കണ്ട് കണ്ട് കണ്ണുകൾക്ക് മതിയായി. ഇനി വയ്യ. ഈ ഭാദ്രമാസദൃശ്യം. ഈ നിറഞ്ഞ

നദിയും കറുത്ത മേഘങ്ങളും തോരാത്ത മഴയും കാട്ടുകക്കരിക്കയുടെ ലതകളും പൂക്കളും നിറഞ്ഞ കുറ്റിക്കാടുകളും വിട്ട് എന്തിന് പോകണം മിർജാപൂർ സ്ട്രീറ്റിലേക്ക്. റൊട്ടിക്കാരൻ റൊട്ടി വില്ക്കുന്നെങ്കിൽ വില്ക്കട്ടെ. അവന്റെ ബോംബെ ബ്രെഡ്!

ഇന്നും അതേപ്രഭാതം. അതേപോലെ മേഘാന്ധകാരം, മഴ ചൊരിയുന്ന ഭാദ്രമാസപ്രഭാതം! മണി ഏഴായി. എന്നിട്ടും പുസ്തകത്തിലെ അക്ഷരങ്ങൾ കാണാൻ കഴിയുന്നില്ല. അത്രയ്ക്ക് ഇരുട്ടാണ്. ശരിക്കും ആ കാലം പോലെതന്നെ.

എത്രയോ നാളുകൾക്കുമുമ്പ് ആജമാബാദിലെ ആപ്പീസിൽ ജോലി ചെയ്യുമ്പോൾ കൂവളമരത്തിനരികിൽ എനിക്കായി ഇട്ടുതന്ന കസേരയിലിരുന്ന് 'പാഥേർ പാഞ്ചാലി' എഴുതിയ കാലം ഓർത്തു. ഗുമസ്തൻ ഗോഷുബാബു കണക്കെഴുതിക്കൊണ്ടിരിക്കും. ഉത്തരബീഹാറിലെ മലവെള്ളത്തിനടിയിൽ താണുപോയ ചോളപ്പാടങ്ങൾ കാശപ്പുല്ലിന്റെ കാടുകൾ, കുതിരപ്പുറത്തെ സവാരി, വടേശ്വരനാഥ പർവതത്തിന്റെ നീലദൃശ്യം, ദിഗന്തം വരെ നീണ്ടുകിടക്കുന്ന മോഹൻപുര റിസർവ് ഫോറസ്റ്റ് - ഈ അതീതദൃശ്യങ്ങളുടെ ചിത്രമെല്ലാം ഇന്ന് കൺമുന്നിലെത്തി. ഓരോന്നും മനസ്സിലുണരുകയാണ്. പതിനെട്ട് വർഷങ്ങൾക്കു മുമ്പുള്ള സംഭവങ്ങൾ! മനുഷ്യന്റെ ക്ഷുദ്രജീവിതത്തിൽ പതിനെട്ട് കൊല്ലം. അതെത്രകാലമാണ്!

പക്ഷേ, ആ ദിനങ്ങളിൽ മറ്റൊരദ്ഭുതസ്മരണയും കൂടി ബന്ധപ്പെട്ടു കിടക്കുന്നുണ്ട്. ഭാദ്രമാസത്തിലെ പന്ത്രണ്ടാംതിയ്യതി. അന്ന് അഷ്ടമി രോഹിണിയായിരുന്നു എന്ന് ഓർമ്മയുണ്ട്. അത്യന്തം ആഗ്രഹത്തോടെ സന്ധ്യവരെയുള്ള പ്രതീക്ഷ, മൺവിളക്കുമായി ഒരു കിശോരി കുടിലിന്റെ വാതില്ക്കൽ വന്നുനിന്നത്... വേണ്ട, ഈ രഹസ്യം നിറഞ്ഞ ഓർമകൾ മനസ്സിന്റെ ഗോപ്യമായ മൂലയിൽതന്നെ ഇരിക്കട്ടെ. ഒന്നും ഞാനിവിടെ എഴുതുകയില്ല. ആ അപൂർവദിവസത്തിന്റെ ഓർമയുടെ ഉദ്ദേശ്യത്തിനു വേണ്ടിമാത്രം ഏതാനും വാക്കുകൾ എഴുതിപ്പോയി.

പുരിയിൽ വെച്ച് ആ പെൺകുട്ടി എനിക്കുതന്ന പുസ്തകം ഇന്ന് നിബിഡമായ സാരെന്റാ അരണ്യനടുവിലിരുന്ന് തുറന്ന് അതിലെഴുതുകയാണ്. ഇന്ന് 1946 ഡിസംബർ 29-ാം തിയ്യതി. നല്ല തണുപ്പ്. ഥൽകോബാദ് വനവിഭാഗം വക ബംഗ്ലാവിലാണ് ഇരിക്കുന്നത്. വീട്ടിനുള്ളതിൽ തീ കായാനായി വിറകിട്ട് കത്തിച്ചുകൊണ്ടിരിക്കുന്നു. ഇന്നു രാവിലെ മിസ്റ്റർ സിഹ്നയുടെ കൂടെ കാറിൽ നൂറാഗററിലേക്ക് പോയിരുന്നു. വഴിമദ്ധ്യേവെച്ച് ജാട്ടിസിറിങ്ങ് എന്ന അതിസുന്ദരമായ സ്ഥലം കണ്ടു. കൊയിന നദീഗർഭത്തിലാണത്. മൂന്നു കൊല്ലം മുമ്പ് ഒരു നിലാവുള്ള രാത്രിയിൽ ഇവിടെ വന്നിട്ടുണ്ട്. ഇതേപോലെ തണുപ്പുള്ള കാലം, രാത്രി പത്തുമണിക്കു ശേഷം. ഇവിടെഇരുന്ന് കുറച്ചുനേരം എഴുതുകയുമുണ്ടായി എന്നാണ്

ഓർമ്മ. ചുറ്റും കൊടുംകാടുതന്നെ. മുന്നിൽ കേവുൻഡർ എസ്റ്റേറ്റിലെ മലകളും വനവും. പിറകുവശത്ത് ബൊനായിഗഢിലെ ഗഹനമായ വനം. ഏതാണ്ട് 2000 ചതുരശ്ര നാഴിക വ്യാപിച്ചുകിടക്കുന്ന വനം ഞങ്ങളെ ചുറ്റിനില്ക്കുകയാണ്.

ക്രിസ്മസ് ഒഴിവുകാലത്ത് വന്നതാണ്. മനോഹരപൂരിലെ മലയ്ക്കു മുകളിൽ നല്ല സുന്ദരമായ ഒരു ബംഗ്ലാവുണ്ട്. വനവിഭാഗത്തിന്റെ വക തന്നെ. അവിടെ രണ്ടു ദിവസം താമസിച്ചു. പിന്നെയാണ് ഇവിടേക്കു വന്നത്. വിജനമായ വനപഥത്തിൽ അന്ന് കാട്ടുകോഴികളെ കണ്ടിരുന്നു. ഇപ്രാവശ്യവും സന്ധ്യയാകുംമുമ്പേ അവയെ കണ്ടു. വീടിനു തൊട്ടുള്ള കൃഷിസ്ഥലത്തായിരുന്നു അവ. കാറിന്റെ ഒച്ചകേട്ടതും പറന്നുപോയി. ഥൽകോബാദിലെത്തുന്നതിന് കുറച്ചുമുമ്പ് മയിലുകളെ കണ്ടു. വനത്തിൽ കൂടിയുള്ള വഴിയുടെ ഒരു വശത്തുനിന്ന് മറുവശത്തേക്ക് കടന്നുപോയി. വീണ്ടും അതാ ഥൽകോബാദ് ബംഗ്ലാവ്! അതേ അരണ്യസുഗന്ധം, അതേ വിജനത!

ഇന്നലെ ബാബുഡേര, ബലിസ എന്നീ സ്ഥലങ്ങളിൽ നിന്ന് തിരിച്ചു പോരുമ്പോൾ ഈ വിജനത എന്തുകൊണ്ടോ വളരെ കഠോരമായി എന്റെ നെഞ്ചിൽ കൊള്ളുന്നപോലെ തോന്നി. വൃക്ഷങ്ങൾ തന്നെ എങ്ങും. പിന്നെ വനവും. ലതകളും പാറക്കല്ലുകളും മലകളും ഉണ്ട്. ഒരു മനുഷ്യ ജീവി എവിടേയുമില്ല. അലോകാലയം, അല്ല, ലോകാലയവുമല്ല. ഇവിടെ ഒറ്റയ്ക്ക് എത്ര ദിവസം എനിക്ക് താമസിക്കാനാകും? ഒന്നാലോചിച്ചു നോക്കൂ. ഒരു മനുഷ്യന്റെ മുഖംപോലും കാണാതെ എങ്ങും ഏകാന്തത മാത്രമുള്ള, ഒരു വാക്ക് ഒരാളോട് സംസാരിക്കാൻ കഴിയാതെ എങ്ങനെ ഞാൻ ജീവിക്കും? എങ്ങും ഇരുട്ട്. നേരിയ നിലാവ് രാത്രിയിൽ തലയ്ക്കു മുകളിൽ മാത്രം കാണാം. ആകാശത്തേക്കു നോക്കിയാൽ കാലപുരുഷ നേയും സപ്തർഷിമണ്ഡലത്തിനേയും കണ്ടെന്നു വരും. ചുറ്റും എണ്ണി യാൽ തീരാത്ത നക്ഷത്രങ്ങൾ മിന്നി പ്രകാശിക്കുന്നുണ്ടാകും. കീഴോട്ട് അന്ധകാരം. എങ്ങും ഇരുട്ട് മൂടിക്കെട്ടിയ ശൈലമാലയും അരണ്യ രേഖയും. ചിലപ്പോൾ കാട്ടാനകളുടെ ഗർജനം കേട്ടേക്കും. കാട്ടുകോഴികൾ കൂകി എന്നുവരാം. മറ്റു ചിലപ്പോൾ ബാർകിങ്മാനിന്റെ വികടസ്വരത്തി ലുള്ള കരച്ചിൽ കേൾക്കാം.

മുകളിലേക്ക് നോക്കിയാലും താഴോട്ട് നോക്കിയാലും ഒരു വിരാട് മൂർത്തിപോലെ ഭയപ്പെടുത്തുന്ന പ്രകൃതി. ബംഗ്ലാദേശിൽ ഈ സമയത്ത് പാടത്തും ഒഴിഞ്ഞ സ്ഥലത്തും കാണുന്ന മഞ്ഞപ്പൂക്കളുമായി നില്ക്കുന്ന പീച്ചിങ്ങച്ചെടികൾ, വെളുത്ത പൂക്കളുടെ കുലകളുമായി നില്ക്കുന്ന മറ്റൊരുതരം ചെടികൾ, സുഗന്ധം പരത്തിക്കൊണ്ടുനില്ക്കുന്ന ഇവ യുടെ കാഴ്ചയും മണത്തിലെ മാധുര്യവും എല്ലാം ചേരുമ്പോൾ താനേ കവിതയായി മാറുന്നു. മനസ്സിനെ ആനന്ദിപ്പിക്കുന്നു, പറയാനാകാത്ത വിധം മുഗ്ധമാക്കുന്നു. അതെ, ഇവിടെ പ്രകൃതി എപിക് കാവ്യം രചിച്ചു വെച്ചിരിക്കയാണ്. ഈ കാവ്യം എല്ലാവർക്കുംവേണ്ടിയുള്ളതല്ല.

ഇന്നലെ രാത്രി രണ്ടുമണി സമയത്ത് ബംഗ്ലാവിനു പുറത്തേക്ക് വന്നു നിന്ന് മുന്നിലെ അന്ധകാരത്തിൽ പൊതിഞ്ഞുനില്ക്കുന്ന നിശ്ശബ്ദമായ വനത്തിലേക്കും ശൈലമാലകളിലേക്കും നോക്കുമ്പോൾ കാണുന്ന ദൃശ്യം ഉൾക്കൊള്ളാനാവുകയില്ല. എന്നെ സ്തബ്ധനാക്കിയപോലെ.

ആ അനുഭൂതിയിൽ ഭയം കലർന്നിരിക്കുന്നു. വിരാട്മൂർത്തിയുടെ ഉപാസന എല്ലാവർക്കും വേണ്ടിയുള്ളതല്ല. ഗ്രാമീണ പ്രകൃതിയുള്ളിടത്ത് നാലാംകാലത്തിൽ ധ്രുപദശൈലിയിൽ പാടുന്ന മുമ്രി എല്ലാവർക്കും ആസ്വദിക്കാനാവില്ല.

ആ വനം വാത്നി, ജെരായികേല എന്നീ ഭാഗത്തുനിന്ന് ആരംഭിച്ച് ഈ വശത്ത ഝിൻഡുങ്ങ്, ലോരോ കോദാലിബാദ്, ധരംപക വരെ വിസ്തൃതമായി കിടക്കുന്നു. എന്തൊരു കൊടുംകാട്! എത്ര തടിയനായ സാലവൃക്ഷങ്ങൾ! അവ ഏതു ശൂന്യതയിൽ ചെന്നവസാനിക്കുന്നു ആവോ! കമ്പനികളിൽ നിന്നുയരുന്ന പുകക്കുഴലുകൾപോലെ മേലോട്ടുയരുന്നു. 150-200 വർഷങ്ങൾ പ്രായമായിക്കാണും. സഭ്യതയുള്ള മനുഷ്യർ ഈ ഭാഗത്തൊന്നും കാലുകുത്താത്ത സമയത്ത്, റെയിൽപാളവും തീവണ്ടിയും ആരംഭിക്കാത്ത കാലത്ത് റോഡും വാഹനങ്ങളും തുടങ്ങിയില്ലാത്തപ്പോൾ ഈ വൃക്ഷങ്ങൾ വനമധ്യത്തിൽ വളർന്നുകൊണ്ടിരിക്കയായിരുന്നു.

ഇന്ന് സന്ധ്യക്ക് രംഗൻഗാഡയിലേക്കു പോകുന്ന വഴിയിൽ ഒരു വളരെ വലിയ സാലവൃക്ഷം കണ്ടു. അതിന്റെ ചുവട്ടിൽ കുറച്ചു സ്ഥലത്ത് പുൽതകിടി. അമ്മയുടെ വിവാഹം കഴിഞ്ഞ സമയത്തും ഈ വൃക്ഷം വളരെ വലുതായിരുന്നുവത്രെ! ഇതെല്ലാം ഓർത്തുകൊണ്ടിരിക്കുമ്പോൾ മനസ്സിനെന്തൊരാനന്ദം! ഥൽകോബാദ് ഗ്രാമത്തിനരികിൽ ബൊനായിഗഡിലേക്കും രംഗനാഗാഢിലേക്കും പോകുന്ന വഴിയോരത്തും വലിയ സാലവൃക്ഷമുണ്ട്. അതിന്റെ ചുവട്ടിലും പുൽത്തകിടിയും വിശ്രമിക്കാൻ സ്ഥലവുമുണ്ട്. കാളവണ്ടിക്കാർ അവിടെ ചോറും പരിപ്പും ചേമ്പും വേവിച്ച് ഭക്ഷണം കഴിക്കുന്നുണ്ടായിരുന്നു. മണിക്കൂറുകളോളം ആ മരങ്ങളുടെ മുകളിലേക്ക് നോക്കിനിന്നപ്പോൾ തന്നെത്തന്നെ മറക്കുന്ന ഏതോ ആനന്ദസാഗരത്തിൽ താണുതാണുപോകുകയായിരുന്നു.

ഇസ്മയിൽപൂരിലെ ആപ്പീസുമുറിയിൽ നിന്ന് ചിലപ്പോൾ ഇത്തരം തണുപ്പുള്ള രാത്രികളിൽ പുറത്തേക്കിറങ്ങിവന്ന് നില്ക്കാറുള്ളത് ഓർമ്മ വന്നു. അവിടേയും മുന്നിലും പിന്നിലും വിജനമായ വനഭൂമി ഉണ്ടായിരുന്നു. തണുപ്പ് എന്നു പറഞ്ഞാൽ എന്തൊരു തണുപ്പ്. കൈവിരലുകൾ കോച്ചിമരവിച്ച് അനക്കാൻ വയ്യാതാകുമായിരുന്നു. ഇത്രയും കാലങ്ങൾക്കു ശേഷം അതേ അനുഭവങ്ങളുടെ ഓർമ്മകൾ വീണ്ടും മനസ്സിലേക്ക് തിരിച്ചു വരുന്നു. എന്നും എല്ലാ രാത്രിയിലും പ്രത്യേകിച്ച്, ഇന്നും അതേപോലെയുണ്ട്. അരണ്യഭൂമിയുടെ വിജനതയും അന്ധകാരവും കൊടുംതണുപ്പും അതിർത്തി കാണാൻ കഴിയാത്ത വിരാടമായ ഏതോ ഒന്നുമായി മുഖാമുഖം കാണാൻ കഴിയുന്ന അനുഭൂതിയും എല്ലാം ചേർന്നനുഭവിക്കാൻ

ലഭിക്കുന്ന സ്തബ്ധമൗന വിസ്മയങ്ങൾ ഇനിയുമുണ്ടാകട്ടെ! എന്നെ വീണ്ടും ഒരിക്കൽകൂടി നേരിലറിയാൻ ഇങ്ങോട്ടു കൊണ്ടുവന്നല്ലൊ.

കുറച്ചു ദിവസങ്ങളായി കാട്ടാനകളുടെ ശല്യം കാരണം ആരാകുഡി അഥവാ മരം അറക്കുന്ന കൂലിക്കാർ ഭയപ്പെട്ടുകഴിയുകയാണ്. ഇന്നലെ സന്ധ്യക്ക് ഉണങ്ങിയ കാട്ടുതുളസിയുടെ കാട്ടിൽകൂടി മലമുകളിൽ നിന്ന് ഒരു അരുവി ഒഴുകിവരുന്നത് കടന്ന് ബൊനായിഗഡിലേക്കുള്ള വഴിയിലുള്ള ഈ കൂട്ടരെ കാണാനായി പോയി. ഒരു വലിയ സാലവൃക്ഷച്ചുവട്ടിൽ അവർ ഇരിക്കുകയാണ്. പരിപ്പു വേവിക്കുന്നു. ചോറ് വെച്ചുകഴിഞ്ഞു. ചുറ്റും വിജനമായ കാട് മാത്രം. നല്ല തണുപ്പ്. ചോദിച്ചു,

-എന്താണ് പേര്? എവിടെനിന്നുവരുന്നു?

അവർക്ക് ബംഗാളി അറിയില്ല. 'ഹോ' ഭാഷയോടൊപ്പം ഒഡിയ ഭാഷയിലെ ക്രിയാപദങ്ങൾ ചേർത്താണ് ഇവരുടെ സംസാരഭാഷ. അവർ പറഞ്ഞതിന്റെ ചുരുക്കം. ആർക്കെങ്കിലും മരം കൊണ്ടുപോകാൻ വണ്ടി ആവശ്യം വരുമെന്ന് പ്രതീക്ഷിച്ചാണ് തേടി നടക്കുന്നത്. അവരുടെ കൈയിൽ ഒരു ഈന്തപ്പനയുടെ ഇലകൊണ്ടുള്ള പായയും കനം കുറഞ്ഞ പുതപ്പും ഒരു വലിയ പാത്രവും ഒരു മൊന്തയും മാത്രമാണ് ഉള്ളത്.

ഞാൻ ചോദിച്ചു,

-രാത്രി എവിടെ ഉറങ്ങും?

-ഇവിടെ, മരച്ചുവട്ടിൽ.

-ആന വരുമെന്ന ഭയം ഇല്ലേ? ഇന്നലെ അറക്കുകാരായ പലരേയും ആന ഉപദ്രവിച്ചു.

-തീ ഉണ്ടല്ലോ, ബാബു.

-തീ അവരുടെ കൈയിലും ഉണ്ടായിരുന്നു. കാട്ടാനയ്ക്ക് തീയിനെ പേടിയില്ല. കഴിഞ്ഞ കൊല്ലം ഒരാളെ ആന കുത്തിമലർത്തി ചവിട്ടിക്കൊന്നു. സൂക്ഷിക്കണം.

-അതൊന്നും നടപ്പില്ല ബാബു. ആനയെ പേടിച്ച് ഇരുന്നാൽ ഞങ്ങളുടെ ജീവിതം എങ്ങനെ കഴിയും? എവിടേക്കു പോകാൻ, ബാബു?

-ഈ കൊടുംതണുപ്പത്ത് ഈ വൃക്ഷച്ചുവട്ടിൽ ഉറങ്ങുമെന്നോ?

-എത്രയോ കാലമായി ഇങ്ങനെയല്ലേ ചെയ്തുവരുന്നത്? തീ കത്തിച്ചിട്ടാൽ തണുപ്പിന്റെ ശക്തി അറിയില്ല.

ഇവർക്ക് ഒന്നും മനസ്സിലാവില്ല. ഒന്നിനേയും ഭയവുമില്ല. കാട്ടാന ആയാലും എല്ലുകോച്ചുന്ന തണുപ്പായാലും അന്ധകാരം നിറഞ്ഞ കാട്ടിലെ വിജനതയെപോലും അവർ സാരമാക്കുന്നില്ല. ഇവരുടെ ജീവിതം ഈ വിധമാണ്. ഈ വനവീഥികളിൽകൂടി സഞ്ചരിക്കുന്നു വൃക്ഷച്ചുവട്ടിൽ രാത്രി കഴിയുന്നു. ഇതെല്ലാമാണവരുടെ ദൈനംദിന ജീവിതചര്യ.

അവരുടെ പരിപ്പു വെന്തു. ഇറക്കിവെച്ചു. ചോറും പരിപ്പും സാലവൃക്ഷത്തിന്റെ ഇലയിൽ വിളമ്പി ഭക്ഷണം കഴിക്കാൻ തുടങ്ങി. പരിപ്പു വിളമ്പിയതിൽ വെളുത്ത എന്തോ സാധനം കണ്ടു. ചോദിച്ചു,

-അതെന്താ പരിപ്പിൽ കാണുന്നത്?

-പേക്ചി.

-എന്നുവെച്ചാലെന്താ?

-കാന്ദ്

-അതും എന്താണ്?

കാര്യം മനസ്സിലായില്ല. കാട്ടിലെ ഫലം വല്ലതുമാകാം എന്നു വിചാരിച്ചു. പിന്നീട് വനവിഭാഗത്തിലെ ഹിന്ദി അറിയുന്ന ഒരു ജോലിക്കാരനായ നിക്കോഡിം ഹോയോട് ചോദിച്ചു. അതിന്റെ അർത്ഥം കാട്ടുചേമ്പ് എന്നാണത്രെ.

ഇതാണ് നമ്മുടെ ഭാരതം. ഭാരതത്തിനെ ശരിയായി മനസ്സിലാക്കണമെങ്കിൽ ഈ തരം ജനങ്ങളെ അറിയണം. അവരുമായി ഇടപഴകണം. എത്ര നിസ്സാരമാണ് അവരുടെ ഭക്ഷണം, എത്ര തുച്ഛമായതാണ് ഉറങ്ങാനുള്ള സൗകര്യങ്ങൾ! തണുപ്പിനെ അവർ തണുപ്പായി കാണുന്നില്ല, കാട്ടാനകളെ ഭയപ്പെടുന്നില്ല. ഒന്നോ ഒന്നരയോ രൂപ വണ്ടിയുടെ വാടക കിട്ടിയാലും കഴിക്കുന്നത് വെറും ചോറും പരിപ്പും കാട്ടുചേമ്പും മാത്രം.

വൃക്ഷത്തലപ്പുകളിൽ സന്ധ്യ ഇറങ്ങിവരാൻ തുടങ്ങുമ്പോൾ ഞങ്ങൾ തിരികെ യാത്ര ചെയ്യുകയാണ്. ചന്ദ്രക്കല സാലവൃക്ഷങ്ങൾക്കു മുകളിൽ തെളിഞ്ഞുവരുന്നു. കാട്ടുതുളസിയുടെ വനത്തിൽനിന്ന് എന്തൊരു മണമാണ് കാറ്റിൽകൂടി ഒഴുകിവരുന്നത്. അടുത്തുള്ള മലയാറിന്റെ മർമ്മരം കേൾക്കുന്നുണ്ട്. ബൊനായിഗഡിലേക്കുള്ള വഴി നല്ലൊരു തിരിവോടെ അദൃശ്യമാകുന്നിടത്തുനിന്ന് പുക ഉയരുന്നു. അവിടേയും ഈ മരം അറക്കുന്നവരോ കാളവണ്ടിക്കാരോ, രാത്രി കഴിയാനുള്ള ഒരുക്കത്തിലാവാം.

വഴിയോരത്തെ വൃക്ഷങ്ങൾക്കു ചുവട്ടിൽ എത്രപേരാണ്. തീ കത്തിച്ച് ഭക്ഷണം പാകം ചെയ്യുന്നത്! ഇവരെല്ലാവരും ജെരായികേല അല്ലെങ്കിൽ വിസോവയിൽനിന്ന് ജോലി തേടി വരുന്നവരാണ്. എന്തുകൊണ്ടെന്നാൽ ഈ വനത്തിൽ ഈ രണ്ടു ഗ്രാമങ്ങളിൽ മാത്രമാണ് മരംമുറിക്കുന്നവരും അറക്കുന്നവരുമായ വ്യവസായം നടത്തുന്നവരുള്ളത്. മരം മുറിക്കാനും വേണ്ട നീളത്തിലും വീതിയിലും അറത്തശേഷം അതെല്ലാം 25-26 നാഴിക അകലെയുള്ള റെയിൽവേ സ്റ്റേഷനിലേക്കെത്തിക്കാൻ ഈ തൊഴിൽക്കാരെ ആവശ്യമുണ്ട്, കൂലിക്കാരും വേണം, കാളവണ്ടിയും വണ്ടിക്കാരും വേണം. അതുകൊണ്ടാണ് ഇവിടെ ഇത്രയധികം പേരെ കാണുന്നത്.

അവർ തന്നെയാണ് ആദ്യം ഞങ്ങൾ വരുമ്പോൾ കാട്ടാനകൾ രാത്രിയിൽ വല്ലാതെ ഉപദ്രവിക്കുന്നുണ്ടെന്ന് പറഞ്ഞത്. മിനിയാന്നു രാത്രി കാട്ടാനകൾ ഇറങ്ങിയപ്പോൾ ഇവരെല്ലാം ഭയപ്പെട്ട് ഫോറസ്റ്റ് ബംഗ്ലാവിന്റെ ചുറ്റും ആശ്രയം തേടി എത്തിയിരുന്നു.

ഗ്രാമവാസികളും ആവലാതി പറഞ്ഞു,

-ആനകൾ കാരണം വാഴയിന്മേൽ കായ ഒന്നുപോലും കാണില്ല, പാടങ്ങളിലെ വിളവും അവ മദിച്ച് ഓടിനടന്ന് നശിപ്പിക്കുന്നു. ഏറെക്കുറെ തിന്നുകയും ചെയ്യും. വളരെ ഉയരത്തിൽ മച്ചാൻ കെട്ടി രാത്രി മുഴുവനും വിളവു കാക്കുകയാണത്രെ. പാടങ്ങളുടെ നടുവിൽ അവിടവിടെയായി ഇങ്ങനെ കാവലിരിക്കുമത്രെ! തണുപ്പുകാലത്ത് പാടത്ത് വിളവൊന്നുമില്ലാതെ വരണ്ടുകിടക്കുമ്പോൾ മലയോരത്ത് മുതിര കൃഷിചെയ്യുന്നു. അവിടേയും ഇതേപോലെ കാവൽ വേണം. നല്ല ഉയരമുള്ള മരത്തിന്മേൽ മച്ചാൻ കെട്ടി രാത്രി കാവൽ ചെയ്യുകതന്നെ വേണം.

ഢൽകോബാദ് ബംഗ്ലാവിന്റെ പിറകിൽ അധികം ഉയരമില്ലാത്ത മലയും വനവും ചുവന്ന മണ്ണിന്റെ കുന്നുകളുമുണ്ട്. അവിടെ തണുപ്പുകാലത്ത് ഒരുതരം പുല്ലുകൾ വളരുന്നുണ്ട്. വീതി കുറഞ്ഞ മിനുസമുള്ള നീണ്ട ഇലകളോടുകൂടിയ പുല്ല്, ഇവയുടെ ഇലകൾ ഓരോ വശത്ത് ഉണങ്ങി സ്വർണനിറം പകർന്നുനില്ക്കുന്നു.

ഇന്ന് ഉച്ചയ്ക്കുശേഷം ബംഗ്ലാവിൽനിന്ന് ഇറങ്ങി ഈ വിജനമായ മലയോരത്ത് പുല്ലിന്മേൽ ഒറ്റയ്ക്കിരുന്നു. എന്റെ പിറകിലെ താഴ്‌വാരത്തിൽ നീർമരുത്, പിയാളം, സാലവൃക്ഷം, നെല്ലി തുടങ്ങിയ നിരവധി മരങ്ങൾ നിറഞ്ഞ വനമാണ്. എതിർവശത്ത് വനങ്ങളുടെ പിറകിലായി മറ്റൊരു പർവ്വതം ഉയർന്നുനില്ക്കുന്നു. ഇവിടെ ഇങ്ങനെ ഇരിക്കുമ്പോൾ ലഭിക്കുന്ന അനുഭൂതി കണ്ണടച്ചിരുന്നാലും അനുഭവപ്പെടുന്നു. ഉണങ്ങിയ പുല്ലിന്റെ മണം എങ്ങും പരന്നിരിക്കുന്നു. സ്വർണനിറം കലർന്ന വെയിൽ. എത്രയെത്ര പക്ഷികളുടെ കളകൂജനം! ചെവിടോർത്തിരുന്നാൽ മലയുടെ ഏതു ഭാഗത്തുനിന്ന് ഏതു പക്ഷിയാണ് കൂകുന്നതെന്നറിയാനാവും. ബംഗാളിൽ പരിചിതമല്ല ഈ പക്ഷികൾ. എനിക്ക് ഇവിടത്തെ പക്ഷികളുടെ ശബ്ദം തിരിച്ചറിയാൻ പ്രയാസമുണ്ട്. കാട്ടുതത്തയുടെ ശബ്ദം, കാക്കത്തുയയുടെ കരച്ചിൽ ഇവ മാത്രം അറിയാം. മലയുടേയും വനത്തിന്റേയും പശ്ചാത്തലത്തിലിരുന്ന് ഈ വിവിധ കാട്ടുപക്ഷികളുടെ കൂജനം സംഗീതം ചൊരിയുമ്പോൾ നിസ്തബ്ധമായ മധ്യാഹ്നത്തിൽ മനസ്സിനെ ആ മഹാനുഭാവന്റെ അരികിലേക്ക് അറിയാതെ കൊണ്ടുപോകുന്നു. അദ്ദേഹത്തിന്റെ കഥകൾ മാത്രം ഇവിടെ ഇരുന്ന് ചിന്തിക്കാനാഗ്രഹിക്കുകയാണ്. ധ്യാനനിരതമായ നേത്രങ്ങൾ. പ്രാചീന ഭാരതത്തിന്റെ ഏതോ ഗഹനമായ വനത്തിൽ വെച്ച്, അതും ഇതുപോലൊരു വിജനമായ മധ്യാഹ്നത്തിൽ.

കുറച്ചുകഴിഞ്ഞ് കാറിൽ കയറി ഥൽകോബാദ് ബംഗ്ലാവിൽനിന്ന് നാലു നാഴിക അകലെയുള്ള അരുവി കാണാൻ പോയി. സന്ധ്യയാകാൻ ഇനി അധികം സമയമില്ല. കാർ പോകുന്നവഴി വിട്ട് കുറച്ചകലെയാണ് കാട്ടരുവി. വളരെ വിസ്താരമുള്ള കരിങ്കൽത്തറയുണ്ട്. എത്ര ലക്ഷം കൊല്ലങ്ങളായി ഈ കൊച്ചരുവി ചുവന്ന മണ്ണിൻപുറത്തുകൂടി ഒഴുകി ഒഴുകി പോയിട്ടാകണം ഈ Shale + greisan കല്ലിന്റെ തറ തയ്യാറാക്കിയത്! എത്രയെത്ര കാലമായി ഈ അരുവി ഇങ്ങനെ ഒഴുകിക്കൊണ്ടിരിക്കുന്നു! സമയത്തിന്റെ വിശാലവ്യാപ്തി ഓർക്കുമ്പോൾ നിസ്സാരന്മാരായ മനുഷ്യരുടെ തല തിരിഞ്ഞുപോകും.

മുന്നിൽ അതാ ആ അരുവി കളകളാരവമുണ്ടാക്കി കല്ലിനുമീതെ ഒഴുകുന്നു. ഞാൻ ഈ കൊടുംവനത്തിൽ തടിച്ച ലതകൾ പടർന്നുകയറിയ ഒരു വടവൃക്ഷത്തിനുതാഴെ വലിയൊരു പാറയിന്മേൽ ഇരുന്നു. മറ്റൊരു വലിയ പാറയിന്മേൽ ചാരിയശേഷം എഴുതാൻ തുടങ്ങി. ചാരിയിരിക്കുന്ന കല്ലിന് നല്ല മിനുസമുണ്ട്. ചുറ്റും പക്ഷികളുടെ കളകൂജനം. ഈ സ്ഥലം അതിഗഹനമായ വനമധ്യത്തിലാണ്. അല്ലെങ്കിൽതന്നെ ഈ സാരെന്റാ വനം ജനശൂന്യമാണ്. പോരെങ്കിൽ ധാരാളം കാട്ടുമൃഗങ്ങൾ നിറഞ്ഞതും. ഥൽകോബാദിൽനിന്ന് നാലു നാഴിക ദൂരെ മാത്രമാണ്. ആനയുടേയും പുലിയുടേയും ഭയമാണ് ഏറ്റവുമധികം. ഉണങ്ങിയ ഇലകൾ അനങ്ങുന്ന നേരിയ ശബ്ദം കേട്ടാൽ വളരെ ശ്രദ്ധിച്ച് പിറകോട്ട് തിരിഞ്ഞുനോക്കും. അധികം ദൂരെയല്ലാതെ ഒരു വൃക്ഷച്ചുവട്ടിൽ മിസ്റ്റർ സിഹ്ന ഇരിക്കുന്നു.

ഈ വക സ്ഥാനങ്ങളിൽ ഒറ്റയ്ക്കിരിക്കുമ്പോൾ മഹാനായ സ്രഷ്ടാവിന്റെ ചിന്ത മാത്രം വരുന്നു. ലക്ഷം ലക്ഷം വർഷങ്ങളുടെ അളവുകോൽ. വിശാലമായ ആകാശം. അനന്തശൂന്യം, നക്ഷത്രങ്ങൾ വിരിച്ചിട്ട ആ മഹാന്റെ പന്ഥാവും യാത്രയും... എല്ലാം ചേർന്ന് മനസ്സിൽ ഉയരുന്ന ആ രാഗം, ആ സ്വരരാധ, അവയെ ഈ ഭൂമിയിലെ ഭാഷകളിൽ മനസ്സിലാക്കാൻ കഴിയുകയില്ല.

ആ അനുഭൂതിയിൽ അമരത്വത്തിന്റെ ആസ്വാദനമാണ് ഒഴുകി വരുന്നത്. അതിനെ ഒന്നിനോടും ഉപമിക്കാനാവില്ല. അനുപമമായ എക്സ്ട്ര സി...

എത്ര ഭാഗത്തുനിന്നാണ് എന്തെല്ലാം രൂപത്തിലാണ് ആ ദേവതയുടെ രൂപം കൺമുന്നിൽ വരുന്നത്! എന്തെല്ലാം ഭാവങ്ങൾ. പ്രാചീനകാലത്ത് ഭാരതത്തിലെ ഇതുപോലൊരു കാനനശിലയിലിരുന്ന് മുഗ്ധനായി എഴുതിയതാവണം "രചനാനുപത്തേശ്ച നാനുമാനം..." എന്ന്. ഈ വിശ്വരചന കാണുമ്പോഴൊക്കെ തോന്നുന്നത് ആ വിശ്വകർത്താവിന്റെ ശില്പരചന എന്നെന്നും സക്രിയമായിത്തന്നെ ഇരിക്കുന്നുവെന്ന്.

ആ മഹാശില്പിക്ക് അഗണ്യം അഭിവാദ്യങ്ങൾ!

അനാദ്യന്ത ശാശ്വതയുഗങ്ങളായി ഈ ശിലാസ്കൃത അരുവികളുടെ തടങ്ങളിൽ, അനന്തമായ ആകാശത്തിലെ നീഹാരികാമണ്ഡലത്തിൽ,

വനപുഷ്പങ്ങളുടെ ഇതളുകളിൽ, വിഹംഗങ്ങളുടെ കാകളിയിൽ, ചന്ദ്രിക യുടെ ഏറ്റക്കുറച്ചിലിനൊപ്പമുള്ള തരുണിയുടെ പ്രേമവ്യഥയിൽ. ശോക ത്തിലും വിരഹഗാനങ്ങളിലും ധൂമകേതുക്കളുടെ വരവിലും പോക്കിലും എത്രയോ നാടുകളുടെ ഉയർച്ചയിലും താഴ്ചയിലും അങ്ങനെ എന്തു സംഭവിച്ചാലും ആ മഹാൻ തന്റെ എപിക് രചന തുടർന്നുകൊണ്ട് പോകുന്നു. പക്ഷേ, ആ മഹാകാവ്യം വായിക്കാൻ കഴിവുള്ള വായന ക്കാരെവിടെ? ഒന്നോരണ്ടോ സർഗങ്ങൾ വായിച്ചാലായി, വായിച്ചാലും മുഴു വൻ മനസ്സിലാകുന്നുണ്ടാവില്ല.

ചുവപ്പുനിറം കലർന്ന ഗോധൂളി. വനത്തിൽ ഈ ശിലാസനം വരെ അത് അരിച്ചിറങ്ങുന്നുണ്ട്. ജലധാരയുടെ മർമ്മരം താരാട്ടുപാടി കണ്ണു കളെ മയക്കുന്നു. നല്ല തണപ്പും ആരംഭിച്ചുകഴിഞ്ഞു.

ഡ്രൈവർ വിജയ് ചോദിച്ചു,

-പോകണ്ടേ ബാബു?

കാട്ടാനയോ പുലിയോ ഈ അരുവിയിൽ വള്ളം കുടിക്കാൻ വന്നേക്കാം. അതിനാൽ പോകുന്നതാണ് നല്ലത്.

അന്ധകാരം നിറഞ്ഞ ഗിരിപഥത്തിൽകൂടി ബംഗ്ലാവിലെത്തി. ഈ കനത്ത ഇരുട്ടിൽ ഇരുൾമൂടി നില്ക്കുന്ന വനത്തിലേക്കു നോക്കുമ്പോൾ ഉള്ളിനെ വിറപ്പിക്കുന്ന ഭയം മാത്രമാണ് തോന്നുക. ഇത് തികച്ചും മറ്റൊരു ലോകംതന്നെ!

ബംഗ്ലാവിൽ തിരിച്ചെത്തിയശേഷം മലയോരത്തിലെ ബംഗ്ലാവിന്റെ മുറ്റത്ത് ഇരുന്നു. മുന്നിൽ വളരെ താഴെയായി താഴ്വാരം. അതിനപ്പുറത്ത് അർധ ചന്ദ്രാകൃതിയിലുള്ള ശൈലമാല. ഇടതുവശത്ത് നില്ക്കുന്നഉയരത്തിലുള്ള വൃക്ഷത്തിനുമുകളിൽ അഷ്ടമിച്ചന്ദ്രൻ ഉദിച്ചുകഴിഞ്ഞു. ദൂരെയുള്ള മല കൾക്കു മുകളിലായി ഒരു നക്ഷത്രം നല്ലപോലെ തിളങ്ങിമിന്നുന്നു. അങ്ങോട്ടു നോക്കിയിരിക്കുമ്പോൾ മനസ്സ് എവിടേക്കോ പറന്നുപോയി. ആ താരത്തിന്റെ ചുറ്റുപുറത്ത് ഗ്രഹങ്ങൾ ഉണ്ടോ? അവിടേയും നമ്മളെ പ്പോലെയുള്ളവർ വസിക്കുന്നുണ്ടാകുമോ? ഈ വിധത്തിലുള്ള വന സൗന്ദര്യം അവിടേയും ഉണ്ടോ? നമ്മൾക്കുള്ളതുപോലെ അവർക്കും സുഖദുഃഖങ്ങളും പ്രേമവും വിവാഹവും എല്ലാം അവരുടെ വിധിയിൽ എഴുതിവെച്ചിട്ടുണ്ടോ?

അതൊന്നും അറിയില്ല. പക്ഷേ, ഒരു കാര്യമറിയാം. ആ മഹാന്റെ ശാസനവും ആസനവും അവിടേയും ഉണ്ട്, തീർച്ച. അദ്ദേഹത്തിന്റെ മഹാ കാവ്യത്തിന്റെ ഛന്ദത്ധങ്കാരത്തിൽ അവർക്കെല്ലാം അവയ്ക്കെല്ലാം സ്ഥാനമുണ്ട്.

Out beyond the shining of the furthest star
Thou art ever stretching infinitely far
Yet the hearts of children hold, what words cannot,
And the God of glory loves the louly spot.

ഞങ്ങളുടെ ഗ്രാമത്തിലെ ഇച്ഛാമതി നദീതീരത്ത് ഇടതൂർന്ന് പൂത്തു നില്ക്കുന്ന പൂക്കളിലും കാട്ടുമരം പടർന്നുപിടിച്ചുകിടക്കുന്ന പാടത്തിന്റെ ഓരങ്ങളിലും കാട്ടുകക്കരിയുടെ ഇടതൂർന്ന് പടർന്ന വള്ളികൾക്കിടയിലെ തുടുത്ത കക്കരിപ്പൂക്കളിലും അദ്ദേഹം ഉണ്ട്.

രാത്രി ഏറെ ആയപ്പോൾ നിലാവ് പ്രകാശിക്കാൻ തുടങ്ങി. മലയോരത്തെ ബെഞ്ചിന്മേൽ ചെന്നിരുന്നു. അകലെ കാണുന്ന അതേ പർവ്വതശ്രേണി, അതിനുമീതെ ആകാശത്തിൽ അസംഖ്യം താരങ്ങൾ. എന്തൊരു മഹിമ. ആ മഹാന്റെ എന്നോടുള്ള സ്നേഹംകൊണ്ട് എന്നെ ഇവിടേക്കു കൊണ്ടുവന്നു. ആ വിശാലരൂപമെന്തെന്ന് പ്രത്യക്ഷത്തിൽ കാണിച്ചു തരാൻ എന്നെ ഇവിടേക്കെത്തിച്ചു. എത്ര വലിയ ഒരു സൗഭാഗ്യമാണ് തന്നനുഗ്രഹിച്ചത്! ഞാൻ ഈ അനന്തരൂപത്തിനുമുന്നിൽ എല്ലാം മറന്നുപോകുന്നു. ഹേ ഈശ്വരാ! എനിക്ക് ആ പുല്ലിന്റെ പൂക്കളും കാട്ടുമരവള്ളികളും കക്കരിക്കത്തോട്ടങ്ങളും അവയുടെ ഫലങ്ങളുമാണ് അധികം ഇഷ്ടം. എനിക്കവ മതി. ഈ രൂപം കാണുമ്പോൾ എനിക്ക് ഭയം തോന്നുന്നു.

ജ്യേഷ്ഠമാസത്തിലെ ഒരു വൈകുന്നേരം. നദീതീരത്തെ അതിപ്രാചീന മാവിൻതോപ്പിനുകീഴിൽ കൊടുംവനമാണ്. കുന്നിവനത്തിനു മുകളിലേക്ക് വൃദ്ധരായ മാവിൻകൊമ്പുകൾ ഉയർന്നുനില്ക്കുന്നു. മുളകൾക്കിടയിൽക്കൂടി കുന്നിച്ചെടികളുടെ ലതകൾ വലിയ തൊഴുത്തുവരെ നീണ്ടു വന്നിരിക്കുന്നു. വൈശാഖമാസത്തിൽ അവസാനമാകുമ്പോഴേക്കും കൊടുംമഴയത്ത് ഈ ലതകളും ഇലകളും വൃക്ഷങ്ങൾക്ക് വളമായിത്തീരുന്നു. വെറും ശൂന്യമായി കിടന്നിരുന്ന, ലതയോ പുല്ലുപോലുമോ ഇല്ലാതിരുന്ന സ്ഥലത്ത് ഇപ്പോൾ ഏതാണ്ട് പത്തു ചതുരശ്ര വാരയിലധികം ഭൂമിയിൽ കനത്തുവളർന്നുനില്ക്കുന്നത് കാട്ടുകയ്പക്ക, വലിയ സൂര്യകാന്തിപ്പൂക്കളുടെ ചെടികൾ, വലിയ ഇലകളുള്ള വേറെയും ലതകളുടെ തൈകൾ, തണ്ണിമത്തന്റെ തൈകൾ, ചെറുകായുമ്പുണ്ടാകുന്ന വേറെയും ചില തൈകൾ മാത്രമല്ല പേരറിയാത്ത നിരവധി ചെടികളുമാണ്.

ഇപ്പോൾ മഴയില്ല. കുറച്ചു ദിവസമായി നല്ല ചൂടുള്ള ദിനങ്ങളാണ്. സൂര്യൻ മുഴുവൻ പ്രകാശത്തോടെ മേഘശൂന്യമായ നീലാകാശത്തിൽ, എങ്ങും കൊടുംവെയിൽ ഉച്ചവരെ ഉണ്ടെങ്കിലും അപരാഹ്നമാകുമ്പോഴേക്കും കനത്ത നിഴൽ എങ്ങും പരന്നുതുടങ്ങും. പഴികളിലും കടവിലും വയലുകളിലും തണൽ വിരിച്ചുതുടങ്ങും. കാട്ടുമുല്ലയുടെ പൂക്കൾ കാറ്റിൽ സുഗന്ധം ചേർത്തൊഴുകുന്നു. മുളമരങ്ങളുടെ തലപ്പുകൾ കാറ്റിലുലയാൻ തുടങ്ങും. മാവിൻതോപ്പിലെ എല്ലാ വൃക്ഷങ്ങളും കൊമ്പും ചില്ലയും വിറപ്പിച്ചുകൊണ്ട് നില്ക്കും. നദിയുടെ തിരിവിൽ നിന്ന് വരുന്ന തണുത്ത കാറ്റ് നദിയിലെ കറുത്ത ജലത്തിൽ ഓളങ്ങൾ സൃഷ്ടിക്കുന്നു. കൊച്ചിലകളും വെള്ളപ്പൂക്കളുമായി ജലത്തിനുമീതെ കിടക്കുന്ന ചണ്ടിയെല്ലാം ഈ കാറ്റ് തള്ളിനീക്കുന്നു. അവ നദീതീരത്തേക്ക് നീങ്ങിപ്പോകാൻ നിർബന്ധിതരാകുന്നു. കുളക്കോഴികളെപോലും കാറ്റ് പറപ്പിച്ചുകളയുന്നുണ്ട്.

അവ മുൾമരങ്ങളുടെ കൊമ്പുകളിൽ പറന്നുപോകുന്നു. പവിഴമല്ലിയുടെ പൂക്കൾ എങ്ങും കൊഴിഞ്ഞുവീണുകിടക്കുന്നു. വർഷം കഴിഞ്ഞ് കിളിർത്ത പുതുപുല്ലിന്മേലും കുറച്ചുയരമുള്ള ചെടികളിന്മേലും നദീജല ത്തിനു മീതെയും അവ വീണുകിടക്കുന്നു. ഗോധൂളി സമയത്തെ ചുവപ്പു കലർന്ന വെളിച്ചം എല്ലായിടത്തും പരന്നുകഴിഞ്ഞു. കൊക്കുകൾ ചിറകു വിരിച്ച് പറന്നുപോകുന്നു. ഈ നിശ്ശബ്ദ സായാഹ്നത്തിൽ ഛായാനിബിഡ മായ അതിപുരാണ മാവിൻതോപ്പിൽ കടന്നുവരുമ്പോൾ അദ്ദേഹം ഇല കളുടെ മെത്തയിൽ ഉറങ്ങിക്കിടക്കുന്നതായി കാണാം. ഞാൻ ഈ വിജ നതയിൽ അദ്ദേഹത്തെ കണ്ടിട്ടുണ്ട്. വളരെ ദൂരെനിന്ന് മാത്രമേ ഞാൻ കണ്ടിട്ടുള്ളൂ. അടുത്തേക്ക് പോയില്ല.

തണലിലും കുറ്റിക്കാട്ടിലുമായി കിടന്നുറങ്ങുകയാണ്. സ്ത്രീയുടേതു പോലെ സുകുമാരമുഖം. കമനീയവും അപാർത്ഥിവവുമായ ഭാവം. നീണ്ട കണ്ണുകൾ കറുത്ത കൂട്ടുപുരികത്തിനു കീഴിൽ നിമീലിതം - ഒരു സുന്ദരി യുടെ ലാവണ്യം നിറഞ്ഞ വദനം. മുഖമല്ലാതെ മറ്റൊന്നും കാണാൻ കഴിഞ്ഞില്ല. കൊമ്പുകളിൽനിന്ന് കൊമ്പുകളിലേക്ക് ധാരാളം പക്ഷികൾ ചാടിയും പറന്നും കളിച്ചുകൊണ്ടിരിക്കുന്നു. കിടക്കുന്ന ശയ്യയ്ക്കുമീതെ കാറ്റിൽ പൂക്കളുടെ, അധികവും മഞ്ഞനിറത്തിലുള്ള കൊന്നപ്പൂക്കളുടെ ഇതളുകൾ വീണുകൊണ്ടിരിക്കുന്നു. മരക്കൊമ്പുകളിൽനിന്ന് പലതരം ലതകൾ തൂങ്ങിക്കിടക്കുന്നു. ചിലവ ആ മാറിൽ തട്ടുകയും തലോടുകയും ചെയ്യുന്നുണ്ട്. മുഖത്തും ചിലപ്പോൾ തൊട്ടുപോകുന്നു. ദൂരെ ഒരു കുറ്റി ക്കാട്ടിനരികിൽ നിറയെ പൂത്തുനില്ക്കുന്ന 'തിത്പല്ല' പൂക്കൾക്കു ചുറ്റും ചിത്രശലഭങ്ങൾ പറക്കുന്നു. കൊന്നപ്പൂക്കളുടെ കുലകൾക്കരികിൽ നീണ്ട വാലുള്ള ഒരുതരം പക്ഷികൾ ചിലയ്ക്കുന്നുണ്ട്. ചിലവ ഏറ്റവും മുകളിൽ ഇരുന്നു. 'കുല്ലൊ, കുല്ലൊ' എന്നു ശബ്ദിക്കുന്നു. എത്ര സുന്ദരമായി ഗോധൂളിയുടെ ശോഭകൊണ്ടലങ്കരിച്ച വനകുഞ്ജവും സ്നിഗ്ദ്ധഛായ വിരിച്ച വനവീഥിയും!

ഞാൻ പെട്ടെന്ന് ഓർത്തു. തിത്പല്ലപൂക്കൾ ഇപ്പോൾ പൂക്കാറില്ലല്ലോ. നല്ല തണുപ്പുള്ള മാസത്തിലല്ലേ അവയുടെ പൂക്കൾ കാണേണ്ടത്! ഇവിടെ ആ പൂവ് എങ്ങനെ?

ആവാം. മഹാശില്പിക്ക് മനസ്സിൽ തോന്നിയാൽ എപ്പോൾ വേണ മെങ്കിലും എവിടെ വേണമെങ്കിലും പുഷ്പിക്കാവുന്നതല്ലേ. തന്റെ ശയ്യ യുടെ അസ്തനിദ്രാസ്ഥാനം ഇച്ഛയനുസരിച്ച് സജ്ജീകരിക്കാനായി തനിക്കിഷ്ടമുള്ള പൂക്കളെല്ലാം വിരിയിക്കാമല്ലൊ. മഹാകവിയായ അദ്ദേഹ ത്തിനും എനിക്കിഷ്ടമുള്ള പൂക്കൾ തന്നെയാണ് പ്രിയം എന്നു കാണുന്നു. പൂക്കൾ മാത്രമോ? മറ്റെന്തെല്ലാം സുദർശനവസ്തുക്കൾ, സുകുമാര ലതകൾ! മിക്കവയും ബംഗാളിന്റെ ഗ്രാമങ്ങളിൽ നിതാന്തം സുപരിചിതമായവ. എനിക്കും കോവിദാരവും ഇല്ല, അശോകവും ചുവന്ന കുറുഞ്ഞിലുമില്ല. പുന്നാഗമോ, ചമ്പകമോ ഇല്ല. വർഷകാലത്തിന്റെ സഖാവായ കദംബവും എങ്ങും കാണുന്നില്ല.

പൂർവാചലത്തിലുദിക്കുന്ന സൂര്യാ, ആ കിരണങ്ങളോടുപമിപ്പിക്കപ്പെടുന്ന ചെമ്പരത്തി എന്തുകൊണ്ടിവിടെ കാണുന്നില്ല, വേണ്ടത്ര തപസ്യയുടെ അഭാവം കൊണ്ടാണോ സ്ഥാനം കിട്ടാതെ പോയത്. പ്രാചീന കാലത്തെ ഗാംഗുലിവംശത്തിന്റെ മാവിൻതോപ്പുകൾ എന്താ അത്രയ്ക്കെല്ലാം തപസ്സു ചെയ്തിരുന്നോ ഈ ഇച്ഛാമതിയുടെ തീരത്തെ തരുശ്രേണിയാവാൻ!

നല്ലപോലെ ശ്രദ്ധിച്ച് നോക്കാൻ വനത്തിലേക്കുതന്നെ നോക്കി വളരെ നേരം നിന്നു.

എത്ര അപൂർവ്വമായ ചിത്രമാണ് എന്റെ മുന്നിൽ! വിപുലമായ മഹാസാഗരത്തിൽ ഈതറിന്റെ മഹാസമുദ്രത്തിൽ, കോടി കോടി താരങ്ങൾ താണുപോയും ജ്വലിച്ചുകൊണ്ടിരിക്കുന്ന ആ സമുദ്രത്തിൽ ഒരു ചെറിയ പച്ചത്തുണ്ടംപോലെയുള്ള ദ്വീപാണ് ഭൂമി. വിശ്വത്തിന്റെ രാജാധിരാജൻ വളരെ സൗമ്യനും അത്യന്തം സ്നേഹിക്കുന്ന അധിദേവതയാണ്. ആ ബ്രഹ്മസ്തത്വമായ ഈ ജഗത്ത് ആ അധിദേവതയുടെ സൃഷ്ടിയാണ്. അത്രയ്ക്ക് പരമരഹസ്യവാനായ ആ ദേവത എന്തുകൊണ്ടിന്ന് ഈ മാന്തോപ്പിൽ കിടക്കുന്നു! കൊന്നപ്പൂക്കൾ അദ്ദേഹത്തിന്റെ സുകുമാരസുന്ദരമായ മുഖത്തും ദേഹത്തിന്മേലും പൊഴിഞ്ഞുകൊണ്ടിരിക്കുന്നു. ആ മുഖം കാണുമ്പോൾ എന്തുമാത്രം സ്നേഹിക്കാനാണ് തോന്നുന്നത്! പ്രത്യേകിച്ച് ഒരു കാര്യമോർക്കുമ്പോൾ. എത്രപേർ ശരിക്കറിഞ്ഞ് സ്നേഹിക്കുന്നുണ്ടാവും. സ്നേഹിക്കാൻ ആഗ്രഹിക്കുന്നുണ്ടാവും, എത്രപേർ ആ മഹാനെപ്പറ്റി ചിന്തിക്കുന്നുണ്ടാവും! ലോകത്തിൽ ഏറ്റവും അധികം അവഹേളിതനായ ആൾ അദ്ദേഹമല്ലേ! നവപല്ലവങ്ങൾ കാറ്റിൽ ഉലയുന്നു, കുറച്ചകലെ പലനിറത്തിലുള്ള പൂമ്പാറ്റകൾ പറക്കുന്നു. കൊന്നപ്പൂക്കൾക്കു ചുറ്റുമാണെങ്കിൽ, കാട്ടുചീരപ്പൂക്കളുടെ മീതെയും ഒപ്പം പറന്നെത്തും. നീലനിറത്തിലുള്ള പൂക്കളുള്ള ഒരു ലത വളർന്നുപോകുന്നുണ്ട്. ഒരു പ്രായംചെന്ന വൃക്ഷത്തിന്റെ മുകളിലെ കൊമ്പുവരെ. കാലത്തിനുമുമ്പ് പഞ്ഞിമരത്തിന്മേലും നിറമുള്ള പൂക്കൾ പൂത്തുനില്ക്കുന്നു. കാട്ടുകക്കരിയുടെ വള്ളികളിന്മേൽ നിറയെ തുടുത്ത മഞ്ഞപ്പൂക്കൾ.

നീണ്ട വാല് തൂക്കിയിട്ട് പക്ഷികൾ തത്തിക്കളിക്കുന്നു. ആരും കാണാനില്ലാതെ ആരാലും സ്നേഹിക്കപ്പെടാതെ എത്രയെത്ര പേരറിയാത്ത പൂക്കൾ. അവകൊണ്ടാണല്ലോ ആ മഹാന്റെ ഇലകൾകൊണ്ടുള്ള മെത്ത അലങ്കരിക്കപ്പെടുന്നത്! നൂറു നൂറു പ്രണാമം, അല്ലയോ ഭാവനാനിമഗ്നനായ ഈശ്വരാ, അസംഖ്യം പ്രണാമം.

തിണ്ണയുടെ അരികിലായി ചുമരിന്മേൽ ചാരിനില്ക്കുന്നതുപോലെ ഒരു തെങ്ങ് നില്ക്കുന്നുണ്ട്. അതിന്മേലും ഒരു ലത പടർന്നുകയറിയിരിക്കുന്നു. നിറയെ വെളുത്ത പൂക്കൾ. ഓരോ പൂവിലുമെന്നപോലെ മഞ്ഞയും നീലയും നിറം കലർന്ന ചിത്രശലഭങ്ങൾ അവരുടെ ഇഷ്ടംപോലെ പറന്നു

കളിക്കുന്നു. ഇവയെല്ലാം ചേർന്നല്ലേ ഈ വനാന്തരങ്ങളിലെ അസാധാരണ സൗന്ദര്യം. അവതന്നെ ഈ ഭാഗങ്ങളിലെ പ്രഭാതങ്ങളെ സൗന്ദര്യം കൊണ്ട് മുഖരിതമാക്കി വെക്കുന്നു. ഞാൻ ഇടയ്ക്കെല്ലാം എഴുത്ത് നിർത്തിവെച്ച് അങ്ങോട്ടുതന്നെ നോക്കിയിരിക്കും.

ഒരു ദിവസം നോക്കുമ്പോൾ പൂക്കളിൽ നിന്ന ഫലങ്ങൾ കൂട്ടംകൂട്ടമായി വാർന്നുവീഴാൻ തുടങ്ങിയിരിക്കുന്നു. അവ മൂത്തുപഴുക്കാറായപ്പോൾ തൊണ്ടിപ്പഴംപോലെ ആകൃതിയും നിറവും. ക്രമേണ അവ നല്ലപോലെ പഴുത്തു. നല്ല ചുവപ്പുനിറം. കൊച്ചുകൊച്ചു പക്ഷികൾ ഇലകളുടെ മറ വിലിരുന്ന് ആ പഴങ്ങൾ കൊത്തിക്കൊത്തിത്തിന്നുന്നതു കാണാൻ എന്തൊരു ഭംഗി! എന്തൊരാനന്ദം! മുകളിലേക്ക് കയറിപ്പോയ ലതയി ന്മേൽ ഇനിയും ധാരാളം പച്ച കായ്ക്കുലകൾ തൂങ്ങിക്കിടക്കുന്നുണ്ട്, മര ത്തിന് ഞാത്തണിഞ്ഞതുപോലെ കാറ്റിൽ ആടുന്നു. വളരെ പ്രായംചെന്ന വലിയൊരു ഇലഞ്ഞിമരം നില്ക്കുന്നു. വർഷകാലത്തെ മേഘത്തിന്റെ നിഴൽ പതിഞ്ഞ് അന്ധകാരമയമായി കാണുന്നു. നനഞ്ഞ ഇലകളുടെ കോണുകളിൽ നല്ല സുഗന്ധമുള്ള പൂക്കൾ. തണുപ്പും ഈർപ്പവും കലർന്ന കാറ്റിൽ ആ സുഗന്ധം ഒഴുകിവരുന്നു. ചുമരിന്മേൽ ചാരി ഇരുന്ന് ഈ ദൃശ്യമെല്ലാം കാണുമ്പോൾ എന്തൊരു ആനന്ദം, എന്തൊരു തൃപ്തി. എങ്ങനെ പറയാൻ! പുഷ്പങ്ങൾ നിറഞ്ഞ ലതകൾ എത്രയാണ് പടർന്നു കയറിയിരിക്കുന്നത്!

അതാ ഒരു കൊച്ചുലത വളർന്നുവലുതായിട്ടില്ല, ഇനിയും പൂക്കളുണ്ടാ യിട്ടില്ല. അതിനെത്തന്നെ നോക്കി ഇരുന്നു. ഗഭീരമായ നിശ്ശബ്ദതയോടു കൂടിയ ഈ സന്ധ്യാസമയത്ത് അതിനെത്തന്നെ ദൃഢമായി നോക്കി ഇരുന്ന പ്പോൾ അനന്തമായ മഹിമാമയമായ വാണി മനസ്സിലേക്ക് താനേ ഇറങ്ങി വരുന്നു.

എന്തെല്ലാം വിപുലമായ സമാരോഹമാണ് ഒരുക്കിയിരിക്കുന്നത്, എന്നി ട്ടല്ലേ ഒരു നിസ്സാരവനലതയിന്മേൽ പൂക്കൾ വിടർത്താനാകുന്നതും പൂക്ക ളിൽനിന്ന് ഫലങ്ങളുണ്ടാകുന്നതും. സൂര്യന്റെ അഗ്നിഗോളം ദൂരെ ആകാശ ത്തിൽ നിർത്തിയിരിക്കുന്നതും ഇതിനൊക്കെ വേണ്ടിയാണ്. എന്തെല്ലാം ഗ്യാസുകൾ, എന്തെല്ലാം രസായനങ്ങൾ അന്തരീക്ഷത്തിൽ സൃഷ്ടിക്ക പ്പെട്ടിരിക്കുന്നു. കോടി കോടി നാഴികയോളം പരന്നുകിടക്കുന്ന ഈതർ സമുദ്രം ഭേദിച്ചുകൊണ്ട് സൂര്യകിരണങ്ങൾ ഭൂമിയിലേക്ക് പാഞ്ഞെ ത്തുന്നു. അങ്ങനെ എന്തെല്ലാം ചെയ്തിട്ടാണ് സൃഷ്ടിയെ സുരക്ഷിത മാക്കി വെക്കുന്നത്! അങ്ങനെ ലതകളിൽ പൂക്കളും പൂക്കളിൽനിന്ന് ഫല ങ്ങളും ഉണ്ടാകുന്നു. പൂക്കൾക്കുമീതെ പൂമ്പാറ്റകൾ പറക്കുന്നു. ഫല ങ്ങൾ കൊത്തിത്തിന്നാൻ പക്ഷികളെത്തുന്നു. ചുവന്നുതുടുത്ത ഫലങ്ങൾ അവയെ ആകർഷിക്കുന്നു. നശ്വരമാണ് എല്ലാം എന്ന സത്യം നിറഞ്ഞ വാർത്ത ഇവ ലോകത്തിനു നല്കുന്നു.

അസീമമായതിൽ നിന്ന് ഭൂമിയുടെ സീമയിലേക്ക് ആ വാർത്ത എത്തിക്കുന്നത് ഇവ തന്നെ. മഹാശില്പിയുടെ കൈയൊപ്പ് ഓരോ പൂവിലും ഓരോ ചലനത്തിലും പൂക്കുലകളുടെ കുലുങ്ങിയ ആട്ടത്തിലും പ്രത്യക്ഷത്തിൽ കാണുകയാണ്.

ഘലാട്ട്ശിലയിൽ നിന്ന് മനോഹർപൂരിലേക്ക് രണ്ടുമണിക്കുള്ള തീവണ്ടിയിൽ യാത്രയായി. കഴിഞ്ഞ ദുർഗാപൂജയുടെ മുടക്കദിവസങ്ങളിൽ നാട്ടിൽനിന്ന് ഘലാട്ട്ശിലയിലേക്ക് വെറുതെ നാടുകാണാനെത്തി. സ്നേഹിതൻ അമർമിത്രയുടെ വീടിനു മുന്നിലെ തുറന്ന സ്ഥലത്ത് നിലാവുള്ള രാത്രിയിൽ ഞങ്ങൾ ഇരുന്ന് സംസാരിക്കയാണ്. അപ്പോൾ ഒരു വിവരമറിഞ്ഞു. നാട്ടിലെ സ്കൂളിൽനിന്ന് ഒരു വിദ്യാർത്ഥി എന്റെ സ്നേഹിതന്റെ വീട്ടിലെത്തിയിരിക്കുന്നു. രാത്രി വളരെ നേരം അവനോട് സംസാരിച്ചു. ഇവിടത്തെ വനവും മലകളും കാണാൻ വന്നതാണത്രെ! ഇത്രയധികം വനവും ചുറ്റും വലിയ പർവതവും ഇതേ വരെ കണ്ടിട്ടില്ല പോലും! ഉടനെ മനസ്സിൽ ഒരു വിചാരം ഉണർന്നു. സിംഹഭൂമിയിലെ വലിയ വനമായ സാരെന്റാ അരണ്യത്തിന്റെ ഒരു ഭാഗമെങ്കിലും അവനെ കാണിച്ചുകൊടുക്കണം.

അധികം പേർക്കും ഒരുപക്ഷേ, അറിവുണ്ടാവില്ല. സിംഹഭൂമിയുടെ അതായത് തെക്കൻ ഛോട്ട നാഗ്പൂരിലും തെക്കുപടിഞ്ഞാറൻ ഛോട്ട നാഗ്പൂരിലും ഇന്നും വളരെ വലിയൊരു ഭാഗം കൊടുംകാടു തന്നെയായി കിടക്കുന്നു. ആദ്യംതന്നെ ഒരു കാര്യം പറയേണ്ടിയിരിക്കുന്നു. ഛോട്ട നാഗ്പൂരിന്റെ ഈ വിഭാഗത്തിനെ പ്രാചീന ബാംഗ്ലപുരാണങ്ങളിലും പുസ്തകങ്ങളിലും ഝാഡഖണ്ഡ് എന്നോ ഝാരിഖണ്ഡ് എന്നൊ ആണെഴുതിയിരിക്കുന്നത്. അതായത് വനങ്ങൾ നിറഞ്ഞ സ്ഥലം. ഇപ്പോൾ സഭ്യത വളർന്നതോടെ റെയിൽപാളങ്ങൾ വന്നതോടെ കിഴക്കൻഭാഗത്തെ സിംഹഭൂമിയിലെ വനങ്ങൾ മിക്കവാറും ഇല്ലാതായി. അവിടെയാണ് ആരോഗ്യം തേടിപ്പോകുന്ന ബംഗാളികൾ കുടികയറി പാർക്കുന്നത്. എത്ര കമ്പനികൾ വന്നു. ടാറ്റ തുടങ്ങിയ ഉദാഹരണം. വിളവുകൊയ്യുന്ന വയലുകളും ധാരാളം വർധിച്ചുവന്നു. എന്നാലും വനം ഇപ്പോഴുമുണ്ട്. അതും നിലനില്ക്കില്ലായിരുന്നു, ഗവണ്മെന്റ് നിയമം കൊണ്ടുവന്ന് ആ നിയമത്തിന്റെ പരിധിയിലേക്ക് വനവിഭാഗത്തെ കൊണ്ടുവന്നില്ലായിരുന്നെങ്കിൽ. കണക്കിലെടുത്തു നോക്കിയപ്പോൾ ഉദ്ദേശം പത്തു ചതുരശ്ര നാഴിക വ്യാപിച്ചുകിടന്നിരുന്ന വനഭൂമി മനുഷ്യരുടെ ആയുധങ്ങൾക്കിരയായി കഴിഞ്ഞിട്ടുണ്ട് എന്നറിയാൻ കഴിഞ്ഞു.

കിഴക്കൻ സിംഹഭൂമിയിൽ വലിയൊരു ഭാഗം ജനവാസത്തിനുപയോഗിക്കപ്പെട്ടുകഴിഞ്ഞിരിക്കുന്നു. ഘലാട്ട്ശില, ഗാലുഡി, ചാകുലിയ, ടാറ്റ എന്നീ സ്ഥലങ്ങൾ. അവസാനം എഴുതിയ പേര് ലോകപ്രസിദ്ധമാണല്ലോ. കമ്പനികൾ കാരണം തന്നെ ധാന്യസ്ഥാനങ്ങളും ഉണ്ടായി.

കിഴക്കൻ സിംഹഭൂമിയിൽ പ്രകൃതി ആരാധകർക്ക് വനം കണ്ടാസ്വദിക്കാൻ സാധിച്ചെന്നു വരില്ല. ഒന്നോ രണ്ടോ സ്ഥാനങ്ങൾ കാണാൻ കിട്ടി എന്നു വരാം. അങ്ങനെ ഒരു സ്ഥാനമാണ് ഘാട്ട്ശിലയിൽ നിന്ന് ഏഴു നാഴിക വടക്കോട്ടു പോയാൽ ധാരാഗിരി എന്ന ഒരു വെള്ളച്ചാട്ടവും അതിനു ചുറ്റും വനവും മലകളുമുണ്ട്. മറ്റൊരു സ്ഥാനം സുവർണരേഖ നദിയുടെ മറുകരയിൽ – താമാ പർവതവും താഴ്‌വാരവും, ഈ വനങ്ങളിലും ആന, ചെന്നായ, കരടി, മയിൽ എന്നിവയുണ്ട്. അവ സംഖ്യയിൽ വളരെ കുറഞ്ഞു പോയി എന്നു പറയാം. അഞ്ചു വർഷം ഈ വനത്തിൽ അലഞ്ഞുനടന്നിട്ടും ഇതേവരെ ഞാൻ ഒരു മൃഗത്തേയും കണ്ടിട്ടില്ല. ഒന്നോ രണ്ടോ കുറുക്കനും അണ്ണാനും ഒഴികെ മറ്റൊന്നും കണ്ണിൽപെട്ടില്ല. എന്നാലും മൃഗങ്ങൾ ഈ വനത്തിലുണ്ട് എന്നെനിക്കറിയാം.

എന്റെ ഒന്നുരണ്ട് നായാട്ടുകാരായ സ്നേഹിതന്മാർ അവരുടെ ദുഃഖപൂർവമായ അനുഭവം പറഞ്ഞുകേട്ടിട്ടുണ്ട്. ഗാലുഡിയിലെ ലൂണ നഴ്സറിയിലെ മോഹിനി വിശ്വാസ്, കരടിയെ നായാടാൻ പോയി കരടിയുടെ കൈകൊണ്ട് വേണ്ടത്ര പരിക്കേറ്റ് തിരിച്ചുവന്നു. ജീവൻ രക്ഷപ്പെട്ട് തിരിച്ചു വന്നെങ്കിലും ഒരു കൈ എന്നന്നേക്കുമായി ഉപയോഗിക്കാനാകാതായി.

ഇനി പടിഞ്ഞാറൻ സിംഹഭൂമിയെപ്പറ്റി പറയാം. വനം ധാരാളമുള്ളത് ഇന്നും ഈ ഭാഗത്തുതന്നെയാണ്. ഇവിടെ വലിയ വലിയ രണ്ടു വനങ്ങളുണ്ട്. സാരെന്റാ ഒന്ന്. മറ്റേത് കോൽഹാൻ. രണ്ടും റിസർവ് ഫോറസ്റ്റുകളാണ്. സാരെന്റാ വനഭൂമി 400 ചതുരശ്ര നാഴിക വിസ്തീർണമുള്ളതാണ്. ഭാരതത്തിലെ ഏറ്റവും വലിയ വനവിഭാഗമാണ് സാരെന്റാ.

ആ അപൂർവാനുഭവത്തിന്റെ വിവരണം ആ വനസൗന്ദര്യത്തിന്റെ വിചിത്രരൂപം വർണിച്ചുവെച്ചതുപോലെ തന്നെ ഇന്നും ഒരു ഭേദവും കൂടാതെ മാറ്റു കുറയാതെ നിലനില്ക്കുന്നുണ്ട്. ബംഗാളിലേക്ക് തിരിച്ചു പോയശേഷം എത്രയോ തവണ വിചാരിച്ചു, സാരെന്റാ വനത്തിന്റെ സൗന്ദര്യം, വനമധ്യത്തിലെ വെള്ളച്ചാട്ടത്തിന്റെ വർണന, എത്ര എത്ര കല്ലുകളും പാറകളും തഴുകിയും ചാടിയും ഇറങ്ങിവരുന്ന മലയാറുകളുടെ വിവരണം, നാനാവിധ വനപുഷ്പങ്ങളുടെ സുഗന്ധം വഹിച്ചുവരുന്ന തെക്കൻകാറ്റിന്റെ സുഖം, പുല്ലിലും കല്ലിലും ഒരേപോലെ വിരിച്ചുകിടക്കുന്ന പവിഴമല്ലി പൂക്കളുടെ ഭംഗി, രാത്രിയിൽ ബംഗ്ലാവിൽ മുറിയിൽ കിടക്കുമ്പോൾ കേൾക്കുന്ന കാട്ടാനയുടെ ചിന്നംവിളി. എല്ലാം ഒരിക്കലും മറക്കാനാവാത്ത ചിത്രങ്ങളായി നിലനില്ക്കുന്നു.

അതിനാൽ മകനേയും കൂട്ടി ഒരിക്കൽകൂടി സാരെന്റാ വനവിഭാഗം സന്ദർശിക്കാൻ പോയാലെന്താ എന്ന് വിചാരിക്കയാണ്.

പക്ഷേ ഒരു കാര്യമുണ്ട്.

പശ്ചിമ സിംഹഭൂമിയിലെ കാനനത്തിൽ കൂടി കാറോടിച്ച് പോയി കാണുകയല്ലാതെ മറ്റൊരു സാധ്യതയുമില്ല. നാനൂറ് ചതുരശ്ര നാഴിക

വ്യാപിച്ചുകിടക്കുന്ന വനത്തിൽ എന്ത് എവിടെയാണ് എന്ന് സാധാരണക്കാർക്കറിയാൻ പ്രയാസമാണ്. അതുകൊണ്ട് വനവിഭാഗത്തിലെ ഉദ്യോഗസ്ഥന്മാരുടെ സഹായം നിതാന്തം ആവശ്യമാണ്. ആ ഉപായംതന്നെ ആശ്രയിക്കാൻ നിശ്ചയിച്ചു.

മനോഹരപൂർ സ്റ്റേഷനിൽ നിന്ന് ഒരു ചെറിയ റെയിൽപാളം നാല്പതു നാഴിക ദൂരെയുള്ള ചിഡിയ പർവതം വരെ പോകുന്നുണ്ട്. അവിടെനിന്ന് ഇന്ത്യൻ സ്റ്റീൽ കോർപ്പറേഷൻ ഇരുമ്പുഖനിയിൽനിന്നു ശേഖരിക്കുന്ന ഇരുമ്പിന്റെ വലിയ വലിയ പാറകൾ ബേൺപൂരിലെ ഫാക്ടറിയിലേക്ക് കൊണ്ടുപോകുന്നു. ഈ റെയിൽപാളം ഗംഭീരമായ വനത്തിന്റെ നടുവിൽകൂടിയാണ് പോകുന്നത്. എട്ടോ ഒമ്പതോ നാഴികയിൽ കുറച്ചധികം കാണും. ഇത് സാരെന്റായുടെ വടക്കുപടിഞ്ഞാറൻ ഭാഗത്തെ ആരണ്യഭൂമിയാണ്.

അപ്പോൾ മനോഹരപൂരിൽ നിന്ന് ചിഡിയ ഖനിയിലേക്കുള്ള വണ്ടിയിൽ കയറിയാൽ കാറുയാത്ര കൂടാതെ ഏഴെട്ടു നാഴിക വനത്തിൽകൂടി സഞ്ചരിക്കാം. ഖനി ഉടമസ്ഥന്മാർ സ്വയം തയ്യാറാക്കിയതാണ്. ഈ ചിഡിയ റെയിൽപാളം യാത്രക്കാരെ കൊണ്ടുപോകാൻ വേണ്ടി ഉണ്ടാക്കിയിട്ടുള്ളതല്ല. ആരേയും അങ്ങനെ കൊണ്ടുപോകയുമില്ല. പോകണമെങ്കിൽ വനവിഭാഗക്കാരുടെ സഹായവും സമ്മതവും വേണം.

വൈകീട്ട് മൂന്നുമണിക്ക് ഘാട്ട്ശില സ്റ്റേഷനിൽനിന്ന് നാഗ്പൂർ പാസഞ്ചറിൽ കയറി. സന്ധ്യയോടുകൂടി ചക്രധർപൂരിലെത്തി. അവിടെ ഇറങ്ങി. ഇതുവരെയുള്ള ടിക്കറ്റ് വാങ്ങിച്ചിരുന്നു. ഇതിനുശേഷം പർവതത്തിന്റെ അരണ്യത്തിന്റേയും നല്ല ദൃശ്യം തീവണ്ടിയുടെ ഇരുവശത്തും നല്ലപോലെ കാണാൻ കഴിയും. രാത്രി യാത്ര ചെയ്യുന്നതിലും ഭേദം ചക്രധരപ്പൂരിൽ രാത്രി കഴിച്ചുകൂട്ടിയശേഷം അതിരാവിലെ വരുന്ന വണ്ടിയിൽ പോയാൽ എല്ലാം പകൽവെളിച്ചത്തിൽ വ്യക്തമായി കണ്ടാസ്വദിക്കാം.

ചക്രധരപ്പൂരിലെ സ്റ്റേഷൻ വെയ്റ്റിങ്ങ് റൂമിലേക്ക് ചെന്ന് കിടക്കയെല്ലാം വിരിച്ച് നീണ്ടുനിവർന്നു കിടന്നുറങ്ങി. കിടന്ന് കുറച്ചു കഴിഞ്ഞതും മറ്റൊരു പാസഞ്ചർ വന്നു. റാഞ്ചിയിൽ നിന്നും പുരുളിയയിൽനിന്നും ചില മാന്യന്മാർ അവിടെ ഇറങ്ങി. ഒരാളുടെ പേര് മിസ്റ്റർ ദുബേ. റെയിൽ പോലീസിൽ ജോലി. ഞാനുമായി കുറച്ചുനേരം സംസാരിച്ചതും വളരെ അടുപ്പത്തിലായി. യാത്ര തുടർന്നപ്പോൾ എത്ര രസകരമായ സംഭാഷണത്തോടെ നേരംപോയതറിഞ്ഞില്ല. പലപ്പോഴും കണ്ടിട്ടുണ്ട്. തീവണ്ടിയാത്രയിൽ കൂടെ യാത്ര ചെയ്യുന്നവർ എത്ര വേഗം സ്വന്തം ആൾക്കാരെപ്പോലെ ആയി മാറുന്നു. വെള്ളമില്ലാത്തവർക്ക് കൈയിൽ വെള്ളമുള്ളവർ കൊടുക്കുന്നു, ഭക്ഷണം പങ്കുവെക്കുന്നു. അങ്ങനെ പലവിധത്തിലും. യാത്രക്കാർക്കിടയിൽ പഞ്ചാബികളുണ്ട്, സർദാർജിമാരുണ്ട്, ബീഹാറിയും ബംഗാളിയുമുണ്ട്. സാർവജനീനമായ ഒരു ഭ്രാതൃഭാവം എല്ലാവരിലും ഉണരുന്നു.

ഒന്നര ദിവസം അഥവാ രണ്ടു ദിവസത്തിനകം അത്രയ്ക്കടുത്തു പോകുന്നു, വിട പറയുമ്പോൾ വളരെ വിഷമം തോന്നിപ്പിക്കുകപോലും ചെയ്യുന്നു.

പരസ്പരം മേൽവിലാസം കൈമാറുന്നു. എഴുത്തിൽകൂടി പരിചയം നിലനിർത്താനെന്നപോലെ. ഒരുപക്ഷേ, പിന്നീട് എഴുത്തയച്ചില്ല എന്നു വരാം.

ഇപ്പോൾ മിസ്റ്റർ ദുബെയുമായി അത്തരം അടുപ്പത്തിലായി. ഞങ്ങളുടെ സൗകര്യം ശ്രദ്ധിക്കുന്നതിൽ അതീവസന്തുഷ്ടി പ്രകടിപ്പിച്ചു.

രാത്രി ഏറെ ആയപ്പോൾ മിസ്റ്റർ ദുബെ വിളിക്കുന്നു. എന്നോട് ചോദിച്ചു,

-എന്താ ഉറക്കമൊണോ?

-അല്ല. എന്താ പറയൂ.

-ഒരു വഴിയുടെ കാര്യം പറഞ്ഞുതരാം. വനത്തിൽ കൂടി സഞ്ചരിക്കാൻ ഇത്ര പ്രിയമുള്ള ആളല്ലെ, കേൾക്കൂ. റാഞ്ചിയിൽനിന്ന് ലോഹാർഡഗയിൽകൂടി യശ്പൂർ സ്റ്റേറ്റിന്റെ നടുവിൽകൂടി സമ്പൽപൂർ ജില്ലയിലെ ഝാർസഗുഡ വരെ യാത്രാമാർഗ്ഗമുണ്ട്. ഈ വഴിയിൽ റാഞ്ചിയിൽ നിന്ന് ബസ് പോകുന്നുണ്ട്.

യശ്പൂർ സ്റ്റേഷനിലേക്കു തലസ്ഥാന നഗരമായ യശ്പൂർ നഗരത്തിലേക്കും അതെത്തുന്നു. അവിടെനിന്ന് മറ്റൊരു ബസ്സിൽ കുഞ്ചിഗഡ് വഴി ഝാർസാഗുഡയിലെത്താം, ആ വഴിക്ക് ഒരിക്കലും പോയിട്ടില്ലേ?

പോകാൻ പോയിട്ട് പേരുകൾതന്നെ കേട്ടിട്ടില്ല. ആ വഴിയെപ്പറ്റി ഒരറിവും ഇല്ല.

ആ രാത്രി എനിക്ക് മൂല്യവത്തായിത്തീർന്നു. മിസ്റ്റർ ദുബെ എനിക്ക് വലിയ ഉപകാരമാണ് ചെയ്തുതന്നത്. ഇങ്ങനെ ഒരു വഴിയുടെ വിവരം പറഞ്ഞുതന്നു. വിസ്തൃതമായ ഭാരതത്തിന്റെ ഏതേതു കോണുകളിലാണ് സൗന്ദര്യം നിറഞ്ഞ കമനീയമായ സ്ഥാനങ്ങളുള്ളത്! എത്രയോ പർവതനിബിഡമായ കാനനങ്ങൾ, എത്രയെത്ര അരണ്യങ്ങളുടെ അന്തരാളങ്ങൾ, എത്രയോ ഗോപനീയമായ നദികളും പുഴകളും അരുവികളുമാണ് നിരവധി ശിലകളെ സ്പർശിച്ചുകൊണ്ട് ആരുമറിയാതെ ഒഴുകുന്നു, എടുത്തുചാടുന്നു! ഇവയെപ്പറ്റിയെല്ലാം സമ്പൂർണവിവരം എത്ര പേർക്കുണ്ട്? വഴിയുടെ വിവരം പറഞ്ഞുതന്നത് ആ സ്നേഹിതൻ ചെയ്ത വലിയ ഒരു ഉപകാരമായി.

എനിക്കറിയാം. ഹൗറ സ്റ്റേഷനടുത്ത് പത്തിരുന്നൂറ് നാഴികയ്ക്കുള്ളിൽ ഏതാനും മനോഹര സ്ഥാനങ്ങൾ ഉണ്ട്. അവിടെ നിബിഡമായ വനമുണ്ട്, മലയാറുകൾ ഒഴുകുന്നുണ്ട്, വനലതകളുടെ സൗന്ദര്യമുണ്ട്, ആമ്പൽപൂക്കൾ ഇടതൂർന്നുവിടർന്ന് പൊന്തിക്കിടക്കുന്ന, വൃക്ഷച്ഛായകൾക്കുകീഴെ നിശ്ശബ്ദമായൊഴുകുന്ന നദീതീരവും നദീതടങ്ങളുമുണ്ട്.

കാണുമ്പോൾ വിശ്വസിക്കാൻ കഴിയില്ല. കൊൽക്കത്തയുടെ സമീപം ഇത്രയും പ്രകൃതിരമണീയമായ സ്ഥലങ്ങൾ ഉണ്ടെന്നോ!

നേരം വെളുക്കാറായി. കുറച്ചു കഴിഞ്ഞതും നാഗ്പൂർ പാസഞ്ചർ വന്നു. അതിൽ കയറി. മനോഹരപൂരിലേക്ക് പോയി. ചക്രധരപൂർ വിട്ട് മൂന്നു സ്റ്റേഷൻ കഴിഞ്ഞാൽ പോസായിത സ്റ്റേഷനടുത്തതും കൊടും കാട്. ഇവിടെ ഒരു ടണൽ ഉണ്ട്. അതിനെ റെയിൽവേ ഗൈഡിൽ സാരെന്റാ ടണൽ എന്ന് തെറ്റായി എഴുതിയിരിക്കുന്നു. ഈ ടണലിനും പർവത ങ്ങൾക്കും സാരെന്റായുമായി ഒരു അടുപ്പവുമില്ല. ഈ വിഭാഗം കോൽഹാ നിലെ അരണ്യങ്ങളിൽപ്പെട്ടതാണ്. തീവണ്ടിയിൽ പോകുമ്പോൾ കാണാൻ കഴിയുന്നത് ഈ അരണ്യത്തിന്റെ സാമാന്യമായ ഒരു ഭാഗം മാത്രമാണ്. കൂടുതൽ പടിഞ്ഞാറോട്ട് നീങ്ങിയാൽ കാണുന്ന പർവത ങ്ങൾ ബാമഡ, ആനന്ദഗഡ്, ബൊനായി ഗാഡ് എന്നീ രാജ്യങ്ങളിലാണ്. അതിനുശേഷമാണ് സമ്പൽപൂരിലെ റിസർവ് ഫോറസ്റ്റിന്റെ വടക്കു കിഴക്കുഭാഗം. പിന്നെ ബിലാസ്പൂർ. ബിലാസ്പൂരിനുശേഷം നാഗ്പൂരും കഴിഞ്ഞാൽ വളരെദൂരംവരെ ഊഷരമായ സമതലമാണ്. അത് കാണു മ്പോൾ കണ്ണുകൾ വേദനിക്കും. അതു കഴിഞ്ഞാൽ ദ്രുഗ് അല്ലെങ്കിൽ ദുർഗ്. ഇവിടെ നിന്ന് വനപർവതങ്ങളുടെ ദൃശ്യം ആരംഭിക്കുന്നു. ഈ വഴിയിൽ കൂടി കുറച്ചുദൂരം പോയാൽ ബംഗാൾ. നാഗ്പൂർ റെയിൽപാത യോടടുത്തുള്ള വിഖ്യാതമായ സാൽകേശ അരണ്യഭൂമി.

ഞാൻ ഒരിക്കൽ നിലാവുള്ള രാത്രിയിൽ, പിന്നെ അസ്തമയസൂര്യന്റെ ക്ഷയിച്ചുവരുന്ന വെളിച്ചത്തിലും ഈ വനപ്രദേശം ദർശിച്ചു. ദുർഗ്-ഡോം ഗൽഗഡിനു മധ്യത്തിലുള്ള ദുഷ്കരമായ ദൃശ്യത്തിനുശേഷം തീവണ്ടി യിലിരുന്ന് ഇരുവശത്തേയും ഈ ഭാഗം കാണുമ്പോൾ കണ്ണുകളുടെ വിഷമമെല്ലാം താനേ മാറും എന്ന് ഞാൻ നിസ്സംശയം പറയുന്നു.

പക്ഷേ, ഇവിടെ ഒരു കാര്യം കൂടി പറയാം, എന്താ എല്ലാവരും എല്ലാം ഇഷ്ടപ്പെടുന്നവരാണോ? ഓരോരുത്തരുടെ കണ്ണുകൾക്ക് ഓരോന്നും കാണുന്നതിലല്ലേ താത്പര്യം. അതിലാരെയും കുറ്റപ്പെടുത്താനുമാവില്ല. ഈവിധം മുക്തമായ തുറന്ന വനദൃശ്യങ്ങൾ ഇഷ്ടപ്പെടാത്തവരോട് വെറുതെ വഴക്കിനു പോകാനാകുമോ? അവർക്കിഷ്ടമുള്ളതെല്ലാം എനിക്കി ഷ്ടപ്പെടണമെന്നില്ല എന്നതിന്റെ പേരിലും വഴക്കിടാനാകുമോ?

മനോഹരപൂരിൽ പത്തുമണിക്ക് വണ്ടി ഇറങ്ങി. കൂലിയോട് ചോദിച്ചു,

-ഡാക് ബംഗ്ലാവ് എവിടെയാണ്?

-മലമുകളിൽ. പക്ഷേ, അത് ഡാക് ബംഗ്ലാവല്ല, ഫോറസ്റ്റ് ഡിപ്പാർട്ടു മെന്റിന്റെ ബംഗ്ലാവാണ്.

-അതെനിക്കറിയാം. അങ്ങോട്ടുള്ള വഴി കാണിച്ചുതരാമോ?

-നേരെ പടിഞ്ഞാട്ട് പോയാൽ മതി.

മലമുകളിലേക്ക് കയറുമ്പോൾ വലതുവശത്ത് വനവിഭാഗത്തിന്റെ ആപ്പീസ് കണ്ടു. ചിഡിയ മലയിലേക്ക് കയറുവാനുള്ള ഒരേ ഒരു വഴി റെയിൽ മാർഗമാണ്. ആ തീവണ്ടിയിൽ കയറണമെങ്കിൽ ഖനി ഉടമസ്ഥന്മാരുടെ അനുവാദം വേണം. വനവിഭാഗത്തിലെ ആരെങ്കിലും എന്നെ ഇക്കാര്യത്തിൽ സഹായിക്കുമെന്ന് വിശ്വസിച്ച് ആപ്പീസിലേക്ക് പോയി. വനവിഭാഗക്കാരുടെ അനുവാദം കൂടാതെ ആ ബംഗ്ലാവിൽ താമസിക്കാനും സാധ്യമല്ല. ആപ്പീസിൽനിന്ന് വിവരമറിഞ്ഞു. ശ്രീമാൻ രാസ്ബിഹാരി ഗുപ്തയാണ് ഇപ്പോൾ ഇവിടത്തെ ഏറ്റവും വലിയ ഉദ്യോഗസ്ഥൻ. അദ്ദേഹത്തെ എനിക്ക് നല്ലപോലെ അറിയാം. 1943-ലെ സാരെന്റാ വനയാത്രയിൽ അദ്ദേഹവും കൂടെ ഉണ്ടായിരുന്നുവല്ലോ.

ചോദിച്ചു, രാസ്ബിഹാരി ബാബു ഉണ്ടോ?

ഒരു ഓർഡർലി അഥവാ വാച്ച്മാൻ പറഞ്ഞു,

-ഇല്ല, ബാബുജി. വനത്തിലെ ഏതോ ജോലിക്കായി പുറത്തേക്ക് പോയിരിക്കുകയാണ്.

-എപ്പോൾ വരും?

-അറിയില്ല. നേരം വൈകാനും മതി.

ഇവിടെയുള്ളവരിലാരെയെങ്കിലും കൂട്ടി ചിഡിയ റെയിലിന്റെ സൈഡിങ്ങിലേക്ക് പോകാമെന്ന് വിചാരിച്ചുനില്ക്കുമ്പോൾ രാസബിഹാരിയുടെ വീട്ടിൽ നിന്ന് ഒരു വേലക്കാരൻ ഓടിവന്ന് പറഞ്ഞു,

-അമ്മ വീട്ടിലേക്ക് കൊണ്ടുചെല്ലാൻ പറഞ്ഞു.

-ഏത് അമ്മ?

-രാസ്ബിഹാരിബാബുവിന്റെ ഭാര്യ

വീട്ടിലെത്തി. ആ സ്ത്രീയുമായി പരിചയപ്പെട്ടു. കണ്ടതും അവർക്കെന്നെ മനസ്സിലായി. ഞങ്ങൾ തമ്മിൽ കണ്ടിട്ടുണ്ട്. ചായയും പലഹാരവും തയ്യാറായി. എനിക്ക് ചിഡിയ തീവണ്ടിയിൽ ഉടനെ പോകണമെന്ന് പറഞ്ഞപ്പോൾ അവർ ചോദിച്ചു,

-ഇപ്പോൾ തന്നെ എന്തിന്? പോയാൽ വണ്ടി കിട്ടുമെന്നു തോന്നുന്നില്ല. സമയം കഴിഞ്ഞിരിക്കുന്നു. അവിടേക്ക് ഒരു നാഴിക ദൂരമുണ്ട്. ചെന്നാലും വണ്ടി കിട്ടില്ല. അതിലും ഭേദം സാവധാനത്തിൽ കുളിച്ച് വിശ്രമിക്കൂ.

ഞാനതു കേൾക്കാൻ നിന്നില്ല. വനയാത്രയുടെ ഭ്രാന്ത് തലയിൽ കയറിയിരിക്കയല്ലേ. ഒരു നാഴിക ദൂരം ഓടി എത്തിയപ്പോഴേക്കും വണ്ടി വിട്ടു കഴിഞ്ഞു. വേറെ നിവൃത്തിയൊന്നുമില്ലാത്തതുകൊണ്ട് തിരികെ പോന്നു. എത്തിയപ്പോൾ രാസ്ബിഹാരിബാബു ജോലി കഴിഞ്ഞെത്തിയിട്ടുണ്ട്. എന്നെ കണ്ടപ്പോൾ അത്യന്തം സന്തോഷിച്ചു. രണ്ടുപേരും വർത്തമാനം പറഞ്ഞുകൊണ്ട് നദിയിൽ പോയി കുളിച്ചുവന്നു. അവരുടെ അതിഥിപരായണത എന്നെന്നും മനസ്സിൽ നിറഞ്ഞുനില്ക്കും.

ഉച്ചതിരിഞ്ഞതും ഞങ്ങൾ മൂന്നുപേർ നടക്കാനിറങ്ങി. റെയിൽപാളത്തിന്റെ മറുവശത്ത് സുധീർബാബുവിന്റെ വീട്. അദ്ദേഹവുമായി നല്ല പരിചയമുണ്ട്. രാസ്ബിഹാരിബാബുവിനോടൊപ്പം സുധീർബാബുവിന്റെ വീട്ടിലേക്ക് പോയി. അദ്ദേഹത്തിനും എന്നെ കണ്ടപ്പോൾ വളരെ സന്തോഷമായി. നാട്ടിൻപുറത്ത് ബംഗാളികൾക്ക് കൂടുതൽ അടുപ്പമുണ്ട്. സന്ധ്യക്ക് ചായ കുടിക്കാൻ പറഞ്ഞു. രാത്രി ഭക്ഷണം കഴിക്കാനും ക്ഷണിച്ചു. കഴിച്ചില്ലെങ്കിൽ അദ്ദേഹത്തിന് വലിയ ഖേദമാകുമെന്നും അറിയിച്ചു.

സുധീർബാബുവിന്റെ വീട്ടിൽനിന്ന് നൃസിംഹബാബാജിയുടെ ആശ്രമം കാണാൻ ഞങ്ങൾ പോയി. ഈ സ്ഥലം അതിമനോഹരമാണ്. കോയൽ നദിയുടെ കല്ലുകൾ നിറഞ്ഞ തടം. അവിടെയാണ് ഈ ശ്യാമകുഞ്ജം. എത്രയെത്ര പുഷ്പങ്ങളും ഫലങ്ങളുമാണവിടെ. എല്ലാ ചെടികളും വൃക്ഷങ്ങളും വളരെ ശ്രദ്ധയോടെ നോക്കപ്പെടുന്നുണ്ടെന്ന് കണ്ടാലറിയാം. പ്രത്യേകിച്ച് പൂച്ചെടികൾ! പൂമരങ്ങൾ! ഇലഞ്ഞി, നാഗകേസരം, ചമ്പകം തുടങ്ങി വലിയ വൃക്ഷങ്ങൾ തൊട്ട് കൊച്ചുചെടിയായ നാലുമണിച്ചെടി പോലും എത്ര ശ്രദ്ധിച്ച് വളർത്തിയിരിക്കുന്നു. ഒരുവിധം എല്ലാതരം പൂക്കളും ഇവിടെ കാണാനുണ്ട്. പൂക്കൾ നിറഞ്ഞ ഉദ്യാനമായിട്ടല്ല ഛായാ നിബിഡമായ ഒരു കൊച്ചുവനം തന്നെ എന്നു പറയാം. ഇടയിൽകൂടി വനത്തിന്റെ നെഞ്ച് വെട്ടിക്കീറി ചരൽവിരിച്ച നടപ്പാത ഒരുവിധം നടന്നുപോകത്തക്കവിധത്തിൽ നേരെ പോകുന്നു. ആശ്രമത്തിന്റെ പടി കടന്നാൽ ആദ്യം കല്ലുവിരിച്ച മുറ്റം. അതിനുചുറ്റും ചെറുവീടുകൾ. സന്ന്യാസിമാർക്ക് താമസിക്കാൻ വരാന്തയോടുകൂടിയ വലിയ വീടുകൾ. ഈ വീടുകൾക്കു പിറകിൽ മനുഷ്യവാസ സ്ഥലങ്ങൾ ഒന്നുമില്ല. കനത്ത വനനികുഞ്ജങ്ങൾക്കിടയിൽ ലതകളും ഇലകളുംകൊണ്ട് മറഞ്ഞു നില്ക്കുന്ന ചെറുമന്ദിരങ്ങൾ. ഓരോന്നിലും ഓരോ ദൈവം. രാമസീത, ശ്രീകൃഷ്ണൻ, ശിവലിംഗം എന്നിവ ഓരോ കൊച്ചമ്പലത്തിലും വേറെ വേറെ. പ്രതീക്ഷിച്ചതുപോലെ ഏറ്റവും വലിയ മന്ദിരം നരസിംഹദേവന്റേതുതന്നെ. വനത്തിനിടയിൽ പല സ്ഥലത്തും കല്ലുകൊണ്ട് ഇരിപ്പിടങ്ങൾ. സന്ന്യാസിമാർക്ക് ഇരുന്ന് ധ്യാനിക്കാനായിരിക്കണം. അല്ലെങ്കിൽ ആർക്കെങ്കിലും വിശ്രമിക്കാനുമാവാം. ചിന്താമഗ്നനായി എത്ര നേരം വേണമെങ്കിലും ഇരിക്കാം. സന്ന്യാസിമാരുടെ തിരക്കത്രയുണ്ടെന്ന് തോന്നിയില്ല. ആശ്രമത്തിൽ ജനങ്ങൾ വളരെ കുറച്ചേ ഉള്ളൂവെന്നാണ് തോന്നിയത്. വിജനമായ കാനനോദ്യാനത്തിലേക്ക് പ്രവേശിക്കുമ്പോൾ ഭയം തോന്നും. വഴി തെറ്റിപ്പോയാൽ ചോദിച്ചറിയാൻ ആരുമില്ല. അന്തരീക്ഷം അതിശാന്തവും പവിത്രവുമാണ്. ഒരു സന്ന്യാസി തീ കത്തിച്ച് ഇരിക്കുന്നുണ്ട്.

സന്ധ്യയാകാറായി. നരസിംഹദേവ മന്ദിരത്തിൽനിന്നുള്ള മണിമുഴക്കം ആശ്രമപരിസരത്തിന്റെ നിശ്ശബ്ദതയെ ഭേദിച്ചുകൊണ്ടിരിക്കുന്നു. അമ്പലത്തിൽ വിളക്കുകൾ കത്തുന്നുണ്ട്. ധാരാളം റാന്തൽ വിളക്കുകൾ വൃക്ഷത്തിന്റെ കൊമ്പുകളിൽനിന്ന് തൂങ്ങിക്കിടക്കുന്നു. അവയെല്ലാം

കത്തുന്നുണ്ട്. ആദ്യം മനസ്സിൽ തോന്നിയത് ഇത്രയധികം മണ്ണെണ്ണ ഇവർക്കെവിടെ നിന്ന് കിട്ടുന്നു എന്നാണ്.

സാധുജിയെ കണ്ടു. ഒരുപക്ഷേ, ആശ്രമത്തിന്റെ മഠാധ്യക്ഷനായ സന്ന്യാസി ആയിരിക്കാം എന്നു വിചാരിച്ചു. അടുത്തേക്കു ചെന്ന് ഞങ്ങൾ പറഞ്ഞു,

-പ്രണാമം മഹാരാജ്.

അദ്ദേഹം ഞങ്ങളെ ആശീർവദിച്ച് ഇരിക്കാൻ പറഞ്ഞു. ചില മതപരമായ കഥകൾ പറഞ്ഞു കേൾപ്പിച്ചു. തുളസീദാസന്റെ ''രാമചരിതമാനസ" ത്തിൽനിന്ന് ചില വരികൾ ചൊല്ലി ആ വരികളുടെ വ്യാഖ്യാനവും വിവരിച്ചു. ഞങ്ങൾ പോരാനായി ഇറങ്ങുമ്പോൾ ഓരോരുത്തർക്കും പ്രസാദം നല്കി. പഴവും 'കച്ചൂരി'യും പിന്നെ മറ്റൊരു സാധനവും. ഇത് ഈ ഭാഗത്തെ മന്ദിരങ്ങളിൽ ധാരാളം കൊടുക്കുന്ന പതിവുണ്ട്. പേര് 'പാൻജേരി' - മല്ലിപ്പൊടിയും പഞ്ചസാരയും കൂട്ടിക്കലർത്തിയത്.

സുധീർബാബുവിന്റെ വീട്ടിൽ ഊണു കഴിച്ച് തിരികെ പോകുമ്പോൾ രാസ്ബിഹാരിബാബു സൈഡിങ്ങിലേക്ക് ഫോൺ ചെയ്തു. സ്റ്റേഷനിൽ നിന്നുതന്നെയാണ് ചെയ്തത്. അടുത്ത ദിവസം രാവിലെ തീവണ്ടി പോകും. അതിൽ ഒരു 'സലൂൺ' കൂട്ടിച്ചേർക്കാൻ പറഞ്ഞേല്പിച്ചു.

രാവിലെ വണ്ടി കയറാൻ ചെന്നപ്പോൾ 'സലൂണി'ന്റെ അവസ്ഥ കണ്ടപ്പോൾ ഞാൻ അമ്പരന്നുപോയി. ഒരു സാമാനവണ്ടിയുടെ മുറി. അതിന് covered wagan എന്നാണ് പറയുന്നത്. രണ്ട് മരംകൊണ്ടുള്ള ബെഞ്ച് നടുവിലായി ഇട്ടിട്ടുണ്ട്.

അഞ്ചു നാഴിക പോയശേഷം വണ്ടി നിബിഡമായ കാട്ടിലേക്ക് പ്രവേശിച്ചു. സാരെന്റായുടെ ഈ പ്രത്യേക നിശ്ശബ്ദത എനിക്ക് വളരെ പ്രിയമാണ്. എത്ര വലിയ വലിയ സാലവൃക്ഷങ്ങൾ. സിംഹഭൂമിയുടെ മറ്റു ഭാഗത്ത് കാണാൻ കിട്ടില്ല. ആസാൻവൃക്ഷങ്ങളും അതേപോലെതന്നെ. വലിയ വണ്ണത്തിലുള്ള വള്ളികൾ ഒരു മരത്തിൽ നിന്ന് മറ്റൊരു മരത്തിലേക്ക് പടർന്ന് വളർന്നുപോയിരിക്കുന്നു. അവ പിണഞ്ഞുകൂടിക്കിടക്കുകയാണ്. വലിയ വലിയ 'കുർചി' പൂക്കളുടെ ചെടികൾ. ഇത്ര വലിയ ചെടി ഞാനിതേവരെ കണ്ടിട്ടില്ല. കാട്ടുചണച്ചെടികളിന്മേൽ വലിയ വലിയ മഞ്ഞപ്പൂക്കൾ. അവ റെയിൽപാളത്തിന്റെ ഇരുഭാഗത്തും നോക്കുന്നിടത്തെല്ലാം ഉണ്ട്. ഇടതുവശത്ത് പർവതനിര. ഉടനെ ആ പർവതനിരകൾക്കിടയിൽ കൂടി മലമ്പുഴ ഒഴുകിവരുന്നതു കണ്ടു. കോയൽ നദിയാണ്. റെയിലിന്റെ അരികിൽ വരെ എത്തി. രണ്ടു തീരവും നിറയെ കരിങ്കല്ലുകളാണ്. അവയ്ക്കിടയിൽ വെളുത്ത ലില്ലിപ്പൂക്കളും, കാട്ടുചണ(wild flax)ച്ചെടികളിന്മേൽ മഞ്ഞപ്പൂക്കളും. പർവ്വതനിരയ്ക്ക് വൈലറ്റ് നിറം കലർന്ന ദേവകാഞ്ചനം.

ഞങ്ങളുടെ വണ്ടി പെട്ടെന്ന് ഒരിടത്ത് നിന്നു. അവിടം കൊടുംവനമധ്യമാണ്. എങ്ങും വൃക്ഷങ്ങളുടെ തണൽ. രാസ്ബിഹാരിബാബു പറഞ്ഞു,

-വരൂ, വനത്തിന്റെ നടുവിലേക്ക് പോകാം.

-എവിടേക്ക്?

-ഞങ്ങളുടെ പഞ്ഞിമരത്തൈകൾ വളർത്തുന്ന നഴ്സറി കാണിച്ചു തരാം.

-വണ്ടി എത്ര നേരമവിടെ നില്ക്കും?

-പേടിക്കേണ്ട. നമ്മൾ തിരിച്ചുവരുംവരെ.

വനത്തിൽകൂടി വളരെ ദൂരം നടന്നു. ഒരിടത്തു ചെന്നപ്പോൾ അവിടെ ധാരാളം പഞ്ഞിമരത്തിന്റെ തൈകൾ നട്ടിരിക്കുന്നതു കണ്ടു. വനവിഭാഗം വകയായി ഈ കൃഷി ആരംഭിച്ചിരിക്കയാണ്. അതാണ് നഴ്സറി എന്നു പറയുന്നത്. ഇവിടെനിന്ന് തൈകൾ പറിച്ചെടുത്ത് മറ്റു പല സ്ഥലത്തും നട്ടുപിടിപ്പിക്കുന്നു. പഞ്ഞിമരത്തിന്റെ ഉപയോഗം തീപ്പെട്ടിക്കമ്പനികളിൽ ധാരാളം വർധിച്ചിരിക്കയാൽ, ആ കമ്പനി ഉടമസ്ഥർ പഞ്ഞിമരം നല്ല വിലയ്ക്ക് വാങ്ങിച്ചു കൊണ്ടുപോകുന്നു. രാസ്ബിഹാരി ബാബു ഈ വിവരങ്ങൾ തന്നശേഷം പറഞ്ഞു,

-വളരെ കരുതലോടെ ഇരിക്കണം. ഇവിടെ വലിയ പുലികളും ഉണ്ട്. സാരെന്റാ ഫോറസ്റ്റല്ലേ!

-പകലും അവ പുറത്തേക്കു വരുമോ?

-ഏതു സമയത്തും വന്നേക്കാം.

-ലെപേർഡ് ആണോ അതോ 'റോയൽ ബംഗാൾ' തന്നെ?

-ഉം. റോയൽ ബംഗാൾ തന്നെ.

-താങ്കൾ എപ്പോഴെങ്കിലും പുലിയെ നേരിട്ടിട്ടുണ്ടോ?

-പത്തുതവണ. പക്ഷേ, രക്ഷപ്പെട്ടു. വരൂ, പോകാം. ആ കഥകളൊക്കെ ആംകുയ ബംഗ്ലാവിലിരുന്ന് ചായ കുടിക്കുമ്പോൾ സാവധാനത്തിൽ പറയാം.

വണ്ടി വീണ്ടും ഓടാൻ തുടങ്ങി. വനമധ്യത്തിൽ കൂടി തന്നെ പോകുന്നു. വനമാണെങ്കിൽ കൂടുതൽ നിബിഡമായി വരുന്നു. ഒരൊറ്റ വീടോ മനുഷ്യരോ ഇല്ല. വനമധ്യത്തിലും ഒരു ചെറിയ സ്റ്റേഷനുണ്ട്. അതിന്റെ പേര് ലോബോ ജംഗ്ഷൻ എന്നാണ്. ഇവിടെ നിന്ന് കിഴക്കോട്ട് ഒരു റെയിൽവേ ലൈൻ വളഞ്ഞുപോകുന്നുണ്ട്. കുറച്ചുദൂരം കാണാമെന്നല്ലാതെ പിന്നെ അത് അദൃശ്യമായി പോകുന്നു. ആ ഭാഗത്തും എത്ര വനങ്ങളുണ്ടെന്നാരറിഞ്ഞു! കണ്ണുകൾ കൊതിയോടെ നോക്കിക്കൊണ്ടിരുന്നു.

ഇനിയും കാടുകൾ, അരുവികൾ, വിചിത്രമായ എന്തെല്ലാം ലതകൾ, അവ തൂങ്ങിക്കിടന്നാടുന്നതു കാണാൻ എന്തൊരു ഭംഗി! എന്തൊരു സൗന്ദര്യമയിയാണീ വനസ്ഥലി.

-ആ പാളം എവിടേക്കു പോകുന്നു?

-ദുധിയ, മൈസൺ, ഛേയിയയിലേക്കും.

-എത്ര ദൂരെയാണ്?

-ഇവിടെനിന്ന് ഒമ്പതു നാഴിക.

-പോകാൻ എന്താ വഴി?

-നടന്നുപോകാം. അല്ലെങ്കിൽ ട്രോളിയിൽ.

-തീർച്ചയായും പോകണം. അതിനു വേണ്ടി ഒരുക്കം ചെയ്ത് സഹായിക്കണം.

-പറഞ്ഞാൽ പിന്നെ തീർച്ചയായും ചെയ്യാം.

തീവണ്ടി ചിഡിയയിലെത്തിയപ്പോൾ ഒമ്പതുമണിയായി.

റെയിൽവേ ലൈനിന്റെ ഇടതുഭാഗത്ത് 3000 അടി ഉയരത്തിൽ ബുദ്ധബുരുപർവ്വതവും അജിതാബുരു പർവതവും. ബുദ്ധദേവനുമായി ഇവിടെയുള്ളവർക്ക് ഒരു സംബന്ധവുമില്ല. ഈ നാട്ടിലെ പേരുകൾക്കുമില്ല. ഈ പർവതങ്ങളുടെ മുകളിൽ നിന്നാണ് ലോഹത്തിന്റെ ഓറുകൾ വലിയ വലിയ പാറക്കല്ലുപോലെ വെട്ടിയിറക്കി പർവതത്തിനു താഴേക്ക് കൊണ്ടുവരുന്നു. മുകളിൽനിന്നു താഴെവരെ ട്രോളിയുള്ള പാതയുണ്ട്. വീതി കുറഞ്ഞ റെയിൽപാളം ഇവിടെ അവസാനിക്കുന്നു. അടുത്തുള്ള ചെറുമലകളിന്മേലാണ് ഖനിയുടെ മാനേജർ, ഓവർസിയർ എന്നിവരുടെ ബംഗ്ലാവുകൾ. ഒരു ബംഗാളി ഡോക്ടറുമായി പരിചയപ്പെട്ടു. ഈ ഖനിയുടെ ഡോക്ടറാണ്. പേര് ഡോക്ടർ കനായി ലാൽ ഗാംഗുലി. വളരെ സ്നേഹമുള്ള പെരുമാറ്റം. ആദ്യത്തെ പരിചയത്തിൽ തന്നെ വളരെ അടുപ്പം കാണിച്ച് അദ്ദേഹത്തിന്റെ വീട്ടിലേക്ക് ക്ഷണിച്ചു. സമയക്കുറവു കാരണം ക്ഷണം സ്വീകരിക്കാനായില്ല.

വനത്തിലെ വഴിയിൽകൂടി നടന്ന് ഒരു മലയുടെ ചരിവിൽ കൂടി നടന്നു നടന്ന് ചെറിയ ഒരു വനഗ്രാമത്തിൽ എത്തി. അതു കഴിഞ്ഞതും ആംകുയ ഫോറസ്റ്റ് ബംഗ്ലാവിലെത്തിച്ചേർന്നു.

എത്ര സുന്ദരമാണീ ആംകുല ബംഗ്ലാവ്! എത്ര മനോഹരമായ ചുറ്റുപാട്!

ഒരു കൊച്ചുമലയുടെ മുകളിലാണ് ഈ ബംഗ്ലാവ്. മലയുടെ കാലടികൾ കഴുകിക്കൊണ്ട് ഒരു മലയാറ് ഒഴുകുന്നു. ബംഗ്ലാവിനു മുന്നിൽ മലയുടെ നെറുകയിൽ സമതലമായ സ്ഥലത്ത് കസേരകൾ ഇട്ട് ഞങ്ങൾ ഇരുന്നു. ചെറിയ മേശ കൊണ്ടുവന്ന് അതിന്മേൽ ചായ വെച്ചുപോയി. ബംഗ്ലാവിൽ ജോലിക്ക് ചൗക്കിദാർ ഉണ്ട്. ചായയ്ക്കൊപ്പം പലഹാരവും ഉണ്ട്. ഇങ്ങനെയുള്ളൊരു സ്ഥലത്തിരുന്ന് ചായ കുടിക്കുന്ന പുതിയ അനുഭവം ആസ്വദിക്കണമെന്ന് തീർച്ചയാക്കി അധികം ദൂരെയല്ലാത്ത വനഭൂമിയിലേക്ക് നോക്കിയിരുന്ന് ചായ കുടിക്കാൻ തുടങ്ങി. എന്തെല്ലാം തരം വൃക്ഷങ്ങളാണ് ചുറ്റും! നീർമരുത്, ആസാൻ, സാലവൃക്ഷം, പിയാളം എന്നിങ്ങനെ നിരവധി. കാറ്റിൽ വനഭൂമിയുടെ സ്നിഗ്ധമായ സുഗന്ധം!

ഡാക്ക് ബംഗ്ലാവിലെ ചൗക്കീദാറിന്റെ ഭാര്യ നല്ല ആരോഗ്യവതിയായ 'ഹോ' സ്ത്രീയാണ്. ഞങ്ങൾക്ക് വെള്ളമെല്ലാം കൊണ്ടുതന്നിരുന്നു.

ചോദിച്ചപ്പോൾ അവൾ മിഷനറി സ്കൂളിൽ കുറച്ചുനാൾ പഠിച്ചിരുന്നു എന്നറിഞ്ഞു. അതിനാൽ സാരിയും ബ്ലൗസുമാണ് വേഷം. അത്യാവശ്യം ഇംഗ്ലീഷും അറിയാം. ഈ വിഭാഗത്തെ 'ഹോ'യും 'മുണ്ഡ'യും ജാതിയിലെ അധികം പേരും ക്രിസ്തുമതം സ്വീകരിച്ചിരിക്കുന്നു. പലരും റാഞ്ചി മിഷനറി സ്കൂളിൽ പഠിച്ച് വന്നവരാണ്.

ആംകുയ ബംഗ്ലാവിൽനിന്ന് പോരാൻ മനസ്സു വരുന്നില്ല. എന്തൊരു വിശിഷ്ട കാനനഭൂമി!

അവിടെ ഇത്തരമൊരു ബംഗ്ലാവിൽ താമസിക്കുക എന്നത് ഒരു മഹാ സൗഭാഗ്യമാണ്.

പക്ഷേ, കാടിനെ ഇഷ്ടപ്പെടുന്നവർക്കല്ലാതെ ഇവിടെ താമസിക്കാനാവില്ല.

ബംഗ്ലാവിലെ ചൗക്കീദാരിനോട് ചോദിച്ചു,

-രാത്രി ഇവിടെ പുലി വരാറുണ്ടോ?

-എന്നും, യജമാന്നേ.

-ആനയോ?

-അതും വരും. കരടികളും വേണ്ടതെത്താറുണ്ട്.

-എങ്ങനെ നിങ്ങളിവിടെ കഴിയുന്നു?

-തമ്പോറ് കൂടെ ഉണ്ടാവും. ധാരാളം തീ കത്തിച്ചിട്ട് ഇരിക്കുകതന്നെ.

ഇതാണ് സ്ഥിതി. എത്ര വലിയ പ്രകൃതി ആരാധകനായാലും ഈ വിജനമലമ്പ്രദേശത്തും വനമധ്യത്തിലും താമസിക്കണമെങ്കിൽ പ്രകൃതിയെ ആസ്വദിക്കാനുള്ള കഴിവിനോടൊപ്പം അവർക്ക് മറ്റു ചില ഗുണങ്ങളും കൂടി അത്യാവശ്യമാണ്. ഭയമില്ലായ്മ, വിജനതയിൽ ജീവിക്കാനുള്ള കഴിവ്, നിത്യം മാറിക്കൊണ്ടിരിക്കുന്ന മാറ്റങ്ങളോടുള്ള ആകർഷണത്തെ നിയന്ത്രിക്കൽ എന്നിവ ഉണ്ടായിരിക്കണം. ജീവിതം ഇവിടെ ആധുനികലോകത്തിലെ നിരവധി ഉപകരണങ്ങൾ കൂടാതെ വേണം. അന്തർമുഖി ആയാൽ മാത്രമേ ഇവിടെ ആനന്ദിക്കാനാവൂ. അല്ലെങ്കിൽ ഒരു ദിവസത്തിനുള്ളിൽ വിട്ട് ഓടിപ്പോകാൻ നിർബന്ധിതനാകാം.

തിരിച്ചുപോരുമ്പോൾ ചിഡിയയിൽ തീവണ്ടി കിട്ടിയില്ല. ഖനി ജോലിക്കാർ ഞങ്ങൾക്ക് ട്രോളി ഒരുക്കിത്തന്നു.

പതിന്നാല്-പതിനഞ്ചു നാഴിക. അപരാഹ്നത്തിനുശേഷം നിഴലിറങ്ങാൻ തുടങ്ങിയ വനമധ്യത്തിൽ കൂടിയുള്ള ട്രോളിയാത്ര എത്രമാത്രം ആനന്ദകരമായിരുന്നു!

ഈ യാത്രയിൽ ഒരു അറിവ് നേടിയത് എളുപ്പത്തിൽ മറക്കാനാവുകയില്ല. വഴിനീളെ ഗാജിപൂരിലെ അത്തറിന്റെ മണം മൂക്കിലേക്ക് തള്ളിക്കയറുന്നു. ഒട്ടും അതിശയോക്തിയല്ല. ട്രോളിയിലെ ഒരു കൂലിക്കാരനോട് ചോദിച്ചു,

–നീ ചെവിക്കു പിന്നിൽ അത്തറിൽ മുക്കിയ പഞ്ഞി വെച്ചിട്ടുണ്ടോ?

അവൻ ആശ്ചര്യപ്പെട്ടു. രാസബിഹാരി ബാബുവിനോട് ചോദിച്ചു,

–താങ്കൾ ഏത് എണ്ണയാണ് പുരട്ടിയിരിക്കുന്നത്?

അദ്ദേഹം പറഞ്ഞു,

–മണം അത്തറിന്റേതോ എണ്ണയുടേതോ അല്ല. നാനാവിധ വന കുസുമങ്ങളുടെ സമ്മിളിത മണമാണ്.

–എന്തു പൂവിന്റേതാണ്?

ട്രോളി നിർത്തി. റെയിൽപാളത്തിനു സമീപമുള്ള ചെടികളിലെ പൂക്കളെല്ലാം പറിച്ചുകൊണ്ടുവന്നു. വാസനിച്ചു നോക്കി. ഇവയുടെ ഒന്നിന്റേതുമല്ല. അനുഭവപ്പെടുന്ന സുഗന്ധം ഒരു പൂവിന്റേതുമല്ല. മന്ദാരത്തിനു മണമില്ല, കാട്ടുചണപ്പൂക്കൾക്കും മണമില്ല. ഒന്നോ രണ്ടോ ഓർക്കിഡ് പൂക്കളുള്ളതിനും സുഗന്ധമില്ല. കാണുന്ന പൂക്കൾക്കൊന്നും മണമില്ല. സാലവൃക്ഷങ്ങളും മറ്റും പൂക്കാൻ സമയമായിട്ടില്ല.

മുഴുവൻ പതിന്നാലു നാഴിക ദൂരവും ഈ സുഗന്ധം ഞങ്ങളെ ആനന്ദിപ്പിച്ചു, ലഹരി പിടിപ്പിച്ചു. നല്ല കടുത്ത മധുരമായ സുഗന്ധം! രാസ്ബിഹാരി ബാബുവിന് ശരിയായ ഒരു മറുപടി തരാനായില്ല. വനം വിട്ട് ട്രോളി തുറന്ന സ്ഥലത്തേക്കെത്തി. ദൂരത്തുള്ള ചക്രവാളത്തിൽ ബൊനായിഗഡ് രാജ്യത്തെ ശൈലമാലകൾക്കു പിറകിൽ സൂര്യൻ അസ്തമിക്കാനൊരുങ്ങുന്നു.

■

www.ingramcontent.com/pod-product-compliance
Lightning Source LLC
LaVergne TN
LVHW060627051026
849519LV00002B/791